கடவுள்
என்னும் மாயை

கடவுள்
என்னும் மாயை

தருமி

எதிர்
வெளியீடு

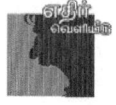

கடவுள் என்னும் மாயை
தருமி

முதல் பதிப்பு: டிசம்பர் 2017

எதிர் வெளியீடு,
96, நியூ ஸ்கீம் ரோடு, பொள்ளாச்சி – 642 002.
தொலைபேசி: 04259 –226012, 99425 11302.

விலை: ரூ. 399

Kadavul Enum Maayai
Dharumi

Copyright © Dharumi
First Edition: December 2017

Published by
Ethir Veliyeedu, 96, New Scheme Road, Pollachi - 642 002
Email: ethirveliyedu@gmail.com
www.ethirveliyeedu.com

ISBN : 978-93-87333-11-6
Printed at Jothy Enterprises, Chennai.

All rights reserved. No part of this book may be reprinted or reproduced or utilised in any form or by any electronic, mechanical or other means, now known or hereafter invented, including photocopying and recording, or in any information storage or retrieval system, without permission in writing from the Publisher.

உள்ளே...

- முன்னுரை | 7
- வாழ்த்துரை | 9

1. கடவுள் என்னும் மாயை | 13
   – ரிச்சர்ட் டாக்கின்ஸ்

2. ஒளியே வருவாய் என்னிடம் | 50
   கொல்கத்தா புனிதையின் தனிப்பட்ட கடிதங்கள்
   - ப்ரையன் கோலோடைசுக், M.C.

3. நான் ஏன் ஒரு கிறித்துவனல்ல | 63
   - பெர்ட்ரன்ட் ரஸ்ஸல்

4. யூதாசின் நற்செய்தி | 72
   - ரோடோல்ஃப் கேசர், மார்வின் மெயர், கிரகோர் வர்ஸ்ட்

5. ஞானமரபு நற்செய்திகள் | 98
   - எலைன் பேஜல்ஸ்

6. கடவுள் என்பது பெரிதொன்றுமில்லை | 124
   - கிறிஸ்டோபர் ஹிட்சன்ஸ்

7. நான் ஏன் ஒரு இஸ்லாமியனல்ல | 141
   - இப்னு வராக்

8. இஸ்லாமியத் தத்துவ இயல் | 233
   – ராகுல் சாங்கிருத்யாயன்

9   நான் ஏன் இந்து அல்ல | 238
      - காஞ்சா அய்லய்யா

10   இந்து மதம் எங்கே போகிறது? | 267
      - அக்னிஹோத்ரம் ராமானுஜ தாத்தாச்சாரியார்

11   ஜீசஸ் என்ற நல்லவரும், கிறிஸ்து என்ற போக்கிரியும் | 308
      - பிலிப் புல்மேன்

12   டா வின்சி கோட் | 322
      - டான் பிரவுன்

முன்னுரை

புலியின் வாலைப் பிடித்த கதையாகி விட்டது என் பிழைப்பு.

வலைப்பூக்களில் மதங்களைப் பற்றிய என் பார்வைகளைப் பதித்து வந்தேன். நான் சார்ந்திருந்த மதத்தை விட்டு ஏன், எப்படி வெளிவந்தேன் என்பதை எழுதினேன். நம் மதத்தைப் பற்றி எழுதினோம். மற்ற மதங்களையும் பார்ப்போமே என்று அவைகளைப் பற்றி தெரிந்த சில விஷயங்களை எழுத ஆரம்பித்தேன். கொஞ்சம் கடினமான, கஷ்டப்படுத்திய வேலை. வாசித்தவர்கள் கேள்விகளோடு திரும்பி வந்தார்கள்; சிலர் மிகத்தீவிரமாக கேள்விகளோடு பொருத வந்தார்கள். அவர்களிடமிருந்து பல கேள்விக் கணைகள். வாசித்தவர்களின் கேள்விகளுக்குப் பதில் சொல்ல வேண்டிய சூழல் வந்தது. அப்போது தான் புலியின் வாலைப் பிடிக்கவேண்டிய கட்டாயம் பிறந்தது.

அப்போது புலி வாலைப்பிடித்தேன். ... இன்னும் விட முடியவில்லை!

பதிலைத்தேடி அங்குமிங்கும் ஓடி, அந்தப் புத்தகம்... இந்தப் புத்தகம் என்று நிறைய வாசிக்க வேண்டிய கட்டாயம் நேர்ந்தது. கிறித்துவ மதம், இஸ்லாமியம், இந்து மதம் என்று வகை வகையாக வாசித்தேன். வாசிக்க வைத்த எதிரணியினருக்கு எப்போதும் என் நன்றி. வாசித்த நூல்களிலிருந்து முக்கிய பகுதிகளைத் தமிழில் என் வலைப்பூவில் இட்டு வந்தேன். அவை மதம் பற்றிய அறிவையும், ஆழத்தையும் அதிகமாக்க பெரும் உதவியாக இருந்தன. புதுக் கருத்துக்களுக்கு ஆரம்பத்தையும், தெரிந்த கருத்துக்களுக்கு வலு சேர்க்கவும் உதவின.

அப்படித் தேர்ந்தெடுத்து வாசித்த நூல்களில் நான் கண்ட விஷயங்களில் பல எனக்கு மிகவும் புதியவனவாக இருந்தன. சாதாரண நம்பிக்கையாளர் ஒருவருக்கு அவர் நம்பி பல்லாண்டுகளாகக் கடைப்பிடிக்கும் மதங்களிலேயே அவருக்குத் தெரியாத பல

உண்மைகளும், வரலாறுகளும், மறைக்கப்பட்ட செய்திகளும் நிறைய இருக்கிறதெனத் தெரிந்தது. பூனை பிடிக்கப் போனவனுக்கு யானை கிடைத்தால் எப்படியோ அப்படி எனக்கும் ஒரு பெரும் புதையல் கிடைத்த மகிழ்ச்சி. மகிழ்ச்சியினால் வாசிப்பும் அதிகமாயிற்று.

நெல்லுக்கு இறைத்த நீர் வீணாகலாமா? அவைகளைப் பாத்தி கட்டி நாற்றுகள் போல் பராமரித்தது வயலில் பாவுவது போல் என் வலைப்பூக்களில் நான் விதைத்து வைத்தவைகளைத் தொகுத்து ஒரு தனி நூலாகக் கொண்டு வர முயற்சியெடுத்தேன். பன்னிரண்டு நூல்கள். அவையில் ஆங்கிலத்தில் ஒன்பது... தமிழில் மூன்று. மதங்களைப் பற்றியதாக இருப்பினும் அவற்றில் இரண்டு நூல்கள் புதினங்கள். அவைகளிலும் சில தேவையான தகவல்கள் இருந்தமையால் அவைகளையும் இத்துடன் சேர்த்துள்ளேன்.

இந்தப் பன்னிரெண்டு நூல்களையும் வாசித்து அதில் எனக்குப் பிடித்த, இறைமறுப்புக்கு ஆதரவான கருத்துக்களைத் தமிழ்ப்படுத்தி கோர்வையாக்கினேன். ஒவ்வொரு நூலின் ஆசிரியரைப் பற்றிய குறிப்புகளையும், நூலைப்பற்றிய குறிப்புகளையும் இணைத்துத் தந்துள்ளேன். என் கருத்துகள் இருப்பின் அவைகளை சாய்வெழுத்துகளில் அங்கங்கே தந்துள்ளேன். என் முந்தைய நூலான "மதங்களும் சில விவாதங்களும்" என்ற நூலுக்குத் தொடராக இது வெளியாவதில் மிகுந்த மகிழ்ச்சி. இவ்விரு நூல்களையும் வெளிக்கொணர்ந்த வெளியீட்டாளருக்கு மனம் பெருகிய நன்றி.

தருமி

மதுரை, ஜனவரி, 2018

வாழ்த்துரை

“கடவுள் என்னும் மாயை” என்ற இந்நூலுக்கு முன்னுரை எழுத பேராசிரியர் தருமி என்னைக் கேட்டபோது தயங்கினேன். ஏனெனில் சகிப்புத்தன்மை இழந்த காலகட்டத்தில் அல்லவா நாம் வாழ்ந்து கொண்டிருக்கிறோம். அன்பையும், சமாதானத்தையும், சகிப்புத் தன்மையையும் போதித்த கடவுள்களின் பெயரால் அல்லவா இன்று பேரழிவுகளும், படுகொலைகளும் நடந்துகொண்டிருக்கின்றன. ஆனால், புத்தகத்தின் தட்டச்சுப் பிரதியைப் படித்தபின், புதிய வெளிச்சம் தரும் இந்நூலை எழுதியவரைப் பாராட்டுவதற்கான ஓர் அரிய வாய்ப்பு என மகிழ்ந்தேன்.

முதலாவதாக மதம், கடவுள் பற்றி ஒவ்வொரு மதம் சார்ந்த மாபெரும் அறிஞர்கள், பெரும் ஆராய்ச்சியின் பின் எழுப்பியுள்ள 12 நூல்களின் சாரத்தை ஒருசேரப் படிக்கும் வாய்ப்பை அவர் எனக்குத் தந்துள்ளார் என்பதற்கு நான் அவருக்கு நன்றி சொல்லக் கடமைப்பட்டுள்ளேன்.

“எப்பொருள் யார்யார் வாய் கேட்பினும்
அப்பொருள் மெய்ப்பொருள் காண்பதறிவு”

என்ற தமிழ்மறையின் வழிகாட்டுதலில் அறிஞர்கள் தாம் சார்ந்த மதத்தை, விருப்பு வெறுப்பின்றி ஆய்வு செய்துள்ள பல நூல்களின் கருத்துகளைச் சுருக்கமாக வாசித்த மன நிறைவைத் தருகிறது இந்நூல்.

மகான்கள் தமது காலத்தின் சர்வாதிகாரத்திற்கும், உடைமை வெறிக்கும், அநீதிகளுக்கும் எதிரான பொது நீதியை மிக்க துணிவுடன் தருகிறார்கள். அனால், பின் வரும் பூசாரிகள் அவற்றிற்கு நேர் எதிராக மக்களை ஒடுக்கி ஆளும் வர்க்கத்தின் கேடயமாகவே மதங்களை, அவர்களின் பெயரால் உருவாக்கினர் என்பதே உலகெங்கும் நாம் காணும் நடைமுறையாக உள்ளது.

இதை எதிர்த்துப் பல புரட்சிக் குரல்கள் அவ்வப்போது அறம் சார்ந்த நல்லோரால் எழுப்பப்படுகின்றன. நட்ட கல்லை தெய்வம் என்போரைச் சாடினர் சித்தர்கள். ஆரிய மதத்தின் கேடுகள் கண்டு கொதித்தெழுந்த கலகக்காரர்களே புத்தரும், மகாவீரரும். பின் வந்த குருநானக்கும், பிரம்மோ சமாஜமும், ஆரிய சமாஜமும், ராமகிருஷ்ண மடமும், பசுவேஸ்வரரும், வள்ளலாரும், நாராயண குருவும் நான் இந்துவல்ல என்று எதிர்த்தெழுந்தவர்களே.

14, 15 ஆம் நூற்றாண்டுகளில் ஐரோப்பாவின் பெரும் சர்வாதிகாரிகளாகிய, அறம் தவறிய போப்புகளை எதிர்த்து, கிறித்துவத்தில் உருவானதே எதிர்ப்புரட்சி மார்க்கமான ப்ராட்டஸ்டென்ட் கிறித்துவம். முகமது நபியின் மரணத்தின் பின் பதவிப் போட்டியில் இரண்டுபட்ட இஸ்லாம் இன்று வரை சொந்தச் சகோதரர்களையே கொன்று குவித்துக் கொண்டுள்ள அவலத்தைத் தினமும் பார்க்கிறோம்.

அன்னை தெரசாவின் இறுதிக் கால மனப் போராட்டத்தைக் கூறும் "COME BE MY LIGHT", "என் தேவனே என் தேவனே ஏன் என்னைக் கைவிட்டீர்" என்று கதறிய இயேசுவின் குரலாகவே உள்ளது. தன்னலமும், அதிகார வெறியும், உடைமை வெறியும் மிகுந்த சமூகத்தில் உன்னத அறம் சார்ந்த நல்லோரின் விரக்திப் புலம்பல் இவ்விதமாகவே இருக்கமுடியும்.

கிறித்துவின் வாழ்வு உண்மைகள், அவரது போதனைகளைத் திரட்டி எழுதிய பல்வேறு சுவிசேஷங்களை ஆதிக்க சக்திகளின் கேடயமாகிப் போன மதம், எவ்வாறு இருட்டடிப்பு செய்து அழித்தது, எப்படி ஏகாதிபத்திய சர்வாதிகார சக்திகளின் கையாளாக கிறித்துவம் மாற்றப் பட்டது என்பதை பெர்ட்ரண்ட் ரஸ்ஸல் உட்படப் பல அறிஞர்கள் வெளிப்படுத்தியுள்ளதை அறியும் வாய்ப்பினை இந்நூல் தருகிறது.

இந்து மதம் பற்றிய கசப்பான உண்மைகளைப் பெரியாரை விடவும் அப்பட்டமாகவும், ஆதாரப்பூர்வமாகவும் வெளிப்படுத்தும் அக்னிஹோத்ரம் ராமானுஜ தாத்தாச்சாரியாரின் வாதம், இன்று இந்து ஆரிய மதவாதச் சக்தியை எதிர்ப்போருக்கும் பெரிதும் உதவும் கையேடாகும்.

மதம், கடவுள் இவற்றின் குறைகளை, அநீதிகளை எத்தனை பேசிய போதும் வறுமையும், அறியாமையும், தனியுடமையும், சுரண்டலும் மிக்க உலகத்தில், மதம் மயக்கும் அபின் மட்டுமல்ல; அதுவே குரலற்ற அபலைகளின் குரலாக, இதயமற்ற உலகின் இதயமாகி உள்ளது என்று காரல் மார்க்ஸ் கூறுவதை நாம் மறந்துவிட முடியாது.

அறிவியலும், பகுத்தறிவும், சமத்துவமும் வளர்ந்து வரும் உலகில் கடவுள் எனும் போதை, மாயையிலிருந்து மக்கள் விடுபட்டு வருவது வேகமாக நடந்து வருகிறது. ஐரோப்பாவில் தேவாலயங்கள் காலியாகி வருகின்றன. போப் புரட்சிக் குரலில் பேசி வருகிறார்.

உலகின் அநீதிகளுக்கும், போர்களுக்கும், படுகொலைகளுக்கும் பின்னணியில் மதமே நிற்கிறது என்பது தெளிவாகி வருகிறது. அறிவியலும், பகுத்தறிவும், சமத்துவ உணர்வும் தகவல் தொடர்பும் வளர்ந்து வரும் உலகில் படிப்படியாகக் கடவுளும், மதமும் தமது தேவையை இழந்து உதிர்ந்து போவது உறுதி.

பல ஆயிரம் ஆண்டுகால இருள், ஒரு நொடியில் விலகாது. ஆனால், கீழை வானம் சிவக்கிறது என்ற புதிய நம்பிக்கையை இந்நூல் வளர்க்கிறது. இந்நூலை வெளியிடும் "எதிர் வெளியீடு", எழுதிய பேராசிரியர் தருமி அறிவியல்வாதிகளின் வாழ்த்துக்கும், நன்றிக்கும் உரியவர்கள்.

இருளிலிருந்து வெளிச்சத்திற்கும்,

அஞ்ஞானத்திலிருந்து அறிவொளி நோக்கியும் பயணிப்போம்.

ஜீவானந்தம்

3.12.17

கடவுள் என்னும் மாயை

- ரிச்சர்ட் டாக்கின்ஸ்

க்ளின்டன் ரிச்சர்ட் டாக்கின்ஸ் (Clinton Richard Dawkins (26 March 1941) கென்யாவில் பிறந்த ஒரு ஆங்கிலேயர். ஆக்ஸ்போர்ட் பல்கலையில், பூச்சிகளின் கற்கும் திறன் பற்றிய ஆய்வில் நோபல் பரிசு பெற்ற டின்பெர்க் என்ற விஞ்ஞானியின் கீழ் 1966இல் முனைவர் ஆய்வுப்பட்டம் பெற்று 1970 முதல் ஆக்ஸ்போர்டில் நியு கல்லூரியில் பணியாற்ற ஆரம்பித்தார். இவர், தான் எழுதிய நூல்களில் பரிணாமத்தில் மரபணுவிற்குள்ள சிறப்பான இடத்தைப் பற்றித் தொடர்ந்து எழுதி வந்துள்ளார். அவர் 1976இல் எழுதிய The Selfish Gene என்ற தனது முதல் நூல் மூலம் இவர் பிரபலமடைந்தார். "பரிணாமம் நம்முன் நிகழ்கிறது. ஆனால், அது நடைபெறும்போது நாம் அதை அறிவதில்லை. துப்பறிவாளர் கொலை நடந்த இடத்திற்கு

வருகிறார். கொலை நடந்தபோது அவர் அங்கில்லை. ஆனால், கண்முன் பெரும் ஆதாரம் அவருக்காகக் காத்திருக்கிறது. சூழ்நிலைச் சான்றுகள் நிறையவே கிடைக்கின்றன. அவைகள் நடந்தவைகளை உரத்து அவரிடம் உண்மையைச் சொல்கின்றன. இதுபோல்தான் பரிணாமமும்" என்கிறார் டாக்கின்ஸ்.

பரிணாமத்தில் இருந்த அவரது ஆழ்ந்த ஈடுபாடு அவரை ஒரு முழு இறை மறுப்பாளராக மாற்றி விட்டது. "அறிவியலில் ஆழ்ந்த அறிவுடையவர்கள் எங்கனம் கடவுள் நம்பிக்கையோடு இருக்க முடியும் என்பது மிகவும் ஆச்சரியமான ஒன்று" என்கிறார். "அறிவியலில் வரும் பல அனுமானங்கள் போலவே, கடவுள் இருக்கிறார் என்பதையும் ஒரு அனுமானமாக வேண்டுமானால் வைத்துக்கொள்ளலாம்" என்பது அவரது கருத்து.

டாக்கின்ஸ் ஒரு பெரும் கடவுள் மறுப்பாளராகவும், மதங்களை முற்றிலும் எதிர்ப்பவராகவும் தம் தடங்களை ஆழமாகப் பதித்தார். மதங்களை இரு முனைகளில் மறுத்தார்; ஒன்று, மதங்களே பல குழப்பங்களின் பிறப்பிடமாக உள்ளன. இரண்டாவது, தங்கள் நம்பிக்கைகளை எந்த அடிப்படைச் சான்றுகளும் இல்லாமலேயே நம்பிக்கையாளர்கள் இறுகப் பற்றிக்கொண்டு இருக்கிறார்கள். சான்றுகள் இல்லாத அந்த நம்பிக்கைகள் உலகின் மிகப்பெரும் தவறுகளில் தலையானது என்பது அவரது கருத்து.

மத நம்பிக்கைகள் ஒரு மாயை... அவை தவறான நம்பிக்கைகளின் பிறப்பிடம் என்ற கருத்தை வலியுறுத்தி 2006இல் அவர் எழுதிய நூல்: The God Delusion - கடவுள் என்னும் மாயை. மிகச் சிறந்த நூலாக உலகம் முழுவதும் இந்நூல் பெரும் அலை ஒன்றை உருவாக்கியது. மிகச் சிறந்த நூலாக விற்பனையில் பல வாரங்களுக்கு முதலிடத்தில் இருந்தது. 2015ஆம் ஆண்டிற்குள் 35 மொழிகளில் மொழிபெயர்க்கப்பட்டு, 30 லட்சம் நூல்கள் விற்கப்பட்டன. Richard Dawkins Foundation for Reason and Science என்ற அமைப்பை அதே ஆண்டில் உருவாக்கினார்.

மத மறுப்பாளர்கள் குற்ற உணர்வு ஏதுமில்லாமல், மிகுந்த பெருமையோடு தலை நிமிர்ந்து நிற்க வேண்டும். மத மறுப்பு என்பது ஆரோக்கியமும் முழுச் சுதந்திரமும் அடைந்த ஒரு மனத்தின் வெளிப்பாடு.

டாக்கின்ஸ் விழிப்புணர்வைத் தட்டி எழுப்பும் நான்கு முக்கியமானவைகளைத் தனது நூலில் குறிப்பிடுகிறார். அவை ...

1. மத மறுப்பாளர்கள் எப்போதும் மனம் நிறைந்த மகிழ்ச்சியோடும், பொறுப்போடும், ஒழுக்கம் நிறைந்த அறிவுப்பூர்வமான வாழ்க்கையை வாழ்கிறார்கள்.

2. இவ்வுலகமும் பிரபஞ்சமும் தோன்றுவதற்கு ஒரு "கடவுளும்" அவரது விவேகமான படைப்பாற்றலும் தேவை என்னும் கருத்தை விட பரிணாமக் கோட்பாடுகளும் அதனோடு தொடர்புடைய இயல்புத் தேர்வும், அறிவியல் கோட்பாடுகளும் உயர்ந்தவை. பொருள் பொதிந்தவை.

3. பிறக்கும் குழந்தைகள் தங்கள் பெற்றோரின் மதங்களோடு இணைக்கப்பட்டு, கிறித்துவக் குழந்தைகள், இஸ்லாமியக் குழந்தைகள் என்று அடையாளப்படுத்தப்படுவது தவறு. அவை குழந்தைகளை குறுகிய எல்லைக்குள் சுருக்கிவிடுகின்றன.

4. கடவுள் மறுப்பு சுயசிந்தனைகளால் வருபவை. அதற்காக மத மறுப்பாளர்கள் பெருமையோடிருக்க வேண்டும். மன்னிக்கப்பட வேண்டியவர்கள் அல்ல அவர்கள்; பெருமைக்குரியவர்கள் அவர்கள்.

அவர் எழுதிய நூல்கள்:

The Selfish Gene (1976)

The Extended Phenotype (1982)

The Blind Watchmaker (1986)

River Out of Eden (1995)

Climbing Mount Improbable (1996)

Unweaving the Rainbow (1998)

A Devil's Chaplain (2003)

The Ancestor's Tale (2004)

The God Delusion (2006)

The Greatest Show on Earth: The Evidence for Evolution (2009)

The Magic of Reality: How We Know What's Really True (2011)

An Appetite for Wonder: The Making of a Scientist (2013)

Brief Candle in the Dark: My Life in Science (2015)

கடவுள் எனும் மாயை

பகுதி 1

Delusion = A persistent false belief held in the face of strong contradictory evidence, especially as a symptom of psychiatric disorder.

Delusion: தவறு என நிரூபிக்கப்பட்ட போதும் தொடர்ந்து அவைகளை நம்புதல்; ஒரு மனநோய்க்கான அறிகுறி.

ZEN AND THE ART OF MOTORCYCLE MAINTENANCE என்ற பிரபலமான நூலின் ஆசிரியர் ராபர்ட் எம். பிர்சிக் (ROBERT M. PIRSIG):

"ஒரு தனி மனிதன் ஏதோ ஒரு மாயையில் உழலும் போது அதுவெறும் பைத்தியக்காரத்தனம் தான். ஆனால் பலரும் அந்த மாயையில் புதைந்து உழலும்போது அதன் பெயர் மதங்கள்." *(28)*

ஐன்ஸ்டீன் கூற்றுக்களில் சில:

★ நான் கடவுள் நம்பிக்கையற்ற, ஆனால் ஓர் ஆழமான ஆன்மீகவாதி. இது ஒரு புதுவகையான மதம்தான்."

★ கடவுள் என்னும் கோட்பாடு எனக்கு ஏற்புடைத்ததல்ல; அது அறிவுக்குப் புறம்பானது."

★ இயற்கைக்கு ஏதோ ஒரு குறிக்கோளோ அர்த்தமோ இருப்பதாக நான் நினைக்கவில்லை. இயற்கையின், இந்தப் பிரபஞ்சத்தின் பிரமாண்டத்தையும், அதில் இன்னும் நம் அறிவுக்கு எட்டாதிருக்கும் அறிவியல் உண்மைகளையும் நினைத்து, அறிவுள்ள எவனும் தன்னை மிகவும் அற்பமான ஒன்றாக உணரவேண்டும். இதுவே உண்மையான சமயச்சார்பான சிந்தனையாகும். இந்த சமய உணர்வுக்கும் மதங்கள் பேசும் இறைத்தன்மைக்கும் ஏதும் தொடர்பில்லை." *(36)*

ஐன்ஸ்டீனின் மத மறுப்பு அறிக்கைகளுக்குப்பிறகு அவரைக் கண்டித்து பலரும் எழுதியும் பேசியும் வந்தனர். எல்லா பெரியமனிதர்களையும் போலவே ஐன்ஸ்டீனும் கடைசிக் காலத்தில் கிறித்துவரானார் என்ற புரட்டுச் செய்திகளும் அவர் காலத்திற்குப் பிறகு பரப்பப்பட்டன!

கார்ல் சாகன் (CARL SAGAN) *அவரது PALE BLUE DOT என்ற நூலில்:*

எந்த ஒரு பெரிய மதமாவது அறிவியல் உண்மைகளை அறிந்து, பின், "அடே! நாம் நினைத்தவைகளை விடவும் இந்தப் பிரபஞ்சம் பெரியது; நம் நபி / தூதுவர் சொன்னதைவிடவும் மகத்தானது; பிரமிப்பூட்டுவது" என்று ஏன் சொல்வதில்லை? அதற்குப் பதிலாக, "இல்லை, இல்லை...! என் கடவுள் அப்படி ஒன்றும் பிரமாண்டமானவரில்லை; (அவர் இந்த உலகுக்கானவர் மட்டுமே)" என்றுதான் சொல்கிறது. (நம் மதங்கள் யாவுமே பிரபஞ்சம் எவ்வளவு பெரியது என்பதை நினைவில் கொள்வதில்லை; மனிதகுலம், இந்த நமது உலகம் இதைத்தாண்டி யோசிப்பதில்லை.) (33)

டக்லஸ் ஆடம்ஸ் (DOUGLAS ADAMS)

இந்த தடவை எந்தக் கட்சிக்கு ஓட்டுப் போடணும் அல்லது போடக்கூடாது; நீ ஓட்டுப் போட்டது சரியான முடிவல்ல - இப்படி எதைப் பற்றியும் நாம் விவாதிக்கலாம். ஆனால் (sabath day for jews) சனிக்கிழமை நீ எந்த வேலையும் செய்யக்கூடாது என்றால் அதைப்பற்றி விவாதிக்கக் கூடாது. ஏனெனில், அது மதம் தொடர்பானது; கேள்வி கேட்காமல் அதை மதிப்பதே சரி என்பது எவ்விதத்தில் சரி.

சமயம் தொடர்பான நம்பிக்கைகளைக் கேள்வி கேட்கக்கூடாது என்று நாம் நமக்குள் ஒரு வழக்கத்தைக் கைக்கொண்டிருக்கிறோம் என்பதைத் தவிரவும், பகுத்தறிவோடு சிந்தித்தால் எல்லாவற்றையும் போல் இந்த மத நம்பிக்கைகளையும் நாம் ஏன் வெளிப்படையாக விவாதிக்கக்கூடாது? (43)

மதம் என்றால் சட்டமும் வளையும்.

2006-ஆம் ஆண்டு, பிப். 21-ஆம் தேதி வழக்கு ஒன்று அமெரிக்க உச்ச நீதி மன்றத்திற்கு வந்தது.

Centro Espiritia Beneficiente Uniao do Vegetal என்ற ஒரு கிறித்துவ மதக்குழு தடை செய்யப்பட்ட dimethyltryptamine என்ற வேதிப்பொருள் அடங்கிய hoasca tea-யைக் குடித்தால்தான் தங்கள் கடவுளோடு தாங்கள் ஐக்கியமாக முடியும் என்றும் அதனால் அந்த டீயை அருந்த தங்களுக்கு உரிமை வேண்டும் என்று ஒரு வழக்குத் தொடர்ந்தனர். மதத்தின் பெயரே இங்கு ஒரு துருப்புச் சீட்டாகப் பயன்படுத்தப்பட்டது. வழக்கும் வென்றது! மதம் என்னும் தாயத்து செய்த மாயம்அது!

2004-ஆம் ஆண்டு ஜேம்ஸ் நிக்சன் என்ற மாணவன் ஒரு டி-சட்டையைத்

தன் பள்ளிக்கு அணிந்து வந்தான். அதில், "ஓரினச்சேர்க்கை பாவம்; இஸ்லாம் ஒரு பொய்; கருச்சிதைவு கொலைக்குச் சமம்" என்ற வார்த்தைகள் அச்சிடப்பட்டிருந்தன. பள்ளிஅவன் அந்தச் சட்டை அணிவதை அனுமதிக்க மறுத்தது. பெற்றோர்கள் வழக்குமன்றத்திற்குச் சென்றனர். அவர்கள் கருத்துச் சுதந்திரம், பேச்சு சுதந்திரம் என்ற அடிப்படையில் வழக்கை நடத்தவில்லை. பதிலாக, "மதச் சுதந்திரம்" என்பதே வழக்கின் அடிப்படையாக எடுக்கப்பட்டது; வழக்கும் வெற்றி கண்டது.

இதுபோல் பல வழக்குகள். அதிலும் ஓரினச்சேர்க்கைக்கு எதிர்த்து பல வழக்குகள். இந்த வழக்குகள் எல்லாமே 'நான் கிறித்துவனாக இருப்பதால் எனக்கு அடுத்தவனின் தனிப்பட்ட செயல்களிலும்கூட மூக்கை நுழைக்க உரிமையுள்ளது' என்ற நினைப்பில்தான் தொடுக்கப் பட்டன; வெற்றியும் பெற்றன. *(44-46)*

மதங்களுக்கு நம் சமூகம் தரும் அதீத மரியாதையைத் தெளிவாகக் காண்பிக்க கீழ்வரும் நிகழ்வைத் தருகிறேன்.

2006 பிப்ரவரியில் நடந்த ஒரு உலகளாவிய நிகழ்வு வேடிக்கையும் வேதனையும் கலந்தது. 2005 செப்டம்பரில் டென்மார்க் நாட்டுச் செய்தித்தாள் - Jyllands-Posten - முகமது நபியின் படங்கள் பன்னிரண்டை வெளியிட்டன. அதிலிருந்து அதற்கு அடுத்த மூன்று மாதங்களுக்கு டென்மார்க்கில் அரசியல் அடைக்கலம் பெற்ற இரு இமாம்களும், அங்கு வாழும் சில இஸ்லாமியர்களின் குழுவும் இணைந்து இஸ்லாமிய நாடுகள் முழுவதிலும் டென்மார்க்கிற்கும் அந்த செய்தித்தாளுக்கும் எதிராக பெரும் புரளியைக் கிளப்பி விட்டனர்.

2005-ன் கடைசியில் இந்தத் தீய எண்ணங்கொண்ட குழு தாங்களே தயாரித்த சுற்றறிக்கை ஒன்றோடு எகிப்துக்கு சென்றனர். அங்கிருந்து அவர்களின் அந்த அறிக்கை உலகின் பல இஸ்லாமிய நாடுகளுக்கும், குறிப்பாக இந்தோனேஷியாவிற்கும் பரப்பப்பட்டன. அந்த அறிக்கையில் டென்மார்க்கில் இஸ்லாமியர்கள் கொடுமைப்படுத்தப்படுவதாகவும், Jyllands-Posten டென்மார்க் அரசு நடத்தும் செய்தித்தாளென்ற பொய்யான செய்தியையும் பரப்பின. அதோடு அச்செய்தித்தாளில் வந்ததாக 12 படங்களும் இருந்தன. இதில் முக்கியமான விஷயம் என்னவெனில், அதில் இருந்த 12 படங்களில் ஒன்பது மட்டுமே அந்தச் செய்தித்தாளில் ஏற்கெனவே உண்மையில் வந்த படங்கள். புதிதாகச் சேர்க்கப்பட்ட மூன்று படங்கள் எங்கிருந்து வந்தன என்பது ஒரு பெரிய கேள்வியாக முதலில் இருந்தது. இந்த மூன்று படங்களுமே,

எல்லோரும் நினைத்தது போல் முகமதின் படங்கள் என்று உலகம் முழுமைக்கும் பரப்பப்பட்ட அந்தப் படங்கள் நிச்சயமாக அவரை இழிவுபடுத்தும் படங்களாக இருந்தன. அந்த மூன்று படங்களில் ஒரு படம் மற்ற படங்கள் போல் கார்ட்டூனாக இல்லாமல் ஒரு புகைப்படமாக இருந்தது. அது, தாடி வைத்த ஒரு மனிதன் பன்றி முகமூடியோடு இருப்பது போன்றது. பின்னால் அது Associated Press-ன் ப்ரான்ஸ் தேசத்து ஆள் ஒருவன் (pig-squealing contest) பன்றி போல் கத்தும் போட்டியில் ஈடுபட்டிருந்தபோது எடுத்த புகைப்படம் என்பது தெரியவந்தது. அந்தப் படம், இஸ்லாமுக்கும், நபிக்கும், நபியைப் பற்றி வந்த மற்ற புகைப்படங்களுக்கும், டென்மார்க்குக்கும், டென்மார்க்கின் Jyllands-Posten-க்கும் எந்த தொடர்பும் இல்லாத ஒரு புகைப்படம். ஆனால் கெய்ரோவில் ஆரம்பித்து இஸ்லாமிய நாடுகள் முழுமைக்கும் இந்தப் பொய்த்தகவல் பரப்பப்பட்டது; பரப்பியவர்கள் எதிர்பார்த்தது போலவே எல்லாமே நடந்தேறியது.

Jyllands-Posten-இல் 12 கேலிச்சித்திரங்கள் பதிப்பிக்கபட்ட பின் 5 மாதங்கள் கழித்தே இந்த பிரச்சனை விஸ்வரூபமெடுத்தது. முக்கியமாக பாகிஸ்தானிலும், இந்தோனேஷியாவிலும் டென்மார்க் நாட்டின் கொடிகள் எரிக்கப்பட்டன. (எப்படி அவர்களுக்கு அந்நாட்டு கொடிகள் எல்லாம் கிடைத்தனவோ?) டென்மார்க் அரசு மன்னிப்பு கேட்கவேண்டுமென்ற கோரிக்கைகள் வலுத்தன. (எதற்காக அந்த அரசு மன்னிப்பு கேட்க வேண்டும்? கேலிச்சித்திரங்களை அரசா வரைந்தது? இல்லை அவர்களா அதைப் பதிப்பித்தார்கள்? இஸ்லாமிய நாடுகளில் இல்லாத, அவர்களில் பலரால் புரிந்து கொள்ள முடியாத சுதந்திரமான அச்சு ஊடகம் உள்ள நாடு அது.) டென்மார்க் நாளேட்டிற்கு ஆதரவு தரும் வகையில், இங்கிலாந்து தவிர்த்து, நார்வே, ஜெர்மன், ப்ரான்ஸ், அமெரிக்க நாட்டு அச்சு ஊடகங்கள் அந்த கேலிச்சித்திரங்களைத் தங்கள் ஊடகத்திலும் அச்சேற்றின. இது எரிகிற எண்ணெயில் எண்ணெய் ஊற்றியது போலாயிற்று. டென்மார்க் தூதரகங்கள் உலகெங்கும் தாக்கப்பட்டன; அவர்களது இறக்குமதிப் பொருட்கள் புறந்தள்ளப்பட்டன. டென்மார்க் மக்கள் மட்டுமல்லாமல் பல மேற்கத்திய நாட்டு மக்கள் அச்சுறுத்தப்பட்டனர். பாகிஸ்தானில் உள்ள கிறித்துவ ஆலயங்கள் தாக்கப்பட்டன. அவர்களுக்கும் இச்சம்பவத்திற்கும் ஏதும் தொடர்பில்லாவிட்டாலும், லிபியாவில் ஒன்பது பேர் கொல்லப்பட்டார்கள்.

பாகிஸ்தான் இமாம் ஒருவரால் கேலிப்படம் வரைந்தவரின் தலைக்குப் பத்து லட்சம் அமெரிக்கன் டாலர்கள் பரிசு என்று அறிவிக்கப்பட்டது. ஆனால் அவருக்கு அந்தக் கேலிப்படங்கள்

பன்னிரண்டு கார்ட்டூனிஸ்டுகளால் வரையப்பட்டன என்பதோ, அந்தப் பன்னிரண்டு கேலிப்படங்களில் முக்கியமான மூன்று படங்கள் டென்மார்க்கில் வரையப்படவோ, அச்சிடப்படவோ இல்லை என்பதோ தெரியாது.(அதோடு அவர் அறிவித்த பத்து லட்சம் அமெரிக்க டாலர் அவரிடம் ஏது?)

நைஜீரியாவில் பல கிறித்துவக் கோயில்கள் தாக்கப்பட்டன; கிறித்துவ கருப்பின மக்கள் தெருக்களில் தாக்கப்பட்டனர். பிரிட்டனில் நடந்த எதிர்ப்பு ஊர்வலங்களில் மக்கள் தாங்கிவந்த பதாகைகளில் சில: "இஸ்லாமைப் பழித்தவர்களை வெட்டு", "இஸ்லாமைக் கேலி செய்தவர்களை வெட்டு", "ஐரோப்பா இதற்கு தங்கள் அழிவின் மூலம் பதில் சொல்லியாக வேண்டும்."

இந்த நேரத்தில் நம் அரசியல்வாதிகள் பலர் எப்படி இஸ்லாம் ஒரு அமைதியையும், இரக்கத்தையும் கொண்டாடும் மதம் என்பதை நமக்கெல்லாம் நினைவூட்டிக் கொண்டேயிருந்தார்கள்.

பாகிஸ்தானில் நடந்த ஒரு ஊர்வலத்தில் ஒரு பெண்மணி தாங்கியிருந்த பதாகையில் எழுதப்பட்ட வாசகம்: "ஹிட்லரை கடவுள் ஆசீர்வதிக்கட்டும்!"

யாரையும் கேலி செய்யவோ, துன்புறுத்தவோ யாருக்கும் அதிகாரமில்லைதான். ஆனால், மதங்களுக்குக் கொடுக்கப்படும் அதீத சலுகைகளைப் புரிந்து கொள்ளமுடியவில்லை. அரசியல்வாதிகள் அவர்களது கேலிச்சித்திரங்களை நித்தம் நித்தம் ஊடகங்களில் பார்க்கிறார்கள். அதை யாரும் எதிர்த்து பெருங்குரலேதும் எழுப்புவதில்லை. ஆனால் மதத்தொடர்பானவைகளுக்கு மட்டும் ஏனிந்த தனிச்சலுகைகள். மெங்கன் (H.L. Mencken) சொன்னதை இங்கு நினைவுபடுத்துகிறேன்: "ஒருவன் தன் மனைவிதான் அழகு என்றோ, அவன் தன் பிள்ளைகள்தான் புத்திசாலிகள் என்றோ சொல்லும்போது அவனது கூற்றை எந்த அளவுக்கு நாம் மதிப்போமோ அந்த அளவிற்கு மட்டுமே மற்றவர்களின் மதக்கோட்பாடுகளை நாம் மதிக்க வேண்டும்."(46-50)

பகுதி 2

THE GOD HYPOTHESIS

"முன்னொரு காலத்தில் இருந்த ஒரு மதம் பிற்காலத்தில் கேலிக்கூத்தான ஒன்றாக மாறிவிடும்" - ரால்ப் வால்டோ எமர்சன்.

கதைகளில் வரும் மிகவும் மோசமான பாத்திரப் படைப்புகளையும் மீறியதாகவே பழைய ஏற்பாட்டின் கடவுள் சித்தரிக்கப்பட்டுள்ளது. பொறாமை, அதன் மீதான பெருமிதம்; சின்னத்தனமான, நீதியற்ற, மன்னிக்காத, பழிவாங்கும், இனவாதியான, குழந்தை, சகோதரன், பிள்ளைகள் என்று எந்த வேறுபாடும் இல்லாமல் எல்லோரையும் கொல்லும், வீண்பெருமையடிக்கும், பெண்களை வெறுக்கும், தலைக்கனம் மிகுந்த, மற்றவரைத் துன்புறுத்தி இன்பம் கொள்ளும் மிக மோசமான ஒரு பாத்திரப்படைப்பு அது.(51)

தாமஸ் ஜெபர்சன்: மோசஸின் கடவுள் மிகவும் பயங்கரமான ஒரு கதாபாத்திரம்; கொடூரமான, பழிவாங்கும், தன் விருப்பத்திற்கு ஆட்டிப்படைக்கும், நியாயமற்ற பாத்திரம்.(51)

கிறித்துவத்தில் பேசப்படும் தமதிரித்துவம் ஒரு வேடிக்கையான தத்துவம். அதையும் தாண்டி கத்தோலிக்க கிறித்துவத்தில் நாலாவதாக மரியாளும் சேர்க்கப்படுகிறாள். இதனால் கடவுளே இரண்டாவது இடத்திற்குத் தள்ளப்படுகிறார். (55)

அதிலும்தான் எத்தனை விதவிதமான மரியாள்கள்: Our Lady of Fatima, Our Lady of Lourdes, Our Lady of Guadalupe, Our Lady of Medjugorje, Our Lady of of Akita, Our Lady of Zeitoun, Our Lady of Garabandal, Our Lady of Knock ... (நம்மூரில்-பூண்டி மாதா, வேளாங்கண்ணி மாதா - வாடிப்பட்டி மாதா....)

1981-இல் இரண்டாம் ஜான் பால் என்ற போப்பாண்டவர் ஒரு கொலை முயற்சியில் குண்டடிபட்டு மயிரிழையில் தப்பினார். (எம்.ஜி.ஆருக்கு நடந்தமாதிரியே தான்!) அதற்கு 'அன்னையின் கருணைக் கரங்கள் அந்த துப்பாக்கிக் குண்டை (விலகும்படி) வழிநடத்தியதாலேயே' அவர் தப்பித்ததாகக் கூறினார். அன்னையின் கரங்கள் அவருக்குக் காயம் ஏற்படாமலேயே இன்னும் கொஞ்சம் சரியாக 'வழிநடத்தியிருக்கலாமே'! (56)

கோர் விதால் (GORE VIDAL): காட்டுமிராண்டிகளாக மனிதன் இருந்த காலத்தின் மத நூலான 'பழைய ஏற்பாட்'டிலிருந்து யூதமதம், கிறித்துவம், இஸ்லாம் என்ற மூன்று மனிதகுலத்திற்கு எதிரான மதங்கள் பரிணமித்தன. இதனால் கடந்த இரண்டாயிரம் ஆண்டுகளாய் வானுலகத்தில் இருக்கும் அந்தக் கடவுளாலும், அவரை வழிபடும் ஆண்களாலும் பெண்கள் அடிமைப்படுத்தி வைக்கப்பட்டுள்ளார்கள். (58)

கடவுள் இருக்கிறாரா இல்லையா என்பதைப் பொறுத்தவரை மனிதர்களை ஏழு படிகளில் பிரிக்கலாம்:

1. நூத்துக்கு நூறு நம்பிக்கையாளர்கள்.

2. நூத்துக்கு நூறைவிட சிறிதே குறைந்த நிலை: கடவுள் இருக்கிறாரா இல்லையா என்பதெல்லாம் தெரியாது; ஆனால் நான் நம்பிக்கையோடு இருக்கிறேன்.

3. 50%க்கு மேல் ...முழுவதாக நம்பிக்கையில்லை; எனினும், கடவுளை நம்புபவர்கள்.

4. சரியாக 50%. கடவுள் இருக்கலாம்; இல்லாமலும் இருக்கலாம்.

5. 50% முழுவதாக நம்பிக்கையில்லையெனினும், கடவுள் மறுப்பின் பக்கம் சாய்பவர்கள். 6. >0% முழுவதாக மறுப்பதில்லை; ஆனால் கடவுள் பக்கம் சாய்வதில்லை.

7. கடவுள் இல்லையென்று முழுமையாக நம்புவர்கள். *(73)*

பெர்ட்ரண்ட் ரஸ்ஸல் (BERTRAND RUSSELL): வானுலக டீ கப் !

நம்பிக்கையுள்ளவர்கள் பலரும், கடவுளை மறுப்பவர்களே கடவுள் இல்லை என்பதை நிரூபிக்க வேண்டுமென்று சொல்கிறார்கள். இது தவறு.

நம் பூமிக்கும், செவ்வாய் கிரகத்திற்கும் நடுவில் நீள் வட்டப் பாதையில் சின்ன சீனா டீ கப் ஒன்று சுற்றி வருகிறது; அதை எந்த பெரிய தொலைநோக்கியாலும் காணமுடியாத அளவு அது மிகச்சின்னதாக உள்ளது என்று நான் சொன்னால், அதையாரால் தவறென்று நிரூபிக்க முடியும்? அதைத் தவறென்று யாரும் நிரூபிக்க முடியாததால் நான் சொன்னதே சரி என்று நான் சொல்லிக்கொண்டிருந்தால் நான் பைத்தியக்காரத்தனமாக உளறிக்கொண்டிருப்பதாகத்தான் நினைக்க இடமுண்டு.

ஆனால், இதுபோன்ற வானுலக டீ கப் ஒன்று வானில் சுற்றிவருவது உண்மைதான். நம் பழைய, புதிய, இறுதி 'ஏற்பாடுகளில்', புனித வேத நூல்களில் அப்படித்தான் சொல்லப்பட்டுள்ளது என்று, பள்ளிப் பருவத்திலேயே வீடு, பள்ளி, கோவில்களில் இக்கருத்து நமது புத்தியில் தொடர்ந்து ஏற்றப்பட்டிருந்தால் அந்த 'உண்மையை'க் கேள்வி கேட்பதே கேலிக்குரிய, மிகத்தவறான விஷயமாகிவிடும் அல்லவா. *(75)*

ஆகவே, கடவுள் இருக்கிறார் என்பதை நிரூபிக்கவேண்டிய கடமை நம்பிக்கையாளர்களுக்குத்தான் உள்ளது. கடவுள் மறுப்பாளர்களின் வேலையல்ல அது.

அடிக்கடி சொல்லப்படும் விஷயம் ஒன்று உண்டு: எப்படி என்பதை விளக்குவது விஞ்ஞானம்; ஏன் என்பதை விளக்குவது மெஞ்ஞானம் என்று. விஞ்ஞானத்தால் பதில் சொல்லமுடியாத ஒரு கேள்விக்கு மதங்கள் பதில் சொல்லிவிடும் என்பது என்ன விதமான நம்பிக்கை?!

ஆக்ஸ்போர்டில் மார்டின் ரீஸ் (Martin Rees) என்ற விண்வெளிப் பயணி 'விஞ்ஞானம் பதில் சொல்லமுடியாத கேள்விகள் பல உண்டு. அனேகமாக மதங்கள்தான் அதற்குரிய பதில்களைத் தரவேண்டுமென்று சொல்லியிருந்தார்'. ஒருமுறை நானும் அதே ஆழமான கேள்விகளை அவரிடம் கேட்டபோது, அவர் இந்தக் கேள்விக்குரிய பதிலைத்தர நான் மதகுருவைத்தான் அழைக்க வேண்டுமென்றார். விஞ்ஞானிகளுக்கே தெரியாத பதிலை இந்த மதக்குருக்கள் மட்டும் எப்படித் தரமுடியும்?

மனிதன் நடக்கவேண்டிய நல்வழி பற்றி சொல்வது விஞ்ஞானத்தின் கடமையல்ல. ஆனால், மதங்களுக்கு அது உண்டென்கிறார்கள். அவைகளுக்கு வேறு வேலை எதுவும் கிடையாது என்பதாலேயே அவைகளுக்கு அந்தத் தகுதியைக் கொடுப்பது சரியா? அப்படியே கொடுப்பதாயின் எந்த மதத்திற்கு அந்தத் தகுதியைக் கொடுப்பது? பைபிளில் விபச்சாரம் செய்தவர்களோடு, ஓய்வு நாளில் (Sabbath day) விறகு பொறுக்கியவர்களையும், பெற்றோரிடம் மரியாதையில்லாமல் பேசியவர்களையும் ஒன்றாக்கி இவர்கள் அனைவருக்குமே ஒரே மாதிரியான மரண தண்டனை என்று சொல்லியிருப்பது எத்தனை பேருக்குத் தெரியும்? எந்த மதத்தின் கோட்பாடுகளை ஏற்றுக் கொள்வது? *(81)*

ஜெபம் / தொழுகை / வேண்டுதல்கள் கேட்கப்படுகின்றனவா? - ஒரு அறிவியல் சோதனை:

முதன் முதல் இதைப் பற்றிய ஒரு முயற்சியை மேற்கொண்டது பிரான்சிஸ் கால்டன் (Francis Galton). இவர் டார்வினின் ஒருவழிச் சகோதரர். இங்கிலாந்தில் ஒவ்வொரு ஞாயிற்றுக்கிழமைகளில் எல்லா கோயில்களிலும் அந்த நாட்டின் அரச குடும்பத்தினருக்காக மக்கள் அனைவரும் ஒன்றாய் வேண்டுவது வழக்கம். மற்ற சாதாரண மக்களுக்கு அவர்களின் உற்றார் உறவினர்கள் மட்டுமே வேண்டுவார்கள். அப்படியானால், அரச குடும்பத்தினர் மற்ற சாதாரணர்களை விடவும் திடகாத்திரமானவர்களாக, ஆரோக்கியத்தோடு இருக்கவேண்டுமல்லவா? ஆனால், அப்படியேதும் இல்லை.

வேறு வேறு நிலங்களில் நின்றுகொண்டு அங்குள்ள பயிர்களுக்காகவும் அவர் ஜெபித்தார். ஆனால், அந்தப் பயிர்கள் ஜெபிக்கப்படாத பயிர்களை விடவும் அதிக விளைச்சல் எதுவும் தரவில்லை!

சமீபத்தில் 2006ஆம் ஆண்டு ஒரு அறிவியல் சோதனை மேற்கொள்ளப் பட்டது: பென்சன் என்பவரின் குழு (H.Benson et al.) "Study of the therapeutic effects of intercessory prayer (STEP) in cardiac bypass patients." American Heart Journal 151: 4, 2006, 934 - 42. நடத்த பொருளுதவி செய்தது மதச்சார்புள்ள Templeton Foundation.

விளையாட்டல்ல, இதற்காக செலவிடப்பட்ட காசு: 2.4 மில்லியன் அமெரிக்கன் டாலர்கள்!

மூன்று குழுக்களாக நோயாளிகள் தேர்ந்தெடுக்கப்பட்டார்கள்; மொத்தம் ஆறுமருத்துவ மனைகளிலிருந்து 1802 நோயாளிகள்; எல்லோருமே இதய அறுவைச் சிகிச்சை (coronary bypass surgery) செய்து கொண்டவர்கள். ஒரு குழுவிற்காக கூட்டு வழிபாடு நடந்தது (experimental group); இன்னொரு குழுவிற்கு (control group) அப்படி ஏதுமில்லை. யார் யாருக்காக வழிபாடு நடக்கிறதென்பது நோயாளிகளுக்கோ, மருத்துவர்களுக்கோ, யாருக்குமே தெரியாது. வழிபாடு நடத்துபவர்களுக்கும் கூடநோயாளிகளைப் பற்றிய எந்த விவரமும் தெரியாது. அவர்களுக்குத் தெரிந்ததெல்லாம் ஒவ்வொரு நோயாளியின் இனிஷியலும் முதல் பெயரும் மட்டுமே. (இந்த ரெண்டை வச்சே கடவுள் சரியான நோயாளியைக் கண்டுபிடித்துவிட மாட்டாரா என்ன!) வழிபாடு நடத்தியவர்கள் வேறு வேறு தொலைவில் உள்ள மாநிலங்களில் உள்ள நம்பிக்கையாளர்கள்.

நோயாளிகளில் மூன்றில் ஒரு குழுவிற்காக வழிபாடு நடந்தது; ஆனால் அவர்களுக்கு அது தெரியாது. (Experimental Group). இரண்டாவது குழுவிற்காக வழிபாடு ஏதுமில்லை; அவர்களுக்கு அது தெரியாது. (Control group). மூன்றாவது குழுவிற்காக வழிபாடு நடந்தது; அது அவர்களுக்கும் தெரியும். முதலிரண்டு குழுவும் ஜெபத்தின் / தொழுகையின் தாக்கம் குறித்து அறிய. மூன்றாவது குழு ஜெபத்தால் ஏற்படக்கூடிய மன-உடல் பாதிப்புகளைக் கண்டுகொள்ளவே இந்த அமைப்பு.

RESUTLS & DISCUSSION !!

மூன்று குழுக்களுக்கும் நடுவில் எந்தவித வித்தியாசமுமில்லை என்பதே American Heart Journal -ன் ஏப்ரல் 2006-இல் வந்த முடிவு.

சில நோயாளிகளுக்கு மட்டும் தங்களுக்காக வழிபாடு நடக்கிறதென்பது தெரியும். இதில் சுவாரசியமான விஷயம் என்னவென்றால், தங்களுக்காக வழிபாடு நடக்கிறதென்பதைத் தெரிந்திருந்த நோயாளிகள் மற்ற நோயாளிகளை விடவும் அதிகமான உடல் கேடுகளுக்கு உட்பட்டார்கள். ஒருவேளை அவர்களிடம் எதிர்பார்ப்புகளும், அதனால் ஏற்பட்ட அதீதமான டென்ஷனும் காரணமாக இருக்கலாமோ!? ஒரு ஆராய்ச்சியாளர், 'பொதுவழிபாடு நடத்த வேண்டிய அளவிற்கு தங்கள் உடல்நிலை மோசமாக இருக்கிறதோ' என்ற அச்ச உணர்வுகூட ஒரு காரணமாக இருந்திருக்கலாம்என்றார்.

கேலியும் கிண்டலும் செய்யப்படுவதற்கான ஒரு ஆராய்ச்சிதான் இது. அதுபோலவே நடக்கும்போதும் நடந்து முடிந்த போதும் பலவிதமாக இந்த ஆராய்ச்சி கேலி செய்யப்பட்டது. அதைப் போலவே முடிவுகள் தெரிந்த பிறகு பலவித சால்ஜாப்புகள்/காரண காரியங்கள் தரப்பட்டன. கடவுள் நியாயமான வேண்டுதல்களை மட்டும்தான் கேட்பார் என்றார் ஆக்ஸ்போர்ட் இறையியலாளர் ரிச்சர்ட்ஸ் வின்பர்ன்(Richard Swinburne). ஸ்வின்பர்ன் ஏற்கெனவே ஹிட்லரால் யூதர்கள் கொல்லப்பட்டதுகூட ஒரு விதத்தில் நல்லது என்று சொன்னவர். இவர் மட்டும் இல்லை; வேறு சில மத நம்பிக்கையாளர்களும் இந்த சோதனை முடிந்தபிறகு 'ச்சீ... சீ இந்தப் பழம் புளிக்கும்' என்பது போன்ற கருத்து முத்துக்களை உதிர்த்தார்கள். ஆனால், ஒருவேளை இந்தச் சோதனையில் வழிபாடுகளுக்கு வலு உண்டு என்பதுபோன்ற முடிவு கிடைத்திருந்தால், இதே நம்பிக்கையாளர்கள் அவைகளை அப்போது சும்மா விட்டிருந்திருப்பார்களா? *(91)*

பகுதி 3

இறை இருப்பதற்கான விவாதங்கள்

எதிர்காலத்தையும் தெரிந்து கொள்ளும்
வல்லமையான கடவுளுக்கு
தனது எதிர்கால நினைவை
தானே மாற்றிக்கொள்ளக்கூடிய
சர்வ வல்லமை உள்ளதா?

எனது கல்லூரி இளங்கலை நண்பன் ஒருவன் பெரும் கடவுள் நம்பிக்கையாளன். அவன் ஒருமுறை தன் தோழியோடு ஸ்காட்

தீவு ஒன்றில் தங்கியிருக்கும்போது நள்ளிரவில் சாத்தானின் குரல் கேட்டு விழித்தார்களாம். அந்தக் குரல் எழுப்பிய பயங்கரத்தைத் தன் வாழ்நாளில் மறக்க முடியாதெனக் கூறினான்.

பின்பு ஒரு முறை விலங்கியல் நிபுணர்கள் சிலரோடு இருக்கும்போது நான் இந்த நிகழ்வைப் பற்றிக் கூறியபோது அவர்கள் அதிரடியாகச் சிரித்து 'Manx shearwater' என்றார்கள். இந்தப் பெயருடைய பறவை ஒன்று இதுபோல் நாராசமான குரலெழுப்பக் கூடியது என்றும், அதனாலேயே அது 'Devil Bird' (பேய்ப் பறவை) என்றும் அழைக்கப் படுவதாகச் சொன்னார்கள்

இதைப்போலவே நம்பிக்கையாளர்கள் பலரும் தங்களுக்குக் கடவுளின் 'தரிசனம்' கிடைத்ததாகக் கூறுவதுண்டு.

பீட்டர் (Peter Sutcliffe) என்ற ஒரு கொலைகாரன் தன் காதில் பெண்களைக் கொலை செய்யச்சொல்லி ஏசுவின் குரல் ஒலித்ததாலேயே தான் பெண்களைக் கொன்றதாகக் கூறினான். கடவுள் ஈராக் மீது படையெடுக்க தான் கடவுளால் ஏவப்பட்டதாகக் கூறித்தான் அப்போரை ஜார்ஜ் புஷ் தொடங்கினார்.(112)

சாம் ஹாரிஸ் (Sam Harris) என்பவர் தன் 'The End of Faith' என்ற தன் நூலில் இவ்வாறு கூறியுள்ளார்: மிகுந்த நம்பிக்கையாளர்களை நாம் மத நம்பிக்கையாளர்கள் என்றுதான் அழைக்கிறோம். ஆனால், உண்மையில் அவர்களை பைத்தியக்காரர்கள், மன நலமற்றவர்கள், மாயக்காரர்கள் என்றே அழைக்க வேண்டும் ....

பொதுவாக மத நம்பிக்கையாளர்கள் புத்தி பிசகியவர்கள் அல்ல. ஆனால், அவர்களது அடிப்படை நம்பிக்கைகள் அறிவற்றவையே. (113)

மத்தேயுவும் லூக்காவும் தங்களது விவிலியங்களில் ஏசுவின் பிறப்பைப் பற்றிப்பேசுகையில் ஆளுக்கொரு விதமாக சொல்லியிருக்கிறார்கள். ... தாவீதின் குலத்தோன்றல் என்று எழுதப்பட்டிருப்பதை நிருபிக்க வேண்டிய கட்டாயத்தில், லூக்கா ஏசுவும் மரியாளும் பெத்லேகம் சென்றதாக எழுதியுள்ளார். உண்மையிலேயே தாவீது இருந்திருந்தாலும் அவர் ஏசுவின் காலத்திற்கு ஆயிரம் ஆண்டுகளுக்கு முன்பானவர். அவரது பிறப்பிடத்திற்குத்தான் அவரது வாரிசுகள் மக்கள் கணக்கெடுப்பிற்காக செல்ல வேண்டும் என்று எப்படி ரோமர்களால் நிர்ப்பந்திக்கப் பட்டிருப்பார்கள்? இதனாலேயே, லேன்ஃபாக்ஸ் (Lane Fox)தனது நூலான The Unauthorised Version-ல் லூக்காவின் கதை வரலாற்றுப்படி நடந்திருக்க முடியாததாக உள்ளது என்கிறார். (119)

ராபர்ட் கில்லோலி (Robert Gillooly) ஏசு கதையில் வரும் - ஏசுவின் பிறப்பின் போது கீழ்த்திசையில்உதித்த விண்மீன், குழந்தை ஏசுவை ஆராதிக்க வந்த மூன்று அரசர்கள், ஏசு நடத்திய அதிசயங்கள், பின் அவர் கொல்லப் பட்டது, உயிர்த்தெழுந்தது, பரலோகத்திற்கு எழுந்தருளியது - இவை எல்லாமே ஏற்கெனவே மெடிட்டரேனியன், புது கிழக்குப் பகுதிகளில் இருந்த மதங்களில் ஏற்கெனவே சொல்லப்பட்டு வந்த கதைகளே.

மத்தேயு, ஏசு தாவீதின் குடும்பத்தில் அவதரித்தவர், அவர் பெத்லேகமில் பிறந்தார் என்று சொல்லவேண்டிய கட்டாயத்திற்கும், லூக்கா, ஏசுவை மற்ற சாதியினருக்கும் பொதுவாக்க நினைத்ததால் கன்னிப்பிறப்பும், ஆராதிக்க வந்த மூன்று அரசர்கள் கதையையும் இணைக்க வேண்டிய கட்டாயத்திற்கும் நடுவில் எழுந்த பிரச்சனைகளே இந்த இருவரின் விவிலியங்களில் உள்ள வேற்றுமைகளுக்கான காரணம். ஆனாலும், இந்த வேற்றுமைகள் மிகத் தெளிவாக இருந்தாலும் அவைகளை நம்பிக்கையாளர்கள் கண்டுகொள்வதில்லை.

விவிலியத்தை வேத வார்த்தைகள் என்று நம்பும் மக்கள் இது போன்ற வித்தியாசங்களை ஏன் கண்டு கொள்வதில்லை? மத்தேயு ஏசுவிற்கும் தாவீதுக்கும் நடுவே *28* பரம்பரைகள் இருந்ததாகச் சொல்கிறார். லூக்காவோ *41* பரம்பரைகள் நடுவில் இருந்ததாகச் சொல்கிறார். இரண்டிலும் வரும் பெயர்கள் ஒத்திருக்கவுமில்லை. அதோடு ஏசு உண்மையிலேயே கன்னித்தாயின் மூலமாகப் பிறந்திருந்தால் அவரது தந்தை ஜோசப்பின் பரம்பரை தேவையற்றதாகி விடுகிறதே! *(120)*

புதிய ஏற்பாட்டின் 4 விவிலியங்களும் ஏற்கெனவே அப்போதிருந்த பன்னிரண்டுக்கும் மேலான விவிலியங்களிலிருந்து (தாமஸ், பீட்டர், நிக்கோடிமஸ், பிலிப், பார்த்தலோமியோ, மரிய மக்தலேனாள் போன்றோரின் விவிலியங்களிலிருந்து...) குத்து மதிப்பாக அதாவது தன்னிச்சையாகத் தெரிந்தெடுக்கப்பட்டவையே.*(121)*

ராபர்ட் மொழிபெயர்ப்புகளினால் ஏற்படும் பல மாற்றங்களுக்கு சில உதாரணங்களைத் தருகிறார்:

ஜோசப் தச்சு வேலை செய்தவர் என்று சொல்லப்படுகிறது. tekton என்ற க்ரீக் சொல்லுக்கு அந்தப் பொருளுண்டு. இந்தச் சொல் அராமிக் மொழியின் naggar என்ற சொல்லின் மொழியாக்கம். ஆனால் இந்த அராமிக் சொல்லுக்கு தச்சன் என்ற பொருளோடு, படித்தவன் என்ற பொருளும் உண்டு.

அடுத்து, ஹீப்ரு மொழியில் almah - இளம்பெண் - என்ற சொல்லே க்ரீக்கில் parthenos கன்னிப்பெண் என்று மொழிபெயர்க்கப்பட்டது. இதனால் ஏசுவின் பிறப்பு ஒரு கன்னித்தாயிடம் என்பதாக மாறியுள்ளது.

விவிலியங்களில் உள்ள இந்த மொழிபெயர்ப்பு வினோதங்களுக்குப் போட்டியாக குரானில் ஒரு வேடிக்கையான மொழி பெயர்ப்பு நடந்துள்ளது. Why I am not a Muslim? என்ற நூலை எழுதிய இபின் வராக் (Ibn Warraq) தன் கட்டுரை ஒன்றில் கூறியுள்ளது: மார்க்கத்திற்காக தன் உயிரைக் கொடுக்கும் மதத் தியாகிகளுக்கு 72 "கன்னியர்கள்" சுவனத்தில் கிடைக்கும் என்று சொல்லப்பட்டிருப்பது தவறு. ஏனெனில், கன்னியர்கள் என்பது ஒரிஜினல் சொல்லின் தவறான மொழியாக்கம்; உண்மையில் அது - white raisins of crystal clarity - அதாவது 72 நல்ல உலர்ந்த திராட்சைப் பழங்கள் கிடைக்கும் என்பதாகும்! இந்த உண்மை மட்டும் எல்லாருக்கும் தெரிந்திருந்தால் எத்தனை எத்தனை மனித வெடிகுண்டுகள் வெடிப்பு தடுக்கப்பட்டு, எத்தனை எத்தனை மனித உயிர்கள் காப்பாற்றப்பட்டிருக்க முடியும்? *(123)*

பெர்ட்ரண்ட் ரஸ்ஸல்: பெரும் விஞ்ஞானிகள் பலரும் கிறித்துவ மதத்தின்மேல் நம்பிக்கை இல்லாதவர்கள்தான். ஆனால், தங்கள் வருமானம் தடைபட்டுப் போய்விடுமே என்பதால் பலரும் அந்த உண்மையை மறைத்துவிடுகிறார்கள். *(123)*

நோபல் பரிசு வாங்கிய கிறிஸ்துவ அறிவியலாளர்கள் பற்றி ஒரே ஒரு வலைமனையில் (web site) ஆறே ஆறு விஞ்ஞானிகளின் பெயர்கள் மட்டுமே கொடுக்கப்பட்டுள்ளன. அதிலும் நால்வர் நோபல் பரிசு பெற்றவர்களில்லை! மீதி இருவரில் ஒருவர் சமூகக் காரணங்களுக்காக மட்டும் கோவிலுக்குச் செல்பவர் என்பது எனக்குத் தெரியும். (126)

அமெரிக்க மக்களை விடவும் அமெரிக்க விஞ்ஞானிகள் பலரும் மத நம்பிக்கையற்றவர்களே... அதிலும் மிகவும் புகழ் பெற்ற தனித்தன்மை வாய்ந்த அறிவியலாளர்கள் எல்லோருமே மதங்களோடு அதிகத் தொடர்பில்லாதவர்கள். (pp127)

Mensa Magazine என்ற பத்திரிகையில் Paul Bell's meta-analysis என்ற ஆராய்ச்சியின் முடிவு 2002 இல் வெளியிடப்பட்டது. படிப்பறிவோ புத்திசாலித்தனமோ அதிகமாக இருப்பவர்கள் மதங்களில் ஆழமான நம்பிக்கையில்லாதவர்களாக இருக்கிறார்கள்.

(அட! இந்தக் கண்டுபிடிப்பு நல்லா இருக்கே!) (129)

பகுதி 4

ஏன் வெகு நிச்சயமாக கடவுள் என்பதே இல்லை

நூலின் இந்தப் பகுதியில் டார்வினின் பரிணாமக் கொள்கையையும், அதன் மறுப்பாக நம்பிக்கையாளர்கள் சொல்லும் intelligent design - ID - (திறன் படைத்த படைப்பமைப்பு) என்பதனையும் ஒப்பிட்டு டாக்கின்ஸ் விவாதிக்கிறார். அறிவியலும், பரிணாமக் கொள்கைகளும், இயற்பியலுமாக இப்பகுதி கொஞ்சம் சிக்கலான பகுதியாக உள்ளது. இதில் வெகு முக்கியமானவைகளை மட்டுமே இங்கே தருவதாக உத்தேசம்.

ஒளிச்சேர்க்கையில் 72 நுதிப் பொருட்களின் வெவ்வேறு வித மாற்றங்கள் நடைபெறுகின்றன. இதெல்லாம் (பரிணாமம் சொல்லும் chance (தற்செயல்)களால் நடந்திருக்க முடியுமா? என்ற கேள்விக்கு டாக்கின்ஸ் சொல்லும் பதில்:

அறிவியல் படைப்பு (design) மட்டுமே தற்செயல் நிகழ்வுகளுக்கு (chances) மாற்றுப் பொருளாக இருப்பதில்லை. இயற்கையின் தேர்வு (Natural Selection) அதைவிட மிக நல்ல மாற்று. இந்த இயற்கைத் தேர்வே சரியான சாத்தியமுள்ள தீர்வாக இருக்கிறது.(146-147)

நம்பிக்கையாளர்கள் ஒவ்வொரு அறிவியல் விளக்கத்திலும் ஏதேனும் ஒரு இடைவெளி, அல்லது தெரியாமை இருந்தால், அங்கு தங்கள் கடவுளைச் செருகிவிடுகிறார்கள். ஆனால், அறிவியல் வளர வளர, தெரியாமை குறையக் குறைய இந்த இடைவெளிகள் சுருங்கிக்கொண்டே செல்கின்றன.

பென் (Penn), டெல்லர் (Teller) இரு பெரும் மாஜிக் நிபுணர்கள். ஒருவருக்கொருவர் எதிரெதிரே நின்று அடையாளமிடப்பட்ட நிஜ குண்டுகளால் ஒருவரையொருவர் சுட்டுக் கொள்வார்கள். ஆனால், அந்த நிஜ குண்டுகளை அவர்களால் தங்கள் பற்களால் கடித்து நிறுத்திக் காண்பிப்பார்கள். துப்பாக்கிகளில் நன்கு பரிச்சயமானவர்கள் அவர்களுக்கு அருகே இருந்து உன்னிப்பாகக் கவனித்தாலும் இது எப்படி என்பது யாருக்கும் தெரியாது. அதனால், உடனே இது ஒரு miracle என்று கூறிவிட முடியுமா? நிச்சயமாக இதற்கு ஒரு விளக்கம் இருக்கும். ஆனால், நமக்கு அது தெரியவில்லை; அவ்வளவே. அதை விட்டு விட்டு இதற்கு அசாதாரணமான காரணம் சொல்வது அறிவுடைமையன்று. (155)

பரிணாமத்தில் நன்கு வளர்ந்திருந்தும் மனிதர்களுக்கு முதுகு வலி, ஹெர்னியா, கருப்பை சிரமங்கள், சைனஸ் போன்ற மருத்துவப் பிரச்சனைகளுக்கான காரணம் நமது உடலிலுள்ள ஒரு நரம்பு -recurrent laryngeal nerve. இந்த நரம்பு 'தேவையின்றி' நம் உடலில் நீண்டு வளைந்து இருக்கிறது. பரிணாமத்தின் தேவையற்ற இந்த விளைவுக்கான காரணம்: பல ஆயிரம் ஆயிரம் ஆண்டுகளாக நான்கு காலில் நடந்த உயிரிகளிலிருந்து இரண்டு காலால் நடக்கும் மனிதர்களாக மாறியதால் வந்த விளைவு.(evolutionary flaws)(161)

நூலின் இந்தப் பகுதியில் கூறப்பட்டவைகளின் சாராம்சம்:

1. உலகின் பல்வேறு தெளிவாகப் புரிந்து கொள்ள முடியாத விஷயங்களே அறிவியலுக்கும் மனிதன் அறிவாற்றலுக்கும் சவாலாக இருந்து வருகின்றன.

2. ஒரு கடிகாரத்தைச் செய்ய அறிவுள்ள ஒரு நிபுணர் தேவை, அதைப் போலவே ஒரு மனிதக் கண், பறவையின் சிறகு - இவைகளைச் செய்யவும் ஒரு 'நிபுணர்'(Designer) தேவைதானே?

3. அப்படி ஒரு Designer hypothesis-யை ஒப்புக்கொள்ள வேண்டுமாயின் பிறகு அந்த டிசைனர் எங்கிருந்து எப்படி வந்தார் என்பதுபோன்ற பதிலற்ற கேள்விகளுக்குப் பதிலளிக்க வேண்டியதிருக்கும். ஆனால், அறிவியல், ஒரு தூக்கி (crane) செயல்படுவது போல், மெல்ல மெல்ல காலத்தின் போக்கில் இவைகளை விளக்க முடியும்.

4. இந்த 'டிசைனர் கருத்து' விளக்க முடியாததை டார்வினின் பரிணாமக் கொள்கைகளால் நன்கு விளக்கமுடியும்.

5. உயிரியலுக்கு டார்வினின் கொள்கை இருப்பதுபோல் இயற்பியலுக்கு இன்னும் ஒரு கொள்கை அறிவியலுக்குக் கிடைக்கவில்லை.

6. அப்படிப்பட்ட ஒரு தீர்மானமான crane இயற்பியலுக்கு இல்லாவிடினும், இப்போது இருக்கும் அதிகத் திறமற்ற cranes மற்ற 'டிசைனர் கருத்தை' விடவும் மேலானவையே.

பகுதி 5

மதங்களின் வேர்கள்

இப்பகுதியில், டார்வினின் கொள்கைப்படி எப்படி மதங்கள் உருவாகியிருக்க வேண்டும் என்பதெல்லாம் விரிவாக விளக்கப்பட்டுள்ளன. Direct Advantages of Religion; Group Selection, Religion as a by-product of something else - போன்ற தலைப்புகள் இதில் வருபவையே. விட்டில் பூச்சிகள் விளக்கொளியில் விழுவது எதற்கு? என்பது போன்றவைகளும், மீமீ-களும்..., genes, DNA, ...இன்னும் பல கருத்துகளும் இடம் பெறுகின்றன.

மக்களுக்குள்ளே இருக்கும் மாறுபட்ட இனச்சேர்க்கை ஈர்ப்பு போலவே, மதநம்பிக்கைகள் மக்களுக்குள்ளே இருக்கும் ஒரு பரவலான விஷயம். ஆயினும், இருவித நம்பிக்கைகளுமே பலவித மாறுபட்ட விஷயங்களுக்கு உட்பட்டதாயிருக்கும்.

மத நம்பிக்கையாளர்களுக்கு அவர்களது நம்பிக்கை மன அழுத்தத்தால் ஏற்படும் பல வாழ்வுச் சிக்கல்களிடமிருந்து விடுபட உதவுகின்றது.

ஜார்ஜ் பெர்னார்ட் ஷா: ஒரு மத நம்பிக்கையற்றவனை விடவும் மதநம்பிக்கையுள்ளவன் மிகவும் சந்தோஷமாக இருக்கிறானென்றால், அது ஒரு குடிகாரன் சாதாரணமாக இருப்பவனை விடவும் மகிழ்ச்சியாக இருக்கிறான் என்பது போன்ற பொருள்.(194)

கண்முன்னால் தெரிந்த சில மதத்தொடர்பான செயல்கள், ஆச்சரியங்கள் எல்லாமே மனித மூளையின் பிறழ்வே (temporal lobe epilepsy).

நூலின் இந்தப் பகுதியில் டார்வினின் கோட்பாடே இயற்கையின் தேர்தல் விதிகளில் (Natural Selection) தேவையற்றவைகளுக்கு இடமேயில்லை என்ற தொடர் விதியை வலியுறுத்தும். அப்படியானால் மதங்களால் ஏதோ ஒரு நன்மை இருப்பதால்தான் அது இத்துணை காலமும் இருந்து வந்துள்ளது. மதம் எப்படியோ எதனோ ஒன்றின் பகுதிப்பொருளாக (by-product) இருந்து வந்துள்ளது. மதங்களினால் எந்த நேரடிப் பயனுமின்றி இருப்பினும், அதன் பகுதிப் பொருள் ஏதேனும் ஒரு பயனோடு இருக்கவேண்டும்.

டாக்கின்ஸ் இந்த நிலையை விளக்கில் விழும் விட்டில் பூச்சியின் வாழ்க்கையோடு தொடர்புகொண்டு விளக்குகிறார். வான்வழி விளக்குகளோடு பலகாலமாய் பழகிய விட்டில் பூச்சிகள் சாதாரண

காலங்களில் இன்றும் அந்த விளக்கொளிகளோடுதான் தங்களது இன்றைய இடமாற்றங்களைச் செய்துகொள்கின்றன. இருப்பினும் நாம் காணும் சூழலில் அவைகள் நம் முன் உள்ள விளக்கொளியைப் புரிந்து கொள்ளாது, ஈர்க்கப்பட்டு மாய்ந்து விடுகின்றன. இவைகள் ஒன்றும் தற்கொலைகளல்ல; அவைகள் எல்லாமே உடம்பிலுள்ள காந்தசக்தியின் தவறுதலான வழிகாட்டல்கள் ஆகும்.

விளக்கில் விழுந்து சாகும் இந்தப் பூச்சிகளைப் போலவே, ஆயிரக்கணக்கான மனிதர்கள் தங்கள் நம்பிக்கைகளுக்காகவே சாகிறார்கள், சாகடிக்கிறார்கள். அதைப் பார்த்து ஆச்சரியப்படுவதோடு தவறான கேள்விகளையும் எழுப்பிக்கொண்டிருக்கிறார்கள்.(202)

மதங்கள் மற்றொன்றின் பகுதிப் பொருள் என்றால் எதனுடைய பகுதிப் பொருளாக இருக்கவேண்டும்?

காசபியாங்கா (Casabianca) கதையில் சொல்லப்பட்டது போலவும், இன்னும் பல குழந்தைக் கதைகள் போலவும் சொல்லிச் சொல்லியே இளம் வயதில் நம் குழந்தைகள் எப்படி 'கீழ்ப்படிதலுள்ள' பிள்ளைகளாக இருக்க வேண்டுமெனச் சொல்லித் ருகிறோம். இயல்பிலேயே உள்ள அடிமைத்தனமான கீழ்ப்படிதலை அவர்களிடம் ஊட்டி விடுகிறோம். குழந்தைகளும் அவைகளை அப்படியே எடுத்துக் கொள்கின்றன. 'முதலை இருக்கும் நீரில் விளையாடப் போகக்கூடாது என்பதற்கும், ஒரு ஆடு வெட்டி பலி கொடுக்கவில்லையென்றால் இந்த ஆண்டு மாரியாத்தா மழை தராது' என்ற இரண்டிற்கும் அந்தக் குழந்தைக்கு எப்படி வேற்றுமை காணமுடியும்? இரண்டுமே மரியாதைக்குரிய ஒரே வழியிலிருந்துதானே வருகின்றன.(202)

ஒரு வேடிக்கையான கதை:

Religion Explained என்ற நூலை எழுதிய பாஸ்கல் போயர், காமேரூன் நாட்டில் உள்ள Fang என்ற மக்களைப் பற்றி ஆராய்ந்தவர். அவர் ஒருமுறை தன் நண்பர்கள் குழாமில், எப்படி அவர்கள் மத்தியில் மந்திரவாதிகள் பல கேடுகளை விளைவிக்க முடியும்; அந்த மந்திரவாதிகள் மீது எப்படி அவர்கள் இவ்வளவு நம்பிக்கை கொண்டுள்ளார்கள் என அவர் சொல்லிக் கொண்டிருக்கும்போது ஒரு கிறித்துவமதக்காரர், 'எப்படித்தான் இப்படி மூடத்தனமான விஷயங்களை மக்கள் நம்பிக்கொண்டிருக்கிறார்களோ?' என்று வியந்தபோது டாக்கின்ஸுக்கு நினைவுக்கு வந்த சில விஷயங்கள்:

★ தகப்பன் இல்லாமல் கன்னிக்கு ஒரு குழந்தை பிறந்தது. (நம்ம ஐயப்பன், பிள்ளையார், முருகன், கர்ணன் பிறந்த கதைகள் மாதிரி...)

★ செத்துப் போன லாசரை உயிர்ப்பிப்பது ...

★ செத்து மூணு நாள் கழித்து உயிரோடு வந்தது.

...இப்படியாக பல கிறித்துவ நம்பிக்கைகள்.*(208)*

"பெரியவர்களை நம்புங்கள்." இது குழந்தைகளுக்காகச் சொல்லப்படும் ஒரு மதிப்பான வாதம். ஆனால், நாட்கள் செல்லச்செல்ல காலப்போக்கில் இது பயனற்ற கருத்தாகலாம்.

கண்கள் பார்ப்பதற்கும், காதுகள் கேட்பதற்கும் என்பது போல் மூளை என்பதும் பலஉறுப்புக்களின் ஒரு தொகுதி; இது ஒரு சிறந்த, நம் உணர்வுகள் அனைத்தையும் முறைப்படுத்தும் உறுப்பு. உறவுகளுக்கும், எதிர்மறைக் கருத்துக்களை உருவாக்கவும் ... இப்படி பல காரியங்களுக்கானது.

பால் ப்ளூம், ஒரு மனோதத்துவர்; இவர் குழந்தைகள் "இரட்டை மனக்காரர்கள்" (dualistic mind) என்ற தத்துவக்காரர்.

மதத்தைக் கட்டிப் பிடிக்க வல்லது நம் மனது என்பாரிவர்.

நம் இரட்டை மனதால் நாம் 'ஆன்மா' என்பது நம்முடம்பில் தங்கியுள்ளது என்பதை நம்புவோம்.*(201)*

ஒரு குழந்தை எந்த அடிப்படைக் குணங்களோடு வளர்கிறதோ, அதே குணங்களை அடுத்த தலைமுறைக்கும் கொடுத்துச் செல்லும்.

அழியா பிறவி என்பது நம் ஆழ்ந்த மனத்தின் ஒரு வெளிப்பாடு.

மார்ட்டின் லூதர்: காரண காரியங்கள் மதங்களின் நேர் எதிரி. "காரணம் (reason) என்பது நம்பிக்கைக்கு நேர் எதிரானது. அவைகள் நம்பிக்கைக்கான ஆன்மாவுக்குரிய விஷயங்களில் நேர் எதிரி; கடவுளிடமிருந்து வரும் எல்லா விஷயங்களுக்கும் அவைகள் நேர் எதிர். ஒரு நல்ல கிறித்துவனாக இருக்க வேண்டியவன் தன் கண்களை இந்த காரணங்களிலிருந்து விடுவித்துக் கொள்ள வெண்டும். காரணங்கள் எல்லா கிறித்துவர்களாலும் அழித்துப்போட வேண்டிய விஷயம்.*(221)*

கார்கோ குழு நெறி (Cargo cults)என்பதிலிருந்து சில சான்றுகள் தருகிறார். அதில் ஒன்று John Frum என்ற ஒரு 'தேவமகனை'/ அல்லது ஒரு கடவுளைப் பற்றிய கதை. அவருக்காக 19 ஆண்டுகள் காத்திருக்கிறார் ஒருவர். எப்படி இத்தனை ஆண்டுகள் காத்திருந்தீர்கள் என்று கேட்டபோது, 'நீங்கள் (கிறித்துவர்கள்) இரண்டாயிரம்

வருடங்களாக இன்னும் காத்திருக்கும்போது 19 வருஷம் என்பது பெரிதா?' என்று கேட்டிருக்கிறார்.*(236)*

இந்த வித குழுநெறிகளைப் பற்றிப் பேசும் டாக்கின்ஸ் இதிலிருந்து மதங்கள் எப்படி ஆரம்பித்திருக்க முடியும் என்பதற்குரிய நான்கு காரணங்களைக் கூறுகிறார்:

1. இந்த வித குழு நெறிகள் மிக மிக வேகமாக வளரக்கூடியவை.
2. இக்குழுக்களின் ஆரம்பகால விஷயங்கள் எப்போதுமே பின் தள்ளப் படக்கூடியவை.
3. இதுபோன்ற பல குழுக்கள் ஆரம்பிப்பதை எப்போதும் காண முடியும்.
4. இதைப்போன்றே எல்லாவித மதங்களும் ஆரம்பித்து, வளர்ந்து வந்தன என்பதைக் காணமுடிகிறது.*(239)*

பகுதி 6

ஒழுக்கத்தின் ஆரம்பம்:
நாம் ஏன் நல்லவர்களாக இருக்கிறோம்?

ஆல்பர்ட் ஐன்ஸ்டீன்:

"இந்த பூமியில் நம் வாழ்க்கை வித்தியாசமான ஒரு விஷயம்தான். ஏதோ ஒரு சில காலத்திற்காக இங்கே வருகிறோம். எதற்கென்று தெரியாது. சில சமயங்களில் ஏதோ ஒரு உள்ளார்ந்த உணர்வாகவோ, அல்லது வெளியில் உணரமுடியாத காரணமாகக் கூட இருக்கலாம். ஆனாலும் தினசரி வாழ்க்கையில் நமக்குத் தெளிவாகத் தெரிவது ஒன்றுதான்: மனிதன் இருப்பது இன்னொரு மனிதனுக்காக - அதுவும் யாருடைய சிரிப்பிலும் நலத்திலும் நம் மகிழ்ச்சி அடங்கியுள்ளதோ அவர்களுக்காகவே."

பல நம்பிக்கையாளர்களுக்கு மதங்கள் இல்லாமல் எப்படி ஒருவன் நல்லவனாக இருக்கவோ, அல்லது இருக்கவேண்டுமென்ற நினைவோடு இருக்கவோ முடியுமென நம்புவது மிகவும் கஷ்டம்.*(241)*

சில மத நம்பிக்கையாளர்களுக்கு தங்கள் நம்பிக்கையோடு தொடர்பில்லாதவர்கள் மீது வெறுப்பு இருப்பதும் கண்கூடு.

பசி, பயம், பாலியல் ஈர்ப்புகள் - இவை எல்லாமே நாம் வாழவும், வாழ்க்கைப் பாதையில் தொடரவும் தோதுவான விஷயங்கள். ஆனால், ஒரு அனாதைக் குழந்தை அழுவதைக் கேட்கும்போதும், தனித்து விடப்பட்டு அல்லல்படும் ஒரு ஏழை விதவையைக் காணும்போதும், வலியில் அல்லல்படும் ஒரு விலங்கினைக் காணும்போதும் நம் மனதுள் ஏற்படும் வேதனைக்குக் காரணம் என்ன? எங்கோ, நம் கண்ணில் நிச்சயம் படக்கூடாத, நாம் செய்யும் உதவிக்கு நன்றி சொல்லக்கூட முடியாத, சுனாமியால் பாதிக்கப்பட்ட யாரோ ஒருவருக்கு உதவட்டும் என்று பணமும், உடையும் அனுப்புகிறோமே அது எதற்கு?நல்ல சமாரித்தனாக இருக்க வேண்டும் என்ற நினைவு எப்படி நம்மிடம் வருகிறது?*(246)*

வரலாற்றுக்கு முந்திய நம் முன்னோர்கள் தன் குழுவினரைப் பாதுகாத்து, அதேசமயத்தில் அடுத்த குழுவினரைப் பகைமையோடு பார்த்து, பொருது தங்கள் குழுவினரைக் காத்தார்கள். ஆனால், இப்போது நாமோ பெரும் நகரங்களில் வசிக்கும் உறவற்றிருக்கும் பலரும், ஏனைய மக்களோடு இணைந்திருந்தும், இனி இவர்களைப் பார்க்கவாய்ப்பு ஏதுமில்லை என்று தெரிந்த மக்களிடமும் கூட இணைந்த நல்ல உறவை ஏற்படுத்திக் கொள்கிறோமே - எப்படி இந்த நல்ல குணம் வந்தது?

இதுபோன்ற நல்ல பண்புகள் இந்த மதத்தினருக்கு மட்டுமே என்பது போலன்றி எந்த மத நம்பிக்கையாளர்களுக்கும், மத நம்பிக்கையற்றோர்களுக்கும் நடுவில் பொதுவாக எங்கும் விரவி இருக்கிறது.

மார்க் ஹாசர் கேள்வித்தாள் மூலம் செய்த ஒருதிறனாய்வு மூலம், மத நம்பிக்கையாளர்கள் அவர்கள் மதக்கோட்பாட்டின் படி மத நம்பிக்கையற்றோரை விடவும் தங்களது நன்முறைக் கொள்கைகளில் சிறந்தவர்களாக, உயர்ந்தவர்களாக இருக்க வேண்டும். ஆனால் அப்படி ஏதும் இருப்பது இல்லை என்பதை நிருபித்துள்ளார்.

அதோடு அவரது திறனாய்வின் வாக்கெடுப்பின் புள்ளிவிவரத்தில் மதமறுப்பாளர்கள், நம்பிக்கையாளர்கள் இருவருக்கும் எந்த வேறுபாடுமின்றி தங்கள் விடைகளைத் தந்துள்ளார்கள் என்பது கண்டுபிடிக்கப்பட்டது.*(255)*

அதனால், நம்மை நல்லவர்களாக வைத்திருக்கக் கடவுள் தேவையில்லை என்பது உறுதி செய்யப்பட்டது.

ஐன்ஸ்டீன்: "மக்கள் எல்லோருமே தண்டனைக்குப் பயந்தோ, அல்லது வெகுமதிக்கு ஆசைப்பட்டோ மட்டும் நல்லவர்களாக இருக்க முயற்சித்தால், அது மிகவும் வருத்தத்திற்குரியதாகும்".

தனிமனிதக் குற்றங்களை முன்னிறுத்தும் மதங்களை *(ஆப்ரஹாமிய மதங்கள்?)* நம்புபவர்கள் எப்போதும் தங்கள் மத நம்பிக்கைகள் மட்டுமே தங்களை மனிதநேயத்தில் முன்னிலைப் படுத்துகின்றது என்று நம்புகிறார்கள்.

நம்மை நாமே கட்டுப்படுத்திக் கொள்ள, சுய விழைவோடு தவறான காரியங்களில் இறங்காமலிருக்க கடவுளாலேயோ அல்லது வேறொன்றாலோ நமக்கொரு காவல்துறை தேவையா?*(260)*

ஸ்டீபன் பின்கர் (Steven Pinker) கனடாவின் மோன்ரியாலில் *1960*-ல் காவல்துறை ஒரு வேலை மறியல் நடத்தியபோது நடந்தவைகளை விவரிக்கிறார்: காவல்துறை *10* மணிக்குத் தங்கள் வேலை நிறுத்தத்தை ஆரம்பித்ததும், *11.20*க்கு முதல் வங்கிக்கொள்ளை; மதியத்திற்குள் எல்லா கடைகளும் மூடப்பட்டன; இரு கார்கள் தீவைப்பு; ஒரு காவல்துறையாளர் துப்பாக்கியால் சுடப்பட்டுக் கொலை; நாள் முடிவதற்குள் 6 வங்கிகளில் கொள்ளை; 12 தீவைப்புகள் --- இன்னும் பல.

கேள்விகள்: காவல் துறையினர் இல்லாமல் இருக்கட்டுமே... ஏன் அவர்கள் இல்லையென்றதும் இத்தனை கட்டுப்பாடற்ற கலகங்கள். ஏன் கடவுளின் பயம் அவர்களைக் கட்டுப்படுத்தவில்லை?

கடவுளின் மேலுள்ள பயம் மட்டுமே நம்மைக் கட்டுப்படுத்துமா என்ற கேள்விக்கான பதிலை இந்த நிகழ்வு கொடுக்கவில்லையா?

மனிதனை நல்வழிப்படுத்த மதங்கள் வேண்டும் என்று பலர் சொல்லும்போது அவர்கள் நிஜமாகச் சொல்வது - எங்களுக்குக் காவல்துறை மிகவும் தேவை!

சிறைகளின் உள்ளே இருப்பவரில் கடவுள் மறுப்பாளர்கள் மிகக் குறைவே. ....!!

கடவுள் மறுப்பு மட்டுமே அவர்களை நல்லவர்களாக்குகிறது என்பதற்குப் பதிலாக நான் கூறுவது: மனித நேயம் எப்போதும் கடவுள் மறுப்பாளர்களோடு சேர்ந்து செல்கிறது.

அதோடு, கடவுள் மறுப்பு இன்னொரு முக்கியமான விஷயங்களோடு

ஒன்றிப் போகிறது; உயர்படிப்பு, புத்திக் கூர்மை, reflectiveness இவைகளோடு கடவுள் மறுப்பு ஒன்றிப்போவதால், குற்றம்புரியும் தன்மைகள் குறைகின்றன.(261)

சாம்ஹாரிஸ் (Sam Harris) என்பவர் Letter to a Christian Nation- என்ற தனது நூலில் அமெரிக்க மக்களைப் பற்றி எழுதியது:

ரிபப்ளிக்கன் கட்சி பெரும்பான்மையாக இருக்கும் அமெரிக்க மாநிலங்கள் "சிகப்பு மாநிலங்கள்" என்றும், குடியரசுக் கட்சி பெரும்பான்மையாக உள்ள மாநிலங்கள் "நீல மாநிலங்கள்" என்றும் அழைக்கப்படும். இதில் ரிபப்ளிக்கன் கட்சி ஆட்கள் பெரும்பாலும் அடிப்படைக் கிறித்துவர்கள் (conservative Christians).

• குற்றங்கள் குறைவாக நடக்கும் 26 நகரங்களில் 62 விழுக்காடு நகரங்கள் 'நீலம்'.

• குற்றங்கள் அதிகமாக நடக்கும் 25 நகரங்களில் 76 விழுக்காடு நகரங்கள் 'சிகப்பு'.

• அதிலும் மிகவும் மோசமான குற்றங்கள் நடக்கும் என்று கருதப்படும் 5 நகரங்கள் 'பக்திப் பிரவாகம்' மிகுந்த டெக்ஸாஸ் மாநிலத்தில் உள்ளன.

• மிகவும் அதிகமான பூட்டுடைப்புக் குற்றங்கள் நடக்கும் 12 மாநிலங்களுமே 'சிகப்பு'தான்.

• 29 மாநிலங்களில் நடக்கும் திருட்டுக் குற்றங்களில் 24 மாநிலங்கள் 'சிகப்பு'.

• கொலைக்குற்றங்கள் அதிகமாக நடக்கும் 22 மாநிலங்களில் 17 மாநிலங்கள் 'சிகப்பு'.(262)

இது மட்டுமல்ல. மேலெழுந்தவாரியாக இல்லாமல், முழுவதுமாக ஆராய்ச்சி செய்து மேலே சொன்னவைகளுக்கு முழு ஆதாரம் கிடைக்கும் வகையில் கிரகோரி எஸ் பால் (Gregory S. Paul) என்பவர் Journal of Religion and Society (2005) - இல் 17 வளர்ந்த நாடுகளைப் பற்றிய ஆராய்ச்சி ஒன்று செய்து வெளியிட்டுள்ள அறிக்கை:

அதிகமான மத நம்பிக்கையும் கடவுளை முழுவதுமாக நம்பும் நாடுகளில் அதிக அளவிலான மனிதக் கொலைகள், இளமையில் இறப்பு, பாலின வியாதிகள், இளம்வயதில் கர்ப்பமாகுதல், கருக்கலைத்தல் போன்ற குற்றங்கள் மிக அதிகமாக உள்ளன.

இந்த ஆராய்ச்சி பற்றி டான் டென்னட் என்பவர் Breaking the Spell என்ற நூலில் சொல்வதில் முக்கியமான ஒன்று: கடவுள் நம்பிக்கைக்கும், மனிதர்களின் நேர்மைக்கும் ஏதும் ஒரு நல்ல தொடர்பு இருக்குமாயின் அது மிக எளிதில் கண்டுபிடிக்கப்பட்டு விடும். ஏனெனில் பல மதக் குழுக்கள் தாங்கள் காலங்காலமாய் நம்புவது போல் அதுபோன்ற ஒருநிலை கண்டால் அதை அறிவியல் மூலம் உலகுக்கே அறிவித்து விடமாட்டார்களா? *(263)*

பகுதி 7

ஒரு 'நல்ல' நூலும், மாறும் மனநிலையும்

"உலகத்தில் அரசியல் ஆயிரக்கணக்கானவர்களைக் கொன்றிருக்கிறது; ஆனால் மதங்கள் பல்லாயிரக்கணக்கானவர்களைக் கொன்றிருக்கிறது." ஷான் ஓ' கேஸி (Sean O'Casey) *(268)*

வேதப் புத்தகங்கள் இரு வழியில் நமக்கு நன்னெறி காட்ட முடியும். ஒன்று நேரடியான வழிகாட்டுதல்களால். இன்னொன்று கடவுளே நமக்கு ஒரு வழிகாட்டியாய் இருந்தும் வழிகாட்ட முடியும்.

9 நூற்றாண்டுகளாய் பலரால் எழுதப்பட்ட, திரிக்கப்பட்ட, தொடர்பற்ற நூலே பைபிள். *(268)*

பிஷப் ஜான் ஷெல்பி ஸ்பாங் (Bishop John Shelby Spong) தான் எழுதிய The Sins of Scripture-இல் சொல்லியபடி தங்களுடைய வாழ்வின் நெறிகளை பைபிள் மூலமாக நடத்த நினைப்பவர்கள் ஒன்று முழுமையாக பைபிளைப் படித்திருக்க மாட்டார்கள்; அல்லது அதனை முழுவதுமாகப் புரிந்திருக்க மாட்டார்கள். *(269)*

கடவுள் மிகவும் மலிந்த ஒரு பார்வையை மனிதர்கள் மேல் வைத்திருந்தார் போலும். ஒரே ஒரு குடும்பத்தை - நோவாவின் குடும்பத்தை - மட்டும் காக்க நினைத்து, மற்ற பாவப்பட்ட மக்கள் எல்லோரையும், குழந்தைகளையும் அதோடு எந்தப் பாவமும் பண்ணாத மிருகங்களையும் சேர்த்து கூண்டோடு ஒழிக்கிறார். *(இதெல்லாமே 'சின்னப் பிள்ளைகளுக்குச் சொல்லும் கட்டுக்கதை' போல் இருக்கிறதல்லவா?)*

தனி மனிதனின் ஒழுக்கங்கள் கூட கடவுளை மிகவும் பாதிக்கும் போலும். ஒரு தெய்வீகக் கடவுள், இவ்வளவு பெரிய பிரபஞ்சத்தைப் படைத்த அந்தக் கடவுள், ஒரு தனி மனிதனின் ஒழுக்கத்தின் மீது இவ்வளவு பெரிய அக்கறை கொள்ளவேண்டுமா? *(270)*

நோவாவைப் போலவே ஆபிரஹாமின் மருமகன் லோத் குடும்பத்தைக் காப்பாற்ற இரு ஆண் தேவதூதர்களை (angels; *ஆப்ரஹாமிய மதங்களில் தேவதைகளே கிடையாதோ? gender bias... ?)* அனுப்பி வைக்கிறார். ஆனால் லோத்தின் ஊர்க்காரர்களுக்கு அந்த தேவதூதர்களைத் "தெரிந்து"(know) கொள்ள*(!!)* வேண்டுமென்று ஆவல். இதில் know என்பது அந்த 'ஆண்களைப் புணர்வதற்கு' என்ற கருத்தில்தான் வந்துள்ளது (Genesis19:5). *ஆப்ரஹாமிய வேத நூல்களில் விஷயம் இப்படி இருக்க AIDS-க்கு எதிராக கருத்தடைச் சாதனங்களைப் பயன்படுத்துங்கள் என்றாலோ, gay marriages போன்றவற்றிற்கோ இந்த மூன்று மதத்தினரும் 'கொடி பிடிப்பது' கொஞ்சம்வேடிக்கைதான்!*

ஆனால் மிகவும் 'புத்திசாலித்தனமாக' அந்த தேவதூதர்களைக் காப்பாற்ற ஆண்களையே அறியாத தன் இரு மகள்களையும் அவர்களிடம் 'பண்டமாற்று' செய்துவிடுகிறார்.(Genesis 19:7-8) நல்ல வேளையாக அந்த தேவதூதர்கள் தங்களைப் பிடிக்கவந்த கிராமத்துக்காரர்களை குருடாக்கிவிடுகின்றனர். அதோடு லோத்தை அந்த ஊரை விட்டு தன் கால்நடை, குடும்பத்தாரோடு தப்பி ஓடவைக்கின்றனர்; அதிலும் அந்தப் பாவப்பட்ட லோத்தின் மனைவி தப்பி ஓடும்போது பின்னால் நடந்த அழிவுக்காட்சியைக் காண திரும்பிப் பார்த்ததால் - மற்றவர்களின் குற்றங்களோடுஒப்பிடும்போது, மிகச் சின்னத் தவறு செய்திருந்தாலும் - சிலையாகி விடுகிறாள். பாவம்!

கதை மேலும் தொடர்கிறது. மனைவியை இழந்த லோத் தன் மகள்களோடு ஒரு குகையில் தங்கியுள்ளான். ஆண்களைக் காணாத மகள்கள் இருவரும் தன் தந்தைக்கு மதுவெறியேற்றி அவரோடு இருவரும் புணர்கிறார்கள்; கர்ப்பமடைகிறார்கள். (Genesis 19: 31-36)

(If this dysfunctional family was the best Sodom had to offer by way of moral, some might begin to feel a certain sympathy with God and his judicial brimstone) இப்படிப்பட்ட குடும்பங்களைத் தான் சோடோம்காரர்கள் உருவாக்க வேண்டுமென கடவுள் நினைத்திருக்கிறார் போலும். இப்படிப்பட்ட நியாயத் தீர்ப்புகளால் அந்தக் கடவுளைப் பார்க்கும்போது நமக்கு பாவமாகத்தான் தோன்றுகிறது.

இதுபோல் இன்னொரு கதையும் உண்டு. (Judges 19: 24; 19:25-26)

லெவித்தியர் என்ற ஒரு குரு தன் மகளோடும் தன் வைப்பாட்டியோடும் அடுத்த ஊருக்குச் செல்லும்போதும், ஊர்க்காரர்கள் முன்கதை போலவே தேவதூதர்களைத் தேடிவருகிறார்கள். லெவித் முன்கதை போலவே கன்னிப் பெண்ணான என் மகளையும், தன் மறுமனைவியையும்

வெளியே அழைத்து வருகிறேன். அவர்களோடு உறவு கொண்டு உங்கள் விருப்பப்படியே நடந்துகொள்ளுங்கள். ஆனால் இம்மனிதனுக்கு இக்கொடிய செயலைச்செய்யாதீர்கள்" என்றார். (Judges 19: 24) *அடக் கடவுளே... இப்படியுமா?!*

மேலே சொன்ன லோத்தின் மாமா தான் ஆபிரஹாம்/இப்ராஹீம்; யூதம், கிறித்துவம், இஸ்லாம் என்ற மூன்று 'ஒரே கடவுள்' மதங்களுக்கும் இவரே ஆரம்பம். அப்படிப்பட்டவர் எப்படி மனிதர்களுக்கு ஒரு முன்னோடியாக இருக்கவேண்டும். ஆனால், அவர் எப்படிப்பட்டவர் தெரியுமா? பஞ்சம் பிழைக்க தன் மனைவி சாராவுடன் எகிப்துக்குச் செல்கிறார். அங்கே உள்ளவர்களின் கண்கள் தன் மனைவிமேல் பட்டுவிடுமே என்றெண்ணி அவளைத் தன் சகோதரி என்று சொல்லிக் கூட்டிப்போகிறார். அங்கே ராஜாவின் கண்ணில் பட, அவர் சாராவைத் தன் அந்தப்புரத்தில் சேர்த்துக்கொள்கிறார். ஆபிரஹாமும் எக்கச்சக்கமான பணக்காரராக ஆகிவிடுகிறார். இதைப் பார்த்த கடவுளுக்குக் கோபம் வந்துவிடுகிறது -ஆனால் மன்னன் மேல் மட்டும்தான்; ஆபிரஹாமின் மேல் அல்ல! அந்தக் கோபத்தில் மன்னனின் குடும்பத்தின் மீது ப்ளேக் நோயைப் பரப்பி விடுகிறார் கடவுள். மன்னனுக்கும் சாரா யார் என்பது தெரிந்து விடுகிறது. ஆபிரஹாமையும் சாராவையும் எகிப்தை விட்டே விரட்டி விடுகிறார். (Genesis 12: 18-19)(274)

ஆப்ரஹாம் இதோடு விடுவாரா என்ன? அடுத்த நாட்டுக்கு செல்கிறார். அங்கும் கெரார் மன்னனாகிய அபிமேலக்கு என்பவரிடம் ஆபிரஹாம் தன் பழைய கதையை எடுத்துவிடுகிறார். *(தொடக்க நூல்: 20; 2-5)*அந்த மன்னனும் சாராவைத் திருமணம் செய்து, மீண்டும் அரசர் புரிந்து விரட்டி விட ... கதை இப்படியே போகிறது. *(இந்தக்கதையை எல்லாம் படித்துவிட்டு எப்படித்தான் தங்கள் பிள்ளைகளுக்கு மக்கள் ஆபிரஹாம்/இப்றாஹீம், சாரா போன்ற பெயர்களை வைக்கிறார்களோ?!)*

தொடரும் ஆபிரஹாமின் கதையில் வரும் இன்னுமொரு நிகழ்வு இதுவரை நடந்ததையெல்லாம் தூக்கிச் சாப்பிடும் விதமாயுள்ளது. கடவுளுக்கு திடீரென ஓர் ஆசை. ஆபிரஹாமிடம் உன் மகனை எனக்கு பலியிடு என்கிறார். ஆபிரஹாமும் ஐசக் *(கிறித்துவக் கதை)*, / இஸ்மாயில் *(இஸ்லாமியக் கதை)* என்ற தன் மகனைப் பலியிடத் தயாராகிறார். ஆனால் கடைசி வினாடியில் கடவுள் மனமிறங்கி விடுகிறார்! கடவுள் இதை விளையாட்டாகத்தான் கேட்டிருக்கிறார். வெறுமனே ஆப்ரஹாமின் கடவுள் நம்பிக்கையின் மீது வைத்த "டெஸ்ட்" தான் இது!!! *(இந்து மதத்தில் உள்ள பிள்ளைக் கறி கேட்ட கதையையும் இங்கு நினைவில் கொள்ளலாம்.)* இப்போதைய காலத்தில் உள்ளவர்

எப்படி இது அந்தக் குழந்தையைப் பாதிக்கும் என்று யோசிப்பார். ந்யூரம்பர்க் (Nuremberg) வழக்குகளில் குற்றம்சாட்டப்பட்டவர்கள் 'நான் எனக்கிட்ட ஆணையை மட்டும் நிறைவேற்றினேன்' என்று சொல்வதுபோல்தான் இது உள்ளது. மூன்று ஒரு-கடவுள்-மதங்களின் அடிப்படைக்கருத்து இவ்வளவு அழகாக உள்ளது!*(275)*

நாம் நமது ஒழுக்கங்களை நமது வேத நூல்களிலிருந்து பெற முடியாதென்பதற்காகவே இந்தக் கதைகளை இங்கே கொடுத்துள்ளேன்.

இன்னொரு கதை. *(நீதித் தலைவர்கள்:அத் 11)* இப்தா என்ற மன்னன் அம்மொனைட்கள் என்ற தன் விரோதிகளோடு போரிடப் போகும்போது கடவுளிடம் வேண்டுகிறான். தான் வெற்றிபெற்று விட்டால் தன் கோட்டைக்குப் போகும்போது யார் முதலில் வெளிவந்து தன்னை வரவேற்கிறார்களோ அவர்களைச் சமைத்து உணவாக்கித் தருகிறேன் என்று வாக்குத்தருகிறான். வெற்றி பெற்று வரும்போது அவனது ஒரே மகள் எதிர் வருகிறாள். அவனும் அவளை சமைத்துக் கடவுளுக்குப் படைக்கிறான். ஏனோ இந்த தடவை கடவுள்வந்து இப்தாமன்னனது மகளைக் காக்க வரவில்லை! இதிலும் கடவுளுக்கு பாரபட்சம்!

பிற கடவுள்களை வணங்கும்போது இந்த ஆபிரஹாமியக் கடவுளுக்கு வரும் கோபம் மனிதர்களுக்கு வரும் பாலியல் பொறாமை, கோபம் மாதிரியே உள்ளது.*(276)*

மோசஸ்/ மூஸா கடவுளைச் சினாய் மலையில் 'பார்க்க'ச் சென்ற போது அவரது மக்களான இஸ்ரவேலர்கள் அடுத்த கடவுளைக் கொண்டாட ஆரம்பித்து விடுகிறார்கள். பத்துக்கட்டளைகளை எடுத்துவரும் மோசஸுக்குக் கோபத்தில் அந்தக் கட்டளைகளைக் கோபத்தில் கீழே போட்டு விடுகிறார். இதற்குப் பிறகு கடவுள் அந்த மக்களுக்குப் பெரும் தண்டனைதருகிறார். மூவாயிரம் பேருக்கு மேல் கொல்லப்பட, மீதி மக்களுக்கு ப்ளேக் நோய் வருகிறது.

மோசஸ் மிதியானியர் என்பவர்கள் மேல் படையெடுக்கும்படி கடவுள் ஆணையிடுகிறார். போர் முடிந்த பிறகு மோசஸ் தன் படையாட்கள் எதிரிகளின் குழந்தைகளையும், பெண்களையும் அழிக்காமல் விட்டிருப்பதைப் பார்த்து மிகுந்த கோபமடைந்து, எல்லா ஆண் குழந்தைகளைக் கொல்லவும், திருமணமான பெண்களைக் கொல்லவும், கல்யாணமாகாத பெண்களை அவரது வீரர்கள் அனுபவிக்கவும் கட்டளையிடுகிறார். *(எண்ணிக்கை: 31:18)* இந்த மோசஸ் நமக்கு வழிகாட்டும் தூதரா?*(278)*

அடுத்த கடவுளை வணங்குவதால் ஆபிரஹாமியக் கடவுளுக்கு வரும் கோபம் பற்றி பழைய ஏற்பாட்டில் மீண்டும் மீண்டும் வருகிறது.

பால் (Baal) என்ற 'எதிர்க்கடவுளை' வணங்கும் மக்களை தலைகீழாகக் கட்டித்தொங்கவிட மோசஸுக்கு ஆபிரஹாமியக் கடவுள் ஆணையிடுகிறார். *(எண்ணிக்கை 25)*

நல்லவேளை... தாலிபான் அல்லது அமெரிக்க கிறித்துவ அடிப்படைவாதிகள் தவிர வேறு யாரும் இப்படி இந்த தேவ நூல்களில் சொல்லப்படும் நீதிகளை அப்படியே மேற்கொள்வதில்லை.

உங்கள் பிள்ளைகளை இது போன்ற நீதிகளைப் பழகிக்கொள்ளுங்கள் என்று சொல்லி இப்புத்தகங்களை நாம் அவர்களிடம் தருவோமா?*(280)*

பழைய ஏற்பாட்டில் பல குற்றங்களுக்கு மரணமே தண்டனையாகச் சொல்லப்பட்டுள்ளது. ஆனால் அதையெல்லாம் விடவும் (sabbath) ஓய்வு நாளன்று வேலை செய்பவர்களுக்கும் அதே கொலைத் தண்டனைதான். *(எண்ணிக்கை 15)*

ஒருவேளை புதிய ஏற்பாடு பரவாயில்லையோ?

ஏசு ஒரு கன்னத்தில் அடித்தால் மறு கன்னத்தைக் காட்டு என்பதுபோல் பேசியதும், ஓய்வு நாள் பற்றிக் கூறியதும் பழைய ஏற்பாட்டிலிருந்து மிகவும் மாறுபட்டதுதான். ஆனாலும் அவர் குடும்ப உறவுகளைப் பற்றிக் கூறியது மிகவும் கடுமையானது. எல்லாவற்றையும் விட்டு விட்டு வெறுத்து ஒதுக்கிவிட்டு தன்னிடம் வரும்படி தன் சீடர்களுக்கு உத்தரவிட்டார்.*(284)*

கிறித்துவ மதம் மேலும் மேலும் பாவங்களின் மீது தான் கட்டமைக்கப்பட்டுள்ளது.

ஜோஷுவா தங்களுக்குக் கடவுளால் அளிக்கப்பட்ட 'வாக்களிக்கப்பட்ட நாட்டை' வெற்றிபெற்ற கதையை வைத்து குழந்தைகளுக்கு ஒரு தேர்வு வைக்கப்பட்டது. அந்தக் கதையே அப்படியே சொல்லி குழந்தைகளை ஓட்டுப்போட வைத்தார்கள். அதன்பின் இன்னொரு குழந்தைக் குழுவிடம் கதைப் பெயர்களை, நாட்டினை மாற்றி வைத்து அதே கதையைச் சொல்லி ஓட்டிடச் சொன்னார்கள். நிஜக்கதைக்கு ஜோஷுவாவிற்கு ஓட்டு விழுந்தன. ஆனால் மாற்றிச்சொன்ன கதைக்கு ஓட்டுகள் மாறி விழுந்தன. முதல் கதையில் ஜோஷுவாவின் காட்டுமிராண்டித்தனத்துக்கும், மாறிய கதையில் நியாயமானவைகளுக்கு ஓட்டு எனப் பிரிந்தன.*(292)*

நமது நாட்டில் நடந்த மதப்பிரச்சனைகள் பற்றி சல்மான் ருஷ்தீ தன் கட்டுரை ஒன்றில் எழுதியது:

உலகம் எங்கும் பயமுறுத்தும் மதங்களின் பெயரில் நித்தமும் நடக்கும் கொடூரங்களைப் பார்க்கும் போது எப்படி மதங்கள் மீது நமக்கு மரியாதை பிறக்கும்? இந்த மதங்களுக்காக எவ்வளவு ஆர்வத்தோடு பெரும் கொலைகளைச் செய்து வருகிறோம். அதுவும் கொலைகளைத் தொடர்ந்து செய்யச் செய்ய அவை எவ்வளவு எளிதாக ஆகிவிடுகின்றன. நம் நாட்டில் உள்ள பிரச்சனைகள் இப்போது உலகம் முழுமைக்கான பிரச்சனைகளாக ஆகிவிட்டன. இந்தியாவில் நடந்த கொடூரங்கள் எல்லாம் கடவுளின் பெயரில்தான் நடந்தது

பிரச்சனையின் பெயரே கடவுள்!(295)

மதங்கள் தவறு ஏதும் நேரடியாகச் செய்யாவிட்டாலும், அவைகள் தனிக் குழுமங்களை ஏற்படுத்தி, அவைகள் தீமைகளை உருவாக்கும் அமைப்புப் புள்ளிகளாகின்றன.

ஆபிரஹாம் ஐசக்கைப் பலியிட்டிருந்தால் இன்றைய நிலையில் அவர் மீது முதல்தர கொலைக்குற்றமல்லவா சாட்டப்பட்டிருக்க வேண்டும்.

கடவுள் மறுப்பு யாரையும் கெடுதல் செய்யத் தூண்டுகிறது என்பதற்கு எவ்வித சிறு ஆதாரம்கூட கிடையாது.

கடவுள் பெயரைச் சொல்லி யுத்தங்கள் நடந்துள்ளன. ஆனால் கடவுள் மறுப்பை வைத்து எந்த யுத்தமும் வந்ததில்லை.

பகுதி 8

மதங்களில் என்னதான் பிரச்சனை?
ஏன் அவை வெறுப்பைச் சார்ந்து நிற்கின்றன?

மக்கள் எல்லோரையும் கண்ணுக்குத் தெரியாத ஒரு கடவுள் - மேலே வானத்தில் இருந்துகொண்டு - நாம் ஒவ்வொருவரும் ஒவ்வொரு நிமிடத்திலும் என்னென்ன செய்கிறோம் என்பதைக் கடவுள் கவனித்துக்கொண்டிருப்பதாக ஒரு நினைப்பை மதம் ஏற்படுத்திவிட்டது.

"புலப்படாத அந்த 'மனிதனும்' நாம் செய்யக்கூடாத பத்து கற்பனைகளை ஒரு நிரலாகத் தொகுத்து வைத்துள்ளார். அப்படி விலக்கப்பட்ட அந்தப் பத்துக் கட்டளைகளில் ஏதாவது ஒன்றை நீங்கள் செய்தால் அவர் ஒரு 'தனியிடம்' வைத்துள்ளார்; தவறுகள் செய்யும் நம்மையெல்லாம் அக்கினி மிகுந்து சூடும் புகையும் நிறைந்த சித்திரவதை செய்யும் அந்த இடத்திற்கு அனுப்பி, காலமெல்லாம் நாம் அங்கே கஷ்டப்படவும், எரிந்து வேதனைப்படவும், துக்கத்திலும் துயரத்திலும் நாம் முடிவில்லாத காலம் வரை அழுது துயருறவும் அனுப்பிவிடுவார். ....ஆனால், ...அவர் உன்னை மிகவும் நேசிக்கிறார்!" -- ஜார்ஜ் கார்லின்(317)

ஏன் இவ்வளவு வேகமாக மதங்களை நீங்கள் வெறுக்க வேண்டும்? இதுவே ஒருவகை அடிப்படை நாத்திகம்தானே என்று பலர் என்னிடம் கேட்பதுண்டு.(319)

எந்த வேதப் புத்தகத்தையும் படித்துவிட்டு எந்தக் கேள்வியுமில்லாமல் அப்படியே நம்புவதில்லை. மாறாக, எனக்குப் பிடித்த பரிணாமக் கொள்கையை நான் எந்த வேதநூலையும் வாசித்துவிட்டு நம்பாமல், உண்மையான அறிவியல் சான்றுகளைப் படித்துவிட்டு அவைகளை நம்புகிறேன்.(319)

சான்றுகளைப் படித்துவிட்டு அதனால் பரிணாமக் கொள்கைகளை நம்புகிறேன். நாளையே புதிய சான்று ஒன்று வந்து பரிணாமத்தை எதிர்த்தால் அப்படியே பரிணாமத்தைத் தூக்கி எறிந்து விடுவோம். இதை அப்படியே ஒரு மத அடிப்படைவாதியால் சொல்ல முடியுமா?(320)

எனக்கு மத அடிப்படைத்தன்மை பிடிக்கவேயில்லை; ஏனெனில் அது அறிவியலை மிகவும் துச்சமாக்குகின்றது. நம் மனதை மாற்றவோ இன்னும் புதிதாக நிறைய தெரிந்து கொள்ளலாம் என்ற எண்ணமோ இன்றி அவர்கள் இருப்பதற்கு அந்த அடிப்படைவாதமே காரணம்.(321)

மத மறுப்புக்குத்தான் பழைய ஏற்பாட்டில் பெரிய தண்டனை சொல்லப்பட்டிருக்கிறது. இன்றும்கூட பாகிஸ்தானின் சட்டமான Section 295-C இல் மத மறுப்புக்கு மரணதண்டனை கொடுக்கப்பட்டுள்ளது.(324)

ஆப்கானிஸ்தானத்தில் 2006-இல் அப்துல் ரஹ்மானுக்கு கிறித்துவத்திற்கு மாறியதற்காக மரணதண்டனை கொடுக்கப்பட்டது.

இன்றும் 'விடுதலையாக்கப்பட்ட' ஆப்கானிஸ்தானில் இஸ்லாமிய மறுப்பிற்கு உள்ள தண்டனை மரணதண்டனைதான்.(326)

இப்படியெல்லாம் மத 'ஈமானை' பாதுகாக்க வேண்டுமா? நீங்கள் 'காக்கவேண்டிய' கடவுள் அவ்வளவு பாவப்பட்ட பலஹீனமானவரா?!

ஆப்கானிஸ்தானத்தில் ஒருபால் சேர்க்கைக்கு கொடுக்கப்படும் தண்டனை உயிரோடு புதைக்கப்படுவதாகும்.

இங்கிலாந்திலும் ஒன்றும் லேசான தண்டனை இல்லை. ஆலன் டுரிங் (Alan Turing) என்ற கணினியின் முன்னோடிகளில் முதன்மையானவராக இருந்தவருக்குக் கொடுக்கப்பட்ட தண்டனை (1967) அவரைத் தற்கொலைக்குத் தள்ளியது.(327)

நம்பிக்கையின்பாற்பட்ட 'குணவான்களுக்கு' அடுத்தவன் என்ன செய்கிறான். அவன் மனதில் என்ன எண்ணங்கள் ஓடுகின்றன என்று பார்ப்பதில்தான் அத்துணை விருப்பம்.(327)

மனிதக் கரு, மத நம்பிக்கைகளின்படி ஒரு முழு உயிர். ஆகவே கருக்கலைப்பு பெரிய 'பாவம்'. (329)

(கருக்கலைப்பு செய்யும் மருத்துவர்களை மதத்தின் பெயரால் கொல்லப்பட்ட கதைகளை இப்பகுதியில் விவரிக்கிறார்.)

ஈரானிலும், சௌதியிலும் உள்ள சட்டங்களின்படி எந்த ஒரு பெண்ணும் தனியாக வீட்டைவிட்டுச் செல்லக்கூடாது - ஆனால், ஒரு ஆண் கைக்குழந்தையுடன் (!) அவ்வாறு செல்லலாம். இதை வைத்து ஜோஹான் ஹாரி(Johann Hari)என்பவர் தினசரியில் எழுதியது: இஸ்லாமிய ஜிகாதிஸ்டுகளை அடக்க அவர்களது பெண்கள் போராடுவதே சரியாக இருக்கும்.(341)

லண்டன் வெடிகுண்டு நிகழ்ச்சிக்குப் பிறகு, மூரியல் க்ரே (Muriel Gray) தினசரியில் எழுதியது: இந்தத் துயரமான, பயங்கரமான, முட்டாள்தனமான வெடி குண்டுகளுக்குக் காரணம் மதம் என்பதை மறைத்துவிட்டு, அரசும் ஊடகங்களும் இவைகளுக்குக் காரணம் மதங்கள் அல்ல என்பதுபோல் நடந்து கொண்டன.

இதற்குக் காரணம் முழுமையான கேள்விகளற்ற, தொட்டிலிலிருந்து சொல்லிக் கொடுக்கப்படும் கண்மூடித்தனமான நம்பிக்கைகளே. (344)

இந்த பயங்கரவாதங்களுக்கு ஒரு சிறு உதாரணம். பாலஸ்தீன தற்கொலைப்படையினரில் ஒருவன் பிடிக்கப்பட்ட போது அவன் (Nasra Hassan) 2001-இல் The New Yorker என்ற தினசரியில் கொடுத்த பேட்டி:

"உன் இந்த முயற்சிக்குக் காரணம் என்ன?"

"எங்கள் ஆத்மாவின் இழுப்பு மேல் நோக்கியே இருக்கும்..."

"உங்களின் முயற்சி தோற்றுவிட்டால்...?"

"அப்போது நாங்கள் எங்கள் நபியை சந்தித்து, அவரோடு ஒரு துணையாளர்களாகி விடுவோம். எங்கள் ஜிகாதின் உறுதிமொழியின் பெயர் bayt al-ridwan. சுவனம் நபிகளுக்காகவும், வேதங்களுக்காக உயிரைத்தரும் எம் போன்றோருக்காகவும் உரித்தானது."

இந்தப் பேட்டியில் ஒளிபரப்பிய ஒரு சிறு காணொளியில், இந்த நபரும் இன்னொரு நபரும் ஒன்றிணைந்து, குரானின் மேல் கைவைத்து சபதம் எடுப்பதும், இறுதியில் அந்த இன்னொரு திட்டம் தீட்டியவர் இவனிடம் கூறுகிறார்: 'நாளை நீ சுவனத்தில் இருப்பாய்.'

டாக்கின்ஸ் கேட்கிறார்: இந்த இளைஞன் அந்த திட்டம் தீட்டியவரிடம், 'பின் ஏன் நீயே இதைச் செய்து, விரைவாக சுவனத்திற்குச் செல்லக் கூடாது' என்றுகேட்டிருக்க வேண்டும்.(345)

இப்படிப் பேசும் மக்கள் தாங்கள் பேசுவதை முழுவதும் அறிந்தே புரிந்தே பேசுகிறார்கள். இதன் மூலம் நாம் பெறும் ஒரு முக்கிய பாடம்: மதத் தீவிரத்தையல்ல, நாம் மதங்களைத்தான் சாடவேண்டும்.

மத நம்பிக்கைகள் என்பதற்காகவே மதிப்பு கொடுக்கப்பட வேண்டுமானால், ஒசாமாவின், மற்ற தற்கொலைப்படைத் தீவிரவாதிகளின் நம்பிக்கைகளுக்கும் நாம்மதிப்பளிக்க வேண்டும்.(345)

மத நம்பிக்கைகளுக்கு நாம் கொடுக்கும் மதிப்பை நிறுத்தியே ஆக வேண்டும்.

இஸ்லாம் போலவே கிறித்துவமும் கேள்வி கேட்கப்படாத நம்பிக்கைகளே ஞானம் என்று போதிக்கின்றன. (346)

பத்து ஆண்டுகளுக்கு முன் இபின் வராக் (Ibn Warraq)என்ற இஸ்லாமில் ஆழமான அறிவுடையவரால் எழுதப்பட்ட Why I am not a Muslim என்ற நூலில் சொல்லப்பட்டது: "இஸ்லாமியர் அமைதி விரும்பும்போது கொடுக்கப்படக்கூடிய செய்திகளை குரானிலிருந்து கொடுக்க முடியும்; அதேபோல் போரிட வேண்டுமானால் அப்போதும் குரானிலிருந்து செய்திகளைத் தர முடியும்" என்கிறார். (347)

குரானில் வரும் அமைதியான வசனங்கள் குரானின் முன் பகுதியில்

வருகின்றன; அவைகள் எல்லாமே நபி மெக்காவில் இருக்கும்போது வந்தவை. சண்டையும் வன்மையும் மிகுந்த வசனங்கள் அவர் மெதினாவுக்குச் சென்றபின் வந்தவை.

வளரும் பிள்ளைகளிடம் மதங்களைக் கூட கேள்வி கேட்டு வளரவேண்டும்; அப்படியே மதம் சொல்பவைகளை நம்ப வேண்டாம் என்று சொல்லி வளர்த்தால், நிச்சயமாக என்றும்இதுபோன்ற தற்கொலைப் படையாளிகள் தோன்றமாட்டார்கள்.

மதங்களுக்காகத் தன் உயிரைத் தருவதற்காக சுவனம் அவர்களுக்காகக் காத்திருக்கிறது - இப்படி பிள்ளைகளுக்குச் சொல்லித் தருவது மதத் தீவிரவாதிகளல்ல; வீட்டிலிருக்கும் சாதுவான, அமைதியான பெரும்பான்மை முஸ்லீமகள்தான்.

வளரும் சிறு வயதிலேயே, அந்த அறியாப் பருவத்திலேயே, வளைந்து கொடுக்கும் அந்த வயதிலேயே மத நம்பிக்கைகளை ஆழமாகக் குழந்தைகள் மனதில் பதிப்பது மிகவும் தவறு.

பகுதி 9

குழந்தைப் பருவம் -முறையற்ற நிலையும், மதங்களிலிருந்து தப்புவதும்

ஒவ்வொரு ஊரிலும் விளக்கேற்றுபவர் ஒருவர் இருப்பார்;

- அவர் ஓர் ஆசிரியர்.

ஒவ்வொரு ஊரிலும் அந்த விளக்கை அணைக்க ஒருவர் இருப்பார்;

- அவர் ஒரு மதகுரு. - விக்டர் ஹ்யூகோ (VICTOR HUGO) (349)

டேவிட் கேர்ட்சர் (David i. Kertzer) என்பவர் எழுதிய The Kidnapping of Edgardo Mortara என்ற நூலில் கதையுடைத் தலைவனாக வரும் எட்கார்டோ என்ற அந்தச் சிறுவனின் வாழ்க்கையில் கத்தோலிக்க கிறித்துவர்களின் மத 'வெறியாட்டத்தில்' நடந்த உண்மைகளை வெளிக்கொணர்கிறார். Spanish Inquisition நடந்த 1850களில் நடந்த கதை இது. தற்செயலாகக்கூட ஒருவன் தலையில் தண்ணீர் ஊற்றி ஜெபித்துவிட்டால்கூட அவன் "உண்மையான", திருமுழுக்கு (baptism) பெற்றவனாக மாறிவிடுகிறான் என்ற கத்தோலிக்கரின் நம்பிக்கையை முழுவதுமாக எழுதுகிறார்.

பதினான்கே வயதான வேலைக்காரப் பெண்ணால் தலையில் நீரூற்றப்பட்டு திருமுழுக்குபெற்ற பையனை அரசு அவனது யூதப் பெற்றோர்களிடமிருந்து பிரித்தெடுத்து விடுகிறது. ஏனெனில் அந்த மதக்காரர்களது நம்பிக்கை அத்தனை ஆழமானது. திருமுழுக்கால் கிறித்துவனாவன் கிறித்துவர்களால்தான் வளர்க்கப்பட வேண்டும் என்பது அப்போதைய போப், மதகுருமார்கள், தினசரிகள் என எல்லோரின் நம்பிக்கை. *(349 - 354)*

சிறு குழந்தைகளின் பாலியல் வன்முறை, சிறுவயதிலிருந்தே பிள்ளைகளுக்குக் கொடுக்கப்படும் மதக்கல்வியின் அழுத்தம் இவைகள் பற்றி டாக்கின்ஸ் பேசுகிறார். *(354 - 366)*

டாக்கின்ஸுடன் வேலைபார்த்த மனோதத்துவர் நிக்கோலாஸ் ஹம்ப்ரே (Nicholas Humphrey) ஒரு சொற்பொழிவில் கூறியவைகளில் சில:

தனிமனித சுதந்திரத்தில் குழந்தைகளுக்குச் சிறு வயதிலிருந்தே மற்றவர்களின் -அவர்கள் யாராக இருந்தாலும் - தவறான முடிவுகளைக் கொடுப்பது தவறு. அவர்களது வாழ்க்கையின் நீட்சிகளை அவர்களே முடிவு செய்ய விடவேண்டும். மூடநம்பிக்கைகள் மலிந்த கடவுள் கோட்பாடுகளை அவர்களிடம் விதைத்து, அவர்களுக்கென்று ஒரு குறுகிய ஒற்றைவழிப் பாதையைத் தரக்கூடாது.

குழந்தைகள் இப்படித்தான் நினைக்க வேண்டும் என்று பெற்றோர்களால் நிர்ப்பந்திக்கக் கூடாது. *(367)*

மத எதிர்ப்பாளர்கள் இப்போதெல்லாம் அமெரிக்காவில் 'bright' என்று அழைக்கப்படுகிறார்கள். எந்த ஒரு குழந்தையும் ஒரு bright-ஆக மாறுவதற்குரிய வாய்ப்பு அளிக்கப்பட வேண்டும். *(380)*

குழந்தைகளை கிறித்துவக் குழந்தைகள், இஸ்லாமியக் குழந்தைகள் என்றெல்லாம் அழைப்பது அருவருக்கத்தக்கது. எந்தக் குழந்தையும் கிறித்துவ குழந்தை, முஸ்லீம் குழந்தை என்றல்ல; கிறித்துவ பெற்றோருக்குப் பிறந்த குழந்தை, முஸ்லீம் பெற்றோருக்குப் பிறந்த குழந்தை என்று வேண்டுமானால் அழைக்கப்படலாம். *(381)*

பகுதி 10

மிகவும் தேவையான ஒரு இடைவெளி?

நமது வாழ்க்கையில் கடவுள் என்றொன்றிற்கு மனத்தளவில் ஓரிடம் உண்டு - ஒருநண்பனாக, தந்தையாக, மூத்த தமையனாக, நம் குற்றங்களைத் தாங்குபவராக, நம்பிக்கைக்குரியவராக. கடவுள் என்று ஒன்று இருக்கிறதோ இல்லையோ அதற்கென்று நம் வாழ்க்கையில் ஓரிடம் உண்டு. *(387)*

அந்தக் கற்பனை நண்பன், கற்பிக்கப்படும் அந்தக் கடவுள், வருத்தப்பட்டு பாரம் சுமப்பவர்களுக்கு எப்போதும் நிறைய காலம் எடுத்து, பொறுமையொடு காத்திருப்பார். மனோதத்துவர்களோ, நல்லுரை கூறுபவர்களோ அந்த அளவு பொறுமையோடும், காலணா காசில்லாமல் கிடைப்பார்களா என்ன? *(391)*

மதங்களை மறுத்துவிட்டால் அதற்குப் பதிலாக எதை வைத்திருக்கப் போகிறீர்கள்?

மதங்கள் மனதுக்கு ஆறுதல் அளிக்கிறது என்பதாலேயே அது உண்மையாகி விடுவதில்லை.

கடவுள் உண்மையாக இருப்பின், அவரோடு இருப்பதே மகிழ்ச்சி என்பதானால், சாகும்நேரத்தில் எல்லா நம்பிக்கையாளர்களும் மகிழ்ச்சியோடுதானே இருந்தாக வேண்டும்? ஒருவேளை அவர்கள் நம்பியதாகக் கூறியவை எல்லாமே வெறும் வேடம்தானா?

ஏன் இரக்கக் கொலை (euthanasia) அல்லது தற்கொலை நம்பிக்கையாளர்களுக்குத் தப்பாகத் தெரிகிறது?

இந்த வாழ்க்கைக்குப் பின் இன்னொரு வாழ்க்கை உங்களுக்காகக் காத்திருக்கிறது என்ற நம்பிக்கையுள்ளவர்களுக்கு, இறப்பு என்பது இன்றைய இந்த உலகவாழ்க்கையிலிருந்து மறு வாழ்வுக்காக உங்களைக் கடத்தும் ஒரு கருவி என்பதுதானே உண்மையாக இருக்க வேண்டும்?

இந்த வாழ்க்கை மரணத்தோடு முடிகிறது என்ற நம்பிக்கையுள்ளவர்கள் தான் இரக்கக்கொலைக்கோ, உதவப்படும் தற்கொலைக்கோ (assisted suicide) எதிர்ப்புக்காண்பிக்க வேண்டியவர்களாக இருக்க வேண்டும். ஆனால், அடுத்த ஜென்ம வாழ்க்கையில் நம்பிக்கை இல்லாதவர்கள்தானே இவைகளை ஆதரிக்கிறார்கள்.

அன்னை தெரசா
ஒளியே வருவாய் என்னிடம்
கொல்கத்தா புனிதையின் தனிப்பட்ட கடிதங்கள்

- ப்ரையன் கோலோடைசுக், M.C.

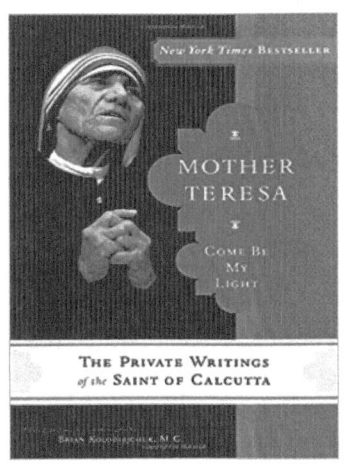

நான் ஒரு கிறித்துவனாக முழு நம்பிக்கைகளோடு இருந்த காலத்திலும் கிறித்துவம் பற்றிப் பல ஐயங்கள் எனக்குள் எழுவதுண்டு. ஆனாலும், அந்த அவநம்பிக்கைகளை உடனே புறந்தள்ளி, 'விசுவாசத்திற்குள்' மனதை இழுத்துக்கொள்வதுதான் வழக்கமாக நடந்துவந்தது. (நம்பிக்கை என்பதற்கான கிறித்துவசொல்: விசுவாசம்.) வந்த ஐயங்களில் பல ஐயங்கள் எனக்கு மிக்க நியாயமாகவே தெரியும். ஆனாலும், இப்படிப்பட்ட சந்தேகங்களோடு எப்படி என் மதத்திற்குள் இருப்பது என்ற கேள்வி மனதுக்குள் எழும். அதைவிடவும் மத அறிவு முழுவதுமாக இல்லாத எனக்கு இதுபோன்ற சந்தேகங்கள் வருகின்றன. ஆனால், மிகவும் ஆழ்ந்த மத அறிவு பெற்ற பெரியவர்கள் - குருக்கள், பிஷப், போப் - எவ்வளவு பேர் இருக்கிறார்கள்; அவர்களெல்லோரும் எந்த அளவு மதங்களைப் பற்றிய

ஆய்வு செய்திருப்பார்கள்; சமய அறிவு எவ்வளவு அவர்களிடம் இருக்கும் ... ஒருவர் குருவானவராவதற்கு ஏறத்தாழ 10 - 12ஆண்டுகள் இறையியல் படிப்பார்கள். அப்படிப்பட்டவர்களே கிறித்துவத்தில் நம்பிக்கையோடு இருக்கும்போது நான் என்ன ஒருசரியான 'பிசாத்து' .. ஆகவே என்சந்தேகம் தவறானதாகத்தான் இருக்கவேண்டும். நம் சந்தேகத்திற்கான நல்ல பதில்கள் இருக்கவேண்டும்; அது நமக்குத் தெரியவில்லை என்ற ஒரு காரணத்தை எனக்குநானே சொல்லிக்கொண்டு 'விசுவாசத்தில்' உறுதியாக நின்ற காலமும் உண்டு.

ஆனால், இப்போது சில விஷயங்கள் புரிகின்றன. "பெரிய, நல்ல" கிறித்துவர்களுக்கும், (கிறித்துவர்களுக்கு மட்டுமல்ல; எல்லா மதநம்பிக்கையாளர்களுக்கும்) இதுபோன்ற கேள்விகள் மனத்தில் எழுகின்றன. நானொரு சாதாரணமானவன்; என் சந்தேகங்கள் வலுப் பெறும்போது நான் என் நம்பிக்கைகளிலிருந்து வெளியே எளிதாக வந்துவிடமுடிந்தது. ஆனால், உலகத்துக்கே தெரிந்த அந்த "பெரிய, நல்ல" கிறித்துவர்கள் எப்படி அதுபோல் எளிதாக வெளிவரமுடியும்? இருந்து வளர்ந்த அந்த மதங்களை அவர்கள் எப்படிப் புறந்தள்ள முடியும்?

மதங்களை நமது மேல்சட்டை என்று நான் கூறுவதுண்டு. என்னால் என் மேல்சட்டையை எளிதாகக் கழற்றி வைத்துவிட முடியும்; என்னால் அதைக் கழற்றி எறிய முடிந்தது. ஆனால், அந்த மதமே என் உயிர் என்று சொல்லிக் கொண்டிருக்கக்கூடிய ஒருவரால் அப்படி எளிதாக' சட்டையைப்போல் கழற்ற முடியாது'. ஆயினும் அன்னையின் ஆன்மீகம் பற்றி இந்த நூலை வாசிக்கும்போது கிடைத்த அனுபவம் எனக்கு வேறொரு அனுபவத்தைக் கொடுத்தது.

அன்னை தன் வாழ்நாளில் எழுதிய ஆன்மீகக் கடிதங்கள் இந்த நூலில் தொகுக்கப்பட்டுள்ளன. இந்த நூலைத் தொகுத்தவர் Father Brian Kolodiejchuk. 1977ஆம் ஆண்டிலிருந்து இவர் அன்னையோடு தொடர்பில் இருந்துவந்துள்ளார். இவர் அன்னை ஆரம்பித்த சபையின் தலைமைப் பொறுப்பிலும் இருந்தார். அன்னையின் மத்தியமடத்தின் இயக்குனராகவும் இருந்தார். இவரே அன்னைக்கு புனிதர் பட்டம் கிடைக்க முழுமுயற்சி எடுத்தவர்.

அன்னை தன் வாழ்நாளில், ஏறத்தாழ 66 ஆண்டுகள், தனது ஆன்மிக வழிகாட்டிகளுக்கு தொடர்ந்து பல கடிதங்கள் எழுதிவந்துள்ளார். அதிலும் முக்கியமாக கல்கத்தாவின் பிஷப்பாக இருந்த Ferdinand Perier என்பவருக்கும், ஏசு சபையைச் சேர்ந்தவரும், அன்னைக்கு

முக்கிய ஆன்மிக குருவாக இருந்த Celeste van Exem என்பவருக்கும் தொடர்ந்து எழுதி வந்திருக்கிறார். மேலும் அன்னை தன்காலத்திற்குப் பிறகு அக்கடிதங்கள் எல்லாம் அழிக்கப்படவேண்டும் என்றும் கூறியிருந்துள்ளார். ஏனெனில் அக்கடிதங்கள் என்னைப்பற்றி அதிகமாகவும், ஏசுவைப் பற்றி மிகவும் குறையாகவும் மக்கள் மனதில் இடம்பெற்றுவிடும் என்றும் சொல்லியுள்ளார்.

இக்கடிதங்கள் நம்மோடு வாழ்ந்த இருபதாம் நூற்றாண்டின் ஒரு மிகப்பெரும் மானிடரான அன்னையைப் பற்றியும், அவரது மனத்தையும், ஆன்மீகத்தையும் பற்றியும் நமக்கு மிக நெருக்கமான தோற்றத்தைத் தருகிறது. அந்தத்தோற்றம் அவரை நாம் வழக்கமாகக் காணும் மகிழ்ச்சியான தோற்றத்திலிருந்து பெரிதும் மாறுபட்டிருக்கும். இந்தப் புதிய தோற்றம் அவரை நன்கு தெரிந்த பலருக்கும் மிகவும் அதிர்ச்சிகரமாகவே இருக்கும்.

இந்த நூலைத் தொகுத்த Father Brian Kolodiejchuk அன்னையின் உள்மன வாழ்க்கையைப் பொறுத்தவரையில் மூன்று விஷயங்கள் தன்னைப் பெரிதும் கவர்ந்ததாகப் பட்டியலிட்டுள்ளார். அந்த மூன்றில், கடவுளின்மேல் அவர் வைத்திருந்த மிக ஆழமான அன்பும், தங்கள் வாழ்க்கையைத் தொலைத்துவிட்ட துயரமான மக்கள் மீது அவர் கொண்டிருந்த அளப்பரிய அன்பும் முதலிடம் வகிக்கின்றன.

இரண்டாவது, அவரது உள்மனத்தைச் சூழ்ந்திருந்த கருமை அவரது மனதையும் தாண்டி அவரது வாழ்க்கையையே இருளடித்திருந்தது. அடுத்து, மூன்றாவதாக, எவ்வாறு அன்னை தன்னைச் சூழ்ந்திருந்த அந்தக் கருமையையும், அது தந்த வலியையும் தாங்கிப் பொறுத்துக்கொண்டார் என்பது. இதனை இந்நூலில் நன்கு காணலாம்.

நூலைப் பற்றி...

ஏசு சிலுவையில் அறையப்பட்டு வேதனைப்படும் போதுதான் பிதாவினால் கைவிடப்பட்டதாக நினைத்து, வேதனையோடும், தவிப்போடும் "Eli Eli lama sabachthani?" ("என் தேவனே என் தேவனே ஏன் என்னைக் கைவிட்டீர்") என்று உரத்துக் கத்தும்போது இருந்த அதே உணர்வுகளை அன்னையும் தன் வாழ்நாளில் உணர்ந்திருப்பாரென்று தோன்றுகிறது.

இதுபோன்ற ஒரு நிகழ்வை, நாமெல்லோரும் அறிந்த அன்னை தெரஸாவின் வாழ்க்கையில் நடந்ததை நினைக்கும்போது முதலில் அதிர்ச்சியானதாகவும், பிறகு ஆச்சரியமானதாகவும் தோன்றியது.

அவர் தன் வாழ்நாளில் தனது ஆன்மீக வழிகாட்டிகளிடம் மதங்களில், கிறிஸ்துவில் தான் கண்ட ஐயங்களை கடிதங்கள் மூலமாகப் பகிர்ந்து கொண்டுள்ளார். அவைகளை தன் காலத்திற்குப் பின் எரித்துவிட அவர் கேட்டுக்கொண்டும் கிறித்துவத் திருச்சபை அவைகளை எரிக்காமல் இருந்தது மட்டுமின்றி, அவைகளை நூலாக யாரும் வாசிக்கும்படி அச்சிட்டிருப்பது மிகுந்த ஆச்சரியப்படும் விஷயமாக உள்ளது.

இந்த நூலில் அன்னையின் வாழ்வின் பெரும்பகுதியில் ஆன்மீக வாழ்வில்அவருக்கு நடந்த கடினமான, மனதுக்குள் நடந்த நீண்ட போராட்டமான வாழ்க்கை தெளிவெனத் தெரிகிறது. இறை நம்பிக்கைகளில் இருந்த குழப்பத்தை அவர் தனது சமூகவாழ்க்கையில் வெளிக்காண்பிக்காது, தன் சேவைகளைத் தொடர்ந்து நடத்திவந்துள்ளார். மனதுக்குள் இருந்த அந்த வெருட்டும் தனிமையும், ஆன்மாவை அழுத்திய கருமையும் அவரது இதயத்தில் இருந்த சமூக ஆர்வத்தைத் தொடாமல்பார்த்துக் கொண்டிருந்திருக்கிறார். வெளியே கொழுந்து விட்டு எரிந்த ஏழைகளின் மீதான அன்பு; உள்ளே தனக்குள் நடத்திக் கொண்ட ஆன்மீக தவிப்பு -இந்த இரண்டுக்கும் நடுவில் நடந்த வாழ்க்கை அவரை ஒரு அபூர்வ ஆன்மீகவாதியாகக் காண்பிக்கிறது.

இப்பதிவை மிகவும் யோசித்த பிறகே வலையேற்றுகிறேன். அன்னை தெரஸாவை எல்லோரும் மிகவும் மதிப்பும் மரியாதையும் மிகுந்த இடத்தில் வைத்திருக்கிறோம். எனது இப்பதிவு அவரை அவ்விடத்திலிருந்து கீழே இறக்கி விடுமோ என்ற ஒரு சிறு அச்சம். ஆனால் பலரும் அவர் மேல் வைத்திருக்கும் அன்பிற்கான காரணம் அவர் ஒரு பெரிய கிறித்துவர் என்பதால் அல்ல. ஆதரவற்ற பலரின் அமைதியான இறுதிக் காலத்திற்கு வழி கோலியவர். எப்போதும் ஏழைகளுக்கு பெரும் ஆதரவாயிருந்தவர் என்பதே காரணம். அந்தக் கோணத்தில் பார்த்தால் இப்பதிவு அவரின் மேல் நாம் வைத்திருக்கும் அன்பையும் மரியாதையும் இன்னும் அதிகமாக்கும் என்றே நினைக்கிறேன்.

இந்து பக்தி இலக்கியங்களில் ஜீவாத்மா பரமாத்வாவைத் தேடி அலையும்; பலதடைகளைத் தாண்டும். சூடிக்கொடுத்த ஆண்டாளும், பாடல்கள் மூலம் பரிதவித்த மீராவும் அப்படி பரமாத்வைத் தேடி ஓடிய ஜீவாத்மாக்கள். பரமாத்வோடு இணைந்து பரவசமாகத் துடித்த மனத்தோடு இருந்தவர்கள். அதுபோல், இங்கும் அன்னை தனது இறை நம்பிக்கையையே கேள்வியாக இருப்பினும், இதுவரை தன்னை ஆண்டு வந்த இறைவனை மீண்டும் மீண்டும் தனக்குதவ அழைக்கிறார். தான் ஒரு இருட்டில் இருப்பதாகவே எண்ணுகிறார்.

அன்னைக்கு மதத்தில், ஏசுவிடத்தில் எழுந்த ஐயங்களையும், அதையும் தாண்டி அவர் கடவுளை நோக்கி தனக்கு 'ஒளி' வரவேண்டுமென பக்தியோடு வேண்டி நின்றதையும், இவ்வித ஐயங்கள் இருப்பினும் அவரது ஏழைகளுக்கான தியாக வாழ்க்கையைத் தொடர்ந்து வாழ்ந்துவந்ததையும் இந்த நூல் கூறுகிறது. அன்னை தன் இறை நம்பிக்கையோடு போராடிய தருணங்களில் சிலவற்றை மட்டும் இங்கு தொகுத்துத்தருகிறேன்.

அன்னையின் நூலிலிருந்து எடுக்கப்பட்ட சில கருத்துகளின் ஆரம்:

"நான் எப்போதாவது கத்தோலிக்கத் திருச்சபையின் புனிதையானால்... அதிலும் நான் ஒரு இருள் நிறைந்தவளாகவே இருப்பேன். மோட்சத்திலும் இல்லாதிருப்பேன். உலகத்தின் இருட்டில் உள்ளவர்களுக்குத் தீபம் ஏற்றுபவளாக இருப்பேன்." (1)

"சில நேரங்களில் -- எனது இதயம் 'கடவுளே...' என்று இறைஞ்சும் ஒலி மட்டுமே எனக்குக் கேட்கிறது. என் மனத்தின் காயங்களையும் அதன் வலியையும் என்னால் வார்த்தைகளால் சொல்ல முடியாது." (2)

தன் மனநிலை ஒரு ரகசியமாக இருக்க எண்ணி Father Van Exem என்ற குருவிடம் அவர் சொன்னது: என் ரகசியம் என்னோடு இருக்கட்டும். உலகத்திற்கு அது தெரியவேண்டாம். என் கடிதங்கள் எரிக்கப்படவே விரும்புகிறேன். (5)

அன்னையே தன் எழுத்துக்கள் பலவற்றை எரித்துவிட்டார். (7)

செப்டம்பர் 1946 - சிலுவையில் இருந்து ஏசு 'நான் தாகமாயிருக்கிறேன்' என்று சொன்ன வாசகமே அன்னையை மேலும் மேலும் தன் சேவையில் நாட்டமுறச் செய்துள்ளது. ஏசு தன்னை அழைப்பதாகக் கூறுகிறார். இவ்வழைப்பினை அவர் அழைப்பினுள் ஓர் அழைப்பு ("call within a call") என்று கூறுகிறார். (40)

இதே ஆண்டின் செப்டம்பர் 10ம் தேதியிலிருந்து அடுத்த ஆண்டின் நடுப்பகுதி வரைக்கும் கடவுள் தன்னை அழைப்பதாகக் கூறுகிறார். (The "Voice" - She calls it 'interior locutions'.) அன்னைக்கு இந்தக் குரல் ஏசுவின் குரல் என்பதில் எந்த வித ஐயமுமில்லை. (44)

இந்த 'குரலின்' அழைப்பின் பேரில்தான் இந்தியாவில் புதிய சபை ஒன்றை நிறுவி ஏழைகள் மத்தியில் உழைக்க எண்ணுகிறார். அதற்கான முயற்சிகளில் இறங்குகிறார். தான் சேர்ந்திருந்த லாரட்டோ சபையிலிருந்து (Loreto Congregation) விலகி புதிய சபை ஒன்றில் தன்னை ஒரு இந்தியனாக, இந்திய சேரிகளில் வாழும் ஏழைகளுக்குச் சேவை

செய்ய திருச்சபையின் உத்தரவைப் பெற முயல்கிறார். *(106)*

நூலின் 149 வது பக்கம். புதிய தலைப்பில் அடுத்த பகுதி.

LIGHT

THE THIRST OF JESUS CRUCIFIED

A TERRIBLE DARKNESS WITHIN

DARKNESS DISCLOSED

(இந்தத் தலைப்புகளே நமக்கு நிறைய செய்திகளைச் சொல்கின்றன.)

தன் ஆன்மீகக் குருக்களுக்கு எழுதுகிறார் - 'என்னுள் பயங்கரமான இருள்; எல்லாமே முடிந்து, மடிந்து விட்டது'.

இத்துணை மன உளச்சலூடேயும் தன் கடிதம் ஒன்றில் 'நான் உதவ நினைக்கும் நோயில் உழலுவரோடு எனக்கு ஒருஆன்மீக உறவு ஏற்பட்டதாக நினைக்கிறேன்' என்று கனிந்து சொல்கிறார்.

(இந்த ஆழமான, ஏழைகளின் துன்பம் துடைக்க உதவும் அவர் மனது இந்த நூலில் பல இடங்களில் காணக் கிடைக்கிறது.)

இன்னொரு கடிதத்தில் 'என் இதயத்தில் ஒரு ஆழமான தனிமை ... அதைப்பற்றி என்னால் முழுமையாகச் சொல்ல முடியாது', என்று எழுதுகிறார். *(158)*

அன்னையின் இந்த மருட்டும் இருள் குறைவதாகவும் தெரியவில்லை. தான் நம்பக்கூடியவர்களிடம் இதனைப் பற்றிக் கூறவும் அவரால் முடியவில்லை. *(160)* இருப்பினும் அவ்வப்போது தன் குருமார்களிடம் இதனைப் பகிர்கிறார். 'எனக்காக வேண்டிக்கொள்ளுங்கள். என்னுள் எல்லாமே மரத்துப் போய்விட்டன. வெறும் கண்மூடித்தனமான நம்பிக்கை மட்டுமே என்னை இந்த இருட்டிலிருந்து வழி நடத்திச் செல்கிறது. ஆனாலும், எல்லாமே எனக்கு இப்போது இருட்டுதான்.' *(163)*

பிப்ரவரி 1956-இல் Archbishop Perier-க்கு எழுதும் கடிதத்தில் தன் ஆன்மீக நிலைபற்றி முழுமையாக எழுதுகிறார். மனிதனால் குணமாக்க முடியாத அந்த நிலையைப்பற்றி எழுதுகிறார்.

நான் ஏங்குகிறேன்.

எல்லாமே கடவுளுக்குத்தான் என்ற வலிநிறைந்த ஏக்கம்.

ஒரு புனிதையாக, அவர் என்னில் முழுமையாக வாழும்படியாக.

அவரை நான் எவ்வளவு நேசிக்கிறேனோ அந்த அளவு நான் அவரால் விரும்பப்படவில்லை.

அவரை யாரும் நேசிக்காத அளவிற்கு நான் நேசிக்க விரும்புகிறேன்.

ஆனாலும்... நடுவே ஒரு பிரிவு... வெற்றிடம்.

அந்த பயங்கரமான வெறுமை... கடவுள் என்று ஒன்றுமில்லாமை...

(the terrible emptiness, that feeling of absence of God.) *(164)*

இத்துணை மருகலிலும் அவரது மனது, தான் பழகிவந்துள்ள வழியிலிருந்து பிறழ மறுக்கிறது. ஆகவே தான் ஒரு கடிதத்தில் "என் இதயத்தில் வேறொன்றுமில்லை - அவரைத் தவிர; அவரைத் தவிர வேறு யாருக்கும் என் அன்பில்லை; நான் சுற்றும் தெருக்கள், காளிக்கட், சேரிகள், என்னோடு இருக்கும் கன்னியர்கள் -- எல்லாவற்றிலும் நான் அவரை மட்டும் தான் பார்க்கிறேன்'. *(168)*

1958 அக்டோபரில் ஒரு நாள் தன் மனத்தில் இருந்த இருளெல்லாம் நீங்கிவிட்டதாக அன்னை சொல்கிறார். கடந்த பத்து ஆண்டுகளில் இருந்த மாயை நீங்கி இப்போது தன் ஆன்மா முழுமையும் கடவுளின் அன்பால் நிறைந்ததாகச் சொல்கிறார்.

நூலாசிரியர் இந்த தருணத்தை ஒரு விழல் என்று அழைக்கிறார். ஏனெனில் வெகு சீக்கிரம் 'கடவுள் நீ உன் இருண்ட சூழலிலேயே இரு என்று சொல்லிச் சென்றது போல், நான் மறுபடியும் தனிமையில் தள்ளப்பட்டுவிட்டேன்' என்கிறார் அன்னை. *(177)*

மொழியாக்கம் செய்யப்பட்ட அன்னையின் கடிதம் ஒன்று கீழேயுள்ளது.

நூலிலுள்ள இதன் ஆங்கில வாசகம் தமிழாக்கப்பட்ட பகுதிக்குக் கீழேயுள்ளது.

Father Picachy-க்கு அன்னை எழுதிய ஒரு கடிதத்தில் அவரது மன இருளின் முழுமையான நீண்ட விளக்கத்தைத் தருகிறார்:

என்னைச் சுற்றிலும் இருள் ...

எனதருமை ஆண்டவனே, என்னை ஏன் கைவிட்டு விட்டீர்? நான் உமது அன்பின் குழந்தை. ஆனால், இப்போது மிகவும் வெறுக்கத்தக்கவளானேன். வேண்டாமென நீர் தூக்கி எறிந்தவள். விரும்பப்படாதவள். நான் அழைக்கிறேன். ஏங்குகிறேன். விரும்புகிறேன். ஆனால், எனக்கோ யாரிடமிருந்தும் ஒரு பதிலும் கிடைக்கவில்லை. யார் மீது நான் சாய்வது? யாருமில்லை... தன்னந்தனியே நிற்கிறேன். வெருட்டும் இருட்டு. நான் மட்டும் தனியே. தேவையற்றவளாக, கைவிடப்பட்டவளாக. தனிமைப்படுத்தப்பட்ட என் இதயத்தின் முழு தாகமும் அன்பிற்காக ஏங்கி நிற்கிறது.

என் நம்பிக்கைகள் எல்லாம் என்னாயிற்று? இதயத்தின் ஆழத்திலும் கூட எல்லாமே இருள் சூழ்ந்த வெற்றிடமாக. என் கடவுளே. பொறுக்க முடியாத வேதனை. இந்த வலி எங்கும் எப்போதும்.

எனது தெய்வ நம்பிக்கைகளை நான் இழந்து விட்டேன்... மனத்தில் தோன்றுவதையெல்லாம் வார்த்தைகளாக்கி வெளியில் கொட்ட முடியாதவளாக இருக்கிறேன்... மனத்தில் சூழும் எண்ணங்கள் எனக்கு சொல்ல முடியாத வேதனையைத் தருகின்றன. எத்தனை எத்தனை பதிலில்லா கேள்விகள் என் மனத்துக்குள்... அவைகளை வெளியில் சொல்லவும் வழியில்லை... கேட்டால் அவைகள் எல்லாமே தேவ தூஷணமாகவே இருக்கும்...

கடவுள் என்று ஒன்றிருந்தால்... தயவு செய்து என்னை மன்னித்து விடு, இறுதியில் ஏசுவோடு எல்லாமே நல்லவிதமாக, மோட்சத்தில் முடியும் என்று நம்புகிறேன். என் நினைவுகளை மோட்சத்தை நோக்கி நான் எழுப்பினால் முழுமையான எதிர்நிலைக் கருத்துகள் என்னை நோக்கி பாய்கின்றன; என் ஆத்மாவைக் காயப்படுத்துகின்றன. அன்பு... இந்த வார்த்தை எனக்குள் எதையும்கொண்டு வரவில்லை. கடவுள் என் மேல் அன்பு கொண்டுள்ளார் என்று சொல்கிறார்கள். ஆனால், என் மனதுக்குள் இருக்கும் இருட்டும், வெற்றிடமும் எல்லாவற்றையும் வாரிச் சுருட்டி என மனதிற்குள் வேறுஎதுவும் என்னைத் தொட அனுமதிப்பதைல்லை.*(187)*

The paper she refers to her, written as a prayer and sent to Father Picachy, is one of the most detailed and longest descriptions of her experience of darkness:

In the darkness ...

Lord, my God, who am I that You should forsake me? The child of your love -- and now become as the most hated one -- the one You have thrown away as unwanted -- unloved, I call, I cling, I want -- and there is no One to answer -- on One on Whom I can cling -- no, No One, -- Alone.the darkness is to dark -- and I am alone. -- Unwanted, forsaken. -- The lonliness of the heart that wants love is unbearable. -- Where is my faith? -- even deep down, right in, there is nothing but emptiness & darkness. -- My God -- how painful is this unknown pain. It pains without ceasing. -- I have no faith. -- I dare not utter the words & thoughts that crowd in my heart -- & make me suffer untold agony. So many unanswered questions live within me. -- I am afraid to uncover them -- because of the blasphemy -- If there be God, -- please forgive me, -- Trust that all will end in Heaven -- with Jesus.-- When I try to raise my thoughts to Heaven - there is such convicting emptiness that those very thoughts return like sharp knives and hurt my very soul. - Love - the word - it brings nothing. - I am told God loves me - and yet the reality of darkness and coldness and emptiness is so great that nothing touches my soul.(187)

நான் கடவுளை மறுக்கக்கூடாதென்பதற்காக, எனக்காக ஜெபியுங்கள். என் மனதில் தோன்றுவதையெல்லாம் எழுத்தில் வடிக்க ஆவலோடிருந்தும் அதற்கான பொருத்தமான வார்த்தைகள் கிடைக்கவில்லை. (190)

1959-ஆம் ஆண்டு பாவமன்னிப்பிற்காக ஒரு கடிதம் எழுதுகிறார். அதில்...

என் ஆன்மாவிற்குள் நடந்த ஓர் இழப்பிற்காக மிகவும் வேதனைப்படுகிறேன் ... கடவுள் கடவுளாக இல்லாமல் இருப்பதற்காக ... கடவுள் என்ற ஒன்று இல்லாமல் போனதற்காக (ஏசுவே, என் தேவ தூஷணத்திற்காக என்னை மன்னித்துவிடுங்கள் ... பாவமன்னிப்பிற்காக எல்லாவற்றையும் எழுத ஆசை.)

கடவுள் என்ற ஒன்றில்லாவிட்டால் அங்கே ஆன்மாவும் கிடையாது. ஆன்மா என்ற ஒன்றில்லாவிட்டால், ஏசுவே, நீரும் அங்கில்லை ...மோட்சம்... மோட்சத்தைப் பற்றிய எந்த நினைவும் மனதில் தோன்றவேயில்லை... ஏனெனில், எங்கும் எதிலும் விருப்பமில்லை.

நான் இப்போதெல்லாம் ஜெபம் செய்வதேயில்லை. சபையின் குழு ஜெபத்தை என் உதடுகள் தானாகவே உச்சரிக்கின்றன. ஆனால் ஒற்றுமைக்கான அந்த ஜெபம் இப்போதில்லை. நான் ஜெபமே செய்வதில்லை. என் ஆன்மா உன்னோடு இல்லை. ஆனாலும் நான் தெருக்களில் சுற்றிவரும்போது உம்மோடு மணிக்கணக்கில் பேசிக்கொண்டே இருக்கிறேன். எவ்வளவு அருகாமையில் அப்போது

அந்தப் பேச்சு அமைகிறது. ஆனாலும் அதுவும் ஒன்றுமில்லாததாக, உம்மிடமிருந்து என்னை மிகவும் விலக்கி வைப்பதாக உள்ளது. (193)

என் ஆன்மாவில் கடவுளுக்கான இடம் காலியாக உள்ளது. என்னில் கடவுள் இல்லை. மோட்சம், ஆன்மா... இவைகளெல்லாம் வெறும் வார்த்தைகளே. என் வாழ்க்கையே மறுப்பான ஒன்றாக மாறிவிட்டது. நான் ஆன்மாக்களை காப்பாற்றுகிறேன்... எதற்கு... அவை எங்கே போகும்? என் ஆன்மாவே, நீ எங்கே?

கடவுளுக்காக ஏங்குகின்றேன். அவரிடம் என் அன்பைச் செலுத்துகிறேன். அவர் மீது நான் கொண்டுள்ள அன்பிற்காக வாழ விரும்புகிறேன். ஆனால் வலிதான் மிச்சமாக நிற்கிறது. ஏக்கமும் அன்பில்லா வரட்டுத்தனமும்தான் மிஞ்சி நிற்கின்றன. (210)

நான் எப்போதாவது கத்தோலிக்கத் திருச்சபையின் புனிதையானால்... அதிலும் நான் ஒரு இருள் நிறைந்தவளாகவே இருப்பேன். மோட்சத்திலும் இல்லாதிருப்பேன். உலகத்தின் இருட்டில் உள்ளவர்களுக்குத் தீபம் ஏற்றுபவளாக இருப்பேன். (230)

மனது எவ்வளவு காலியாக, வேதனை நிறைந்ததாக இருக்கிறது. நன்மை, திருப்பலி ...ஆன்ம வாழ்க்கையின் எல்லா தேவ திரவிய அனுமானங்களும் இல்லாமல் மனது ஏன் இப்படி வெறுமையாக உள்ளது?(232)

எனக்கு அடிக்கடி ஓர் ஐயம் - கடவுளுக்கு என்னிடத்திலிருந்து என்னதான் கிடைக்கிறது... என்னிடமோ நம்பிக்கையில்லை; அன்பில்லை; எந்த ஒரு உணர்வும்இல்லையே.

என்னைப் பார்த்து விட்டு, என் நம்பிக்கையைப் பார்த்துவிட்டு மக்கள் நான் கடவுளிடம் நெருங்கி இருப்பதாகச் சொல்கிறார்கள். இது மக்களை ஏமாற்றுவதுபோல் இல்லையா? ஒவ்வொரு முறையும் நான் உரக்க 'என்னிடம் (கடவுள்) நம்பிக்கை இல்லை' என்ற உண்மையைச் சொல்ல நினைக்கிறேன். ஆனால் வார்த்தைகள் வெளிவரமறுக்கின்றன. என் உதடுகளோ மூடிக்குவிந்து விடுகின்றன. நானோ இன்னும் கடவுளையும் மற்றவர்களையும் பார்த்து புன்னகைக்கிறேன். (238)

நரகம் என்று ஒன்றிருந்தால் அது இதுவாகத்தானிருக்கும். கடவுள் இல்லாத வாழ்க்கை என்ன வாழ்க்கை. ஜெபங்கள் இல்லை; தேவ நம்பிக்கைகள் இல்லை. அன்பு என்றும் ஏதுமில்லை.

இவ்வளவுக்கும் பிறகு நான் கடவுளுக்கு உண்மையானவளாக

இருக்க ஆசைப்படுகிறேன்... என்னையே அவருக்கு அர்ப்பணிக்க விரும்புகிறேன்... எனக்கு அவர் தந்தவைகளுக்காக அல்ல, என்னிடமிருந்து அவர் பெறுபவைகளுக்காக அவரை நான் அன்பு செய்கிறேன். அவரது ஆளுமைக்குள் இருக்க ஆசைப்படுகிறேன். *(250)*

"எனக்காக இதைச் செய்வாயா?" - *1946*-ம் ஆண்டு செப்டம்பர்10-ம் தேதி டார்ஜீலிங்கிற்கு ரயிலில் செல்லும்போது ஏசு அன்னையிடம் இதைப் பேசினார். இந்த அழைப்பின் விளைவே அன்னையின் புதிய சபை - Missionaries of Charity.

இந்த அமைப்பிற்காகவே அன்னை தன் வாழ்நாள் முழுமையையும் ஒப்புக் கொடுத்தார். அன்னை தேவ நம்பிக்கையை இழந்தபோதும், ஏசு இவ்வமைப்பிற்காகத் தன்னை அழைத்ததில் அவருக்குச் சிறிதும் ஐயமில்லை. *(259)*

அன்னை தன் வாழ்வில் எப்போதும் தனக்கு ஏற்பட்ட அவநம்பிக்கையைப் பற்றி மேலும் மேலும் ஆழ்ந்து யோசித்தது இல்லை. அதனை அவர் ஏற்றுக்கொண்டு, கடவுள் தன்னிடம் எதிர்பார்த்ததை இனிய புன்னகையோடு சிரமேற்கொண்டார். *(272)*

ஐம்பதுகளிலும் அறுபதுகளிலும் அவரை மிகவும் உலுக்கிய ஐயங்கள் ஆயிரத்தி தொண்ணூறுகளின் கடைசியில் அவரை விட்டு விலகி, அவர் அமைதியான ஒரு நிலைக்குள் வந்தார். *(274)*

மக்களிடமும் சபையின் கன்னியர்களிடமும் இறைவனைப் பற்றிப் பேசும்போது அவர்களுக்கு மிக்க மகிழ்ச்சியையும், தீவிரத்தையும் கொடுத்ததாக அறிந்தேன். ஆனால் எனக்கு அப்படிப்பட்ட உணர்வுகள் ஏதுமில்லை. மனதுக்குள்ளே முழுமையான இருட்டு. நான் கர்த்தரிடமிருந்து முற்றிலும் அறுபட்டு போனதாகவே தோன்றியது. John of Cross-இன் நிலையையே இது எனக்கு நினைவூட்டியது. *(306)*

கிறித்துவ புனிதர்களுக்கெல்லாம் மனதில் எவ்வித கேள்விகளோ குழப்பங்களோ வருவதில்லை என்று பலரும் நினைப்பதுண்டு.

Francis de Sales என்ற புனிதர் போன்றவர்களுக்கு இது உண்மையாக இருக்கலாம். ஏனெனில் இப்புனிதர் தன் வாழ்வுக் குறிப்பில் வாழ்நாளில் *15* நிமிடங்களுக்குமேல் கடவுளை நினையாத நேரமில்லை என்கிறார். ஆனால், எல்லோருக்கும் அப்படியில்லை. பல புனிதர்களுக்கே சமயங்களைப் பற்றிய பல கேள்விகள் எழுவதுண்டு. 16ஆம் நூற்றாண்டைச் சேர்ந்த St. John of the Cross என்ற கார்மலைட் சபை

சார்ந்த குருவானவர் Dark Night of the Soul என்ற ஆன்மீகக் கவிதை ஒன்றை எழுதியுள்ளார். ஒரு ஆன்மா தன் உடலை விட்டு கடவுளை நோக்கிச் செய்யும் ஒரு பயணம் என்பதான கவிதை அது. கடவுளை நோக்கிச் செல்லும் இப்பயணம் எத்தனை துன்பம் நிறைந்த பாதை; அதனை ஆன்ம தைரியத்தோடு எதிர்கொண்டு கடவுளை அடையவேண்டும் என்பதே அந்தக் கவிதையின் பொருள். இப்பயணத்தில் பலசலனங்கள், கேள்விகள் எல்லாமே ஏற்படுவதுண்டு. St. Thérèse of Lisieuss தன் வாழ்வில் 'எந்த அளவு நான் இருளில் அமிழ்ந்திருக்கிறேன் என்று நீங்கள் அறிந்தால்...' என்றும் எழுதியுள்ளார்.

அன்னை ஏறத்தாழ 1959-லிருந்து அவரது கடைசிக் காலமான 1997 வரையிலும் கடவுளைப்பற்றிய சில கேள்விகளோடு வாழ்ந்திருக்கிறார். அவருடைய பக்தியையும், அந்த பக்தியால் அவர் செய்து வந்த தியாகங்களையும் உலகமே அறியும். ஆனால், அத்தகைய அன்னை தன் மதத்தைப் பற்றியே கேள்விகள் எழுப்புவது யாருக்குமே ஓர் ஆச்சரியமான விஷயமாகவே இருக்கும்.

இதில் கத்தோலிக்க திருச்சபையின் நடவடிக்கைகள் எனக்கு மிக ஆச்சரியத்தைஅளிக்கின்றன. பொதுவாக எம்மதமும் தன்னைக் கேள்வி கேட்பவர்களை வெளிக்கொணர ஆசைப்படுவதில்லை. முடிந்தவரை அந்த கேள்விகள் வெளியே வராமல் வைத்திருக்கவே ஆசைப்படுவதுண்டு. அன்னை தன் கடிதங்கள் தன் காலத்திற்குப் பின் எரிக்கப்படவேண்டும் என்று கூறிய பின்னும் எப்படி அவைகளை எரிக்காது, பாதுகாத்து, அவைகளை உலகமே அறியும் வண்ணம் ஏன் நூலாக வெளியிட்டுள்ளது என்பதை என்னால் புரிந்து கொள்ள முடியவில்லை. அன்னையின் சமாதி அருகிலேயே அவரது இறைமறுப்புக் கேள்விகளை கற்களில் பொறித்து வைத்திருப்பதும் இன்னும் மிகப்பெரிய ஆச்சரியமே. இதையும்தாண்டி அவருக்கு புனிதர் பட்டம் அளிக்கவும் திருச்சபை விரைந்து செயல்படுவதும் மகிழ்ச்சியையே அளிக்கின்றன.

அன்னையின் சமூக வாழ்க்கையிலோ வாழ்வின் அத்தனை கொடூரங்களையும் மிக அருகில் இருந்து, பார்த்து, அனுபவித்து வாழ்ந்தவர். மூப்பிலும் பிணியிலும் கஷ்டப்பட்ட ஏழை எளிய வறிய மக்களின் இறுதி நாட்களில் தன்னை இணைத்துக்கொண்டவர் அவர். ஆகவே துன்பங்களோடு துன்பங்களுக்கு மத்தியில் தன் ஒவ்வொரு நிமிடத்தையும் கழித்தவர். மனித வாழ்வின் அவலத்தைப் பார்த்த அவருக்கு சில அடிப்படைக் கேள்விகள் வரலாம். சுற்றியுள்ள சோகம் அவரையும் கழிவிரக்கம் என்ற நிலைக்குக் கொண்டுவந்து, அதன்

மூலம் பல கேள்விகள் வந்திருக்கலாம். அந்த சோகமே அவரை மேலும் மேலும் சோகத்திற்குள் ஆழமாக இறக்கியிருக்கலாம். அவருக்கு கடவுள், படைப்புகள், வாழ்க்கை, இறப்பிற்கு பின் ... போன்ற பல கேள்விகள் எழுந்திருக்க வேண்டும்.

இந்த கேள்விகளை நாம் சிறுபிள்ளையிலிருந்து சொல்லிக் கொடுக்கப்பட்ட சமய நினைவுகளை முற்றிலும் கழற்றிவிட்டு, திறந்த மனத்தோடு பார்த்தால் ...மதங்களை விட்டு மேலே செல்ல முடியும். இதைத்தான் ஆன்மீகம் என்றே சொல்லவேண்டும். இந்த மனநிலைக்கு வந்து விட்டதாக இறை மறுப்பாளர்களுக்கு நிச்சயமாகத் தோன்றும்.

நான் ஏன் ஒரு கிறித்துவனல்ல

- பெர்ட்ரன்ட் ரஸ்ஸல்

பெர்ட்ரன்ட் ரஸ்ஸல் - 1872 - 1970

பெர்ட்ரன்ட் ரஸ்ஸல் (Bertrand Russell) 1927ம் ஆண்டு மார்ச் மாதம் ஆறாம்தேதி தென் இலண்டனின் தேசிய மதசார்பற்ற கழகத்தினர் நிகழ்த்திய விழாவில் பேசிய பேச்சின் எழுத்தாக்கமே இக்கட்டுரை. இது சிறு கைப்பிரதியாக பலமுறை அச்சிடப்பட்டுபல்வேறு நிகழ்வுகளில் கொடுக்கப்பட்டது. வேறு கருத்துகளில் அவர் பேசிய பேச்சுகளின் தொகுப்போடு இக்கட்டுரையும் இந்த நூலில் இடம்பெற்றது. இந்தநூல் எழுதியதாலேயே நியூயார்க்கில் பேராசிரியர் பதவி பறிபோனது. தென்னாப்பிரிக்கா போன்ற சில நாடுகளில் இந்த நூல் தடைசெய்யப்பட்டது.

ரஸ்ஸல் தன் பதினான்காவது வயதிலேயே கிறித்துவக் கொள்கைகளின் மேல் கேள்விகளை எழுப்பலானார். சுய ஆய்வுத் தேர்வுகள் (free will), அழியாத ஆன்மா, கடவுளின் இருப்பு போன்ற பலவற்றின்மேல் பல கேள்விகளை எழுப்பினார். 18 வயதில் இவை எல்லாவற்றையும் ஒதுக்கி கடவுளை, மதங்களை முற்றிலுமாக மறுதலித்துவிட்டார்.

பெர்ட்ரண்ட் ரஸ்ஸல் ஒழுக்கவியலோ, சமய நன்முறைகளிலோ தான் ஒன்றும் பெரும் நிபுணர் என்று தன்னை என்றும் கருதிக்கொண்டதில்லை. கணிதத்திலோ, தத்துவத்திலோ அவருக்கிருந்த தனித்தன்மை இவைகளில் புலப்படுவதுமில்லை.

தன்காலத்தில் இருந்த இறைமறுப்பாளர்களின் விவாதங்களை ஒட்டியே அவர் தொடர்ந்து எழுதினார். பேசினார்.

மத நம்பிக்கைகள் போர்களையும், கொடூரங்களையும் விளைவித்தன; மதங்கள் மக்களை ஒடுக்கிவைத்தன; மனதில் அச்சத்தினைத் தோற்றுவித்தன என்பதே அவரது முக்கியக் கருத்துகளாக இருந்தன. மதங்கள் மனித மனத்தில் அச்சங்களை விளைவித்தன; விளைந்த அச்சத்திலிருந்து கொடூரங்கள் முளைத்தன என்று அவர் அழுத்தம் திருத்தமாகச் சொன்னார். என்னவென்று தெரியாத அந்த அச்சம் ஏதோ ஒரு ‘அண்ணன்’ நம்மோடு நின்றுகொண்டு நம் தொல்லைகளிலிருந்தும், குழப்பங்களிலிருந்தும் நம்மைக் காப்பாற்றுவது போல் தோன்றுகிறது. கொடூரமும் மதங்களும் இணைந்தே கைகோர்த்துக்கொண்டு செல்கின்றன. மரணத்தின் மீதுள்ள அச்சம் இதற்கு முக்கியக் காரணமாக இருக்கின்றது. மேலும் கிறித்துவத்தைப் பற்றிப் பேசும்போது கிறிஸ்து என்பவர் உண்மையிலேயே ஒரு வரலாற்று மனிதர்தானா என்ற ஐயப்பாட்டை எழுப்புகிறார். அப்படியே இருந்திருந்தாலும் ஏன் எவ்வித வரலாற்றுச் சான்றுகளும் இல்லாதுபோயின என்ற கேள்வியை எழுப்புகிறார்.

- ★ போர்களுக்கும் காலனியாதிக்கத்திற்கும் எதிராகக் குரல் கொடுத்தவர்.
- ★ ஹிட்லருக்கு எதிரான கருத்துப் போராட்டத்தை நடத்தியவர்.
- ★ அமெரிக்காவின் வியட்நாம் யுத்தத்தைக் கடுமையாக எதிர்த்தவர்;
- ★ அணுகுண்டு அழிப்புக்கும் குரலெழுப்பியவர்.

மனிதப் பண்பாடுகளுக்காகவும், சுதந்திரத்திற்காகவும் அவர் எழுதிய நூல்களுக்காக 1950-ல் இலக்கியத்திற்கான நோபல் பரிசு பெற்றவர்.

பகுதி: 1

நான் ஏன் ஒரு கிறித்துவனல்ல?

மக்கள் பலரும் கடவுள் நம்பிக்கையுள்ளவர்களாக இருப்பதற்கான காரணம் சிறு வயதிலிருந்தே அவர்களுக்கு அந்த நம்பிக்கை கற்றுக் கொடுக்கப்படுகிறது.

'வலது கன்னத்தில் அடித்தால் அடுத்தகன்னத்தைக் காண்பி' - இது ஒன்றும் புதியதல்ல. கிறிஸ்துவிற்கு ஐந்து, ஆறு நூற்றாண்டுகளுக்கு முன்பே புத்தரும், லாவோ-சூ -வும் (Lao-Tze) சொன்னவைகளே. *(20)*

'உன் சொத்துகளை விற்று ஏழைகளுக்குக் கொடுத்து விடு' - நல்ல கோட்பாடு; ஆனால் வாழ்க்கையில் பயன்படுத்த முடியாத ஒன்று. *(21)*

கிறிஸ்துவின் நல்லொழுக்கக் கோட்பாடுகளில் எனக்கொரு ஐயம். அவர் நரகத்தை நம்பினார். ஆனால், மனிதத்தன்மையுள்ள எவரும் அப்படியொரு கால வரையற்ற தண்டனையை நம்பமுடியாது.

அவருடைய போதனைகளுக்கு எதிராகச் செல்லும் எவருக்கும் இத்தகைய கொடூரமான நீண்ட தண்டனை என்பது கிறித்துவின் உயர் பண்புகளுக்கு எதிரானதாக இருக்கிறது. *(22)*

பாவங்களுக்கான சம்பளம் நரகம் என்பது கொடூரத்தின் உச்சம். கிறிஸ்துவின் இந்தக் கோட்பாடு உலகத்தின் வரலாற்றில் நடந்த பல வன்முறைகளுக்கு காரணமாக இருந்திருக்கிறது.

அத்தி மரத்தை நோக்கிப் பசியோடு வந்த ஏசு அங்கே வெறும் இலைகளே இருப்பதைக் காண்கிறார். கோபமுற்று 'இனி நீ கனி கொடுக்கவே மாட்டாய்; உன் கனியை இனி யாரும் உண்ணவே கூடாது' என்று சாபமளிக்கிறார். பின்னால் வந்த சீடர்கள் அம்மரம் அவரது சாபத்தால் பட்டுப்போனதை அவரிடம் சொல்கிறார்கள். *(மத் : 21; 19; மாற் : 11 : 14)* விநோதமான கதை இது. தவறான கால கட்டத்தில் கனி கொடுக்கவில்லையென்று மரத்தை ஒரு கடவுள் கோவிப்பதா?

அறிவு சார்ந்த விஷயத்திலோ, பண்பாட்டு விஷயத்திலோ வரலாற்றில் வரும் பலரோடு சேர்த்துவைத்துப் பார்க்கும்போது கிறித்துவிற்கு உயர்ந்த இடம் கொடுக்கமுடியவில்லை. புத்தரையும், சாக்ரடீஸையும் இதைவிட உயர்ந்த இடத்தில் வைக்கலாம். *(24)*

நம்பிக்கையோடு இருப்பவர்கள் விவாதத்திற்கு அப்பாற்பட்டவர்கள்; ஏனெனில் அவர்களது நம்பிக்கைகள் எல்லாமே உணர்ச்சி வசப்பட்டவை.

கிறித்துவ நம்பிக்கைகள் இல்லாதவர்கள் மிகவும் கெட்டவர்களாக இருப்பார்கள் என்பதும் ஒரு நம்பிக்கை. ஆனால் மத நம்பிக்கையுடையவர்கள்தான் அனேகமாக அப்படிப்பட்ட கெட்டவர்களாக இருப்பார்களென நினைக்கிறேன்.

உங்களைச் சுற்றிப் பார்த்தால் உலகத்தில் ஒவ்வொரு மனித உணர்வுகளின் முன்னேற்றத்திற்கும், குற்றத்தடைச் சட்டம் ஒவ்வொன்றின் முன்னேற்றத்திற்கும், நமக்குள் நடக்கும் யுத்தங்களைக் குறைக்க எடுக்கப்படும் முயற்சிகளுக்கும், நிறவெறிகளைக் குறைக்க எடுக்கும் நடவடிக்கைகளுக்கும், அடிமைத்தனத்தை ஒழிக்க எடுக்கப்படும் செயல்களுக்கும், பண்பாட்டு முன்னேற்றத்திற்கான முயற்சிகளுக்கும் கிறித்துவமதம் எதிர்ப்பாகவே இருந்து வந்துள்ளது. கோவில்கள் மூலமாக இயங்கும் கிறித்துவ மதம் இப்போதும், எப்போதும் உலகின் பண்பாட்டு வளர்ச்சிக்கு முட்டுக்கட்டையாகவே இருந்து வந்துள்ளது என்று நான் துணிந்து சொல்வேன்.

மதங்களின் முதல் முக்கியமான அடிப்படையே அச்சம் தான். புரியாதவைகளின் மேலுள்ள அச்சம் பாதியென்றால், அடுத்த பாதி நம் 'பெரிய அண்ணன்' ஒருவர் நமக்குத் தோள் கொடுக்க இருக்கிறார் என்ற நினைப்பும் ஒரு காரணமாயுள்ளது. *(25)*

பகுதி: 2

மதங்கள் மனித நாகரிகத்திற்கு சரியான பங்களித்துள்ளதா?

சமயங்களைப் பற்றிய என் கருத்துக்கள் லுக்ரிடியஸ் (Lucretius) என்ற ரோமானிய தத்துவ ஞானியின் கருத்தோடு ஒன்றிப்\போகிறது. சமயங்கள் பயத்தின் அடிப்படையில் பிறந்து, மனித குலத்திற்குச் சொல்ல முடியாத மிகுந்த சோகங்களைத் தந்துள்ளன. ஆனாலும் மனித நாகரீகத்திற்கு அவைகள் பங்களித்திருக்கின்றன என்பதை நான் மறுக்கவில்லை. *(27)*

கிறித்துவம் பெண்களின் சமூக நிலையை மேலேற்றியதாகக் கூறுவதுண்டு. ஆனால், இது வரலாற்றை மிகவும் திரிக்கும் செயலாகும். *(29)*

ஏறத்தாழ ஒவ்வொரு கிறித்துவனும் சிறு வயதில் பாலியல் தொடர்பாகக் கொடுக்கப்பட்ட தடைகளால் முதிய வயதில் மனக் கோளாறுகளோடு இருப்பதுண்டு. பாலியலைப் பற்றிய செயற்கையான கருத்துக்கள் மனித மனத்தில் கடுமை, அச்சம், மடத்தனம் போன்றவைகளை முதிய வயதில் ஏற்படுத்துகின்றன. *(30)*

ஒரு மனிதன் என்ன தவறு செய்வான் என்பது கடவுளுக்கு முன்பே தெரியுமென்றால், அப்படி ஒருவனைப் படைத்ததற்கும், அந்த மனிதன் செய்யும் எல்லா தவறுகளுக்கும் கடவுள் தானே பொறுப்பு.

உலகத்தில் மனிதனுக்கு வரும் துன்பங்கள் எல்லாமே அவனை தூய்மைப்படுத்துவதற்காக; ஆகவே துன்பங்கள் நல்லதே என்பது ஒரு கிறித்துவ விவாதம். ஆனால் இது ஒரு கொடுமையை அறிவுக்குப் பொருத்தமாக்கும் (rationalization of sadism) முயற்சியேயொழிய வேறில்லை.

சமயங்களுக்கு எதிராக இரு வாதங்கள் உண்டு: ஒன்று அறிவு சார்ந்தது. மற்றொன்று பண்பாடு சார்ந்தது. அறிவு சார்ந்த எதிர்ப்பில் சமயங்கள் உண்மையென்று சொல்ல சான்றுகள் ஏதும் இல்லை. பண்பாடு சார்ந்து எழும் விவாதத்தில், இப்போதிருக்கும் மனிதனை விட மிகவும் கொடூரமாக மனிதக்கூட்டம் இருந்தபோது சமயங்கள் ஆரம்பித்தன. அப்போதிருந்த மனிதத்தன்மையற்றவைகளையும், இப்போதைய மனசாட்சிக்கு எதிரானவைகளையும் சமயங்கள் தொகுத்துக் காத்துவருகின்றன. *(31)*

மெக்ஸிகோவிலும், பெருவிலும் ஸ்பானியர்கள் செவ்விந்தியர்களின் இளம் கைக்குழந்தைகளுக்கு ஞானஸ்நானம் (கிறித்துவத்திற்குள் கொண்டு வந்து)கொடுத்து, உடனே அந்தக் குழந்தைகளைத் தரையிலடித்துக் கொன்று விடுவார்கள். அவர்கள் கொல்லும் குழந்தைகளுக்கு நேரே மோட்சம்! அப்போதிருந்த அடிப்படை கிறித்துவனுக்கு அது தவறாகப் படவில்லை. ஆனால், இன்றைய நிலையில் எல்லோருக்கும் இது தவறு.

கிறித்துவத்தில் ஆன்மாவையும் உடலையும் பிரித்துப் பார்க்கும் முறையால் மிகவும் மோசமான விளைவுகள் நிகழ்ந்தன. *(34)*

யூதர்கள் தங்களின் நேர்மைத்தனத்தின் மீது வைத்திருந்த நம்பிக்கைகளும், தங்கள் யூதக் கடவுளே சரியான கடவுள் என்ற நம்பிக்கையும் தொடர்ந்து வருகின்றன. கிறித்துவ மதம் பரவிய காலந்தொட்டு மற்ற சமயங்கள் உண்மையல்ல என்ற சமய அடிப்படைவாதம் உலகந்தொட்டு வளர ஆரம்பித்தன.

யூதர்களும் அதிலும் முக்கியமாக தூதர்களும் தங்கள் நேர்மைத்தனத்தின் மீதான கடும் பிடிப்போடும், தங்கள் மதத்தைத் தவிர வேறு எந்த மதத்தின் மீதும்நம்பிக்கை கொள்வதைத் தாங்க முடியாதவர்களாகவும் இருந்தார்கள்.

நம் உலகம் உருவானது ஆறாயிரம் ஆண்டுகளுக்கு முன்புதான் என்றால் இப்போது யாரும் நம்புவதில்லை. ஆனால் சில ஆண்டுகளுக்கு முன் இதை நம்பாதது பெரிய குற்றமாகக் கருதப்பட்டது. *(35)*

சுய ஆய்வுத் தேர்வுகள்/சுயாதீனம் (FREE-WILL) - இயற்கை நியதிகளின் மீதான கிறித்துவர்களின் எண்ணங்கள் நிச்சயமற்றதாகவும், பெரிதும் உறுதியற்றதாகவும் இருந்தன. சுய ஆய்வுத் தேர்வுகள் (free-will) என்பதையே பெரும்பாலான கிறித்துவர்கள் நம்பினார்கள். இந்த சுயாதீனத்தால் மனித குலம் இயற்கை நியதிகளுக்கு உட்பட்டவர்கள் அல்ல என்ற நம்பிக்கை அவர்களிடமிருந்தது. *(36)*

சுய ஆய்வுத் தேர்வுகள் பற்றிய கேள்விகள் இன்னும் கேள்விகளாகவே நிற்கின்றன. யாரும் நடப்பியல் வாழ்க்கையில் அதை நம்புவதாக இல்லை. *(37)*

கார் ஒன்று கோளாறாகி நின்றால் அதை ஒரு பாவமாகப் பார்ப்பதில்லை; அதில் என்ன தகராறு என்று பார்ப்பதே இயல்பு. அதை விட்டுவிட்டு 'இந்த கார் பாவம் செய்துவிட்டது' என்று கூறுவதில்லை. அதைப்போலவே ஒரு மனிதனையும் பார்க்க வேண்டும் என்பது சமயங்களுக்கு எதிரான ஒரு கொள்கையாகப் பார்க்கப்படுகிறது. *(38)*

ஆபிரஹாமிய மதத் தூதுவர்கள் சொல்வதெல்லாம் உண்மை; ஜெஹோவாவின் எண்ணமும் அதுவே என்று சொல்வதுண்டு. *('இது பரிசுத்த ஆவிக்கும் எங்களுக்கும் நல்லது என்று தெரியும்'. நடவடிக்கை: 25:28)* இன்னொரு தூதுவர் வந்ததும் முந்திய தூதர்களின் வார்த்தைகளை விட என் வார்த்தைகளே சரியானவை என்று சொல்வதும் கண்கூடு. *(40)*

கிறித்துவத்தில் அறிவு பாவமாக, முந்திய காலத்தில் பார்த்தைப் போல் இப்போது பார்க்கப்படுவதில்லை. ஆனாலும் அது பாவமில்லாவிட்டாலும் அது ஆபத்தானது; ஏனெனில், அறிவு ஒருவனைப் புத்திசாலியாக்குகிறது; அதன் மூலம் அவன் கிறித்துவக் கொள்கைகளை கேள்வி கேட்கலாம்.*(41)*

சமயங்கள் பகுத்தறிவான படிப்பினையைக் குழந்தைகளுக்கு மறுக்கின்றன; சமயங்கள் பழைய பழக்க வழக்கங்களை, பாவம் தொடர்பான கருத்துக்களை, தண்டனைகளை விடாது பிடித்துக் கொண்டு, புதிய, அறிவியலோடு தொடர்புள்ளவைகளைத் தெரிந்து கொள்ளவிடாது தடுக்கின்றன.

மனித குலம் ஒரு புதிய பாதைக்கு இட்டுச் செல்லும் நுழை வாயிலில் நிற்கிறது. ஆனால் அதில் நுழைவதற்கு முன் ஒரு பெரிய ராட்சத மிருகத்தைக் கொல்லவேண்டியதுள்ளது. அந்தக் கொடிய மிருகம் நமது சமயங்களே.

பகுதி: 3

நான் எதை நம்புகிறேன்?

1925-இல் ரஸ்ஸல் இதே தலைப்பில் எழுதிய ஒரு சிறு நூலின் தொகுப்பே இந்தக் கட்டுரை.

கிறித்துவத்தின் அடிப்படை உண்மைகளான கடவுள், அழிவின்மை (நித்தியம்) என்ற இந்த இரண்டுமே அறிவியலோடு எந்த தொடர்பும் இல்லாதவை.

கடவுள் இல்லையென்பதை என்னால் நிரூபிக்க முடியும் என்றெல்லாம் நான் நடிக்க விரும்பவில்லை. அதே போல் சைத்தானும் இல்லையென்பதை என்னால் நிரூபிக்கமுடியாது. கிறித்துவர்கள் சொல்லும் கடவுள் இருக்கலாம்; அதேபோல் பழங்காலத்திய கிரேக்க, எகிப்திய, பபிலோனிய கடவுள்களும் இருக்கலாம். இந்தக்கடவுள் நம்பிக்கைகளில் எது மேலோங்கியது என்றெல்லாம் கூற முடியாது. (44)

நமக்கு சாவின் மீதான பயம் இல்லாவிட்டால் அழிவின்மை பற்றிய நம்பிக்கை தோன்றியிருக்காது.

அச்சமே மதங்களின் அடிப்படைக் கருத்தாக உள்ளது. மக்களின் வாழ்விலும் இந்த அச்சம் நிறைந்தேயுள்ளது.

கடவுளால் இந்த உலகம் ஆளப்படுகிறது. ஆனால், அந்தக் கடவுளை உங்கள் ஜெபங்களால்நீங்கள் மாற்ற முடியும் என்றால் கடவுளின் 'எல்லையில்லா ஆளுமையில்' நீங்களும் தொடர்பு ஏற்படுத்திக் கொள்கிறீர்கள். அந்தக் காலத்தில் பல அதிசயங்கள் எல்லாம் உங்கள்

ஜெபங்களின் எதிரொலியாக நடந்து வந்துள்ளன. கத்தோலிக்க கிறித்துவத்தில் இந்த அதிசயங்கள் இன்னும் நடந்து வருகின்றன; ஆனால் பிரிவினைக்காரர்களிடம் இந்த 'சக்தி' இப்போது இல்லாமல் போய்விட்டது. *(46) (இல்லை...இல்லை... பிரிவினைக்காரர்களிடமும் இந்த 'சக்தி' இப்போது வந்து சேர்ந்து விட்டது!)*

இயற்கையின் விந்தைகளை இந்த உலகத்துக்கு மட்டுமேயானதாக ஆக்கிவிடக் கூடாது. ஏனெனில் இந்த உலகம் பால்வீதியின் கோடிக்கணக்கான விண்மீன்களின் தொகுப்பில் உள்ள ஒரே ஒரு விண்மீன் தொகுப்பில் உள்ள ஒரு சிறு கோள். இயற்கையின் விந்தைகள்அனைத்தையும் இந்தச் சிறு கோளுக்குள் இருக்கும் சின்னச் சின்ன ஒட்டுண்ணிகளான நம்மோடு இணைத்துப் பார்ப்பது வேடிக்கையானது. *(47)*

அழகான நல்ல வாழ்க்கை என்பது அன்பால் உருவாக்கப்பட்டு, அறிவால் அணை காக்கப்படுவது தான். *(48)*

அறிவுப்பூர்வமான ஒரு மனிதன் வேத நூல்களாலோ, மதங்களின் படிப்பினைகளாலோ எப்போதும் அசைந்து விடமாட்டான் என்பது நிச்சயமான உண்மை. *(54)*

ஒரு குழந்தை உருவாவதிலிருந்து மடிவது வரை வாழ்க்கையின் ஒவ்வொருபுள்ளியிலும் கண்மூடித்தனமான நம்பிக்கைகள் பல நுழைந்து, வாழ்க்கையையே பலநேரங்களில் கேள்விக்குரியதாக்கி வேதனைகளைத் தருகின்றன. *(55)*

இந்நூல் ரஸ்ஸலின் பல சொற்பொழிவுகளின் தொகுப்பு. இதில் வரும் அடுத்த பகுதிகள் மதங்களோடு நேரடித் தொடர்பு இல்லாதவை. ஆகவே இப்பகுதிகளைத் தாண்டி, நூலின் இறுதிப் பகுதிக்குச் செல்கிறேன்.

பகுதி: 14

நமக்கு நேரும் தீமைகளை மதம் வேரறுக்குமா?

மதக் கொள்கைகள் இல்லாத ஒரு சமூகத்தில் நேர்மை மலருமா என்றொரு கேள்வியுண்டு. மத நம்பிக்கையாளர்கள் நம்புவது போல் எனக்கு அந்த நம்பிக்கை கிடையாது. மதநம்பிக்கையாளர்களை

விடவும் இறை நம்பிக்கையற்றவர்கள் பல விதங்களில் நேர்மையோடு இருப்பார்கள் என்பது என் எண்ணம். *(154)*

மதங்கள் உண்மையானவை. ஆகவே அதனை நம்ப வேண்டும் என்று சொல்லும் ஒருவரை நான் மதிக்கிறேன். ஆனால், மதங்களை நம்பியேயாக வேண்டும்; ஏனெனில் அது நல்லதுசெய்யும். மதம் உண்மையா என்பது போன்ற கேள்விகளை கேட்பதே தேவையில்லை என்பவர்களை நான் மறுத்து ஒதுக்குகிறேன்.

நிறைய கிறித்துவர்கள் கம்யூனிசத்திற்கும் கிறித்துவத்திற்கும் மிகுந்த வேறுபாடுகள் உண்டு. கம்யூனிசத்தில் உள்ள தீமைகள் ஏதும் கிறித்துவத்தில் கிடையாது என்றெல்லாம் சொல்வதுண்டு. இது ஒரு மிகப் பெரிய தவறு. O.G.P.U.(Russian political force) -க்கும் கிறித்தவத்தின் மதத்தீவிரவாததிற்கும்(inquisition) நிறைய வேறுபாடு ஏதுமில்லை.

கம்யூனிஸ்டுகள் வரலாற்றைத் திரிபு செய்வதுண்டு. அதுபோலவே மறுமலர்ச்சிக்காலம் வரை கிறித்துவமும் அதையே செய்ததுண்டு. இப்போது கிறித்துவம் கம்யூனிசத்தை விடவும் மோசமில்லாமல் இருப்பதற்கான காரணமே கிறித்துவத்திற்குள்ளிருந்து எழுந்த போராட்டமும், council of Trent (13 December, 1545, -- 4 December, 1563) என்ற குழுவின் முனைப்புமே காரணம். *(157)*

பகுதி: 15

மதங்களும் நெறிகளும்

கடவுள் மேல் நம்பிக்கையில்லாதவர்களுக்கு வாழ்க்கையில் மகிழ்ச்சியோ, நற்பண்புகளோ இருக்காது என்றும் பலர் சொல்வதுண்டு. நான் பார்த்த வரையில் நம்பிக்கையாளர்கள் நம்பிக்கையற்றவர்களை விடவும் மகிழ்ச்சியாக இருக்கிறார்கள் என்று என்னால் சொல்ல முடியாது.

பண்புகள் என்று பார்த்தால் அவை இரக்கமும் அறிவு சார்ந்தவைகளுமாகும். அறிவு சார்ந்தவைகள் எப்போதும் மதக் கோட்பாடுகளால் தடை செய்யப்படுகிறது. இரக்கம், மதச்சார்பான பாவம், தண்டனை போன்றவைகளால் தடை செய்யப்படுகிறது. *(162)*

ஞானமரபு நற்செய்திகள்

- எலைன் பேஜல்ஸ்

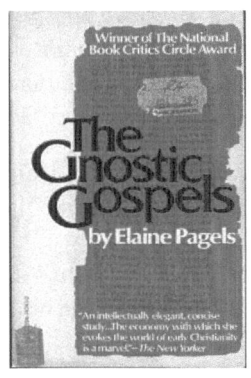

எலைன் பேஜல்ஸ் (பெப்ரவரி 13, 1943), ஒரு அமெரிக்க சமய வரலாற்றாளர். இவர் ஹெல்முட் கொய்ஸ்டர் (Helmut Koester) *என்ற புகழ்பெற்ற பேராசிரியரிடம் ஹார்வர்டு பிரின்ஸ்டன் பல்கலையில் தன் முனைவர் பட்டத்திற்கான படிப்பைத் தொடர்ந்து, 1970இல் முடித்தார். அதோடு அப்போது நாக் ஹமாதி சுவடிகளை* (Nag Hammadi library manuscripts) *ஆராயும் குழுவிலும் இடம்பெற்றிருந்தார். முனைவர் பட்டத்திற்குப்பின் அதே பல்கலையில்* Harrington Spear Paine *பேராசிரியராக சமயத் துறையில் பணிபுரிந்தார்.*

நாக் ஹமாதி குழுவில் ஈடுபட்டிருந்ததால் அதனை அடிப்படையாக வைத்து அவர் 1979ல் எழுதிய The Gnostic Gospels *நூல் அவருக்கென்று ஒரு தனிச் சிறப்பிடத்தை அளித்தது. கிறித்துவ மதத்தின் ஆரம்ப காலங்களில் இருந்த உட்பிரிவினைகள், யூத, கிறித்துவ சமயங்களின் ஆரம்பகாலத்தில் பெண்கள் கையாளப்பட்ட விதம் போன்றவைகளை இந்த நூலில் எழுதியுள்ளார். மிகவும் முக்கியமான ஓர் இடத்தை அந்தநூல் விரைவில் பெற்றது. 20ம் நூற்றாண்டின் தலைசிறந்த நூறு*

புத்தகங்களில் இதுவும் ஒன்று என Modern Library என்ற அமெரிக்க வெளியீட்டாளர் தேர்ந்தெடுத்தனர். மேலும், அந்த ஆண்டில் National Book Award என்ற பரிசினையும், 'சமயம்/தன் முனைப்பு' என்ற பகுதியில் National Book Critics Circle Award என்ற பரிசினையும் இந்தநூல் பெற்றது.

1934இல் வால்ட்டர் பாயர் (Walter Bauer) என்பவர் கிறித்துவ மதம் தன் ஆரம்பகாலத்தில் பல எதிர்மறைக் குழுக்களாக இருந்ததாகக் கூறியுள்ளதை பேஜல் அப்படியே ஏற்றுக்கொள்கிறார். குழுவினர்களின் மறையியல் ஒன்றுக்கொன்று முரண்பட்டிருந்ததாகக் கருதப்பட்டது. பெண்களுக்குப் பெரிய உயரிய இடம் சமூகத்தில் கொடுக்கப்பட்டிருந்ததாகவும் குறிப்பிடப்படுகிறது.

பேஜல் போன்று எட்வர்ட் கோன்சே (Edward Conze) என்ற அறிஞர் கிறித்துவின் போதனைகள் கீழ்த்திசை நாடுகளின் போதனைகளை ஒத்தே இருந்துள்ளன என்று கருதுகின்றார். கோன்சே கிறித்துவத்தின் ஆரம்பகால மறையியலின் மீது இந்து அல்லது புத்த சமயங்களின் தாக்கம் பெரிதும் இருந்திருக்கிறது என்கிறார். தாமஸ் காலத்து கிறித்துவர்களுக்கு புத்தர்களோடு தொடர்பு இருந்துள்ளது என்று கோன்சே கூறுகிறார்.

பேஜல்ஸ், "தாமசின் விவிலியத்தைப் படித்தாலேயே அதில் புத்த மதத்தின் தாக்கம் எந்தஅளவு உள்ளது என்பதை எளிதாக உணரமுடியும்" என்கிறார். பேஜல்ஸ் பழமையான இறையியலுக்கும் புத்தமதத்திற்கும் இடையில் உள்ள ஒற்றுமைகளைப் பார்க்கும்போது, பல அறிஞர்கள் இவ்விரு மதங்களுக்கும் இடையில் உள்ள பொருத்தங்களைக் கண்டு, "இம்மதங்களில் உள்ள பெயர்களை மட்டும் மாற்றினால் "வாழும் புத்தர்" தாமஸின் விவிலியத்தில் காணப்படும் "வாழும் ஏசுவாக" எளிதாக மாறிவிடுவார் என்பார்கள்" என்று கூறுவதைச் சரியெனக் கருதுகிறார். ஆனாலும் பேஜல்ஸ் முழுச் சான்றுகள் இல்லாததால் இந்த ஒற்றுமையை உறுதியாக ஒத்துக்கொள்ளவில்லை. இந்த ஒற்றுமைகள் தற்செயலாக நடந்திருக்கலாம்; ஏனெனில் இரண்டு வேறுபட்ட சமுதாயங்களில் ஒரே சமயத்தில் இருவேறு இணையான கருத்துகள் பிறந்திருக்கவும் வாய்ப்புகள் உண்டல்லவோ!

Nag Hammadi Library என்று அழைக்கப்படும் பழம்சுவடிகள் "codices" என்றழைக்கப்படுகின்றன. இவைகளில் 50 "மறையியல் விவிலியங்கள் /ஏற்பாடுகள்" (Gospels) கண்டுபிடிக்கப்பட்டுள்ளன. இப்பிரதிகள் எல்லாமே கிறித்துவம் ஆரம்பித்த காலத்தில் முற்றிலுமாக

அழிக்கப்பட்டவை என்று கருதப்பட்ட நூல்கள். Gospel of Thomas, Gospel of Philip, Gospel of Truth போன்ற நூல்கள் இதில் அடக்கம். இந்நூல்கள் கண்டுபிடிக்கப்பட்டு அவைகளின் ஆய்வுகள் 1970இல் முடிக்கப்பட்டபிறகு கிறித்துவத்தின் துவக்க வரலாறும், அப்போதிருந்த மறையியலும் மீள்ஆய்வுகளுக்கும், புதிய முடிவுகளுக்கும் மாற வழிகோலின.

பேஜல்ஸ் எழுதிய நூல்கள்:

The Johannine Gospel in Gnostic Exegesis: Heracleon's Commentary on John (1973 The Gnostic Paul: Gnostic Exegesis of the Pauline Letters (1975)

The Gnostic Gospels (1979)

Adam, Eve and the Serpent: Sex and Politics in Early Christianity (1988 The Origin of Satan: How Christians Demonized Jews, Pagans, and Heretics (1995)

Beyond Belief: The Secret Gospel of Thomas (2003)

Reading Judas: The Gospel of Judas and the Shaping of Christianity together with Karen L. King, (2007)

Revelations: Visions, Prophecy, and Politics in the Book of Revelation (2012)

நூலில் உள்ள முக்கியக் கருத்துகள்:

டிசம்பர் 1945-ஆம் ஆண்டில் எகிப்தின் ஜபால் அல்-டாரிஃப் (Jabal al-Tarf) என்ற மலைப்பகுதிகளின் அருகில் உள்ள நஜ் ஹமாதி (Naj Hammadi) என்ற ஊருக்குப் பக்கத்திலுள்ள இடத்தில் நிலத்தைத் தோண்டும்போது முகமது அலி என்பவருக்குப் பழைய எழுத்துப் பிரதிகள் சில கிடைத்தன. 13 ஓலைப் பிரதிகள் தோல்களால் ஒருங்கே கட்டப்பட்டு, ஒரு மண் பாத்திரத்திற்குள் வைத்துப் புதைக்கப்பட்டிருந்ததைக் கண்டு பிடித்தார். அதன் மதிப்புகளை அறியாது முகமது தன் வீட்டு அடுப்பங்கரையில் இதனை வைத்துள்ளார். அவரது தாயார் சமையலுக்கு அடுப்பெரிக்க இதிலிருந்து சில ஓலைகளையும் எடுத்துள்ளார். பின்னர், முகமதுவும் அவரது சகோதரர்களும் தங்கள் எதிரி ஒருவரைப் பழி வாங்குவதில் ஈடுபட்டு, காவல் துறையினரால் விசாரணைக்கு அழைக்கப்பட்டனர். அப்போது தங்கள் பகுதியிலிருந்த மதகுரு - al-Qmmus Basiliyus Abd al-Masih என்பவரிடம் அந்தப் பிரதிகளைக் கொடுத்து வைத்துள்ளார்.

அதில் இருந்த ஒரு பிரதியைக் கண்ட வரலாற்று ஆசிரியர் ஒருவர் - Raghib - அதன் முக்கியத்துவதைக் கண்டறிய கெய்ரோவில் உள்ள தன் நண்பருக்கு அதை அனுப்பியுள்ளார்.(XIII)

Codices found at Nag Hammadi

அப்பிரதியைக் கறுப்புச் சந்தையில் விற்க முயற்சித்தபோது எகிப்திய அரசின் கவனத்திற்கு இப்பிரதியைப் பற்றிய செய்து எட்டியுள்ளது. விற்கப்பட்ட அந்த ஒரு பிரதியோடு, மொத்தம் இருந்த 13 பிரதிகளில் மீதியிருந்த பத்தரை பதிவுகளையும் அரசு கைப்பற்றியது. கைப்பற்றியவைகளை கெய்ரோவின் அருங்காட்சியகத்தில் வைத்துப் பத்திரப்படுத்தியது. ஆனால் 13வது பிரதியும் அது அடக்கியிருந்த 5 அபூர்வமான கையெழுத்துத் தொகுப்புகளும் அமெரிக்காவிற்குக் கடத்தப் பட்டன. அங்கிருந்து நெதர்லேண்டில் உள்ள Utrecht என்ற ஊரிலுள்ள க்யுஸ்பெல் - Giles Quispel - என்ற மத வரலாற்றுப் பேராசிரியரிடம் வந்து சேர்ந்தது. கிடைத்த பகுதி அரைகுறையானது என்பதையும், சில பக்கங்கள் காணாவில்லை என்று தெரிந்ததும் பேராசிரியர் 1955ம் ஆண்டு கெய்ரோவிற்கு வந்தார்; நேரடியாக அருங்காட்சியகம் சென்று, அங்குப் பாதுகாப்பிலிருக்கும் பிரதிகளின் சில படங்களைப் பெற்று அறைக்குத் திரும்பியவர் தன் தேடலை ஆரம்பித்தார். முதலிரு வரிகளைப் படித்ததுமே க்யுஸ்பெல் மிகவும் பிரமிப்படைந்தார். ஏனெனில், அந்த வரிகள்:

'இவைகளெல்லாம் ஏசுவின் ரகசிய வார்த்தைகள்;

உயிரோடு இருக்கும்போது அவர் பேசியவைகள்;

இவைகளை இங்கே தொகுத்தது ஏசுவின் இரட்டைப் பிறவியும்

அவரது சகோதரனுமான ஜூடாஸ் தாமஸ்.'

1890-இல் கிரேக்க மொழியிலுள்ள தாமஸின் புதிய ஏற்பாட்டில் க்யுஸ்பெல்லின் பிரான்ஸ் தேசத்து நண்பர் பி.சி. Puech இதேபோன்ற வாசகங்களை பழம் பிரதிகளிலிருந்து முன்பே கண்டுபிடித்திருந்தார்.

ஏசுவிற்கு இரட்டைச் சகோதரர் இருந்தாரா? மற்ற புதிய ஏற்பாடுகள் போலன்றி இது மட்டும் ஏன் 'ரகசிய' ஏற்பாடாக இருக்கிறது? ஹமாதில் கண்டுபிடிக்கப்பட்ட 52 தொகுப்பிலிருந்து இது ஒரு தொகுப்பு. இதே போல் பிலிப்பின் ஏற்பாடு ஒன்றும் வேறு விவிலியங்களில் சொல்லாததும் சொல்லப்பட்டிருக்கிறது: மரிய மக்தலேனாவை ஏசு மிகவும் விரும்பியதாகவும், அவர்களிருவரும் தங்கள் அன்பை சீடர்கள் முன்னால் வெளிக்காண்பித்ததாகவும் சொல்லப்படுகிறது. (XV)

அந்த 52 தொகுதிகளில், தாமஸ் விவிலியம், பிலிப் விவிலியம் என்பது போக இன்னும் மீதி இருந்த பல விவிலியங்கள்: Gospel of Truth, Gospel to Egyptians, Secret book of James, Apocalypse of Paul, Letter of Peter to Philip, Apocalypse of Peter இவைகள் எல்லாமே கிரேக்க மொழியில் எழுதப்பட்டிருந்தன. இவைகளில் ஒரு தொகுதியின் சிறு பகுதிதான் - தாமஸின் விவிலியம் - 50 ஆண்டுகளுக்கு முன் கண்டுபிடிக்கப்பட்ட இந்த நூல்கள் எல்லாமே கி.பி. 350 - 400 ஆண்டுகளில் எழுதப்பட்டவை. ஆனால், இதற்கு மறுப்பும் உண்டு. Prof. Helmut Koester of Harvard University - தாமஸின் விவிலியம் கி.பி.50-100-இல் எழுதப்பட்டிருக்கலாம்; அதனால் அவை மற்ற விவிலியங்களுக்கு முன்பே எழுதப்பட்டிருக்கலாம் என்கிறார். (XVI)

ஹமாதி தொகுப்புகளில் உள்ள தொகுதிகளில் மனித இனத்தின் ஆரம்பம் ஆதியாகமத்தில் சொன்னது போலின்றி வேறு வகையாகச் சொல்லப்பட்டுள்ளது. Testimony of Truth-ல் ஈடன் தோட்டம் பாம்பின் பார்வையில் சொல்லப்பட்டுள்ளது. (XVII)

ஏனிந்த தொகுதிகள் இப்படிப் பதுக்கப்பட்டன? ஏன் 2000 ஆண்டுகளாக யாருக்கும் தெரியாமல் மறைந்துள்ளன? ஆரம்ப காலங்களில் புதிய கிறித்துவர்களிடையே பல்வேறு கருத்துக்கள் இருந்து வந்துள்ளன. இரண்டாம் நூற்றாண்டில் இருந்த அடிப்படைக் கிறித்துவர்களுக்கு மற்ற கிறித்துவர்கள் மீதும் அவர்கள் நம்பிக்கைகள் மீதும் முரண்பாடு இருந்து வந்துள்ளது. எடுத்துக்காட்டாக, இரேனியஸ் -Irenaeus, Bishop of Lyons - 180-ஆம் ஆண்டு ஐந்து தொகுதிகளாக 'The Destruction and Overthrow of Falsely So-called Knowledge' என்ற நூலை எழுதியுள்ளார். கான்ஸ்டான்டின் கிறித்துவத்திற்கு வந்த பின், கிறித்துவர்களின் கை ஓங்கியது. ஒதுக்கப்பட்ட நூல்களை வைத்திருப்பதே குற்றம் என்றானது. அப்போது இந்த நூல்கள் பதுக்கப்பட்டிருக்க வேண்டும். (XVIII)

ஆனால், இதுபோன்ற நூல்களை வைத்திருந்தவர்கள் தங்களை heretics - நம்பிக்கையற்றவர்கள் - என்று நினைக்கவில்லை. அவர்களும்

கிறித்துவ பாணியில், கிறித்துவ நம்பிக்கையுடன் தான் எழுதி வந்தார்கள். இத்தைகைய கிறித்துவர்கள் ‘gnostics; என்றழைக்கப்பட்டனர். கிரேக்க மொழியில் gnosis என்றால் அறிவு -knowledge -என்று பொருள்படும். (XIX)

இந்த நூல்கள் மற்ற நமக்குத் தெரிந்த விவிலியங்களோடு ஒன்றுபட்டும், மாறுபட்டும் இருந்தன. பழைய யூதர்களும் கிறித்துவர்களும் மனிதனும் கடவுளும் வேறுபட்டவர்கள்; தனித்தனிக் கூறுகள் என்று சொல்வதுண்டு. ஆனால் gnostic கிறித்துவர்கள் தன்னையறிதலே கடவுளை அறிதல் என்றும் (self knowledge is knowledge of God), மனிதனும் தெய்வீகமும் ஒன்றுதான் (self and divine are identical) என்றும் சொல்வதுண்டு. *(அத்வைதம் போல் தெரிகிறதல்லவா?)* இரண்டாவதாக, ஏசு மனிதர்களை உய்விக்க அல்ல, மாறாக வழி நடத்தவே வந்தார். மூன்றாவதாக, ஏசு தாமஸிடம் தானும் கடவுளும் ஒரே பொதுப்புள்ளியிலிருந்து வந்தவர்கள் என்கிறார். இத்தகைய ஏசுவின் படிப்பினைகள் கீழ்த்திசை நாட்டின் தத்துவங்களோடு ஒத்துப் போன அளவு மேற்கத்திய தத்துவங்களோடு ஒத்துப் போகவில்லை.

ஏசுவின் இந்தக் கருத்துக்கள் புத்தரின் கருத்துக்களோடு ஒத்து வருகின்றன. இந்து மதத் தத்துவங்களின் தாக்கமும், புத்தத்தின் தாக்கமும் gnostic கிறித்துவத்தில் இருப்பது போலுள்ளது. gnostic கிறித்துவம் (ஞானமரபு)மிகுந்திருந்த 80-200 ஆண்டுகளில் கிரேக்க, ரோமானிய நாடுகளோடு இந்தியாவிற்குத் தொடர்பு இருந்துள்ளது. அலெக்ஸாண்டிரியாவில் புத்த மதப் பரப்பல் அப்போதே நடந்து வந்துள்ளது. ஹிப்போலைட்டஸ் (Hippolytus)என்ற கிரேக்க மொழி பேசும் ரோமானியன் 225-ம் ஆண்டில் இந்திய பிராமணர்களைப் பற்றிப் பேசுகிறார். கடவுளை ஒளியாக அவர்கள் பார்த்ததைப் பற்றிக் குறிப்பிடுகிறார்.

இந்தியாவிற்கு வந்ததாகக் கருத்தப்படும் தாமஸ் என்ற சீடரை நினைவு படுத்தும் முகமாகவே இந்தப் பெயர் -Gospel of Thomas - என்ற பெயர் கொடுக்கப்பட்டிருக்கலாமோ? (XXI)

தொடரும் ஆராய்ச்சிகளால் தான் மேற்சொன்னவைகள் உறுதிப்படுத்த முடியும்.

கிறித்துவத்தில் பல வகைப் பிரிவினைகள் இருந்தே வந்துள்ளன. தற்போது கத்தோலிக்கர், பிரிவினைக்காரர்கள், பழமைக் கிறித்துவர்கள் (Orthodox)-, மூவருமே கொள்கையளவில் மூன்று விஷயங்களில் ஒன்றுபடுகிறார்கள். விவிலியக் கட்டளைகள், சீடர்களின் நடவடிக்கைகள்

(apostolic creed), சமயக் கட்டுப்பாடுகள் (institutional structure) - இந்த மூன்றையும் ஒழுங்குக் கோட்பாடுகளாக வைத்துள்ளார்கள். ஆனால், இந்த மூன்று கோட்பாடுகளும் இரண்டாம் நூற்றாண்டிற்குப் பிறகே வந்துள்ளன என்பது பிஷப் இரேனியஸ் போன்றவர்களின் எழுத்திலிருந்து தெரிகிறது. இதனாலேயே பிஷப் இரேனியஸ் ஒரே ஒரு கிறித்துவம் மட்டுமே இருக்க முடியும்; மற்றவையெல்லாம் புறக்கணிக்கப்பட வேண்டும் என்று சொல்லியுள்ளார். அந்த ஒரே கிறித்துவம் வழியாக மட்டுமே ஆன்மா உய்வடையும் என்றார். இதை மாற்றி நினைப்பவர்கள் எல்லோருமே பொய்க் கிறித்துவர்கள் (heretic Christians) என்றார். கிறித்துவம் என்றாலே அது 'கத்தோலிக்கம்' மட்டுமே என்றார். கான்ஸ்டாண்டின் மாநாட்டிற்குப் பிறகு இத்தகைய பொய்க்கிறித்துவர்கள் தண்டனைக்குரியவர்களானார்கள்.

gnostic கிறித்துவம் (ஞானமரபு) முதலிலேயே இருந்திருந்தாலும் 19-நூற்றாண்டிற்குப் பிறகே அவை பற்றிய நூல்கள் வெளிவந்துள்ளன. 1769-ல் முதல் நூல் எகிப்திலிருந்து ஜேம்ஸ் ப்ரூஸ் (James Bruce) என்ற ஸ்காட்லாந்துக்காரரின் மூலம் வெளிவந்தது. அதுவும் 1892-இல் அச்சிடப்பட்டது. இது ஏசுவிற்கும் அவரது சீடர்களுக்கும் நடுவில் நடந்த உரையாடல்களைக் கொண்டுள்ளது. (இங்கு சீடர்கள் என்பது இரு பாலினரையும் குறிக்கும்.) 1896-இல் எகிப்தின் வரலாற்றறிஞர் Gospel of Mary (Magdalane) என்ற நூலையும், இன்னும் வேறு மூன்று நூல்களையும் வெளிக் கொண்டுவந்தார். அந்த மூன்றில் ஒன்று - யோவானின் ரகசிய நூல் (Apocryphon (Secret Book) of John).

Dead Sea Scrolls ஹமாதி பிரதிகளுக்கு 25 ஆண்டுகளுக்கு முன்பு கண்டுபிடிக்கப்பட்டது. அந்தச் செய்தி உலகெங்கும் உடனே பரவியது. ஆனால் ஹமாதி பிரதிகள் கிடைத்த நிகழ்வு அதுபோல் உடனே பரவி விடவில்லை. (ஞானமரபு) Gnositcism-இல் விற்பன்னரான பேரா. ஹான்ஸ் ஜோனாஸ் (Prof. Hans Jonas) அரசியல், சட்ட ஒழுங்குகள் போன்றவைகளும், விற்பன்னர்களுக்கு நடுவில் எழுந்த போட்டி பூசல்களுமே இதற்கான காரணங்களாக இருந்தன என்கிறார். (XXIV)

பல தடைகள் தாண்டி 1952-இல் இக்கையெழுத்துப் பிரதிகள் எகிப்து அரசின் கட்டுப்பாட்டுக்குள் வந்தன. இதற்குப் பிறகும் ஆராய்ச்சிகள் தொடங்க முடியாத தடைகளும் இருந்தன. அதன் பின் UNESCO-வின் தலையீட்டால் பல வல்லுனர்களின் ஆராய்ச்சிக்குள் இவை வந்தன.

1972-இல் இப்பிரதிகளின் முதல் வெளியீடு வெளிவந்தது. (pp XXVII)

ஹமாதிப் பிரதிகள் மூலம் (ஞானமரபு) Gnosticism கிறித்துவத்திற்கும் முந்தியது என்றும், கிரேக்க தத்துவம், வானவியல், புராணங்கள், இவைகளோடு இந்திய மூலங்களிலிருந்தும் கருத்துக்கள் பெற்றன என்று நிரூபிக்க முயன்றார்கள். ஆனால் அடால்ப் ஃபான் ஹார்னாக் (Adolf von Harnack) என்ற ஜெர்மானிய வரலாற்றாசிரியர் கிறித்துவத்தின் மறுப்புகளே Gnosticism-ஆக மாறியது என்றார். கிறித்துவ தத்துவங்களை கிரேக்க தத்துவங்களோடு இணைந்து முதல் கிறித்துவ மதயியல் தோன்றியது. ஆனால் இதனால் கிறித்துவத்தின் பல வழிகாட்டல்கள் திசை திருப்பப்பட்டன. (XXIX) இக்கருத்தினை ஆங்கில அறிவியலாளர் ஆர்தர் டார்பி நாக் (Arthur Darby Nock) ஒத்துக்கொண்டார். ஆனால் வேறு பல மதவியலாளர்கள் இக்கருத்தினை ஒத்துக் கொள்ளவில்லை. மாறாக, அவர்கள் Gnosticism தனியொரு மதமாக இயங்கி வந்துள்ளது என்றார்கள். வில்ஹெல்ம் பௌசெர் (Wilhelm Bousser) என்ற புதிய ஏற்பாட்டின் வல்லுனர் Gnosticism கிறித்துவ மதத்திற்கு முந்தியது என்றார்.

சிலர் Gnosticism ஈரானிய மதத்திலிருந்து தோன்றி, ஜோராஸ்ட்ரியன் (Zorastrianism) மதத்தின் தாக்கத்தோடு வளர்ந்தது என்றனர். யூத மதத்திலிருந்தே Gnosticism தோன்றியது என்பாரும் உண்டு. (XXX)

ஹமாதி பிரதிகள் 52-யும் ஆய்ந்த பின் கிறித்துவத்தின் துவக்க வரலாறு மேலோட்டமாகவே புரிகிறது.

ஏன் சில புத்தகங்கள் தேர்ந்தெடுக்கப்பட்டன? ஏன் சில புத்தகங்கள் மறுக்கப்பட்டன? மறுக்கப்பட்டவை ஏன் தேவையற்றவை, ஒதுக்கப்பட வேண்டியவை என்று கருதப்பட்டன? - இது போன்ற கேள்விகளுக்கான சில பதில்கள் ஹமாதிப் பிரதிகளிடமிருந்து கிடைக்கின்றன. (XXXV)

I

கிறித்துவின் உயிர்த்தெழுதல் பற்றிய வாத விவாதங்கள் அது ஒரு வரலாற்று நிகழ்வா அல்லது வெறும் குறியீடா?

ஏசு கல்லறையிலிருந்து உயிர்த்தெழுந்தார். இதுவே பழமைக் கிறித்துவத்தின் (orthodox Christians) மிக முக்கியமான, அடிப்படையான நம்பிக்கை. *(3)*

கி.பி. 190 வருடத்து அறிஞர் டெரூலியன் (Terrullian) இதைப் பற்றிச் சொல்லும்போது, 'இது மிகவும் முட்டாள்தனமானது; ஆனாலும் இதை நம்பியேயாக வேண்டும்' என்கிறார்.

ஆனால் heretics என்றழைக்கப்படுவோர் இதனை நம்புவதில்லை. இதைப்பற்றிச் சொல்லப்படுவதையெல்லாம் அப்படியே எழுத்துக்கு எழுத்து நம்ப வேண்டியதில்லை என்பர். (ஞானமரபு) Gnostic Christians இந்நிகழ்வை பல்வேறு விதமாக உருவகப்படுத்துவார்கள். இதை ஊனோடும் உயிரோடும் தொடர்புபடுத்தாது, ஆன்மாவோடு தொடர்புபடுத்திப் பார்க்கவேண்டும் என்பார்கள். ஆனால் டெரூலியன் இந்த நம்பிக்கையில்லாதவர்கள் கிறித்துவர்களாக இருக்க முடியாது; அவர்கள் எல்லோருமே பதிதர்கள் என்கிறார்.(5)

லூக்காஸ், மார்க் இருவரும் ஏசு வேறு உருவத்தில் தங்களிடம் வந்ததாகச் சொல்கிறார்கள். ஜானின் கூற்றும் இவ்வாறேயுள்ளது. மரி மக்தலேனா கல்லறையின்முன் ஒரு தோட்டக்காரர் இருப்பதாகத்தான் முதலில் நினைக்கிறார். பால் ஏசுவின் குரலை கேட்டது இருவேறு விதமாகக் கூறப்படுகிறது. பால், ஏசுவின் மீள்உயிர்ப்பு ஒரு 'மர்மம்' (a mystery) என்கிறார்.

புதிய ஏற்பாட்டில் உள்ள வசனங்கள் பல்வேறு மாறுபட்ட விளக்கங்களுக்கு உரியதாக இருந்தும், ஏன் பழமைக் கிறித்துவர்கள் (Orthodox Christians) அவைகளை ஒருபுறம் தள்ளி, ஏசு மீண்டும் உயிர்ப்பித்தார் என்பதை மட்டும் வலியுறுத்துவது ஏன்? இக்கேள்விக்கு என்னால் முழுமையாகப் பதில் சொல்ல முடியாது. இருப்பினும் இது நிச்சயம் அரசியல் காரணங்களால் மட்டுமே என்று சொல்ல முடியும். பீட்டர் போன்றவர்கள் கிறித்துவத் தலைமைக்கு உரிமை கோர வழிவகுக்கும் அரசியல் காரணத்திற்காகவே இந்த நம்பிக்கை வளர்க்கப்பட்டிருக்க வேண்டும். (6)

இரண்டாம் நூற்றாண்டிலிருந்து கிறித்துவத் தலைமை இன்றுவரை நீடிப்பதற்கு இந்த நம்பிக்கையும் ஒரு காரணம். Gnostic Christians இந்த நம்பிக்கையிலிருந்து மாறுபடுவதால் அவர்கள் தலைமைப் பதவிக்கு வருவதற்கான வழிகள் அடைபடுகின்றன. அவர்கள் பழமைக் கிறித்துவர்களோடு (Orthodox Christians) போட்டியிட்டாலும், அவர்கள் நம்பிக்கையற்றவர்கள் - heretics - என்றே கருதப்படுகின்றனர்.

அரசியலும் மதமும் இணைந்தே முதலிலிருந்து செயல்பட்டு வந்துள்ளன. வெவ்வேறு விதமான கிறித்துவம் கிளைத்திருந்திருக்கின்றன. ஒரு குழு மற்றொரு குழுவைத்தாக்கி வந்துள்ளன. (7)

மரிய மக்தலேனா உயிர்த்தெழுந்த ஏசுவை முதலில் பார்த்தார். இருப்பினும் பீட்டரே முதலில் பார்த்ததாகத்தான் இன்றுவரை பழமைக் கிறித்துவர்களும், சில பிரிவினைச் சபைகளும் தொடர்ந்து சொல்லி

வருகின்றன. ஏனெனில் பீட்டர் முதல்பிஷப் (போப்) ஆவதற்கான அடிப்படையே ஏசுவை முதலில் அவர் பார்த்தார் என்பதேஒரு காரணமாகப் போயிற்று. இரண்டாம் நூற்றாண்டில் ஏசுவின் சகோதரர் ஜேம்ஸ்முதலில் ஏசுவைப் பார்த்தார் (மரிய மக்தலேனா அல்ல) என்று சொல்லப்பட்டது. *(8)*

கார்ல் ஹோால் (Karl Holl) என்ற ஜெர்மானிய அறிஞர் உயிர்த்த ஏசுவைப் பார்த்தவர்கள் பட்டியலே மத ஆளுமைக்குக் காரணமாயிற்று என்கிறார். இக்காரணம் கடந்த 2000 ஆண்டுகளாகத் தொடர்ந்து வருவதாகவும் சொல்கிறார். பழமைக்கிறித்துவர்கள் இதில் மிகவும் தொடர்ந்த ஒரு கட்டுப்பாட்டில் இருந்துவருகிறார்கள். இன்றைய போப் தான் ஏசுவை முதலில் பார்த்த பீட்டரின் வாரிசு என்ற உரிமையோடு உள்ளார். *(10)*

ஆனால் Gnostic Christians இந்த நம்பிக்கையில்லாமல் இருப்பதோடன்றி, இந்தநம்பிக்கையை 'முட்டாள்களின் நம்பிக்கை' -faith of the fools - என்கிறார்கள். ஏசு உயிர்த்தார் என்பதை ஆன்மிகப் பார்வையில் பார்க்கவேண்டும். அதை உடல் தொடர்பாக நினைக்கக்கூடாது.

நாக் ஹமாதி கண்டுபிடிப்புக்கு முன்பே கண்டுபிடிக்கப்பட்ட Gospel of Mary என்ற gnostic என்ற ஞானப்பிரதிகளில் ஏசுவின் உயிர்ப்பு கனவில் அல்லது வலிப்பு நோயின் பிரம்மையில் - visions received in dreams or in ecstatic trance - கிடைத்தவைகளே என்று சொல்லப்பட்டுள்ளது. *(11)*

நாக் ஹமாதி பிரதிகளில் ஒன்றான பிலிப்பின் விவிலியம் ஏசுவின் உயிர்ப்பை நம்பும் கிறித்துவர்களைக் கேலி செய்கிறது. *(12)*

பழமைக் கிறித்துவர்களின் ஒரு பெருந்தலைவர் ஐரீனியஸ் (Irenaeus) நான்கு விவிலியங்களும் அந்தந்த ஏசுவின் சீடர்களால் எழுதப்பட்டது என்று நம்புகிறார். ஆனால் மாத்யூ, மார்க். லூக், ஜான் இவர்களைப் பற்றிய வரலாறு ஏதும் நமக்குத் தெரியாது. *(17)*

gnostic பிரதிகளின் ஆசிரியர்கள் பன்னிரண்டு சீடர்களைத் தாண்டியுள்ள மற்றவர்களையே அதிகமாகக் குறிப்பிடுவார்கள். அவர்கள் - பால், மேரி மக்தலேன், ஜேம்ஸ். இவர்கள் பீட்டரையும் சேர்த்த அந்தப் பன்னிருவருக்கும் 'ஞானம்' -gnosis - கிடைத்ததாகக் கருதுவதில்லை.

Gospel of Mary சீடராகக் கூட கருதப்படாத மேரி மக்தலேனாவிற்கே கடவுளின் காட்சி கிடைத்ததாகவும், பீட்டரை விட இவருக்கே அதிக ஞானம் கிடைத்ததாகவும்கூறுவர். Dialogue of Savior நூலில் இவருக்கே

முக்கிய இடம்கொடுக்கப்படுகிறது. மற்ற சீடர்களை விடவும் இவரே மிக மேம்பட்டவர் என்றும் கூறுகிறது. இவர் 'எல்லாம் தெரிந்தவர்' -"woman who knew the All"- என்று அழைக்கிறது. *(22)*

Gnostic கருத்துக்களில் 'ஆன்மா' ஒரு மனித உடலில் தங்கியிருப்பதாகக் கருதப்படுவதுண்டு. உடல் ஒரு கருவியாக இயங்குகிறது. இந்தக் கருத்துக்கள் கிரேக்க தத்துவ வழக்கங்களுக்கு மிக அருகில் இருப்பதாகக் கருதப்படுவதுண்டு. அதோடு, இந்து, புத்த வழக்கங்களுக்கும் மிக அருகாமையில் இருப்பதாகக் கருதுவதுண்டு. *(27) (இந்து மதக் கோட்பாடுகளும் இக்கருத்தோடு மிகவும் ஒட்டி இருப்பதாகவே தோன்றுகிறது. மனித உடலை வெறும் "மண்பாண்ட ஓடு" என்று கூறுவது வழக்கம் தானே!)*

II

ஒரு கடவுள். ஒரு தலைவர் (போப்).
ஓரிறை அரசியல்

"வானத்தையும் பூமியையும் படைத்த எல்லாம் வல்ல ஏக இறைவனை நம்புகிறேன்" - கிறித்துவ நம்பிக்கைகளின் அடிப்படை இது. இந்தச் சொற்றொடரை மார்ஷியன் (Marcion) பழமைக் கிறித்துவர்களுக்காகவே (Orthodox Christians) அமைத்ததாகச் சொல்வதுண்டு. ஏனெனில், ஏசியா மைனரில் இருந்த மார்ஷியன் பழைய ஏற்பாட்டுக் கடவுளும், புதிய ஏற்பாட்டுக் கடவுளும் இரு வேறு நிலைப்பாடுகளில் இருப்பதாகக் கருதினார். முதல் கடவுள் நியாயத் தீர்ப்பிடும், கட்டளைகளைப் புறக்கணிப்புகளுக்குத் தண்டனை தரும் கடவுளாகவும், புதிய ஏற்பாட்டுக் கடவுள் மன்னிப்பையும், அன்பையும் தரும் தந்தையாகவும் இருப்பதாக உணர்கிறார். ஏனிப்படி மிகவும் ஆற்றல்மிக்க ஒரு கடவுள் மிகுந்த துன்பமும் துயரமும் நிறைந்த இந்த உலகைப் படைக்க வேண்டும் என்ற கேள்வியால், இருவகைக் கடவுள்கள் இருப்பதாக மார்ஷியன் கருதினார். பழமைக் கிறித்துவத்திற்கு வந்த அடுத்த சோதனை ஞானமரபு- Gnostics. அவர்களையும் பழமைக் கிறித்துவர்கள் 'Maricionites' என்றழைக்க ஆரம்பித்தனர். *(29)*

இன்றைய அறிஞர்கள் gnosticism இரட்டைக் கடவுள் என்பதோடு ஒட்டிப் போனதாக நினைக்கிறார்கள். *(31)*

நாக் ஹமாதியின் மூலம் Valentinian என்ற gnosticism அறிமுகப்படுத்தப்படுகிறது. Irenaeus Marcionites இரட்டைக் கடவுள் என்று மத அவதூறு செய்ததாகக் குற்றம்சாட்டுகிறார். ஆனால் Valentinians அதை அவர்கள் மறைபொருளாக வைத்திருந்தார்கள் என்கிறார்.*(32)*

இரண்டாம் நூற்றாண்டில் ஒரே கடவுள் என்ற அழுத்தமாகச் சொன்ன Orthodox christians அதேநேரத்தில் 'ஒரே பிஷப்' என்ற கொள்கையிலும் அழுத்தமாக இருந்தனர். *(34)*

க்ளமெண்ட்ஸ் (Clements, Bishop of Rome, 90 -100 A.D.) பிஷப், குருமார்கள், துணைக்குருமார்கள் (Bishop, Priests, Deacons) என்ற இந்த மூவரும்தான் கடவுளின் அதிகாரத்தை இவ்வுலகில் பங்கு போடுபவர்கள். இவர்களை மறுப்பவர்களுக்கு மரண தண்டனை என்று கூறியுள்ளார். இதை அவர் தனது கடிதம் ஒன்றில் நிலைப்படுத்தியுள்ளார். *(34)*

இவருக்குப் பிறகு இக்னேஷியஸ் (Ignatius, Bishop, Antioch in Syria) என்பவர் ரோமிலிருந்து ஆயிரம் மைல்கள் தாண்டியிருந்தாலும் க்ளமெண்ட்ஸ் போலவே தன் கருத்துக்களை எழுதியுள்ளார். ஏனைய கிறித்துவர்கள் கடவுளிடம் கீழ்ப்படிதல் போலவே Bishop-இடமும் அவர்கள் கீழ்ப்படிந்து இருக்கவேண்டுமென்கிறார். *(35)*

புனித பால் தன்னிடம் இருந்தோரில் ஆன்மீக விழிப்புணர்வோடு (Spiritual maturity) இருந்தவர்களிடம் மட்டும் ரகசியமாக தனக்குத் தெரிந்த பேருண்மைகளைத் தெரிவித்துள்ளார். கடவுளாகவும் தந்தையாகவும் கருதப்படுபவர் உண்மையான கடவுளின் வடிவத்தில் வந்தவர்கள் என்றார். கடவுளை இரண்டாகப் பார்த்துள்ளார். ஆனால், வேலன்டினஸ் (Valentinus)கடவுள் எல்லாம் வல்லவர்; அவரின் கீழ் இன்னொருவர் எல்லாவற்றையும் காத்து நிற்கிறார் என்கிறார்.

உள்நோக்கு - gnosis -கொண்டோர் யாராயினும் உள்நோக்கு கிடைப்பதற்கு முன்புஉண்மையான கடவுள் என்று மற்ற தெய்வத்தை வணங்குவர். ஆனால் gnosis -உள்நோக்கு -என்ற அருளைப் பெற்ற பின் அந்த சின்ன தெய்வத்தின் அடிமை ஆவதிலிருந்து தப்பித்து விடுவர். *(37)*

பழமைக் கிறித்துவர்கள் வேத ஊழியர்களையும் (clergy), பொதுநிலையினரையும் தனித்தனியே பிரித்து வைத்திருந்தனர். ஆனால், gnostic christians இந்த வேறுபாடுகளை மறுத்தனர். அவர்களுக்குள் எந்த வேற்றுமையையும் கண்டாரில்லை. *(41)*

....

III
கடவுளே தந்தை/ கடவுளே தாய்

எகிப்து, பாபிலோனியா, கிரேக்கம், ஆப்பிரிக்கா, இந்தியா, வடக்கு அமெரிக்கா போன்ற நாடுகளின் மதங்களில் இருப்பதுபோல் ஆபிரஹாமிய மதங்களில் பெண்தெய்வ வழிபாடு கிடையாது. இம்மதங்கள் மூன்றிலும் கடவுளுக்கு பால் வேற்றுமை ஏதும் கிடையாது என்பர். கத்தோலிக்க கிறித்துவத்தில் மேரியைப் போற்றினாலும் வழிபடுவது இல்லையென்பர். *(48)*

ஆயினும் கிறித்துவத்தில் தமதிருத்துவம் - Holy Trinity - என்ற கோட்பாடு உண்டு. இதில் முதல் இருவரை ஆணாக - தந்தை, தனயன் என்பதாகக் - காண்பிப்பதுண்டு. மூன்றாவதிற்கு, கிரேக்க மொழியில் பால் வேறுபாடற்ற ஆன்மா என்பதற்கான சொல்லை - pneuma -பயன்படுத்துவர்.

உதாரணமாக, தாமஸ் விவிலியத்தில் சைமன் பீட்டர் ஏனைய சீடர்களிடம், 'மேரியை விலக்கிவிடுங்கள்; எந்தப் பெண்ணுக்கும் வாழ்க்கையில் அதற்கு மேலான தகுதியேதும் இல்லை' என்கிறார். ஏசு அதற்காகச் சொல்கிறார்: 'அவளை நான் வழிநடத்தி, அவளை ஒரு ஆணாக மாற்றி விடுகிறேன். அதனால் அவளும் மற்ற ஆண்களைப் போல் ஒரு முழுமையான ஆன்மாவாக ஆகி விடுவாள். ஆணாகத் தன்னை மாற்றிக்கொள்ளும் பெண் மட்டுமே மோட்ச ராஜ்யத்திற்குள் பிரவேசிப்பாள்.'

gnostic கிறித்துவர்களில் ஒரு குழு ஏசுவிடமிருந்து கற்ற ஒரு ரகசிய வழிபாட்டைக்கடைப்பிடித்து வந்துள்ளனர். இவர்களின் ஜெபம் தந்தைக் கடவுள், தாய்க் கடவுள்என்ற இருவரையும் நோக்கி உள்ளன. *(49)*

ஞானமரபு-gnostic-கிறித்துவம் கடவுளை இரு கூறாகக் கருதியது. ஆண், பெண் இரு கூறுகளுமே அதில் உள்ளன -*(சைனாவின் Yin - Yang போல்)* ஆனால், ஏசு இறந்த 200 ஆண்டுகளுக்குப் பிறகு கடவுளின் பெண்மைப் பகுதி முழுவதுமாக நீக்கப்பட்டு விட்டது. பழமைக் கிறித்துவத்தில் இந்த இருகூறுகள் முற்றிலுமாக எடுக்கப்பட்டுவிட்டன.

ஏன் இப்படி பெண்மைத்தனம் முற்றாக மாற்றப்பட்டன என்று gnostic கிறித்துவர்கள் பழமைக் கிறித்துவர்களிடம் கேள்வியெழுப்பினர். பெண்கடவுளின் அருள் பெற்றே ஆண் கடவுள் படைத்தல், காத்தல் செய்தது என்று (Valentinus)வேலன்டினஸ் கிறித்துவர்கள் கருதினார்கள்*(57).*

gnostic கிறித்துவத்தினரின் இந்தக் கேள்விகளைப் பார்த்து டெலியன் போன்ற பழமைக் கிறித்துவர்களுக்கு பெரும் சினம் எழுந்தது. அவர்கள் பெண்கள் விடாது பேசுவது போலவும், மற்றவர்களுக்குக் கற்றுக் கொடுக்க முற்படுவது பற்றியும், விவாதங்களுக்குத் தயாராக இருப்பது பற்றியும், அவ்வளவு ஏன், ஞானஸ்நானம் கொடுக்கும் அளவிற்குப் போவதற்கும் மிகுந்த எதிர்ப்பைக் காண்பித்தார்கள்.

வேலன்டினியர்கள் (Valentinians)போன்ற gnostic கிறித்துவர்கள் பெண்களின் சமத்துவத்திற்கு ஆதரவளித்தனர். அதுபோன்ற பெண்களை ஆசிரியைகளாகவும், வரும்முன் உரைப்போராகவும், குருவினராகவும், ஏன்... பிஷப் ஆகவும் மரியாதை கொடுத்தனர். *(60)*

கிறித்துவத்தின் ஆரம்பத்தில் பெண்களுக்குக் கொடுக்கப்பட்ட இந்த உயரிய இடம் ஒரு ஆச்சரியமான விஷயம். ஏசுவும் யூத வழக்கங்களுக்கு எதிராக பெண்களுடன் சமமாகப் பேசினார். தன் குழுவிலும் அவர்களுக்கு இடம் கொடுத்தார். புதிய ஏற்பாட்டின் லூக்காஸ் பகுதியில் மார்த்தா தனக்கு தன் சகோதரி மரியா உதவியாக வேலை செய்யாமல் ஏசுவின் வார்த்தைகளைக் கேட்டுக் கொண்டிருப்பதை எதிர்க்கும்போது, ஏசு மரியாவிற்கு ஆதரவாகப் பேசுவது இடம்பெறுகிறது.

ஏசு இறந்து பத்து இருபது ஆண்டுகள் கழித்தும் சில பெண்கள் வேத ஊழியர்களாகவும், சமய ஆசிரியர்களாகவும், வரும்முன் உரைப்போராகவும் இருந்து வந்துள்ளனர். ஆனால் பின் வந்த பவுல் பெண்களுக்கான இடம் பற்றிய தன் கருத்துக்களை வெளியிடும்போது அவை அப்போதிருந்த யூத வழக்கத்தினை ஒட்டியிருந்தது. ‘ஆண்கள் கடவுளின் சாயலில் படைக்கப்பட்டவர்கள்; ஆண்கள் பெண்களுக்காகப் படைக்கப்படவில்லை; ஆனால் பெண்கள் ஆண்களுக்காகப் படைக்கப் பெற்றவள் என்ற கருத்தே பவுலின் கருத்தாக இருந்தது. *(61)*

1 கொரிந்தியன் *14:34*-ல் ‘பெண்கள் கோவில்களில் மௌனம் காக்க வேண்டும்; அவர்கள் ஆண்களை எதிர்த்துப் பேசாமல், அடங்கியவர்களாக இருக்க வேண்டும். கோவில்களில் பெண்கள் பேசுவது அவமானகரமான விஷயமாகும்’ என்பதுவே பவுலின் கருத்தாக இருந்திருக்கிறது.

பெண்களுக்கான சமஉரிமைகள் ஏசுவின் இறப்பிற்குப் பின் இருநூறு ஆண்டுகளில் முழுவதுமாக மாறிவிட்டது. யூதப் பெண்கள் முழுவதுமாக எந்தப் பொது நிகழ்வுகளிலிருந்தும், கல்வி கற்பதிலிருந்தும், கோவில் ஆராதனைகளை எடுத்து நடத்துவதிலிருந்தும்

முற்றாகப் புறக்கணிக்கப்பட்டனர். 'பெண்கள் அமைதியைக் கற்றுக் கொள்ளவேண்டும். கீழ்ப்படிதலோடு இருக்க வேண்டும். ஆண்களுக்கு அடங்கியவர்களாக இருக்க வேண்டும். ஆண்கள் மேல் அவர்களுக்கு எந்த உரிமையும் கிடையாது" - இதுபோன்ற பவுலின் கருத்துக்கள் முழுமையாக ஏற்றுக்கொள்ளப்பட்டன.

இதற்கான காரணம் என்ன என்பதற்கான பதில்கள் பலவும் உண்டு. ஜோஹான்னஸ் லேய்போல்ட் (Johannes Leipoldt) என்ற அறிஞர் கிறித்துவத்திற்குள் நுழைந்த புது யூதர்களினால் இந்தத் தாக்கம் நிகழ்ந்திருக்கக்கூடும் என்கிறார். (63) பேரா. மார்டன் ஸ்மித் (Professor Morton Smith) என்பவர் கிறித்துவம் எளிய ஏழை மக்களிடமிருந்து நடுத்தர வர்க்கத்திற்குள் நுழைந்ததால் இந்த மாற்றம் ஏற்பட்டது என்கிறார். எளிய மக்களிடம் குவிந்திருந்த வேலைகளை ஆண்களும் பெண்களும் சேர்ந்து செய்துவந்தனர். ஆனால் மத்திய தரத்தில் வேலைகள் பகிரப்பட்டன. கீழ்த்திசை நாடுகளிலும் கூட மத்திய தர மக்கள் மட்டுமே தங்கள் முகத்தை மறைத்து (ஹிஜாப்அணிந்து) வாழப் பழகினர்.

ஆனால் gnostic கிறித்துவர்கள், பழமைக் கிறித்துவர்களின் எழுத்துகளில் இந்தக் காரணங்கள் மேலும் அதிகமாக விவாதிக்கப்பட்டன. பிலிப் எழுதிய விவிலியத்தில்- Gospel of Philip - ஏசுவின் ஆண் சீடர்களுக்கும் மரிய மக்தலேனாவிற்கும் நடுவில் இருந்த பகைமை உணர்வு தெளிவாகத் தெரிகிறது. அதில் ...

'... ஏசுவிற்கு மரிய மக்தலேனா மீது மற்ற சீடர்களையும் விட அதிக அன்பு இருந்தது. அவரை ஏசு இதழில் முத்தமிடுவதுண்டு. இதனைக் காணும் சீடர்கள் அதில் அதிருப்தி அடைந்ததுண்டு. அவர்கள் ஏசுவிடம், 'ஏன் எங்களை விட அவரின் மேல் உங்களுக்கு அன்பு அதிகம்?' என்று கேட்டபோது ஏசு அவர்களிடம், 'ஏன் நான் உங்களிடம் அன்பு செலுத்துவதுபோல் அவரிடமும் அன்பு செலுத்தக் கூடாது?" என்றார். (Why do I not love you as (I love) her?) மரிய மக்தலேனா, தாமஸ், மத்தேயு இவர்களை ஏசு தனிப்பயிற்சிக்குத் தேர்ந்தெடுக்கிறார். அதிலும் மற்ற இருவரையும் விட மரிய மக்தலேனாவை மேலும் புகழ்கிறார். ("...she spoke as a woman who knew the All" - in the Dialogue of the Savior.") ஏனைய ரகசியப்பதிவுகளில் மரிய மக்தலேனா ஏனைய சீடர்களுக்குப் போட்டியாக இருந்ததாகக் கூறப்படுகிறது. சீடர்கள் பீட்டரையே தலைவராகக் கருதினர்.

Gospel of Mary-இல் ஏசு இறந்த பிறகு மரிய மக்தலேனா மற்ற

சீடர்களிடம் ஏசு தன்னிடம் ரகசியமாகச் சொன்னவைகளைப் பகிர்ந்து கொள்கிறார். பீட்டர் இதைக்கண்டு, கடும் கோபம் கொண்டு, 'எங்களிடம் சொல்லாததை ஏசு உங்களிடம் சொன்னாரா? எங்களை விட உங்களை அவர் அருகில் எடுத்துக் கொண்டாரா?' என்று கோபத்தில் கத்துகிறார். அதற்குப் பதிலாக, மரிய மக்தலேனா, 'சகோதரரே! நானென்ன இதையெல்லாம் நானாகவே கற்பித்துக் கூறுகிறேனா? நம் நாயகரைப் பற்றி நான் இல்லாததெல்லாம் பேசுகிறேனா?' என்று கேட்கிறார். (64)

லெவி இந்த விவாதத்தில் தலையிடுகிறார். அவர் பீட்டரைப் பார்த்து, 'ஏசு மரிய மக்தலேனாவை சிறப்பாகத் தேர்ந்தெடுத்திருந்தால் அதை மறுக்க நாம் யார்? அவருக்குத் தெரியாதா? அவருக்கு மக்தலேனாவை நன்கு தெரிந்ததால் தான் அவரை மிகவும் நேசித்தார்' என்கிறார்.

ஆனாலும் பழமைக் கிறித்துவர்களுக்கு ஒரு பெண்ணை இவ்வாறு உயர்வாக வைத்திருப்பது பொருந்தாததாகவே தோன்றியது. I & II . Timothy, Colossians, & Ephesians என்ற நூல்களில் பவுல் பெண்கள் ஆண்களுக்கு அடங்கியவர்களே என்பதை வலியுறுத்துகிறார். (65)

இவ்வாறாக, இரு கிறித்துவ குழுமமும் இரு வேறு கொள்கைகளைக் கடைப்பிடித்து வந்துள்ளனர் என்பது புலனாகிறது. Gnostic-ஞானமரபுக் கிறித்துவர்கள் கடவுளையே பாலியல் முறையில் பகுத்துப் பார்த்ததில்லை. சமூக, அரசியல் வாழ்க்கைகளில் ஆணென்றும் பெண்ணென்றும் வேறுபடி செய்து பார்த்ததில்லை. ஆனால், பழமைக் கிறித்துவர்கள் கடவுளை ஆணாக மட்டுமே பார்த்தார்கள். (66)

(இந்தக்கொள்கைகளில் பழமைக் கிறித்துவத்தின் பிடிப்பே இறுதியானதாகி விட்டது.) ஏனெனில் 1977-ல் ஆறாவது பால் என்ற போப், 'பெண்கள் குருமார்களாக ஆகமுடியாது; ஏனெனில் கிறிஸ்து ஒரு ஆண்', என்று அறிவித்து விட்டார். (69)

(இப்பதிவில் வந்துள்ள மரிய மக்தலேனாவைப் பற்றிய கருத்துகளே டான் பிரவுன் எழுதிய 'டாவின்சி கோட்' கதையின் மையப்புள்ளியாக உள்ளது. The Last Chalice *போன்ற நூல்களுக்கும் இதுவே ஒரு காரணியாக உள்ளது.)*

IV

ஆழ்ந்த கிறித்துவமும், ஒடுக்கப்பட்ட கிறித்துவர்களும்

ரோமானிய போன்டியஸ் பைலாத்துவின் உத்தரவின் பேரில் ஏசு சிலுவையில் அறைந்து, தண்டிக்கப்பட்டார் என்பதுவே நாசரேத்துவின் ஏசுவைப் பற்றிக் கூறப்படும்அனைத்திற்கும் ஒரே சாட்சியாகவும், நிரூபணமாகவும் இருக்கிறது. கி.பி. 55-115 ஆண்டுகளில் இருந்த வரலாற்றாசிரியர் டாசிட்டஸ் (Tacitus) ஏசுவைப்பற்றி ஏதும் கூறாமல் நீரோ சக்கரவர்த்தி (கி.பி.54-58) ரோமில் பல இடங்களைத் தீக்கிறையாக்கியதைப் பற்றிக் கூறுகிறார். இதனோடு இணைந்து, ஏசுவிற்கு போன்டியஸ் பைலாத்துவின் தண்டனை பற்றிக் கூறுகிறார்.(70)

ஏசுவின் அடியார்களும் இதனை உறுதிப்படுத்துகின்றனர். முதலில் எழுதப்பட்ட மார்க்கின் விவிலியத்தில் (கி.பி.70-80) யூதாசினால் ஏசு காட்டிக்கொடுக்கப்படுவது, ஏசு கைது செய்யப்படுவது, அவரது சீடர்கள் தப்பி ஒளிவது, அரசை எதிர்க்கிறார் எனக் குற்றம் சாட்டப்படுவது, போன்டியஸால் சாவிற்குத் தீர்ப்பிற்குள்ளாக்கப்படுவது - இவை எல்லாமே கூறப்பட்டுள்ளன.

லூக்காஸ், யோவான் இருவரும் இன்னும் பல ஆண்டுகள் கழித்தே, ஏறத்தாழ ஒரு தலைமுறை கழித்த பின்பே (90-110) இச்சம்பவத்தை இன்னும் பல வீர தீரச் செயல்களோடு எழுதியுள்ளனர். ஏசு தன் எதிரிகளை மன்னித்தல், ஜெபம் செய்தல் போன்றவைகள் இதில் உண்டு. ஆனால் நான்கு புதிய ஏற்பாடுகளிலும் அவரது வேதனை மிகுந்த சாவு, அவசரமாக அவர் புதைக்கப்படுதல் போன்றவை கூறப்பட்டுள்ளன.(71)

Apocalypse of Peter என்ற நாக் ஹமாதி ஏடுகளில் வேறுவிதமாகக் காணலாம். சிலுவையில் அறையப்பட கைகளிலும் கால்களிலும் ஆணிகள் அறையப்படும் ஒருவரையும், சிலுவையில் மகிழ்ச்சியாகவும் சிரித்துக் கொண்டும் ஒருவர் இருப்பதைப்பார்த்து, ஏசுவிடம் கேட்டேன். அவர் சிலுவையில் சிரித்துக் கொண்டிருப்பவர் LIVING JESUS. கீழே ஆணி அறையப்படுபவர் ஏசுவின் சதையாலான உருவம் (FLESHY PART); அவரின் மாற்றுடல். (HIS SUBSTITUE) என்றார். (72) *(நமது உடலை வெறும் "மண்பாண்ட ஓடு" என்று இந்து மதத்தில் கூறுவதை மீண்டும் இங்கு நினைவில் கொள்ளலாம்.)*

The Acts of John - நாக் ஹமாதி பிரதிகள் கிடைப்பதற்கு முன்பே கிடைக்கப்பட்ட பிரதி இது. இதில் ஏசு ஒரு மனிதனல்ல; அவர் ஓர் ஆன்மீக உருவு என்று கூறப்பட்டுள்ளது. (73)

The Acts of John - இல் சொல்லிக் கொடுக்கப்பட்ட பாடல்:

இப்பிரபஞ்சம் முழுமையும் அந்த நடனக்காரரின் சொத்து. ஆமென்.

நடனமாட முடியாதவனுக்கு நடப்பது என்ன என்பது புரியாது. ஆமென்.

இப்போது என்னோடு நடனமிட ஆரம்பித்தால், உன்னை என்னிடம் காண்பாய். ஆமென்.

நடனமிடும் நீ, நான் என்ன செய்கிறேன் என்பதைக் கவனி. நான் படும் இன்னல்கள் உனக்காக. ஆமென்.

துயரங்களை அனுபவிக்கப் பழகு. அப்படியானால் நீ துயரமின்றி இருப்பாய். ஆமென். *(74)*

பழமைக் கிறித்துவர்கள் ஏசு ஒரு மனிதனாகவே பூவுலகிற்கு வந்தார் என்பதில் உறுதியாக உள்ளார்கள்.

லியோ போப் (Pope Leo, the Great கி.பி.442) The Acts of John - இல் சொல்லியிருப்பது முற்றிலும் தவறு; அது போன்ற எழுத்துக்கள் அழிக்கப்பட்டு, எரிக்கப்பட வேண்டும் என்கிறார். *(75)*

சுயக்டோனியஸ் (Suectonius) என்ற வரலாற்றாசிரியர் (கி.பி.125) நீரோ சக்கரவர்த்தியின் காலத்தில் கிறித்துவர்கள் பெருமளவில் தண்டிக்கப்பட்டுள்ளதைக் கூறுகிறார். *(76)*

(இதனைத் தொடர்ந்து எப்படி பல கிறித்துவர்கள் ரோமானியப் பேரரசால் கொல்லப்பட்டார்கள் என்று நூல் சொல்லிச் செல்கிறது. சிலமணி நேரத் துயரங்கள் மூலம் அவர்கள் பாவங்களெல்லாம் மன்னிக்கப்பட்டு மோட்சம் செல்லும் வேதசாட்சிகளாகி விடுகிறார்கள் என்பது பழமைக் கிறித்துவத்தின் நம்பிக்கை.)

V

எந்த திருச்சபைதான் உண்மையான திருச்சபை?

கடந்த இரண்டாயிரம் ஆண்டளவாக பழமைக் கிறித்துவக் கருத்துக்களும், வழிமுறைகளும் காக்கப்பட்டு, போற்றப்பட்டு வருகின்றன; gnostic - ஞானமரபுக் கருத்துக்கள் பின் தள்ளப்பட்டு விட்டன; அதை விடவும் அவைகள் ஏறத்தாழ அழிக்கப்பட்டுவிட்டன.

நாக் ஹமாதி பதிவுகள் கிடைத்த பிறகே கிறித்துவ மதத்தின் இன்னொரு பக்கம் வெளிவந்துள்ளது. பழமைக் கிறித்துவம் gnostic கருத்துக்களால் கண்டிக்கப்பட்டுவந்துள்ளது என்பதும் தெரிகிறது. (102)

கி.பி. 200 பழமைக் கிறித்துவத்திற்கும், gnostic கருத்துக்களுக்கும் போராட்டம் ஆரம்பமாகி இருந்தது. எந்த அமைப்பு உண்மையான கிறித்துவம் என்ற போராட்டம் தொடர்ந்து நடந்து வந்துள்ளது.

gnostic மதம் வெறும் அடையாளங்கள், வேத சாட்சிகளாக மரித்தல் போன்றவைகளைப் போற்றவில்லை. அவர்களது அடிப்படைக் கருத்து: 'உங்கள் கனிகள் மூலம் நீங்கள் அறியப்படுவீர்கள்.'

ஆனால் பழமைக் கிறித்துவம் இரண்டாம் நூற்றாண்டிலேயே ஒரு முழுஅமைப்பாக மாற ஆரம்பித்து விட்டது. அக்கிறித்துவம் சொல்பவைகளை முழுமையாக நம்புபவர்கள் மட்டுமே கிறித்துவர்களாக அங்கீகரிக்கப்பட்டனர். அறிவுசார் கொள்கைகள் புறந்தள்ளப்பட்டு, எளிய, சாதாரண முறைகளில், அதன் கொள்கைகள், பழக்கங்கள், அரசியல் அமைப்புகள் இவைகளை ஒப்புக் கொள்வோர் மட்டுமே உறுப்பினர்கள் என்ற கட்டமைப்பு உருவானது. (104)

பழமைக் கிறித்துவத்தில் கத்தோலிக்க திருச்சபை மட்டுமே முழுமையானது. இதற்கு வெளியே ரட்சிப்பில்லை. gnostic கிறித்துவத்திலோ மதக் குருக்களுக்குஅடிமைகளாக இருக்க வேண்டியதில்லை. ஆனால் ஒருவருக்கொருவர் கொள்ளும் நல்லுறவே முக்கியம் என்று சொன்னது. உண்மையான கிறித்துவம் என்பது கடவுளோடும்மற்றவர்களோடும் நாம் கொள்ளும் நல்ல உறவு மட்டுமே என்றது. gnostic கிறித்துவம் 'தெய்வீக கிறித்துவம்' என்ற கோட்பாட்டைப் பற்றிப் பேசும்போது, பழமைக்கிறித்துவம் வெளிப்படையான, சாதாரண தோற்றத்தை மட்டுமே தருகிறது. (106)

ஐரீனியஸின் மாணவரான ஹிப்போளைட்டஸ் (Hippolytus) கிறித்துவ சட்டத்தின்படி மதத்தலைவர்களான பிஷப்புகளின் இருப்பைப் பிரதானப்படுத்துகிறார். (107) வேலன்டினியர்களில் ஒருவரான கேராக்ளியோன்(Heracleon) மாற்றுக் கருத்தைக் கூறுகிறார். 'சாதாரண' பழமைக் கிறித்துவர்களுக்கு கோவில் என்பது சாதாரணம்; ஆனால், gnostic கிறித்துவர்களுக்கு அது ஒரு புனித இடம்; ஆன்மீகம் சார்ந்த இடம் என்றாகிவிடுகிறது என்கிறார். (116)

VI

GNOSIS: ஞானமரபு

யோவான் *14: 5 - 7* தோமா அவரிடம், 'ஆண்டவரே! நீர் எங்கே போகிறீர் என்று எங்களுக்குத் தெரியாது. அப்படியிருக்க நீர் போகுமிடத்துக்கான வழியை நாங்கள் எப்படித் தெரிந்துகொள்ள இயலும்?' என்றார்.

இயேசு அவரிடம், 'வழியும் உண்மையும் வாழ்வும் நானே', என் வழியாய் அன்றி எவரும் தந்தையிடம் வருவதில்லை' என்றார்.

யோவானின் புதிய ஏற்பாடு gnostic கிறித்துவர்களிடமும் சிறப்புத் தன்மையோடு இருந்து வந்துள்ளது. அதேபோல் பழமைக் கிறித்துவர்களுக்கும், சிறு மறுப்பு வந்திருந்தாலும், இந்நூல் ஏற்புடையதாயுள்ளது. Gospel of Thomas, Dialogue of the Savior போன்ற நூல்களைப் புறக்கணித்தவர்கள் யோவானை எப்படி ஏற்றுக்கொண்டனர்? கடவுளை ஏசுவின் மூலமாகவே பார்க்க முடியும் என்று சொல்லும் கொள்கையே காரணம்.*(119)*

Gospel of Thomas-இல் ஏசு இதே போன்ற ஒரு கேள்வியை ஏசுவின் சீடர்கள் கேட்டபோது, 'ஒளிபடைத்த ஒருவனிடம் ஒளி இருக்கிறது; அதுவே இந்த உலகை ஒளிமயமாக்குகிறது. அவனிடம் ஒளியில்லையேல் அவன் இன்னும் இருளில் இருக்கிறான்' என்கிறார்.

வாலண்டினியன் வழியினருக்கு யோவானில் வரும் வார்த்தைகள் மிகப் பயனுள்ளதாக இருக்கும்.

மூன்றாம் நான்காம் நூற்றாண்டுகளில் பல கிறித்துவர்கள் துறவு நிலைக்கான தனிமை, உருவெளித் தோற்றம், ஆன்மீக நிலை போன்றவைகளை மேற்கொண்டனர். ஆனால், நான்காம் நூற்றாண்டிற்குப் பிறகு துறவிகளும் கூட நடைமுறைக் கிறித்துவர்களோடு ஒன்றி, மதக் குருக்களுக்குக் கீழ் வரவேண்டும் என்பதை உறுதிப்படுத்தினர். *(120)*

இந்த விதக் கட்டுப்பாடுகளினாலேயே, நாக் ஹமாதி கண்டுபிடிக்கப்பட்ட இடத்தின் அருகில் உள்ள புனித பாச்சொமியஸ் (St. Pachomius) என்ற இடத்திலிருந்த குருமடங்களில் நாக் ஹமாதி நகல்கள் பத்திரமாக வைக்கப்பட்டிருந்திருக்கலாமென ப்ரெட்ரிக் ஒய்ஸ் (Frederik Wisse) என்பவர் தன் ஆய்வுக் கருத்தைக் கூறியுள்ளார். ஆனால் 367-ம் ஆண்டில் மிகவும் அதிகாரம் பெற்றிருந்த அலேக்சான்றியாவின் பிரதம பிஷப்பாக இருந்த அதனாசியஸ் (Athanasius) என்பவர் இதுபோன்ற

நூல்களை- ஐயத்துக்கிடமான தேவப்புரட்டு நூல்களை - எரித்துப் போட உத்தரவிட்டார். அதைமீறிப் பாதுகாக்கப்பட்ட நூல்களே 1600 ஆண்டுகள் கழித்துக் கண்டுபிடிக்கப்பட்டுள்ளன.

140 - 400 ஆண்டுகளில் கிறித்துவம் ஒரு அரசியல் அமைப்பாகவே உருவெடுத்தது. இரேனியஸ் gnostic கிறித்துவர்களைப் பகைமையோடு தான் பார்த்தார். *(121)*

gnostic கிறித்துவர்கள் கடவுள் மனிதனைப் படைத்தார். மனிதன் கடவுளைஉருவாக்கினான். ஆகவே கடவுள் மனிதனை வணங்க வேண்டும் என்றொரு வாக்கியம் பிலிப் விவிலியத்தில் உள்ளது. *(122)*

gnostic கிறித்துவர்கள் இதனாலேயே 19-ம் நூற்றாண்டின் மனோதத்துவ அறிஞர் லட்விக் ஃபீப்யூயர்பாக் (Ludwig Feuerbach) என்பவர் சொன்ன 'இறையியல் என்பதே மனித இன இயலாகும் (theology is really anthropology)' என்ற தத்துவத்தை ஒப்புக்கொள்கிறார்கள். *(123)*

மனித இயலை பழமைக் கிறித்துவர்களும், gnostic கிறித்துவர்களும் இரு வேறுவிதமாகக் காண்கிறார்கள். பழமைக் கிறித்துவர்கள் யூதர்களைப் போலவே, கடவுளும் மனிதனும், மனிதன் செய்யும் பாவங்களால் பிரிக்கப்பட்டிருக்கிறார்கள் என்று சொல்கிறது. ஆனால், gnostic கிறித்துவர்களின் கருத்து வேறுபட்டு நிற்கிறது. 'அறிவு' அதுவும் 'தன்னறிவு' மட்டுமே 'தன்னையே தன்னுள் பார்க்கும்' திறனைத் தருகிறது.

வாலண்டினியக் கருத்துப்படி எல்லாவற்றிற்கும் தாயான 'ஞானம்' (wisdom) தன் துயரங்களின் ஊடே நான்கு 'பூதங்களை'க் கொண்டு வந்தது. அந்த நான்கு பூதங்கள்: மண், காற்று, நெருப்பு, நீர். *(124)* *(இந்து மதம் சொல்லும் "ஐம்பூதங்கள்" நினைவுக்கு வருகிறது.)*

சுய அறிவற்று இருப்பதே சுய அழிப்பின் முதல் படி. (Self-ignorance is also a form of self-destruction.) Dialogue of Savior என்ற நூலின்படி பிரபஞ்சத்தின் இந்த நான்கு பூதங்களை உணராதோர் அழிவை நோக்கிச்செல்கிறார்கள். *(125)*

Gospel of Thomas சுய அறிவு மனக்குழப்பத்தை ஏற்படுத்தும் என்று எச்சரிக்கிறது. அந்த நூலில், ஏசு சொல்கிறார்: "தேடுபவன் தொடர்ந்து தான் தேடுவது கிடைக்கும்வரை தேடட்டும். தேடுவது கிடைத்தவுடன் அவன் குழம்பி நிற்பான். அந்தக் குழப்பத்தில் அவன் ஆச்சரியத்தின் விளிம்பிற்குப் போவான். அதன்பின் அவன் எல்லாவற்றையும் ஆளும் திறன் பெறுவான்."

உள்ளேயிருப்பதாக உணரும் அந்த "ஒளி" எங்கிருந்து வருகிறது? ப்ராய்ட் சொன்னதுபோல் gnostic கிறித்துவம் 'உடம்பின் விளக்காக இருப்பது மனமே' என்கிறது.

"மனமே நம் வழிநடத்தி. காரணங்களே நமது ஆசிரியர்".*(127)*

'கடவுளின் ராஜ்ஜியம்' என்பதை ஏசு தாமஸ் விவிலியத்தில் நன்றாகவே கிண்டலடிக்கிறார்: "உங்களை வழி நடத்துபவர்கள் கடவுளின் ராஜ்ஜியம் வானத்தில் உள்ளது என்றால், அங்கு நீங்கள் போகும் முன் பறவைகள் முதலில் போய்விடும். இல்லை, கடவுளின் ராஜ்ஜியம் கடலில் இருக்கிறது என்றால் முதலில் மீன்கள் அங்கே உங்களுக்கு முன் போய்விடும். ஆனால் கடவுளின் ராஜ்ஜியம் என்பது சுய தரிசனத்தில்தான் (It is a state of self-discovery.) இருக்கிறது." *(128)*

gnostic கிறித்துவர்கள் ஏசுவின் மேற்கூறிய விளக்கங்களால் மனிதனின் முழுவிடுவிப்பு என்பது வரலாற்றின் வடுக்களாக இருக்காது; ஆனால் அவை மனிதமனங்களின் மாறுதல்களால் மட்டுமே இருக்கும் என்று கருதுகிறார்கள். *(129)*

Gospel of Thomas-இல் ஏசுவின் சீடர்கள் ஏசு எங்கே இருக்கிறார் என்பதைக்கேட்க, - அப்போதுதானே அவர்கள் அவரை அடைய முடியும் என்பதால் கேட்க - ஏசு அவர்களுக்கு நேரடி பதில் கொடுக்காது, உங்களிடமே ஒளிந்திருக்கும் பதிலைக் காணுங்கள் என்கிறார்.

அவரது மூன்று முக்கிய சீடர்களில் ஒருவரான மத்தேயு வாழ்வின் இருப்பிடம் (place of life) எது என்று கேட்க, ஏசு 'உங்களில் யார் தன்னையே அறிந்திருக்கிறீர்களோ அவர் அதைக் கண்டுகொண்டு விட்டார்' என்கிறார். *(131) ("நான் யார்?" என்று கேட்பது இந்திய மதங்களிலும், இந்தியத் தத்துவயியலிலும் அடிக்கடிப் பயன்படும் ஒரு தத்துவக் கேள்வி.)* ஒவ்வொரு gnostic கிறித்துவரும் தன் மனதிற்கு தானே ஒரு சீடனாக இருப்பார் என்றும், தன் மனதே உண்மையின் பிறப்பிடம் என்றும் கருதுவார்கள் என்றும் Testimony of Truth கூறுகிறது. *(இதைத்தான் "ஞானோதயம்" என்கிறோமோ?) (132)*

சமயங்களின் மொழியில் உள்மனத்து மாற்றங்களே மொழியாகின்றன; இறையுணர்வை அடைந்தவர்கள் தாங்கள் காண்பது எதுவோ அதுவாகவே மாறிவிடுகிறார்கள். "நீ ஆன்மாவைப் பார்த்தாய்; நீயே ஆன்மாவாக மாறிவிட்டாய். நீ கிறிஸ்துவைப் பார்த்தாய்; நீயே கிறிஸ்துவாக மாறி விட்டாய். நீ பரமபிதாவைப் பார்த்தாய்; நீயே பரமபிதாவாக மாறி விட்டாய். நீ உன்னையே பார்த்தாய்; நீ பார்த்ததும் நீயே"

"Gnosis என்ற இந்த நிலையை அடைந்தவன் இப்போது ஒரு கிறித்துவனல்ல. ஆனால், அவனே இப்போது ஒரு கிறிஸ்து."

(அகம் பிரம்மாஸ்மி என்பதுதான் இதுவோ?)

பல gnostic கிறித்துவர்கள் தன்னையே புரிந்து கொள்ளும் ஆர்வத்தோடு உள்ளார்கள். அவர்களைப் பொறுத்தவரை இந்த ஆழ் மனத்து ஆர்வமே பல பேருண்மைகளைத் திறந்துகாட்டும் ஒரு சாவியாக மாறி விடுகிறது. "நாம் யார்? எங்கிருந்து நாம் வந்தோம்? எங்கே இங்கிருந்து போகிறோம்?" Book of Contender என்ற நூலின்படி "தன்னைத் தெரிந்து கொள்ளாதவன் எதையுமே தெரிந்து கொள்ளாதவனாக இருக்கிறான். ஆனால், தன்னைப் பற்றித் தெரிந்து கொண்டவன் தன்னைப் பற்றியுமல்லாமல், எல்லாவற்றின் அடிப்படை உண்மைகளை உணர்ந்தவனாகிறான்."

("நான்" என்ற கொள்கையை வைத்து இந்து மதத்தில் உள்ள தர்க்கங்கள் போலவே இவையுமுள்ளன.)(134)

ப்ளோட்டினஸ் (Plotinus) என்ற தத்துவாசிரியர் "கடவுளைப் பார் என்கிறார்கள். ஆனால் கடவுளை எங்கே எப்படி பார்ப்பது என்று gnostic கிறித்துவர்கள் ஏதும் சொல்வதில்லை" என்கிறார்.

நாக் ஹமாதி ஆன்மீக ஒழுக்கம் பற்றி பலவற்றைக் கூறுகிறது. நாக் ஹமாதியின் மிக நீள நூலான Zostrianos ஞானம் பிறப்பதற்கான வழிமுறைகளை எடுத்துரைக்கிறது. 'ஒவ்வொருவனும் தனது உடலிச்சைகளை கடும் தவம் மூலம் ஒதுக்கிவைக்க வேண்டும். இரண்டாவதாக, தியானத்தின் மூலமாக தன் மனதை முழுமையாக ஆளுமைப் படுத்தவேண்டும். இந்த நிலைக்கு வரும்போது அவன் கடவுளை முழுமையாக உணர முடியும்.

(ஆசைகளை ஒழி என்ற புத்த தத்துவம் போலவே இக்கருத்துக்கள் உள்ளன.)(135)

gnostic ஆசிரியர்கள் தங்களது ரகசியமான வழிகாட்டுதல்களை வெறும் வார்த்தையாடல்கள் மூலமாக செய்து வந்துள்ளனர். அவை அந்தந்த சீடர்களின் மனோநிலையை ஒத்ததாக இருக்கவே இம்முறையைத் தேர்ந்தெடுத்துள்ளனர்.

(இது ஜென்குரு - சிஷ்ய உறவு போல் உள்ளதாகத் தெரிகிறது.)

முடிவுரை

வெற்றி பெற்றவர்கள் எழுதும் வரலாறு எப்போதும் அவர்கள் விருப்பம் போலவே எழுதப்பட்டு இருக்கும். இதனாலேயே வளர்ந்து வந்த பழமைக் கிறித்துவர்கள் தங்களை Orthodox என்றும், மற்றவர்களை heretical என்றும் பிரித்து, தாங்கள் கிளைத்து வளர்ந்ததற்கு 'பரிசுத்த ஆவி'யே காரணம் என்றும் ஒரு வரலாற்றைப் படைத்து விட்டார்கள்.

ஆனால் நாக் ஹமாதியின் பழம் எழுத்துக்கள் இதனை ஒரு கேள்விக் குறியாக்கி விட்டுள்ளன. ஆரம்பத்தில் பல்வேறு அமைப்புகளோடு இயங்கி வந்த கிறித்துவம் அப்படியே விடப்பட்டிருந்தால், கால அமைப்பில் மடிந்து போன பல மதங்கள் போலவே அழிந்துபோயிருக்கலாம். அந்த அழிவிலிருந்து தப்பித்தது கிறித்துவத்தின் அமைப்பு முறையாலும், இறையியல் கட்டுக்கோப்பினால் மட்டுமே முடிந்தது. *(142)*

பழமைக் கிறித்துவம், gnostic கிறித்துவம் போலல்லாமல், பிற மனிதர்களோடான உறவிற்கு முக்கியத்துவம் அளித்தது. *(146)*

ஐரீனியஸ் கடவுள் இரட்சணியத்தின் வழியை மிகவும் புத்திசாலித்தனத்தாலோ, ஆன்மீகத்தினாலோ அடையும்படி நிச்சயமாக வைக்க மாட்டார். எளிமையானதாகவும், எல்லோராலும் அடையும் விதமாகவும் தான் வைத்திருப்பார் என்றார். *(147)*

மேலும் ஐரீனியஸ், கிறித்துவர்கள் தங்கள் மதத்தைச் சீராக வழுவ வேண்டுமென்றும், தலைமையின்கீழ் முழு நம்பிக்கை வைக்க வேண்டுமென்றும், தலைமை அனுமதிக்கும் வேதநூல்களை, சமயச் சடங்குகளை, தலைமையின் ஆளுமையை மட்டும் மதிக்கும்படியும் வலியுறுத்தினார்.

ஏசு, லூக்: 14:26-இல் "என்னிடம் வருபவர் தம் தந்தை, தாய், மனைவி, பிள்ளைகள், சகோதரர், சகோதரிகள் ஆகியோரையும், ஏன் தம் உயிரையுமே என்னைவிட மேலாகக் கருதினால், அவர் என் சீடராயிருக்க முடியாது" என்று கூறியுள்ளார். (எங்கள் உயிரினும் மேலான நபி என்று இஸ்லாமியரும் சொல்வது இதன் அடிப்படையில் தானோ? அவர்களுக்கு முகமது; இவர்களுக்கு ஏசு! மத ஒற்றுமை !!!) தன்வழியில் வருவோர் தங்கள் சுற்றம் முழுமையையும் நிராகரிக்க வேண்டுமென்றும், தன்னைப் போலவே குடும்பம், திருமணம், உறவு என்று ஏதுமில்லாமல் தன் உயிர்பற்றிய கவலையும் கொள்ளாமல் உண்மையைத் தேடி அவர் சென்றது போலவே தன் சீடர்களும் இருக்க அவர் எதிர்பார்த்தார். *(148)*

கிறித்துவத்தை வெறுத்த நீட்ஷே (Nietzsche), 'ஒரே ஒருவர் மட்டுமே உண்மையான கிறித்துவன்; அவர் சிலுவையில் அறையப்பட்டுக் கொல்லப்பட்டார்' என்று எழுதினார். *(149)*

gnostic கிறித்துவம் பூமிக்குள் ஓடும் ஒரு அமைதியான நதி போல் காலம் பூராவும் ஓடி வந்துள்ளது அவ்வப்போது அது நிலத்திற்கு மேலும் பீறிட்டு வருவதுண்டு; மத்திய காலக்கட்டத்திலும் (Middle Ages), அதன்பின் மறுமலர்ச்சிக் காலத்திலும் (Reformation) அப்படி வெளிக்கிளம்பிய கிறித்துவம் பல மாற்றங்களையும் கண்டது. அதிலும் மறுமலர்ச்சிக் காலத்தில் Baptist, Pentecostal, Methodist, Episcopal, Congregational, Presbyterian, Quaker போன்ற பிரிவுகள் பல பழமைக் கிறித்துவத்திற்குள் தோன்றின. இவ்வமைப்புகள் எல்லாமே புது ஏற்பாட்டையும், பழைய சமய வழிமுறைகளையும் தக்க வைத்துக் கொண்டன. கிறித்துவ தேவ திரவியங்களை அவர்கள்தங்கள் வசதிக்கேற்றபடி மாற்றிக் கொண்டனர். ஆனால் அவைகளை எப்போதும் கைவிடவில்லை.

Valentinus, Heracleon, Blake, Rembrandt, Dostoevsky, Tolstoy and Nietzche போன்றவர்கள் அனைவரும் இயங்கி வந்த பழமைக் கிறித்துவத்தின் விளிம்பில் மட்டுமே தங்களை நிறுத்திக் கொண்டார்கள். அவர்கள் அனைவருக்கும் கிறித்து, அவரது பிறப்பு, வளர்ப்பு, அவரது அறிவுரைகள், இறப்பு, மீண்டும் உயிரோடு எழும்புதல் - எல்லாமே பிடித்துள்ளன. ஆனால் பழமைக் கிறித்துவத்தில் இருந்த அமைப்பின் ஆளுமைக்கு எதிராகவே அவர்கள் இருந்தனர். இன்றும் இதே நிலை பல கிறித்துவர்கள் மத்தியில் இருந்து வருகிறது. கிறித்துவத்தின் ஆரம்பத்தில் கேட்கப்பட்ட பல பழைய கேள்விகள் இன்னும் அதே போல் எழுப்பப்பட்டு வருகின்றன.

பல கேள்விகள் :-

★ ஏசுவின் மறு உயிர்ப்பை எப்படிப் புரிந்து கொள்வது?

★ பெண்களுக்கான இடம் கிறித்துவத்தில் எது?

★ குருவானவர்களாக, கிறித்துவத்தின் ஆளுமையில் அவர்கள் இடம் எது?

★ கிறிஸ்து என்பவர் யார்?

★ கிறிஸ்துவிற்கும் அவரை நம்புவோருக்கும் உள்ள உறவு என்ன?

★ கிறித்துவத்திற்கும் ஏனைய உலக மதங்களுக்குமான தொடர்புகள் என்ன? *(150)*

நாக் ஹமாதியில் கண்டெடுக்கப்பட்ட சுவடிகள் ஆயிரம் வருடங்களுக்கு முன் கண்டெடுக்கப்பட்டிருந்தால் அன்றே அவைகள் முற்றாக எரித்து, அழிக்கப்பட்டிருக்கலாம். ஆனால், இருபதாம் நூற்றாண்டு வரை பாதுகாப்போடிருந்து வெளிவந்த இந்த நூல்கள் இப்போது ஒரு புதிய வழியைக் காண்பிக்கின்றன. கிறித்துவத்தின் மீது ஒரு புதிய பார்வையைக் கொடுக்கின்றன. அவைகளை வெறும் மதப்புரட்டு, பைத்தியக்காரத்தனம் என்பது போன்ற தலைப்புகள் கொடுக்காமல், அவைகளைக் கிறித்துவத்தின் ஆரம்பகாலத்து வரலாறாகப் பார்க்கிறோம். இன்றைய பழமைக் கிறித்துவத்திற்குப் போட்டியாக வரலாற்றில் அன்று இருந்த ஓர் உண்மையை இன்று காண்கிறோம். (151)

யூதாசின் நற்செய்தி
- ரோடோல்ஃப் கேசர், மார்வின் மெயர், கிரகோர் வர்ஸ்ட்

ரோடோல்ப் காசர் (Rodolphe Kasser) (1927 - 2013) சுவிட்சர்லாந்தில் பிறந்தவர். சமயக் கல்வியில் தன் உயர்கல்வியை பாரிசில் 1946-1950 ஆண்டில் முடித்தார். 1953 - 1959 ஆண்டுகளில் சுவிட்சர்லாந்திலும் பிரான்சிலும் மத ஆயராகப் பணிபுரிந்தார். முனைவர் பட்டத்திற்குச் சமமான பட்டத்தை 1964இல் முடித்தார். 1963 - 1998 ஆண்டுகளில் ஜெனிவா பல்கலையில் காப்டிக் (Coptic) மொழிகள், அதன் இலக்கியத்திலும் பேராசிரியராகப் பணிபுரிந்தார். 1965லிருந்து கிழக்கு எகிப்தில் உள்ள கெல்லியா (Kellia) என்ற இடத்திலிருந்த சுவிஸ் நாட்டின் காப்டிக் அகழ்வாராய்ச்சி அமைப்பின் தலைவராகப் பணியாற்றினார். காப்டிக் மொழிகளை மொழியாக்கம் செய்வதில் மிகுந்த திறமையாளராக இருந்துவந்தார்.

1962லிருந்து மிக முக்கியமான மொழியியலில் ஈடுபட்டிருந்தார். காப்டிக் மொழியியல், வரலாற்றியல் இவைகளில் தொடர்ந்து ஆய்வு செய்துகொண்டே ஒரு புதிய காப்டிக் அகராதி ஒன்றினைத்

தயாரித்துக்கொண்டிருந்தார். இணையாக காப்டிக் வழக்கு மொழிகளையும், அவைகளின் பிரிவுகளையும் ஆராய்ந்துவந்தார். இத்துணை ஆய்வுகளையும் தொகுத்து அவர் பல ஆராய்ச்சிக் கட்டுரைகளை 1964லிருந்து 2005 வரை தொடர்ந்து வெளியிட்டுக் கொண்டிருந்தார். விவிலியத்தொடு தொடர்புடைய Bodmeriana Library என்று அழைக்கப்படும் க்ரீக், காப்டிக் கோடீஸ்களை முக்கிய ஆய்வுகளாக வெளிக்கொணர்ந்தார்.

1970இல் எகிப்தில் பெனிமசார் (Beni Masar) என்னுமிடத்தில் காப்டிக் மொழியில் எழுதப்பட்ட, தோலில் சுற்றப்பட்ட நாணற்புல்தாளில் எழுதப்பட்ட கையெழுத்துப்படி ஒன்று கண்டுபிடிக்கப்பட்டது. சாக்கோஸ் (Tchacos) என்ற ஒரு பழம்பொருள் விற்பனையாளர் அச்சுவடிகள் அழிந்துவருவதைக் கண்டு அதனை விற்க முயன்றார். காலம் தாழ்ந்து மேலும்மேலும் சிதைந்து கொண்டிருந்த சுவடிகள் இறுதியில் விற்கப்பட்டு 2001ல் பிறகு மொழியாக்கம் செய்யப்பட்டன. கேசர் முனைந்து இம்முயற்சியில் ஈடுபட்டார். சுவடிகள் காப்டிக் மொழியில் எழுதப்பட்டிருந்தன. காப்டிக் அல்லது எகிப்திய காப்டிக் என்ற அம்மொழி 17ஆம் நூற்றாண்டுவரை பேசப்பட்டுவந்த எகிப்திய மொழியில் இருந்தது. இந்த காப்டிக் கோடக்ஸில் யூதாவின் விவிலியம் (Gospel of Judas), அதனோடு சேர்ந்த மூன்று பழமைவாத (gnostic) நூல்களும் இருந்தன. கேசரின் முழுமுயற்சியால் யூதாவின் விவிலியம் காப்டிக் மொழியிலிருந்து மொழிமாற்றம் செய்யப்பட்டது. இந்த விவிலியம் 62 கையெழுத்து ஏடுகளிலில் மிகவும் சிதிலமடைந்த நிலையில் இருந்தன. கார்பன் முறை காலக்கணிப்பில் இந்த ஏடுகளின் காலம் 280 AD - 60 ஆண்டுகளுக்கு முன்னே/பின்னே இருக்கலாம். முழுமொழியாக்கம் நேஷனல் ஜியோகிராபிக் சொசைட்டியால் 2006ஆம் ஆண்டு வெளியிடப்பட்டது.

இந்நூலின் தொகுப்பாளர்கள் பற்றிய விவரங்கள்:

Prof. MARVIN MEYER, Ph.D.

A foremost scholar on Gnosticism, the Nag Hammadi Library and texts about Jesus outside the New Testament.

Prof. GREGOR WURST, Ph.D.

Professor of Ecclesiastical History and Patristics at the University of Augsburg, Germany

Prof. BART D. EHRMAN, Ph.D.

Distinguished Professor and Chair of the Department of Religious Studies, University of North Carolina at Chapel Hill.

கிறித்துவத்தின் ஆரம்பகால வரலாற்றாய்வாளர்.
Gospel of Judas நூலைப்பற்றி...

யூதாவின் விவிலியம் மொத்தம் 16 அத்தியாயங்கள் கொண்டிருந்தன. ஐரீனேயஸ் 180 ADல் பழமைக் கிறித்துவத்திற்கு எதிரான நூல்களை எதிர்த்து எழுதிய Adversus Haereses (Against Heresies) என்ற நூலில் இந்த விவிலியத்தையும் எதிர்த்து எழுதியுள்ளார் என்பது இந்த நூலின் இருப்பிற்கான இன்னொரு வரலாற்றுச் சான்று. 1600 ஆண்டுகளாக மறைந்துகிடந்த ரகசியம். தொலைந்துபோன இந்த புதிய ஏற்பாடு மீண்டும் அறிஞர்களின் கைகளுக்கு மறைந்துகிடந்த புதையலாகக் கிடைத்தபோதும், அறிஞர்கள் அவைகளைப் படித்துப் புரிந்தபோதும் பல அவர்களை ஆச்சரியப்பட வைத்தன. கிறிஸ்துவத்தின் ஆரம்ப காலத்திலிருந்து யார் கண்ணிலும் படாத இந்த நூல், இப்படி ஒருநூல் இருக்கும் என்பதை யாரும் தெரிந்துகொள்ளாத ஒருநூல், யூதாஸ் இஸ்காரியோத் என்ற வரலாற்றின் பெரும் நம்பிக்கைத் துரோகி தன் நிலையில் இருந்து எழுதிய இந்த நூல் அறிஞர்களின் கையில் கிடைத்தபோது, அந்த நூல் யூதாஸ் ஒரு வரலாற்று வில்லன் அல்ல; அவர் ஒரு ஞானம் மிகுந்த மகாமனிதன் என்பதைப் புரியவைத்தது.

இந்த நூல் இந்த அரும்பெரும் நற்செய்தியை முதன் முதல் தரும் நூலாகும். இதுவரை திருச்சபையினரால், அதிலும் முக்கியமாக புனிதர் ஐரீனியஸ் என்பவரால் இந்த நூலும், அது சார்ந்த கோட்பாடுகளும் ஒரு பொய்த் தகவலாகக் கருதப்பட்டது. 1970ஆம் ஆண்டு மத்திய எகிப்திய நாட்டுப் பகுதியில் மறைந்துகிடந்த இந்த நூல் சில விவசாயிகளால் கண்டுபிடிக்கப்பட்டு வெளிவந்தது. அதன் பின் பலரின் கைகள் மாறி மாறி, பல வர்த்தகர்களின் கைகளின் வழியாகவும் வந்த இந்த நூல் பல இடர்ப்பாடுகளையும் கடந்து மிகவும் சிதைந்த நிலையில் கிடைத்தது. 2001ஆம் ஆண்டு இந்த நூல் சரியான ஆய்வாளர்களின் கைகளுக்கு வந்து சேர்ந்தது. இறுதியில், சிதைந்த பாகங்கள் பெரும் ஆய்வாளர்களால் ஆராயப்பட்டு தகவல்கள் தொகுக்கப்பட்டன.

இந்த விவிலியத்தில் பிரபஞ்சவியலைப் பற்றியும், ஆன்மீகத்தைப் பற்றியும் ஏசு யூதாசிற்குப் போதிப்பதுபோல் அமைந்துள்ளன. ஏசுவின் சீடர்களில் யூதாஸ் மட்டுமே இதைப் புரிந்துகொள்வது போல் சொல்லப்பட்டுள்ளன.

யூதாசின் விவிலியத்தில் யூதாஸ் கிறிஸ்து கொடுத்த ஆணைகளை அப்படியே கீழ்ப்படிந்து நிறைவேற்றுவது போல் எழுதப்பட்டுள்ளன. மேலும் ஏசுவின் படிப்பினைகளை மற்ற சீடர்கள் முழுவதுமாகப்

புரிந்துகொள்ளவில்லை என்று சொல்லப்படுகிறது. மாறாக, அவர்கள் எல்லோரும் உண்மையான விவிலியத்தைப் புரிந்துகொள்ள முடியவில்லை; ஏசுவும் யூதாஸிற்கு மட்டும் தனித்துக் கற்பித்தார். சீடர்களுள் யூதாஸ் மட்டுமே ஏசுவிற்கு ஒரு 'புனிதவழித் தோன்றலாக' இருந்தார். இந்த நூலில் ஏசு தன்னைக் காட்டிக்கொடுக்கும்படி யூதாஸைக் கேட்டுக்கொள்கிறார். நமக்குத் தெரிந்த புதிய நற்செய்திகளில் சொன்னது போலின்றி, யூதாஸ் ஏசுவின் சீடர்களிலிலேயே சிறந்த ஒரு மனிதனாகத் தோன்றுகிறார். ஏசுவை முழுமையாகக் கண்டறிந்த ஒரே சீடராக யூதாஸ் இருக்கிறார்.

ஏற்றுக்கொள்ளப்பட்ட நான்கு விவிலியங்களும் நீள்தொடராக எழுதப்பட்டுள்ளன. யோவான் விவிலியத்தில் ஏசுவின் கடைசி மூன்றாண்டுகள் பற்றியும், லூக்காஸ், மாத்யு விவிலியங்களில் அவரது பிறப்பிலிருந்தும் தொடர்ச்சியாக எழுதப்பட்டுள்ளன. ஆனால், யூதாஸின் விவிலியத்தில் இந்தமுறை மாறி, ஏசுவிற்கும் யூதாஸிற்கும் இடையே, அல்லது ஏசுவிற்கும் மற்ற சீடர்களுக்கும் நடுவே நடக்கும் உரையாடல்போல் அமைந்துள்ளன. இத்தகைய 'உரையாடல் விவிலியங்கள்' கிறித்துவ வரலாற்றின் ஆரம்ப காலங்களில் சாதாரணமாகக் காணப்பட்டன. இந்த முறையிலிருந்து மாறுபட்ட காரணங்களுக்காகவே Canonic Gospels என்ற இப்போதைய நான்கு விவிலியங்களும் தேர்ந்தெடுக்கப்பட்டன. மறைக்கப்பட்ட வேதங்களில் ஒன்றான மேரியின் விவிலியமும் இதுபோன்று உரையாடல் நடையில் எழுதப்பட்ட ஒன்றாகும். இந்தநூல் யூதாஸால் எழுதப்பட்டதல்ல; இரண்டாம் நூற்றாண்டின் Gnostic கிறித்துவர்களால் இது எழுதப்பட்டதாக இருக்கவேண்டும்; ஏனெனில் இந்த நூல் இரண்டாம் நூற்றாண்டில் எழுதப்பட்ட நூலாகக் கண்டுபிடிக்கப்பட்டுள்ளது.

ஏசு மனித வாழ்க்கையின் முழுமையான பொருளையும், குறிக்கோளையும், இறுதியில் தனது அறுதி மரணத்தையும் பற்றிய விவரங்களையும், விளக்கங்களையும் யூதாசிற்குத் தெளிவாக விளக்கியுள்ளார். மனித இனமே இருவேறு வகையாக, குழுவாக உள்ளனர். யூதாஸைப் போன்றவர்கள் அழியாத ஆன்மாவோடு படைக்கப்பட்டவர்கள்; அவர்களால் கடவுளைப்பற்றி முழுமையாகப் புரிந்துகொள்ள முடியும். அதன்மூலம் அவர்களால் தங்கள் மரணத்திற்குப் பிறகும் அழிவற்ற ஆன்மீக உலகிற்குள் நுழைய முடியும். ஆனால் யூதாஸ் காலத்தில் இருந்த ஏனைய சீடர்கள் அந்த முடிவற்ற முக்தியை அடையமுடியாது. மரணத்தோடு அவர்களது வாழ்வும் முற்றுப்பெறுகிறது. உடம்பு அழிவது போலவே அவர்களது ஆன்மாவும் அழிந்துவிடுகிறது. வழக்கமாக வாழ்வோடு பின்னிக்

கொண்டிருக்கும் பழக்கமான உயிரினங்களைப் பலியிடுதல், மனிதன் மனிதனையே சாப்பிடுவது போல்நடக்கும் தெய்வீகத் திருவிருந்தில் பங்கெடுத்தல் போன்றவைகளைத் தவறான பழக்கங்கள் என்று தவிர்த்து ஒதுக்கவேண்டும். இவையெல்லாம் அந்நூலில் கொடுக்கப்பட்ட கருத்துகள்.

இந்நூலின் முக்கிய அடிப்படையே ஏசுவின் மரணத்தையும் அதன்முக்கியத் தன்மையையும் யூதாஸ் முன்பே தெரிந்து வைத்திருந்ததுதான். மனிதர்களின் பாவங்களுக்காக ஏசு தன்னைப் பறிகொடுத்தார் என்பது மற்ற விவிலியங்கள் முன்வைத்த கருத்து. ஆனால் இதுபோன்று 'ஒன்றுக்கு ஒன்றாகப் பரிகாரம் செய்வது' சிறுதெய்வங்களுக்கு ஒருவேளை பொருத்தமாக இருக்கலாம். ஆனால் உண்மையான பெருந்தெய்வம் இதுபோன்று இல்லாது மிகப்பெரும் இரக்கத்தோடு இருக்கும். அக்கடவுளுக்கு இதுபோன்ற பலிகளோ பரிகாரங்களோ தேவையே இல்லை.

மற்ற பழங்கிறித்துவ மறைநூல்கள் போலவே யூதாஸின் விவிலியம் தன்னைத்தானே ஒரு ரகசிய உடன்படிக்கை என்று கூறிக்கொள்கிறது. "ஏசு - யூதாஸ் இஸ்காரியோத் இவர்கள் இருவரின் உரையாடலில் விளைந்த ரகசியஉடன்படிக்கையே இந்தநூல்..."

பெருங்கடவுளால் முன்பே தீர்மானித்து அனுப்பப்பட்ட ஒரு கருவியே யூதாஸ் என்று யூதாஸின் விவிலியத்தில் சொல்லப்பட்டுள்ளது. யூதாஸ் ஏசுவின் நெருங்கிய நண்பராகவும், ஏசுவே ரோமானியர்களிடம் தன்னைக் காட்டிக்கொடுத்து, ஏற்கெனவே எழுதப்பட்ட தீர்க்கதரிசனங்களை யூதாஸ் நிறைவேற்றவேண்டும் எனக் கேட்டுக்கொண்டதால் தான் யூதாஸ் காட்டிக்கொடுத்தார். இதனால் ஏசுவின் ஆன்மா அவரது உடலிலிருந்து விடுதலையாகிப் பரலோகம் செல்லும்.

வில்லனாகக் காட்டப்பட்ட யூதாஸ் ஒரு பெரும் கதாநாயகனாகஇந்த நூலின் பக்கங்களில் உயிரெடுக்கின்றார். ஏசுவை முழுமையாகப் புரிந்துகொண்ட ஒரே சீடராகக் காட்டப்படுகிறார்.

முன்னுரை

'யூதாஸின் முத்தம்' என்பது கிறித்துவத்தில் ஒரு முக்கிய, அவமதிப்புக்குரிய சொல்லாக அமைந்து விட்டது. யூதாஸ் ஏசுவின் சீடர்களுள் மிக முக்கியமானவர். ஜான் நற்செய்தியில் சொன்னபடி யூதாஸ் ஏசுவின் பொருளாளராகவும் இருந்திருக்கிறார்.(2)

யூதாஸின் நற்செய்தியில், மற்ற நற்செய்திகளில் போலன்றி, ஏசு மிக்க மகிழ்ச்சியுடையவராக, சிரித்து மகிழ்ந்தவராகக் காட்டப்பட்டுள்ளார்.*(4)*

மரணத்திற்கு பின் ஏசுவிற்குக் கிடைக்கும் விடுதலையினால் அவர் தன் வீடான மோட்சத்திற்குச் செல்கிறார். இந்த நிறைவான நிகழ்ச்சி யூதாஸின் 'துரோகத்தின்' மூலமே நடந்தேறுகிறது.

கிறித்துவத்தின் ஆரம்ப வரலாற்றுக் காலத்தில் இப்போது நமக்குத் தெரியும் நான்கு நற்செய்திகளோடு மேலும் பல நற்செய்திகள் எழுதப்பட்டன. அவ்வாறு முழுமையாகவோ. அரை குறையாகவோ கிடைக்கப்பட்ட நற்செய்திகளில் சில- உண்மையான நற்செய்தி (Gospel of Truth), தாமஸ், பீட்டர், பிலிப், மேரி, எபியோனைட்டுகள் (Ebionites), நஸரேனியர்கள் (Nazoreans), ஹீப்ரு, எகிப்திய நற்செய்திகள். இதைப்போலவே யூதாஸின் நற்செய்தியில் ஏசு யார் என்பதும், அவரை எப்படிப் பின்பற்றுவது என்றும் எழுதப்பட்டுள்ளன.

யூதாஸின் நற்செய்தி Gnostic Gospels என்றழைக்கப்படுகிறது. (Gnostic Gospels - இரண்டாம் நூற்றாண்டில் ஏற்பட்ட சமயக் குளறுபடிகளால் தேர்ந்தெடுக்கப்பட்ட நான்கு நற்செய்திகளைத் தவிர இருந்துவந்த ஏனைய நற்செய்திகளை அழிக்க முயற்சியெடுத்தனர். அப்போது பல நூல்கள் பதுக்கப்பட்டு, பாதுகாக்கப்பட்டன. இதுபோன்ற நூல்கள் ஞானமரபு விவிலியங்கள்-Gnostic Gospels என்ற பெயரில் அழைக்கப்படுகின்றன. Gnostic என்றால் அறிவு / knowledge என்று பொருள்தரும்.) இங்கு கூறப்படும் அறிவு கடவுளைப் பற்றிய அறிவு - mystical knowledge, knowledge of God and essential oneness of the self with God - என்ற பொருளில் வழங்கப்பட்டு வந்துள்ளது. *(5)*

Gnostic கிறித்துவர்கள் வைத்திருந்த ஆன்மீகம் ஏனைய சாதாரண கிறித்துவர்களிடமிருந்து மிகவும் விலகியிருந்தது. கடவுளுக்கும் நமக்கும் உள்ள தொடர்பில் இடைத் தரகர் ஏதும் தேவையில்லை. கடவுள் நம்முள் ஆன்மாகவும், ஒளியாகவும் உள்ளார் என்பது அவர்களது கருத்து. இது அப்போதிருந்த கிறித்துவத் தலைவர்களுக்குப் பிடிக்காது போயிற்று. இதனால் இந்த இரு கிறித்துவக் குழுகளுக்கு நடுவே போட்டியும், பகையும் வளர்ந்து வந்துள்ளன.

யூதாஸின் நற்செய்தியின்படி எதிரணியினர் கடவுளின் 'கையாட்களாக' வேலை செய்கிறார்கள். அவர்கள் இந்த மண்ணுலகை ஆட்சி செய்து அலங்கோல வாழ்க்கை நடத்தவே விரும்புகின்றனர் என்று சொல்கிறது. *(6)*

Gnostics ஆதாம் ஏவாளின் மூன்றாவது மகனான சேத் என்பவரின் வழித்தோன்றல்கள் என்று தங்களைக் கருதுகிறார்கள். இதனாலேயே Gnostic கருத்துக்கள் 'சேத்தியன் கருத்துக்கள்' என்று கருதப்பட்டன. காயின், ஏபேல் பிரச்சனைக்குப் பின் வந்த சேத் மனித இனத்தின் புதிய வழித்தோன்றலாகக் கருதப்படுகிறார். இவர்கள் 'விழித்தெழுந்த மனித குலம்' என்று கருதப்படுகிறார்கள்.

Gnostics-களுக்கு மனித வாழ்வின் அடிப்படையாக இருப்பது 'பாவம்' அல்ல; அறியாமையே. இதனை நம்பிக்கையினால் அல்ல, அறிவால்தான் வெல்ல வேண்டும். யூதாஸின் நற்செய்தியில் ஏசு அறிவால் எப்படி அறியாமையை வெல்லலாம் என்றும், அதன் மூலம் கடவுளை அறியவும், அடையவும் வேண்டும் என்று சொல்கிறார்.

ஆனால், கிறித்துவத்திற்குள் எழுந்த இப்போட்டியில் ரோம, அடிப்படைக் கிறித்துவர்களே வெற்றி கண்டனர். *(7)*

போர்ஜஸ் (Borges) என்ற அறிஞரின் கருத்துப்படி 'அலெக்சாண்டிரியாவிற்கும் ரோமிற்கும் நடந்த போட்டியில் ரோம் வென்றது. இதனாலேயே யூதாஸின் நற்செய்தியும் தோற்றது' என்கிறார். இந்த 'போர்கள்' எல்லாம் இரண்டாம், மூன்றாம், நான்காம் நூற்றாண்டில் நடந்த நிகழ்வுகள்.

யூதாஸின் நற்செய்தியில் சொல்லப்பட்டவை எல்லாம் மிகவும் உன்னதமான, பிரபஞ்சத் தத்துவமாக இருக்கின்றன. (... illustrates a theology and cosmology that are still quite sophisticated.)*(8)*

யூதாஸின் நற்செய்தியில் யூதாஸ் ஏசுவின் நல்ல ஒரு சீடராகக் காண்பிக்கப்படுகிறார். இந்த நற்செய்தி யூதாஸ் ஏசுவைக் காட்டிக்கொடுக்கும் நிகழ்வோடு முடிகிறது. ஏசுவின் இறப்பு இதில் சொல்லப்படவில்லை.*(9)*

யூதாஸ் ஏசு சொல்லாத எதையும் செய்யவில்லை. ஏசுவை உன்னிப்பாகக் காதுகொடுத்து கேட்கிறார். ஏசுவுக்கு மிகவும் உண்மையான சீடராக இருக்கிறார்.*(10)*

இந்தநூல் கிறித்துவத்தின் ஆரம்பகாலத்தில் வாசிக்கப்பட்டு, பின் எகிப்து தேசத்தில் முழுமையாக மறைக்கப்பட்டுவிட்டது. 1970ல் மத்திய எகிப்தில் கண்டுபிடிக்கப்பட்ட இந்த ஏட்டுச்சுவடிகள் - Codex Tchacos - என்றழைக்கப்படுகின்றன. இது கிரேக்க மொழியில் எழுதப்பட்டு, பின் இரண்டாம் நூற்றாண்டின் நடுப்பகுதியில் காப்டிக் மொழியில் மொழிபெயர்க்கப்பட்டுள்ளது. ஏனெனில் 180-ஆம்

வருடம் இளம் கிறித்துவத்தில் பெரும் தலைவராக இருந்த பிஷப் ஐரினேயஸ் (Irenaeus of Lyon) தனது நூலில் - Against Heresies - யூதாஸின் நற்செய்தி பற்றிக் குறிப்பிடுகிறார். (11)

இன்னும் சில பக்கங்களில் எப்படி இந்த நூல் ஆய்வு செய்யப்பட்டு, பதிவிடப்பட்டது என்பது விளக்கப்படுகிறது.

யூதாஸின் நற்செய்தி

பாஸ்காவிற்கு (Passover) முந்திய 3 நாட்களில் ஏசு யூதாஸிடம் தனியாகப் பேசுகிறார். (19)

ஏசு உலகத்தின் அதிசய பக்கங்களைப் பற்றி தன் சீடர்களிடம் பேச ஆரம்பித்தார்.(20)

ஒரு நாள் சீடர்கள் ஜெபித்துக் கொண்டிருந்த போது அவர்களைப் பார்த்து ஏசு சிரிக்கிறார். ஏனென்று சீடர்கள் கேட்க, ஏசு, 'நீங்கள் ஜெபிப்பது நீங்களாகவே செய்யவில்லை; ஆனால் இதன் மூலம் உங்கள் கடவுளைப் புகழ்வதாக நினைத்துச் செய்கிறீர்கள்' என்றார்.

சீடர்களோ, 'நீர் தானே கடவுளின் மகன்' என்கிறார்கள். அதற்குப் பதிலாக ஏசு, 'உங்களுக்கு எப்படி என்னைத் தெரியும்? உண்மையாகவே உங்களிடமிருந்து வரும் எவரும் என்னைத் தெரிந்து கொண்டவர்களில்லை' என்றார். (21)

கோபமுற்ற தன் சீடர்களிடம் ஏசு, 'உங்களுக்கு ஏன் கோபம் வருகிறது? உங்களுள்ளே உள்ள கடவுள் உங்கள் ஆன்மாவிற்குக் கோபத்தைக் கொடுக்கிறார். உங்களில் யாராவது ஒருவர் தன்னை முழு மனிதனாக நினைத்தால் அவன் என் முன் வரட்டும்' என்றார். எல்லோரும் எங்களுக்கு அந்த தைரியம் உள்ளது என்றார்கள், இருந்தும் யாரும் அவருக்கு முன் வரவில்லை. அப்போது யூதாஸ் அவருக்கு முன்னே வந்து நிற்கிறார். ஆனால் அவரும் ஏசுவை கண்ணோடு கண்ணாகப் பார்க்காமல், முகத்தை வேறு புறம் திருப்பிக் கொண்டு நின்றார்.

யூதாஸ் ஏசுவிடம், 'நீர் யாரென்பதும், எங்கிருந்து வந்தவர் என்பதும் எனக்குத் தெரியும். நீர் என்றும் அழியாத பார்பெலோவிலிருந்து (Barbelo) வந்திருக்கிறீர். உம்மை அனுப்பியவரின் பெயரைச் சொல்லவும் எனக்கு எந்தத் தகுதியும் இல்லை' என்றார்.(21,22)

கடவுள் என்னும் மாயை

பார்பெலோ என்பவர் எல்லோருக்குமான ஆதித் தாய்; இறுதி பிரம்மம் ஆன முழு முதல் கடவுளின் நினைவில் பிறந்தவர் இவர்.

இதன்பின் ஏசு யூதாஸ் இஸ்காரியோத்துடன் தனியே பேசுகிறார். 'மற்றவர்களிடமிருந்து நீ தனித்திரு; உன்னிடம் என் ராஜ்ஜியத்தின் மர்மங்களைச் சொல்லுவேன்' என்கிறார். *(22)*

அடுத்தநாள் ஏசு தன் சீடர்களின் முன் தோன்றுகிறார். எங்களைவிட்டுவிட்டு எங்கே சென்றுவிட்டீர்கள் என்று கேட்ட தன் சீடர்களிடம், 'இன்னொரு புனிதமான குழுவினரிடம் சென்றுவந்தேன்' என்கிறார்.

சீடர்கள், 'எங்களைவிடப் புனிதமான, உயர்வான அந்தக்குழு எங்கேயுள்ளது? அதுவும் இந்த உலகத்தைச் சார்ந்ததுவா?' என்று கேட்கிறார்கள்.

ஏசு அவர்களைப் பார்த்து உரத்துச் சிரிக்கிறார். அவர்களை நீங்கள் யாரும் பார்க்க முடியாதென்கிறார். இதைக்கேட்டு சீடர்கள் குழப்பமடைந்து, பேச ஏதுமின்றி நிற்கிறார்கள். *(25)*

சீடர்கள் ஒரு பெரியகோவிலைக் காண்கிறார்கள்; அதனை விவரிக்கிறார்கள்: ஒரு பெரிய கோவிலைத் தாங்கள் கண்டதாகவும், அதன் பீடத்தின் முன் பன்னிரு குருக்கள் தங்கள் பலிப்பொருளோடு காத்திருப்பதாகவும் கூறினார்கள்.

ஏசு அந்த குருக்கள் எப்படியுள்ளனர் என்று கேட்கிறார்.

அவர்கள் தங்கள் குழந்தைகளைப் பலியிடத் தயாராக உள்ளனர்; மற்றவர்கள் தங்கள் மனைவியர்களைப் பலியிடத் தயாராக உள்ளனர். அவர்கள் தங்களை மிகவும் தாழ்த்திக்கொண்டுள்ளனர். சிலர் மற்ற ஆண்களோடு உறவுகொண்டுள்ளனர். சிலர் கொடுஞ் செயல்களோடு தொடர்பு கொண்டுள்ளனர். பலர் பெரும்பாவங்களைச் செய்துகொண்டிருந்தனர். சட்டத்துக்குப் புறம்பானவர்களாக இருந்தார்கள். பீடத்தின் முன்னாலிருந்த அனைவரும் உம்முடைய பெயரை முன்னெடுத்து வைத்தார்கள்.

இதைச் சொல்லிவிட்டு சீடர்கள் மனஉளைச்சலோடு, அமைதியாக நின்றார்கள். *(26)*

யூதாஸ் ஏசுவிடம், 'நானும் ஒரு காட்சி கண்டேன்' என்று சொல்ல, அதைப்பற்றிச் சொல்ல யூதாஸை அழைக்கிறார்.

யூதாஸ் ஏசுவிடம், 'என் காட்சியில் எல்லா சீடர்களும் என் மேல் கல்லெறிவது போல் கண்டேன்... ஒரு பெரிய வீட்டின் முன் நான் நிற்கிறேன். அந்த வீட்டின் நடுவில் பெருங்கூட்டமாக மக்கள் நிற்கிறார்கள். என்னை அழைத்துச் செல்லும் என்று நான் உம்மை நோக்கி முறையிடுகிறேன்' என்றார்.(31)

ஏசு பதிலாக, ' நீ கண்ட வீட்டினுள் நுழைய சாதாரணமானவர்களுக்குத் தகுதியில்லை. அவ்வீடு மிகவும் புனிதமானவர்களுக்கானது' என்று கூறுகிறார்.

யூதாஸ் தன் விதியைப் பற்றி கேட்கிறார்:

'நீ பதின்மூன்றாவது ஆளாக மாறி, ஏனையோரை ஆட்சி செய்வாய். இறுதி நாளில் நீ உயர்த்தப்படுவதால், மற்றவர்கள் உன்னைச் சபிப்பார்கள். (32)

அதன் பின் ஏசு யூதாஸிடம் பிரபஞ்சம், நரகம், 'புரட்சியாளன்' என்ற பொருள் கொண்ட 'நெப்ரோ' என்ற சம்மனசு, சக்லாஸ் என்ற இன்னொரு விண் தூதர், மோட்சம் பற்றி விளக்குகிறார்.

மோட்சத்தினை ஆளும் பன்னிருவரில் ஐந்து பேரின் பெயர்களை ஏசு கூறுகிறார். முதல் தூதர் சேத்; இவர் கிறிஸ்து என்றழைக்கப்படுகிறார். (38)

மனிதனைப் படைத்தல்:

சக்லாஸ் தன் கீழ் உள்ள வானதூதர்களிடம், 'மனிதர்களைப் படைப்போம்' என்கிறது. பின் ஆதாமும், ஏவாளும் படைக்கப்படுகிறார்கள். மேகங்களின் ஊடே இருந்த ஏவாள் ஸோ -Zoe - என்றழைக்கப்படுகிறாள். (39)

யூதாஸ் காட்டிக் கொடுத்தல்:

'ஆனால் நீ மற்றவர்கள் எல்லோரையும் தாண்டிச் சென்று, என்னை உடுத்துபவரை நீ பலியிடுவாய்' என்று ஏசு சொல்கிறார்.

ஏசு 'உன்னிடம் எல்லாவற்றையும் சொல்லி விட்டேன். உன் கண்களை வானை நோக்கி உயர்த்தி, மேகங்களையும், அதனூடே இருக்கும் ஒளியையும், விண்மீன்களையும் பார். உன்னை வழிநடத்தும் விண்மீனே உனக்குரிய விண்மீனாகும்' என்றார்.

யூதாஸ் ஏசுவைக் காட்டிக் கொடுக்கிறார்:

அவர் ஜெபிப்பதற்காக ஒரு பெரிய அறைக்குள் நுழைந்ததும் பெரிய குருமார்கள் முணுமுணுக்க ஆரம்பித்தார்கள். ஆனால் அவர் ஜெபிக்கும் போதே அவரைக் கைது செய்ய பலர் தயாராக இருந்தனர். ஏனெனில் அவரை எல்லோரும் பெரும் போதகர் என்று எண்ணிக் கொண்டிருந்தனர்.

அவர்கள் நேரே யூதாஸிடம் வந்து, 'நீ இங்கு என்ன செய்கிறாய்? நீ ஏசுவின் சீடன் தானே?' என்று கேட்டார்கள்.

யூதாஸ் அவர்கள் கூறியபடியே தனது பதிலைச் சொன்னார்.

அவருக்கு பணம் கொடுக்கப்பட்டது. அவர் ஏசுவை அவர்களிடம் கையளித்தார்.(45)

பழைய ஏடுகள் கிடைத்த வரலாறு

RODOLPHE KASSER

2001-ஆம் ஆண்டு ஜுலை 24-ஆம் தேதி என் ஆய்வுக்காக என்னிடம் வந்துசேர்ந்த 'பொருளை'ப் பார்த்து வியப்பால் அதிர்ந்தேன்.

பல இடைஞ்சல்களுக்கும் தடைகளுக்கும் நடுவே கடந்து வந்த 1600 ஆண்டுகளுக்கு முந்திய பழையஏடுகள் அவை. (47)

இந்த ஏடுகள் 1978-ஆம் ஆண்டு மத்திய எகிப்தில் நைல்நதியின் கிழக்குக்கரையில் உள்ள ஜாபெல் காரரா(Jabel Qarara)என்ற இடத்தில், மக்காகா (Maghagha)என்ற பகுதிக்குப் பக்கத்தில் உள்ள அம்பார்(Ambar) என்ற கிராமத்தில் கண்டெடுக்கப்பட்டது.(50)

ஹன்னா (Hanna) என்ற தொல்பொருள் வியாபாரியின் கைகளுக்குப்போய், அவர் விலைபேசும் முன் பல பொருட்களுடன் இந்த ஏடுகளும் திருடப்பட்டுவிட்டன. திருட்டுப்போன பொருட்கள் ஐரோப்பிய நாடுகளில் தலைகாட்ட ஆரம்பிக்கவே, ஹன்னா தன்னைப் போன்ற இன்னொரு தொல்பொருள் வியாபாரியின் உதவியுடன், 1982-ஆம் ஆண்டு அதனை மீட்கிறார். (51)

ராபின்சன்(Robinson) என்ற ஆய்வாளர் தன் மாணவர் மூலமாக இந்த ஏடுகளை 50 ஆயிரம் டாலருக்கு வாங்க முயல்கிறார். ஹன்னாவின் விலையோ உச்சத்தில் இருந்தது.(53)

இன்னொரு ஜெர்மானிய தொல்பொருள் வியாபாரியான பிரேய்டா (Frieda) என்பவரிடம் 1982-ஆம் ஆண்டு இந்த ஏடுகளின் ஒரு பக்கத்தின் புகைப்படம் மட்டும் கிடைக்கிறது. *(55)*

22 வருடங்கள் உருண்டோடிவிட்ட பின், மிகவும் பாழாகிவிட்ட நிலையில் 2005-இல் பிரேய்டாவிடமிருந்து ப்ரூஸ்(Bruce) என்ற அமெரிக்கரிடம் விலைக்கு விற்கப்படுகிறது.

மேலும் ஏடுகள் பாதுகாப்பு ஏதுமின்றி மீண்டும் பாழ்படுகிறது.

2001, பிப்ரவரி 19-ஆம் தேதி Maecenas Foundation of Ancient Art என்ற நிறுவனத்திடம் விற்கப்படுகிறது. *(61)*

இந்த ஏடுகள் தாங்கள் அடைபட்டிருந்த இருண்ட பகுதிக்குள்ளிருந்து வெளியே வந்து, காப்டிக் ஆய்வாளர்களுக்குக் கிடைக்க மேசினா(Maecena) என்பவரின் கடும் உழைப்புக்குக் கடன்பட்டவர்களாகிறார்கள்.

முதல் ஆய்வில் நான் இந்த ஏடுகள் காப்டிக் மொழியின் ஒரு கிளை மொழி என்றறிந்தேன். (Sahidic supralocal dialect of the Coptic language) *(64)*

ஏடுகள் மிகவும் சிதிலமடைந்த நிலையில் இருந்தது. அதை சீரமைப்பது நம்பிக்கைக்கு அப்பாற்பட்ட விஷயமாக இருந்தது.*(65)*

காலதாமதம் இல்லாமல் முதன்முதல் எடுக்கவேண்டிய வேலை என்னவென்றால் ஒவ்வொரு ஏட்டையும் ஒரு கண்ணாடித்தட்டுக்கு அடியில் சேர்க்கவேண்டும். உடைந்த துண்டுகளையும் கஷ்டப்பட்டு இதைச்செய்யவேண்டும். அதன்பின் ஒவ்வொரு ஏட்டையும் புகைப்படம் எடுத்து, மொழியாக்க முயலவேண்டும். *(66)*

சிரமப்பட்டு செய்த உழைப்பின் பலன் மெல்ல கிடைக்க ஆரம்பித்தது. *(67)*

கிடைத்த ஏடுகள் எல்லாமே மிகவும் உடைந்து நொருங்கியிருந்தன. அவைகள் எல்லாமே நீளவாக்கில் மேலிருந்து இருபகுதிகள் தள்ளி, மடித்து வைக்கப்பட்டு இருந்தன. இதனால் ஒவ்வொருபக்கமும் இரு பாகங்களாகக் கிடைத்தன. மேலே உள்ள பகுதிகளில் பக்க எண்களும், சிறிய எழுத்துப் பகுதிகளும் இருந்தன. இரண்டாம் பகுதியில் எழுத்துப் பகுதிகள் அதிகம். ஆனால், ஏற்பட்டிருந்த கேடுகளால் எந்தப் பக்கத்தின் கீழ்ப்பகுதி எது என்பதை தீர்மானிப்பது மிகவும் கடினமான ஒன்றானது. *(68)*

ஏடுகளுக்கு நடந்திருந்த மிக மோசமான நிலைக்குக் காரணம் என்னவாக இருக்கமுடியும்? நிச்சயமாக எந்தக்காரணம் கொண்டும் ஆய்வு செய்த நிபுணர்கள் இதைச்செய்திருக்க மாட்டார்கள். தொல்பொருள் விற்பன்னர்களும் இதைச் செய்திருக்க முடியாது.*(69)*

ஏடுகள் இருந்த ஒரு தொகுப்பில் உள்ள முப்பது ஏடுகளின் இறுதியில் இருந்து 'யூதாஸின் நற்செய்தி' என்ற பெயர் கிடைத்தது. *(70)*

2004-ம் ஆண்டு ஜூலை முதல் தேதியன்று பாரிஸ் நகரில் கூடிய English Congress of the International Association for Coptic Studies-ல் Maecenas Foundation கொடுத்த உத்தரவின்படி, ஐரினியஸ் தனது நூலான Against Heresies என்ற நூலில் குறிப்பிட்ட இந்த நூலைப் பற்றிய தகவலை நான் அங்கு வெளியிட்டேன். *180*-இல் மறைக்கப்பட்டு, *2006*-ஆம் வருடத்தின் இறுதியில் வெளியுலகிற்கு வந்தது. புகைப்படங்களுடன் கூடிய நல்லதொரு நூலாக இது *2006* வருட இறுதிக்குள் வெளியாகும் என்றும் அறிவிக்கப்பட்டது. இன்னும் வாசிக்கப்பட முடியாத ஏட்டுப் பகுதிகள் இன்னும் பத்திரமாக வைக்கப்பட்டுள்ளன. இன்னும் வரும் தலைமுறையில் மேலும் அதிகமாக அவைகளிலிருந்து செய்திகளைப் பெற ஆய்வாளர்கள் முயலலாம்.

என் அறிவிப்புக்குப் பிறகு பார்வையாளர்களிடமிருந்து எவ்வித எதிர்வினை வரும் என்று எதிர்பார்த்திருந்தேன். *(73)*

ஜேம்ஸ் ராபின்சன் மட்டும் இன்னும் கடந்த இருபது வருடங்களாக அமெரிக்காவில் சுற்றி வரும் ஏடுகளின் சில புகைப்படங்கள் பற்றிக் கூறினார்.

இதுபோல் சுற்றி வந்த சில புகைப்படங்களையும், அவைகளின் மொழி பெயர்ப்பையும் சார்ல்ஸ் ஹெட்ரிக் (Charles Hedrick) என்பவரிடமிருந்து கிடைத்தது. *(74)*

இந்த நூலில் உள்ள மொழி பெயர்ப்பு முழுமையானதில்லை. ஆயினும் பல நூற்றாண்டுகளாக மறைந்திருந்த விலை மதிப்பில்லாத இந்த நூல் கண்டுபிடிக்கப்பட்டு, பாதுகாக்கப்பட்டுள்ளது. *(75)*

கிறித்துவத்தில் ஒரு பெரும் மாற்றம்
யூதாஸின் நற்செய்தியைப் பற்றிய இன்னொரு பார்வை
Bart d. Ehrman

அமெரிக்காவிலும் ஐரோப்பாவிலும் 1947-ம் ஆண்டு Dead Sea Scrolls கண்டுபிடிக்கப்பட்டபோது அது மக்களிடையே பெரும் விவாதங்களை எழுப்பியது. (77) அவைகள் ஏசுவைப்பற்றிப் பேசவில்லை. அவை முழுவதுமாக யூத மதநூல்களாகவே இருந்தன. அதோடு கிறித்துவத்தின் ஆரம்பகால நிலையை அவை சொல்லின. ஆனால் இதற்கு ஓராண்டிற்கு முன்வந்த நாக் ஹமிதி (Nag Hammidi) என்ற எகிப்தில் கண்டெடுக்கப்பட்ட ஏடுகள் கிறித்துவத்தைப் பற்றி நிறைய சொல்லிச் சென்றன. அவைகளிலிருந்த நற்செய்திகள் பல புதியன. அவை - Gospel of Truth, Gospel of Philip, Gospel of Thomas.

Gospel of Thomas இதுவரை ஏசு சொல்லி நமக்குத் தெரியாத 114 வசனங்களைக் கொண்டிருந்தது. (78)

யூதாஸின் நற்செய்தி நமக்குத் தெரியாத பலவற்றை முன் வைக்கிறது. நமக்குத் தெரியாத ஒரு யூதாஸை நமக்கு அறிமுகப்படுத்துகிறது.(79)

நாம் நினைப்பது போல் யூதாஸ் ஒரு மோசமான, புனிதமற்ற, தீமை நிறைந்த மனிதரல்ல. ஆனால் ஏசுவிற்கு மிக நெருங்கிய சீடர். மற்ற சீடர்களை விட ஏசுவைப் பற்றி அதிகம் தெரிந்து வைத்திருந்த மனிதர். ஏசு விரும்பிய படி அவரை எதிரிகளின் கைகளில் கையளித்தார். இதன் மூலம் கடவுளை மறுதலித்து, லௌகீகமாக இருந்த இந்த உலகிலிருந்து தன் வீடான பரலோகத்திற்குச் செல்ல ஏசுவிற்கு உதவினார். (80)

மதத்திற்கு எதிரானவை என்ற கருத்தில் பல நற்செய்திகள் அழிக்கப்பட்டு விட்டன. ஆனால் இப்போதைய கால கட்டத்தில் இது போன்ற நூல்கள் ஆவலோடு வரவேற்கப்படுகின்றன. நான்கு நற்செய்திகளும் காலத்தில் மிக முந்தியவை. அதன் பின் பல நூல்கள் எழுதப்பட்டுள்ளன. 1896-இல் கண்டுபிடிக்கப்பட்ட மரிய மக்தலேனாவின் நற்செய்தியும் பெரும் எதிர்பார்ப்பை உண்டு பண்ணியது. இப்போது கிடைத்துள்ள யூதாசின் நற்செய்தி அனேகமாக 280-ம் ஆண்டு எழுதப்பட்டிருக்க வேண்டும். அப்படியானால் அதன் உண்மையான காலம் என்னவென்று நமக்குத் தெரியாது. பழைய முதல் நூல் அழிக்கப்பட்டிருக்கலாம். நமக்குக் கிடைத்தது ஒரு நகலாகத்தான் இருக்க வேண்டும். ஐரினியஸின் கூற்று இதனை நிருபிக்கின்றது. (81)

ஐரினியஸ் இது போன்ற எதிர்மறைக் கருத்துகள் தரும் நூல்களை அழிக்க முனைந்தார். ஐரினியஸால் இவ்வாறு கிறித்துவத்திற்கு எதிராக இருக்கும் மக்களும் அவர்கள் நம்பிக்கைகளும் 'ஞானமரபு' மதங்கள் (Gnostic /Gnostic religions) என்று அழைக்கப்பட்டன. *(82)*

GNOSTIC RELIGIONS - 'ஞான மரபுகள்'

முதலில் ஞானமரபுகள் பற்றி ஐரினியஸ் எழுத்து மூலமாகவே நமக்குத் தெரியவந்தது. அதன் பின் நாக் ஹமிதி 1945-ல் தோன்றிய பிறகு மேலும் பல தகவல்கள் கிடைத்தன. *(83)*

இம்மரபு மதங்கள் ஞானத்தின் அடிப்படையில் உள்ளவை. நாம் எங்கிருந்து வந்தோம்; எதற்கு இங்கே வந்தோம்; எப்படி நாம் முக்தி அடைவோம் என்ற 'ஞானம்' நிறைந்தவர்கள்.

ஏசுவின் மேல் உள்ள நம்பிக்கைகளால் அல்ல; நம் செயல்களாலேயே நாம் உய்வடைய முடியும். *(84)*

கிறித்துவத்தில், உண்மையான கடவுள் அழகான இந்த உலகைப் படைத்துள்ளார் என்கிறது.

ஆனால் ஞானமரபு இந்த உலகில் உள்ள அவலங்களைப் பார்க்கிறது; இது ஒரு நல்ல உலகமல்ல; இந்த உலகம் முழுமையில்லாத, குறையுள்ள ஒரு கடவுளால் படைக்கப்பட்டது. உலகத்தோடு ஒட்டாத ஒரு எல்லையில்லா வன்மையுள்ள ஆன்மா (spirit). அதுவே பரம்பொருள். இந்தப் பெருங்கடவுள் பல ஆன்மாக்களைப் படைத்துள்ளது. அவை aeons என்றுஅழைக்கப்படுகின்றன. எல்லாம்வல்ல கடவுளும், இந்த aeonsகளும் ஒரு மோட்சத்தில் இருந்தார்கள். ஆனால் ஒரு பிரபஞ்ச அழிவினால் சில aeons மோட்சத்திலிருந்து கீழே விழுந்தன. அப்படி விழுந்த aeons-களால் இந்த உலகம் படைக்கப்பட்டது. இந்த உலகத்தில் சில மனிதர்களுக்கு மட்டும் அழிவில்லாத ஆன்மா கிடைத்துள்ளது. அவர்களது ஆன்மா தாங்கள் விடுபட்ட தெய்வீக வீட்டிற்கு மீண்டும் திரும்பவேண்டும்.

இன்னும் பல விளக்கங்களும் உண்டு. இவை குழப்பத்தை உண்டு பண்ணலாம். ஆனால் இவைகளின் அடிப்படையாதெனில், பழைய ஏற்பாட்டில் சொல்லப்படும் கடவுளே இவ்வுலகைப் படைத்தார். இவர் பரம்பெரும்பொருள் அல்ல; இடைப்பட்ட - secondary and inferior - கடவுள். இக்கடவுள் படைத்தவர்களே நாம். நம்மில் பலரும் ஆடு மாடுகள் போல் சாதாரணமானவர்கள். அவர்கள் மிருகங்களைப்

போல் பிறந்து, இறந்து, அழிந்து விடுவார்கள். வெகு சிலர் மட்டும் தங்களுக்குள் இறைத் தன்மை கொண்டிருப்பார்கள். அவர்களுக்குத் தங்கள் வீடான மோட்சத்திற்குச் செல்லும் வழி தெரிய வேண்டும். (85,86)

சில ஞான மரபில், இவ்வழியைக் காண்பிக்க வந்தவரே ஏசு; இவர் ஒரு aeon ஆக இருக்கலாம். வேறு சில ஞான மரபினர் ஏசு ஒரு மனிதரே; ஆனால் அவரது வாழ்வின் ஏதோ ஒரு புள்ளியில் ஞான ஆன்மா அவருள் புகுந்துவிட்டது. மரணத்தோடு அந்த ஆன்மா அவரைவிட்டு அகன்று விட்டது. அதனாலே அவர் சிலுவையிலிருந்து, 'இறைவனே! ஏன் என்னைக் கைவிட்டீர்' என்று சத்தமிட்டார்.

ஐரினியஸ் இந்த ஞான மரபுக்காரர்களைப் புறந்தள்ள முடியவில்லை; ஏனெனில் ஞான மரபுக்காரர்கள் தங்களது ரகசிய ஞானம் பற்றி நம்பிக்கை கொண்டிருந்தார்கள். இதனால் ஐரினியஸ் தன் ஐந்து நூல்களில் ஞான மரபுக்காரர்களை முற்றுமாக எதிர்த்தார். அவர் எதிர்த்த நூல்களில் ஒன்று யூதாஸின் நற்செய்தி. (88)

பல ஞான மரபினரில் ஒரு குழு காயினைட்ஸ்(Cainites) என்றழைக்கப்பட்டனர். ஆதாமின் மகன் காயின் பெயரைத் தழுவிவந்த பெயர் இது. காயின் பழைய ஏற்பாட்டின் கடவுளை முழுமுதல் கடவுளாகக் கொள்ளவில்லை. ஐரினியஸின் கருத்துப்படி ஞானமரபினர் பழைய ஏற்பாட்டின் கடவுள் சொன்னவைகளுக்கு எதிரான கருத்துகளையே முன்னிலைப்படுத்தினர். யூதாஸ் எல்லோராலும் துரோகி என்றழைக்கப்பட்டார். ஆனால் ஞானமரபினர் ஏசு விரும்பியதை யூதாஸ் செய்தார்; அவரே ஏசுவின் முழுமையான சீடர்; யூதாஸிடம் மட்டுமே ஏசு தன் திட்டங்களைப் பற்றி முழுவதும் தெரிவிக்கிறார் என்கிறது.. (91)

யூதாஸ் சீடர்களிலேயே மிக மோசமானவராகச் சித்தரிக்கப்படுகிறார். இருபதுமுறை அவரது பெயர் புதிய ஏற்பாட்டில் வருகிறது. ஒவ்வொரு முறையும் ஏதோ ஒரு வசைச் சொல்லும் அவர் பெயரோடு சேர்ந்துவருகிறது. யூதாஸ் ஏசுவைக் காட்டிக்கொடுக்காவிடில் ஏசு உலகத்திற்கு வந்த நோக்கமே தடைபடுமே என்று யாரும் நினைப்பதில்லை. (93)

மாற்கு புதிய ஏற்பாட்டில் யூதாஸ் பணத்திற்காக மட்டும் இவ்வாறு நடப்பதாகக் கூறவில்லை; மத்தேயுவில் பணத்திற்காகவும், லூக்காஸில் சாத்தானின் தூண்டுதலாலும், ஜான் நற்செய்தியில் யூதாஸின் கெட்டகுணமும், பேராசையும் காரணங்களாகக் கூறப்பட்டுள்ளன. (94)

எல்லாம் முடிந்த பின் மத்தேயுவில் யூதாஸ் மனம் வெறுத்து, வெள்ளிக் காசுகளை யூத குருக்களிடம் கொடுத்து, பின் நான்று கொண்டு இறந்தார் என்று சொல்லப்படுகிறது. மற்ற மூன்று நற்செய்திகளில் அச்செய்தி இல்லை; ஆனால் 'அப்போஸ்தலர்கள் நடவடிக்கை'யில் யூதாஸ் முப்பது வெள்ளிக்காசிற்கு ஓரிடம் வாங்கி, அதன் பின் கொடூரமாக - வயிறு வெடித்துக் கிழிந்து - மரணமடைந்தார் எனக் கூறப்படுகிறது. ஆனால் யூதாஸின் நற்செய்தியில் ஏசுவை இப்பிறவியிலிருந்து விடுதலை செய்பவராக இருக்கிறார். இதில் அவர் ஒரு வில்லன் அல்ல; ஒரு கதாநாயகன்.*(96)*

'யூதாஸ் நற்செய்தியில்' யூதாஸ்...

நற்செய்தியின் ஆரம்பத்திலேயே ஏசு யூதாஸிடம் மட்டும் தன் ரகசியங்களைப் பகிர்ந்து கொள்கின்றார். *(97)* யூதாஸிற்கு ஏசுவைப் பற்றி முழு உண்மைகள் தெரிகின்றன. அதனால் ஏசு யூதாஸை தனியே அழைத்து, தன்னைப் பற்றியும் முழு இரட்சிப்பைப் பற்றியும் கூறுகிறார். *(98)* யூதாஸ் தான் கண்ட காட்சி பற்றியும், அதில் தான் கல்லால் எறியப்படுவது பற்றியும் ஏசுவிடம் கூறுகிறார். அதனோடு ஒரு பெரிய மாளிகையைப் பார்ப்பது பற்றியும் கூறுகிறார். அந்தப் பெரிய மாளிகை தெய்வீக பிரசன்னத்தைப் பெறுபவர்கள் மட்டுமே காண முடியும் என்கிறார் ஏசு. *(99)*

இந்த உலகம் இப்போதிருக்கும் தெய்வங்களை விட பல பழைய தெய்வங்களை பெற்றிருந்தது. அதில் ஒன்று El என்றதெய்வம்; இதன் உதவிக்கு Nebro அல்லது yaldbaoth என்ற ரத்தக்களறியான தெய்வம். இதன் பெயருக்குப் 'புரட்சியாளன்' என்று பொருள். அடுத்து 'முட்டாள்' என்ற பொருளில் Saklas என்ற தெய்வம். இதில் கடைசியாகச்சொன்ன Saklas தன்னுடைய வார்ப்பில் (image) மனிதர்களைப் படைத்தார். மனிதர்களில் வெகு சிலரே தெய்வீகத் தன்மை கொண்டவர்களாக இருப்பார்கள். *(100)* அதில் யூதாஸும் ஒருவர். இறுதியில் அவர் ஒளி பொருந்திய மேகங்களுக்கு நடுவே செல்கிறார். அவரது விண்மீனே எல்லோருக்கும் வழிகாட்டியாக உள்ளது. *(101)*

யூதாஸ் அதன்பின் ஏசுவைக் காட்டிக் கொடுப்பதோடு இந்த நற்செய்தி நிறைவு பெறுகிறது.

யூதாஸ் நற்செய்தியினைப் பற்றிய வித்தியாசமான இறையியல் விளக்கங்கள்:

பல இறையியல் கருத்துகள் இதில் கூறப்பட்டுள்ளன. அவை: நாமிருக்கும் இந்த உலகத்தைப் படைத்தவர் உண்மையான கடவுள் இல்லை; இந்த உலகம் மிகவும் மோசமானது; இதிலிருந்து தப்பிக்க வேண்டும்; கிறிஸ்து கடவுளின் ஏக குமாரனல்ல; இரட்சணியம் கிறிஸ்துவின் இறப்பினாலும், உயிர்த்தெழுதலாலும் நடக்காது; பதிலாக அது அவரது ரகசியக் குறிப்புகளின் படியே நடந்தேறும்.(102)

இவையெல்லாமே கிறித்துவக் கோட்பாட்டிற்கு எதிரானவைகள். இரண்டாம், மூன்றாம் நூற்றாண்டுகளில் இது போன்ற பல கோட்பாடுகளோடு பல கிறித்துவ அமைப்புகள் போட்டியிட்டுக் கொண்டிருந்தன. இந்த இரு கோணப் போட்டிகளில் ஒரு சாராருக்கு அனுசரணையாக இருந்த நூல்கள் மட்டுமே கடவுளின் வார்த்தைகள் - நற்செய்தி/விவிலியங்கள் - என்று அறிவிக்கப்பட்டன.

யூதாஸ் நற்செய்தியில் கடவுள்

தங்கள் உணவுக்காக ஜெபம் செய்யும் தன் சீடர்களைப் பார்த்து ஏசு நகைக்கிறார். சீடர்கள் காரணம் கேட்கும் போது அவர்கள் தாங்கள் செய்வது என்னவென்று தெரியாமல் செய்வதாகச் சொல்கிறார். (104) தன்னைக் கடவுளின் மகன் என்று சீடர்கள் சொல்லும் போது, எந்தப் பரம்பரையும் அவரை உண்மையில் யாரென்று அறியாதவர்களாக இருக்கிறார்கள் என்று கூறுகிறார்.

சீடர்கள் வணங்குவது மனிதர்களைப் படைத்த புரட்சிக்காரனான 'yaldbaoth' என்ற கடவுளையும், முட்டாள் என்ற பொருள் கொண்ட 'Saklas' என்ற கடவுளையும் மட்டுமே.

கிறிஸ்து பற்றிய குறிப்பு

கிறிஸ்து தன்னை சீடர்களிடம் ஒரு குழந்தை போல் காண்பித்துக் கொண்டார். புதிய நற்செய்திகளைத் தவிர்த்த பல கிறித்துவ எழுத்துகளில் ஏசு 'தன்னை ஒரு மனிதனாகக் காண்பிக்கும்' விதம் குறிப்பிடப்பட்டுள்ளது. (107) இங்கே புனிதத்தின் அடையாளமாகவே 'குழந்தை' என்று குறிப்பிடப்படுகிறார்.(109) ஏசுவின் மரணம் அவரது விடுதலை; அது போலவே நமது மரணத்தின் மூலம் நாமும் விடுதலை அடைகிறோம். இறந்த ஏசு உயிர்ப்பது பற்றி இந்த நற்செய்தியில் ஏதுமில்லை. உயிர்த்ததால் விடுதலையான ஆன்மா மீண்டும் இந்த

உலகத்திற்கு வருகிறது. ஆனால் ஆன்மா இந்த உலகை விட்டுச் சென்று மிகப் பெரும், புனிதப் பரம்பரையோடு சேர்வது தானே இரட்சிப்பின் வழிகள்.(110) (இந்து மதத்தின் முக்தி இதுதானே?)

இந்த நற்செய்தியின் படி ஒவ்வொரு மனிதனுக்கும் உடல், ஆவி, ஆன்மா (body, spirit, soul) என்ற மூன்றும் உண்டு. உடலுக்கு உயிரளிப்பது ஆவி; உயிர் மூடிவைத்திருப்பது ஆன்மா. ஆவிபோனதும் உடல் மாண்டுவிடுகிறது. (112) தெய்வீக ஆன்மா கொண்டவர்களின் ஆன்மா மட்டும் தெய்வலோகத்திற்குச் செல்கிறது. மற்றவர்களின் ஆன்மா உடலோடு மடிகிறது.(113)

ஏசுவின் அடியார்களின் கருத்துகள்

யூதாஸின் நற்செய்தியில் ஏசுவின் சீடர்கள் உண்மையை அறிந்தவர்களில்லை. ஆனால் 'பதின்மூன்றாவது' சீடரான யூதாஸ் அறிந்தவராகக் காண்பிக்கப்படுகிறார். மார்க் 11: 15-17ல் ஏசு தன் கோவில் வியாபாரதளமா என்று கொதித்து வியாபாரிகளை விரட்டுகிறார். ஆனால் அவரது சீடர்களோ பெரிய கற்களைக்கொண்டு கட்டப்பட்ட அந்தக்கோவில் எவ்வளவு பெரியதாக உள்ளது என்று ஆச்சரியப்படுகிறார்கள். (மார்க் 13;1) (113) ஆனால் யூதாஸின் நற்செய்தியில் சீடர்கள் அங்கு நடத்தப்படும் பலிகளைப் பற்றிக் கேட்கிறார்கள். ஏசுவின் பெயரால் நடத்தப்படும் அந்தப் பலிகளை ஏசு தவறென்கிறார். (114)

இதன்பின் யூதர்களின் கோவில்களில் வழிபடவில்லை. புதிய கிறித்துவர்கள் யூதர்களில்லை. ஆனாலும் அவர்கள் யூதக்கடவுளை வணங்கினர்; அந்த யூதக்கடவுள் யூதச் சட்டங்களைத் தந்தன; ஒரு யூத மெசியாவை யூதர்களுக்கு அனுப்பி, யூதர்களின் நூல்களில் கூறப்பட்டவைகளை முடித்துவைத்தன. அவர்கள் தாங்களே 'உண்மையான' யூதர்கள் என்றும், உண்மையான கடவுளின் உண்மையான மக்களாகவும் புரிந்துகொண்டார்கள்.

ஆனால் ஏசுவோ இந்த உலகைப் படைத்த கடவுள் ஒரு முட்டாள். இந்த உலகம் நல்லதல்ல; இதனை விட்டுவிட்டு வெளியேற வேண்டுமே ஒழிய இதனைக் கட்டிக்கொண்டு கிடக்க வேண்டியதில்லை. ஏசு யூதாஸிற்குச் சொல்லிக்கொடுத்தது மட்டுமே முழு உண்மை. (115)

யூதாஸின் நற்செய்தியும் ஏனைய அனைத்து மத நூல்களும்

ஏன் மத்தேயு, மார்க், லூக்காஸ், யோவான் என்ற நான்கு நற்செய்திகள் மட்டும் நமக்குக் கிடைத்தன?

இன்றைய நற்செய்தியில் மொத்தம் 27 நூல்கள் இணைக்கப்பட்டுள்ளன. இவை கடவுளின் வார்த்தைகள் என்று பழமைக் கிறித்துவத்தால் அனுமதிக்கப்பட்ட நூல்கள் ஆகும்.

ஏசுகாலத்திற்கு முன்பே மோசஸினால் எழுதப்பட்டதாகக் கருதப்படும் ஐந்து நூல்கள் - Genesis *(ஆதியாகமம்)*, Exodus *(யாத்திராகமம்)*, Leviticus*(லெவிய்ராகமம்)*, Numbers *(எண்ணிகையாகமம்)*, Deuteronomy *(உபாகமம்)* - இருந்தன.

ஏசுவின் காலத்திற்குப் பிறகு அவர் சொன்ன போதனைகளும், அவரது உடனிருந்தோரின் போதனைகளும் எழுதி வைக்கப்பட்டன. அதன் பின்னும் பல நூல்கள் எழுதப்பட்டன. பல நூல்கள் ஏசுவின் அப்போஸ்தலர்களால் எழுதப்பட்டவை. உதாரணமாக புதிய ஏற்பாட்டில் பால் எழுதிய பதின்மூன்று கடிதங்களோடு மேலும் பல எழுதப்பட்டுள்ளன. இதைப்போலவே யோவானின் வெளிப்பாடுகள் (Apocalyse or revelation of John) புதிய ஏற்பாட்டில் இருப்பது போலவே பேதுரு (Peter), பால் எழுதிய வெளிப்பாடுகளும் உண்டு.

இது போலவே பல நற்செய்திகள் எழுதப்பட்டிருந்தன. இப்போது நற்செய்திகளாக அறியப்பட்டிருக்கும் அந்த நான்கு நற்செய்திகளும் எந்தப் பெயரும் குறிப்பிடப்படாமல் இருந்தன. இரண்டாம் நூற்றாண்டில் தான் ஏசுவின் சீடர்களான மத்தேயு, யோவான் இருவர் பேரிலும், ஏசுவின் அப்போஸ்தலர்களான பேதுருவோடு உடனிருந்த மார்க், பாலுடன் இருந்த லூக்காஸ் இருவர் பேரிலும் நற்செய்திகள் பெயரிடப்பட்டன.

ஏனைய நற்செய்திகள் மற்ற அப்போஸ்தலர்களால் எழுதப்பட்டவை. பிலிப், பீட்டர், யூதாஸ், ஏசுவின் சகோதரரான யூதாஸ் தாமஸ், மேரி மகதலேன் போன்றோரால் எழுதப்பட்ட நற்செய்திகள் அவைகளில் சில. காலம் செல்லச் செல்ல மேலும் பல நூல்கள் எழுதப்பட்டன. ஒவ்வொரு குழுவும் சில நூற்களை ஏற்றுக் கொண்டன. இக்குழுக்கள் தங்களுக்குள் போட்டியிட்டுக் கொண்டிருந்தனர். இவைகளில் ஐரினியஸ் இருந்த குழு மேலும் மேலும் புதிய கிறித்தவர்களோடு பெரிதானது. இக்குழுவில் இரண்டாம், மூன்றாம் நூற்றாண்டுகளில் இருந்தவர்களில் வேதசாட்சி ஜஸ்டின் (Justin Martyr), டெர்டூலியன்

(Tertullian) என்பவர்கள் முக்கியமானவர்கள். இக்குழுவே ஆதி / பழமைக் கிறித்துவர்கள் (Orthodox) என்றழைக்கப்பட்டனர். இவர்கள் மற்ற அணிகளை வென்று முக்கியத்துவம் பெற்றதும் கிறித்துவ வரலாறு புதியதாக மாற்றி எழுதப்பட்டது. இவர்கள் தேர்ந்தெடுத்த நான்கு நற்செய்திகளே இப்போதை புதிய ஏற்பாடுகளாக உள்ளன. *(118)*

ஏனைய நூல்கள் பல காப்பாற்றப்படாமலும், நகல் எடுக்காததாலும் இயற்கையான மரணமடைந்தன. ஆயினும் இந்த நூல்களில் ஏதாவது ஒன்று கண்டெடுக்கப்படும் போது இரண்டாம் நூற்றாண்டில் பழமைக் கிறித்துவம் மட்டும் இல்லாமல் வேறு பல குழுக்கள் இருந்திருக்கின்றன என்பது தெரிகிறது. யூதாஸின் நற்செய்தி இதுபோன்ற ஒரு நூலே. இது வழக்கமான கிறித்துவத்தைப் புரட்டிப் போடும் ஒரு நூலாக உள்ளது. உண்மையான கிறித்துவம் என்று அறியப்பட்ட பல கொள்கைகளை மாற்றிப் போடும் நூலாக உள்ளது.

இந்நூலிலிருந்து யூதாஸ் மட்டுமே ஏசுவோடு ஒன்றியிருந்து, அவரைப் பற்றி முழுவதும் தெரிந்தவராக இருந்தார் என்பது தெரிகிறது. அவர் இந்த உலகைப் படைத்த கடவுளிடமிருந்து வரவில்லை; அந்தக் கடவுளின் மகனும் அவரில்லை. அவர் பார்பெல்லோவிலிருந்து வந்தவர்; இரட்சிப்பின் ரகசியங்களை அங்கிருந்து கொண்டு வந்தவர். இவ்வுலகில் இறந்தது மூலமே அவர் பாவமும், துன்பமும், துயரமும் சூழ்ந்த இந்த உலகத்திலிருந்து விடுதலை பெற்று, பெரும் மோட்ச ராஜ்ஜியத்திற்கு எழுந்தருளினார்.*(120)*

ஐரினியஸ் - யூதாஸின் நற்செய்தி

Gregor Wurst

எகிப்தில் கண்டெடுக்கப்பட்ட Codex Tchacos-ல் மொத்தம் நான்கு ஞானமரபு நூல்கள் இருந்தன. அவை: பேதுரு பிலிப்பிற்கு எழுதிய கடிதம்; *(இது 1945ம் ஆண்டில் கண்டெடுக்கப்பட்ட நாக் ஹமிதி ஏடுகளில் இருந்தது.)*; நாக் ஹமிதியில் இருந்தவை - ஜேம்ஸின் வெளிப்பாடுகள்; யூதாஸின் நற்செய்தி; Book of Allogenes என்ற நூலின் சில பக்கங்கள். *(121)* இந்த ஏடுகள் காப்டிக் மொழியில் இருந்தாலும் அவைகளின் மூலமும் காப்டிக் மொழியல்ல. கிரேக்க மொழியிலிருந்து மொழியாக்கம் செய்யப்பட்டவை என்று கருதப்படுகிறது.

பிஷப் ஐரினியஸ் தன் நூலில் யூதாஸின் நற்செய்தி பற்றிக் குறிப்பிடுகிறார். *(122)*

ஐரினியஸ் தன் நூலில் ஞானமரபுக் கிறித்தவர்களைப் பற்றிப் பேசுகிறார். அவர் தன் நூலில் யூதாஸைப் பற்றி 'மற்றவர்கள் போலில்லாமல் யூதாஸ் முழுமையான உண்மையை அறிந்திருந்ததாகக் கூறப்பட்டவர்' என்று கூறுகிறார்.

ஐரினியஸைப் பொருத்தவரை யூத வேத நூல்களில் குறிப்பிடப்படும் -Esau, Korah, the sodomites - என்பவர்கள் பழமைக் கிறித்துவர்களால் கெட்டவர்களாகவும், எதிராளிகளாகவும் கருதப்பட்டவர்கள். ஆனால் இவர்களே பெரும் கடவுளின் உண்மையான ஊழியர்கள் என்று ஞான மரபில் கூறப்படுபவர்கள். *(123)*

ஐந்தாம் நூற்றாண்டின் Theodoret of Chyrrus யூதாஸைப் பற்றிக்கூறும் போது அவர் அப்போஸ்தலர்களுக்குள் முதன்மையானவர் என்று கூறுகிறார்.

மூன்றாம் நூற்றாண்டிலிருந்து இந்த ஞானமரபினர் Cainites - காயினின் வழியினர் - என்று கிளமெண்ட் அலெக்ஸாண்ட்ரியா போன்ற கிறித்துவ ஆசிரியர்களால் அழைக்கப்பட்டு வந்தனர்.*(124)*

ஐரினியஸின் எழுத்துகளிலிருந்து கானனைட்கள் யூதாஸின் காட்டிக் கொடுத்தலில் உள்ள மர்மத்தை ஆதரித்துள்ளார்கள் என்பது தெரிகிறது. *(125)*

இந்நூலின் 35ஆம் பக்கத்தில் யூதாஸின் நற்செய்தியில் யூதாஸ் தோன்றுகிறார். அந்தக் காட்சியில் அவர் மட்டுமே சீடர்களில் ஏசுவை முழுமையாக அறிந்த ஒரே ஒருவராகக் காட்சிப்படுத்தப் படுகிறார். அதோடு 'ஏசு பார்பெலோவிலிருந்து வந்தவர்' என்றும் கூறுகிறார். *(128)* இதனாலேயே ஏசு அவரைத் தனியாக அழைத்து 'தன் அரசின் மர்மங்களை' விளக்குகிறார். *(யூதாஸ் நற்செய்தி 35, 45)*

யூதாஸிடம் மட்டுமே ஏசு 'எந்த தேவ தூதர்களாலும் கூட காணப்படாத, தன் பெரும், அகன்ற ராஜ்ஜியத்தைப் பற்றியும், எந்தப் பெயராலும் அழைக்கப்படாத அங்கேயுள்ள ஆன்மாவைப் பற்றியும்' கூறுகிறார். மேலும், பிரபஞ்ச உண்மைகளையும், சின்னக் கடவுளர்களால் படைக்கப்பட்ட மனித குலத்தைப் பற்றியும் கூறுகிறார். *(யூதாஸ் நற்செய்தி 52-55)*

காப்டிக் ஏடுகளில் யூதாஸ் 'எல்லா உண்மைகளையும் அறிந்தவர்' என்று கூறப்படுகிறார். *(57)* இறுதியாக யூதாஸ் ஒரு ஞான மரபினர்; அவர் இறுதியில் ஒரு ஒளிமயமான மேகத்திற்குள் ஏறி, அங்கிருந்து பெரும் கடவுளைக் காண்பார். *(129)*

யூதாஸின் வேலையே ஏசுவை அவரது உடம்பிலிருந்து விடுதலை செய்வது தான். *(130)*

யூதாஸ் நற்செய்தி எழுதப்பட்ட காலம் எது? கணிக்க மிகவும் கடினம். இந்த நற்செய்தியில் அப்போஸ்தலர்களின் நடவடிக்கையைப் பற்றிய குறிப்புள்ளது.

யூதாஸ் நற்செய்தியின் 36ம் பக்கத்தில் ஏசு யூதாஸிடம், 'உனக்குப் பதிலாக வேறு ஒருவர் வருவார். மீண்டும் 12 அப்போஸ்தலர்களாக ஆகி கடவுளோடு ஒன்றி விடுவார்கள். அப்போஸ்தலர் நடவடிக்கையில் (1:15-26) யூதாஸிற்குப் பதிலாக மத்தியாஸ் என்பவர் இணைந்து மீண்டும் 12 அப்போஸ்தலர்கள் ஆகிறார்கள். *(133)*

கார்பன் டேட்டிங் முறையில் A.J.Tmothy Jull என்பவரால் அரிசோனா பல்கலையில் ஆராயப்பட்ட இந்த ஏடுகள் மூன்றாம் நூற்றாண்டின் கடைசி 3 மாதங்களில் என்று இவ்வேடுகளின் காலம் கண்டறியப்பட்டது. *(134)*

பழைய ஞானமரபுகளைப் பற்றிப் படிக்க இந்த ஏடுகள் மிகுந்து பயன்படும். சேத்தியன் ஞானமரபு பற்றிய அறிதலுக்கும் இது பயனளிக்கும். இந்தச் சேத்தியன் ஞானமரபு ஐரினியஸ் காலத்திற்கு முந்தியது என்பது வெளிப்படையாகிறது. கிறித்துவத்தின் வரலாற்றறிவிற்கு இது பயனளிக்கும். *(133)*

யூதாஸும் ஞானமரபும்

Marvin Meyer

ஐரினியஸ், யூதாஸின் நற்செய்தி காயினைட் குழுவினரால் எழுதப்பட்டது என்கிறார். பழங்கிறித்துவத்திற்கு எதிரான இந்தக் குழுவின் நான்கு பேரை ஐரினியஸ் நற்செய்திகளில் காணும் குணக்கேடானவர்களாகச் சொல்கிறார். அந்த நால்வர்: காயின் (Cain), ஈசாவ் (Esau), கோரா (Korah), சோதோம்மக்கள் (the people of Sodom). ஒருவேளை காயினைட் என்ற பெயர் கிறித்துவ எதிரிகளோடு போட்டி போட்டுக் கொண்டிருந்த ஐரினியஸ் போன்றோர் வைத்த பெயராக இருக்கலாம். *(137)*

நாக் ஹமாதியில் கண்டெடுக்கப்பட்ட சில நூல்களில் - Secret Book of John, the Nature of Rulers, Holy Book of the Great Invisible spirit (the Egyptian

Gospel) - காயினைப் பெருமைப்படுத்தும் பகுதிகள் உண்டு. Holy Book சோதோமின் மக்களை புரட்சிக்காரர்கள் என்று பேசுகிறது.

தங்களை ஞான மரபு என்றழைத்துக் கொண்டவர்கள் தங்களுக்கு உலக ஞானத்தை விட கடவுளைப் பற்றிய ஞானமும், mystical ஞானமும் (குறியீட்டுஞானம்)மிகுந்தவர்களாகவும் கடவுளோடு ஒட்டிய உறவும் கொண்டிருந்ததாகக் கருதினர்.

யூதாஸின் நற்செய்தியில் ஞானம் -gnosis- என்ற சொல் இருமுறை பயன்படுத்தப்பட்டுள்ளது. *(50,54)*

நாக் ஹமாதில் உள்ள Secret Book of John என்ற நூல் சேத்திய ஞானமரபு -Sethian Gnostic- சார்ந்த நூல். யூதாஸின் நற்செய்தியும் இதைப் போலவே சேத்தியன் வகையோடு சேர்ந்துள்ளது. *(139)*

'என்றும் அழிய முடியாத ராஜ்ஜியமான பார்பெலோ' என்பது சேத்தியன் ஞான மரபில் வழக்கமாக வரும் சொற்றொடர்.

பார்பெலோ என்ற சொல்லின் ஆரம்பம் எது என்று தெரியவில்லை. ஒருவேளை 'கடவுள்' என்ற பொருள் தரும் நாலெழுத்துச் சொல் 'YHWH' அல்லது யெஹோவா (Yahweh) அல்லது ஆங்கிலத்தில் Jehovah என்பதிலிருந்து வந்திருக்கலாம். ஹீப்ரு மொழியில் 'சொல்லில் அடங்கா கடவுள்' என்று இதற்குப் பொருள் கொள்ள முடியும். *(140)*

சேத்தியன் மரபுப் படி பல சமயங்களில் தெய்வீகத்தைத் தங்களுக்குள் கொண்டிருக்கும் மனிதர்கள் இந்த உலகைப் படைத்த சிறு கடவுள்களை விடவும் மேலானவர்கள் என்றுகருதுகிறது. *(142)*

யூதாஸின் நற்செய்தி சேத்தியன் கிறித்துவ மரபுகளை உள்ளடக்கியதாக உள்ளது.

யூதாஸின் நற்செய்தியில் கடவுள் என்று வரும் சொல் எல்லாமே உலகத்தைப் படைக்கும் சிறு கடவுள்களையே குறிக்கிறது.*(143)* இந்தக் கடவுள்களை விட 'பெரிய கடவுள்' -Great One - என்றும் குறிப்பிடுகிறது. இதே மரபு Secret Book of John என்ற நூலிலும் காணப்படுகிறது. 'Great One' என்ற 'பெரிய கடவுள்' காண முடியாத ஆன்மா. (Nag Hammadi Codes 11: 2-3) *(144)*

சேத்தியன் மரபின் படி Autogenes என்பது பார்பெலோவிலிருந்து தோன்றியது. ஆனால் இத்தோன்றல் தனித்திருக்கும் ஆற்றலுடையது. Autogenes என்பது auto-generated என்பது யூதாஸின் நற்செய்தியில் சொல்லப்பட்டுள்ளது. *(146)*

வேறு சில சேத்தியன் நூல்களில் இந்த Autogenes-இன் தோற்றம் பற்றியும் சொல்லப்பட்டுள்ளது. Secret Book of John -இல் 'Great One' க்கும், பார்பெல்லோ என்ற தாய்க்கடவுளுக்கும் நடுவில் ஆன்ம இணைப்பால் பிறந்ததுவே Autogenes என்றும் சொல்லப்படுகிறது. யூதாஸின் நற்செய்தியில் நான்கு 'ஒளிப் பிரவாகிகள்' -luminaries - Autogenes க்குக் கீழே பணிபுரிகிறார்கள். இவர்களுக்குத் தனித்தனிப் பெயர்களும் கொடுக்கப்பட்டுள்ளன. (147)

இக்கட்டுரை மேலும் பல சேத்தியன் கோட்பாடுகளை விளக்குகிறது. இதில் உள்ள நான்கு ஒளிப் பிரவாகிகளின் பெயரைக் கொடுக்கிறது. கடவுளின் கட்டளையை மீறும் ஆதாம், ஏவாள், சோபியா - இவைகளின் கதைகள் கொடுக்கப்படுகிறது. இவ்வுலகின் படைப்பாளிகளான Nebro, Yaldabaoth, Saklas ... அவர்களின் பண்புகள்... உலகை ஆளும் பன்னிருவர்களும் அவர்களுக்கு உதவியான வான தூதர்களும்... மனிதனும் உலகமும் படைக்கப்படுதல் ... இதுபோன்ற பலவகையான கோட்பாடுகளும், நாக்ஹமிதியில் உள்ள பல்வேறு நூல்களில் சொல்லப்பட்டவைகளும் இக்கட்டுரையில் சொல்லப்பட்டுள்ளன.

யூதாஸின் நற்செய்தியில் சேத் ஒரு நல்ல ஆட்சியாளரென்று சொல்லப்படுகின்றது. அவரது வழியினரோ 'பெரும் பரம்பரையினர்' என்று அழைக்கப்படுகிறார்கள். நற்செய்திகளின் வழியே பார்க்கும் போது 'முதல் குடும்பத்தினர்' ஒப்பேறாத ஆட்களாக (the first family is highly dysfunctional!!!) இருப்பதுபோல் தோன்றுகிறது. பெற்றோர்களுக்கும் கடவுளுக்கும் நடுவில் சண்டை. ஏதனை விட்டுத் துரத்தப் படுகிறார்கள். காயில்-ஏபேல் நடுவில் சண்டை. அடுத்து ஒரு மகன். ஆதாமைப் போன்றவன் இந்த மகன். (157) சேத் ஆதாமின் 'அடுத்த ஒரு விதையாக' இருப்பதால் allogene என்ற பெயர் அவருக்களிக்கப்படுகிறது. (158)

யூதாஸ் நற்செய்தியில் ஏசு ஒரு ஆசிரியராகவும், வெளிப்படுத்துபவராகவும் தெரிகிறார். தெய்வீகத்திலிருந்து வந்து மீண்டும் தெய்வீகத்திற்குள் செல்லப் போகிறார். அவர் யூதாஸிற்குப் போதனை செய்கிறார். யூதாஸோடு சேர்த்து சேத்தின் வழித்தோன்றல்களுக்கும் போதனை தருகிறார்.

ஏனைய சேத்தியன் நூல்களிலும் ஏசு இதே போன்று போதனை செய்கிறார். தன்னை பார்பெல்லோ, ஆட்டோஜீன்கள் என்ற சுயம்பிகள், சேத் என்று அனைவருக்கும் இந்தப் போதனை அளிக்கிறார்.

Secret Book of John என்ற நூலில் கிறிஸ்து சுய விளம்பிகளோடு அடையாளப்படுத்தப்படுகிறார். இதில் மேலும் ஏசு பார்பெல்லோவின் மகனாகக் காண்பிக்கப்படுகிறார்.

Holy Book of the Great invisible spirit-இல் சேத் ஏசு சேத்தின் அவதாரமாக இருக்கிறார்.

Book of Allogenes-இல் ஏசு சேத்தின் இன்னொரு பக்கமான அல்லோஜீன் என்ற புதிய மனிதராகக் காண்பிக்கப்படுகிறார். *(168)*

யூதாஸின் நற்செய்தியில் ஏசு பார்பெல்லோவோடு தொடர்பில் இருப்பதாகக் காண்பிக்கப்படுகிறார். *(169)*

(ஒருவேளை ஆதிக் கிறித்துவத்தில் நடந்த போட்டிகளும், எனது நூல் .. உனது நூல்... என்று ஒருவருக்கொருவர் சண்டையிட்டுக் கொண்டதாலும், பல்வேறு விளக்கங்களை ஒவ்வொரு நூலும் கொடுப்பதாலும், சில குழுவை எதிர்த்து மற்றொரு குழு போட்டியிடுவதாலும், யார் கருத்து தான் உண்மை என்று குழுவிற்குள் போட்டி வருவதாலும்... கிறித்துவ மதத்தை ஒட்டி அதே நிலப்பரப்பில் தோன்றிய இஸ்லாமிய மதத்தில் ஒரே நூல்.. அதுவும் கடவுளே சொன்ன நூல் .. வார்த்தைக்கு வார்த்தை கடவுளின் வார்த்தைகள் என்ற உத்தரவாதங்களைக் கொடுத்து அம்மதம் பிறந்திருக்குமோவென எனக்கு ஓர் ஐயம் வந்தது.)

நூலின் பின்னட்டையில் உள்ள குறிப்பு

எஞ்சிப் பிழைத்த ஒரே நகல்

1600 வருடங்கள் கண்ணில்படாத, மிகவும் விவாதத்திற்குரிய இந்த யூதாஸின் நற்செய்தி எகிப்திலுள்ள குகை ஒன்றில் இருந்து கண்டெடுக்கப்பட்டது. நேஷனல் ஜியோகிராபிக் சொசைட்டி (National Geographic Society) கண்டெடுக்கப்பட்ட இப்பழம் ஏடுகளின் காலத்தையும், உண்மைத்தனத்தையும் மிகச்சரியாகக் கணிக்க முனைந்த ஏற்பாடுகளைச் செய்தது. ரேடியோ கார்பன் முறையைப் பின்பற்றி அதன் சரியான கால அளவு கணக்கிடப்பட்டது. மிகச்சிறந்த ஆய்வாளர்களின் மூலம் ஏடுகளின் சரியான மொழிபெயர்ப்பும், அவைகள் தோன்றிய காலமும், ஏடுகளின் சமய, வரலாற்று உண்மைகளும் கண்டுபிடிக்கப்பட்டன.

கடவுள் என்பது பெரிதொன்றுமில்லை
- கிறிஸ்டோபர் ஹிட்சன்ஸ்

கிறிஸ்டோபர் ஹிட்சன்ஸ் (Christopher Eric Hitchens) இங்கிலாந்தில் உள்ள போர்ட்ஸ்மவுத் என்னுமிடத்தில் 1949 ஆண்டு பிறந்தார். 1970ல் ஆக்ஸ்போர்டில் பட்டப்படிப்பை முடித்தார். 1981 ஆண்டில் அமெரிக்காவிற்குப் பயணமானார். 2007ல் அமெரிக்க குடிமகனாக-ஆங்கிலேய-அமெரிக்கனாக - ஆனார். டிசம்பர் 2011ல் உணவுக்குழல் கான்சரில் மரணமடைந்தார். அவர் சாகும் நேரத்தில் தன்னை எதிர் நோக்கி வந்த மரணத்தை கம்பீரமாக அணைத்துக்கொண்ட மன வலிமையை அவர் அப்போது எழுதியிருந்த ஹிச்-22 (Hitch-22) என்ற நூலை வாசிப்பவர்களுக்கு மிக எளிதாகப் புரியும். அதில், "மரணத்தை நேர்கொண்டு சந்திக்க விரும்புகிறேன்; என்னைத் தேடி வரும் மரணத்தை அதன் நேர்பார்வையில் கண்ணோடு கண் நோக்கி 'வந்து பார்' என்று சொல்லி, சந்திக்க விரும்புகிறேன்" என்று அதில் எழுதியுள்ளார். அந்த வரிகள் நம் மகாகவியின் இரு வரிகளை என் நினைவுக்குக் கொண்டு வந்தது:

"காலா! உனை நான் சிறு புல்லென மதிக்கிறேன்; என்றன்
காலருகே வாடா! சற்றே உனை மிதிக்கிறேன்."

சாகும் தருணத்திலும் இறை சக்தி தன்னை விடுவிக்கலாம் என்று நம்புவது நான் முன்பு நினைத்ததை விடவும் வெறும் அர்த்தமற்றதாகவும், மேம்போக்கான கருத்தாகவும் தோன்றுகிறது என்று எழுதியுள்ளார். இறை மறுப்பில் அத்துணை உறுதியோடு இருந்துள்ளார்.

ஏழு வயதிலேயே உலக அரசியலில் நாட்டம் ஆரம்பித்தது. அப்போதிருந்த உலகச் சூழலும் ஹங்கேரி, சூயஸ் பிரச்சனைகளும் தனக்கு அப்போதே நன்கு தெரிந்திருந்தன என்று 1997இல் கொடுத்த செவ்வியில் கூறியுள்ளார். முளையிலேயே அவருக்கு ஏற்பட்டிருந்த இந்த ஆர்வம் அவரை ஒரு பெரும் பத்தியாளராக உருவெடுக்க வைத்தது. அதோடு நில்லாது கட்டுரையாளர், எழுத்தாளர், பத்திரிகையாளர், இதழாளர், பேச்சாளர், சமூகத் திறனாய்வாளர், மதத் திறனாய்வாளர் என்று பன்முகங்களோடு வெற்றிகரமாகச் செயல்பட்டார். வானொலி, தொலைக்காட்சி, விவாத மேடை என்று பல ஊடகங்களிலும் பேசுவதற்கு தொடர்ந்து அழைப்புகள் வந்தன. எளிமையான தோற்றத்துடன் சென்று வலிமையான வார்த்தைகளால் முழங்கி வந்து கேட்போரை ஈர்த்து வந்தார்.

பரம்பொருள் ஒன்று உண்டு என்பது ஒரு சர்வாதிக்காரத்தனமான நம்பிக்கை. இது முழுமையாக தனிமனித சுதந்திரத்தை முழுமையாக வேரறுத்து விடும். சுதந்திரமான வெளிப்பாடுகள், அறிவியல் கண்டுபிடிப்புகள் - இவை இரண்டும் மதப்போதனைகளுக்கு சரியான மாற்றாக அமைய வேண்டும். அந்த இரு காரணிகளும் வாழ்வியலை, கலாசாரத்தை நமக்குப் போதிக்க வேண்டும்.

"சான்றுகள் இல்லாமல் அழுத்தமாகக் கூறப்படும் எதையும் சான்றுகள் கூட இல்லாமல் புறந்தள்ளி விடவேண்டும்" என்பது ஹிட்சன்னின் ஆணித்தரமான கருத்து.

அவரது நூலைப் பற்றி சில குறிப்புகள்....

கட்டுப்பாடுள்ள மதங்கள் மிகவும் வன்முறையான, அறிவுக்குப் பொருந்தாத, நல்லிணக்கமற்ற தன்மைகளைக் கொண்டுள்ளன. மேலும் அவை இனவெறி, குழுவெறி, மதவெறி போன்ற தேவையற்றவைகளைத் தூண்டிவிடும் தன்மை வாய்ந்தவை. மதங்களின் முக்கிய முதலீடுகளே அறியாமையும், அறிவுத் தேடலுக்கு எதிர்ப்பும், பெண்களை அடிமைப்படுத்துவதும், குழந்தைகளை வலிந்து இழுத்து

வைத்திருப்பதும்தான். பிளவு படுத்துதலே அவைகளின் முன்முதல் குறிக்கோளாக உள்ளது.

தனது நூலின் முதல் அத்தியாயத்தில், தான் தனது ஒன்பதாவது வயதிலேயே விவிலியத்தின் மீது கேள்விகளை எழுப்பியதாகச் சொல்லியுள்ளார். கிடைத்த பதில்களும், சொல்லப்பட்ட தெய்வீகத் திட்டங்களும் மிகுந்த குறையோடு இருப்பதாகத் தனக்குத் தோன்றியதாகச் சொல்லியுள்ளார்.

அத்தியாயம் நான்கில், மதங்கள் மருத்துவத்திற்கு எதிராக இருப்பதாகக் கூறியுள்ளார். போலியோவிற்கான தடுப்பு மருந்துகளுக்கு எதிராக இஸ்லாமியர் இருப்பதைக் குறிப்பிடுகிறார்.

ஆறாவது பகுதியில் ஆப்ரஹாமிய மதங்கள் நம்பிக்கையாளார்கள் எல்லோரும் தங்களைப் பாவிகள் என்று நினைக்க வைத்து சுய மரியாதையைக் கெடுத்து அவர்களைக் குட்டிச்சுவராக ஆக்கிவிடுகிறது. அதே நேரத்தில் தங்களைப் படைத்த கடவுள்கள் தங்களைக் காத்து ரட்சிக்கக் காத்திருப்பதாக நினைக்க வைத்து கடவுள்களை பெரும் பீடத்தில் ஏற்றி நிறுத்தி விடுகின்றன.

ஏழாவது அத்தியாயத்தில் பழைய ஏற்பாட்டில் உள்ள குழப்பங்களைப் பற்றி எழுதுகிறார்.

எட்டாவது பகுதியில் புது ஏற்பாடு பழைய ஏற்பாட்டை விட தீயதாக இருக்கிறது என்கிறார்.

ஒன்பதாவது பகுதியில் இஸ்லாமிய மதம் பற்றிய தன் கருத்துகளைக் கூறுகிறார். (இந்த மூன்று அத்தியாயங்களின் முழு விளக்கமும், மேற்கோள்களும் கீழே தனியாகத் தொகுத்துக் கொடுக்கப்பட்டுள்ளன.)

அடுத்த பத்தாவது அத்தியாயத்தில் புதுமைகள் என்பவை எல்லாம் வெறும் கட்டுக் கதைகள் அல்லது புரிதல் இல்லாத, நம்பமுடியாத மக்களின் பிதற்றல்கள் என்பது அவர் கருத்து.

பதினொன்றாவது அத்தியாயத்தில் எப்படி மதங்கள் உருவாகின; எப்படி ஒழுக்கமில்லாத, தவறான மனிதர்கள் அவைகளை உருவாக்கியதாகச் சொல்லிக் கொள்கிறார்கள் என்று விளக்குகிறார். மார்ஜோ கார்ட்னர் (Marjoe Gortner) பெந்தகொஸ்தே சபையை உருவாக்கியதையும், ஜோசப் ஸ்மித் என்பவர் மார்மோனிசம் என்ற ஒரு வழிபாட்டு முறையை உருவாக்கியதையும் விளக்கியுள்ளார்.

அடுத்து, பதினாலாவது பகுதியில் இந்து மதமும் புத்த மதமும் வறுமையையும், தவறான தகவமைப்புமுள்ள பிரபுத்துவத்தின் ஆளுமையையும் கொண்டுள்ளன. "நிர்வாணம்" என்பதன் மூலம் முக்தியடையலாம் என்று திபெத்திலும் இலங்கையிலும் இம்மதங்கள் கற்பிப்பதை முற்றிலுமாகப் புறந்தள்ளுகிறார். கோவிலுக்கு வெளியே செருப்பைக் கழட்டி வைப்பது போல் உங்கள் மனதையும், காரண காரியங்களையும் கழற்றி வைத்துவிட்டு வாருங்கள் என்பதைப் பொருளற்றது என்று எதிர்க்கிறார். அவர் இந்தியாவிற்கு வந்து புனேயில் தங்கியிருந்த போது காசு பிடுங்கும் உத்தியில் சிறந்து பணம் பறித்துக்கொண்டிருந்த சந்திர மோகன் என்பவரையும், சத்யநாராயண ராஜூ என்பவரையும் சந்தித்தது பற்றியும் குறிப்பிடுகிறார்.

பதினைந்தாம் அத்தியாயத்தில் மதம்தான் முதல் பாவம் என்று கூறிவிட்டு, மதங்களில் உள்ள ஐந்து பெரும் முறையற்ற கொள்கைகள் என்று வரிசைப்படுத்துகிறார்.

1. மிக எளிதாக நம்பும் மக்களிடம் இந்த உலகைப்பற்றிய தவறான ஒரு பார்வையை ஏற்படுத்துதல்.
2. உயிர்ப்பலி கொடுத்து கடவுளை 'குளிர' வைக்கலாம் என்று பக்தியறிவைப் புகட்டுவது.
3. பாவப்பட்ட மக்களை 'பரிகாரம்' என்ற குழிக்குள் தள்ளுவது.
4. மறுமையில் நித்தியமான மோட்சம் / சுவனம் / முக்தி என்றோ, நித்தியமான நரகம் என்றோ சொல்லி ஏமாற்றுவது.
5. எளிதில் கைக்கொள்ள முடியதவைகளை - பாலினக் கட்டுப்பாடுகள் போல் - மக்கள் தலையில் சுமத்துவது.

பதினெட்டாம் அத்தியாயம்: சாக்ரட்டிஸ், ஐன்ஸ்டீன், வால்டர்(Voltaire), ஸ்பினோசா (Spinoza), தாமஸ் பெய்ன் (Thomas Paine), சார்ல்ஸ் டார்வின், ஐசக் ந்யூட்டன் போன்ற பெரும் அறிஞர்கள் பற்றிய விளக்கங்களைத் தருகிறார். இவர்களில் சாக்ரட்டிஸ், ந்யூட்டன் தவிர மற்றவர்கள் அனைவரும் இறை மறுப்பாளர்களாகவோ, இயற்கை வழிபாட்டாளர்களாகவோ, இறைநாட்டம் இல்லாதவர்களாகவோ இருந்ததைக் குறிப்பிடுகிறார்.

"ஞானத்திற்குப் புது வழி" என்ற தலைப்பில் கடைசி அத்தியாயத்தில், முன்பு இருந்ததுபோல் இல்லாமல் இப்போதைய உலகில் மனிதர்களிடம் மதங்களின் தேவை மிகவும் குறைந்து விட்டது என்று விவாதிக்கிறார். நிகழ்காலத்தில் தனிமனித வாழ்விலும்,

பொதுக்கலாசாரத்திலும் அறிவியலுக்கும், காரணகாரியங்களுக்குமே பெரும் பங்கு இருக்கிறது. மதங்களிலிருந்து மானுடர்களை மீட்டால் அது தனிமனித உயர்விற்கும், சமுதாயத்தின் வளர்ச்சிக்கும் பெரும் உதவியாக இருக்கும்.

இறைமறுப்பாளர்கள் சமுதாயத்தை மதங்களின் பிடியிலிருந்து விடுவிக்க உழைக்க வேண்டும்.

நூலிலிருந்து தேர்ந்தெடுக்கப்பட்ட சில அத்தியாயங்களிலிருந்து சில கருத்துகள்:

அத்தியாயம்: 7

ஏற்பாடுகள்

பழைய ஏற்பாடு என்னும் கொடுங்கனவு

'கடவுளின்' கட்டளைகள் அங்கங்கே அவ்வப்போது சில மனிதர்களை நேரடித் தொடர்புகொண்டு அவர்கள் மூலம் மக்களுக்கு அளிக்கப்பட்டு வந்தன. இந்த நம்பிக்கைக்குப் பல எதிர்ப்புகளைச் சொல்லமுடியும். சில சமயங்களில் வெவ்வேறு இடங்களில் வெவ்வேறு காலங்களில் யாரோ ஒருவருக்கு அளிக்கப்படுகிறது. பல சமயங்களில் - அதுவும் கிறித்துவ மதத்தில் - இந்த வெளிப்பாடுகள் ஒருமுறை கொடுத்தால் போதாது என்பதுபோல் பின்னால் வேறோருவருக்குக் கொடுக்கப்பட்டு வெளிப்பாடுகள் வலியுறுத்தப்படுகின்றன. இன்னொரு விதத்தில் இதற்கு நேர்எதிர்மாறாக நடக்கிறது. ஒரே ஒருவர் அவருக்குக் கொடுக்கப்படுவதே வேதமாகிறது. கொடுக்கப்படுபவரின் ஒவ்வொரு சொல்லும் வேதமாகிவிடுகிறது. (97)

பொதுவாக பல வெளிப்பாடுகள் இறுதியான வார்த்தைகளாக இருப்பதில்லை. இதில் எந்த வார்த்தை உண்மை என்று கண்டறிய பல சமயம் மதப்போர்கள் நிகழ்கின்றன.

அதுவும் இந்த ஏற்பாடுகள் கொடுக்கப்படுவது மத்திய கிழக்கு நாடுகளில், கல்வியறிவற்ற, சிறிது வரலாற்றுத் தொடர்புடைய ஒரு மனிதருக்குக் கொடுக்கப்படுகிறது.

மூன்று ஆபிரஹாமிய மதங்களிலும் கடவுளும் மோசசும் சினாய் மலை மீது சந்தித்ததாகவும் அங்கு கடவுளால் பத்துக்கட்டளைகள் கொடுக்கப்பட்டதாகவும் சொல்லப்படுகிறது. மோசஸ் எழுதியதாகச் சொல்லப்படும் இரண்டாம் நூலில், யாத்திராகமத்தின் 20 - 40 அதிகாரங்களில் இப்படிச் சொல்லப்படுகிறது.

இந்தப் பத்து கட்டளைகளை ஒரு சிறப்பான பட்டியலாகக் கருதமுடியாது. *(98)*

இக்கட்டளைகள் கடவுளால் கொடுக்கப்பட்டதல்ல... மனிதக்கரங்களால் கொடுக்கப்பட்டவைகளே அவை. உதாரணமாக, கொலை செய்யாதே என்று ஒரு கட்டளையாகச் சொல்வதற்கு தேவை ஏதுமில்லை. கொலை, கொள்ளை, கற்பழிப்பு போன்றவை எல்லாம் அப்போ தென்ன விலக்கப்படாதவைகளாகவா இருந்திருக்கும்? *(99)*

இந்தக் கட்டளைகளில் சொல்லாமல் விடப்பட்டவைகளைத் தொகுத்தாலே அவைகளின் உண்மைத்தன்மை புரிந்துவிடும். பச்சிளங் குழந்தைகளுக்கு எதிரான வன்முறைகளை நிறுத்துவது பற்றியோ, கற்பழிப்புகள் பற்றியோ, அடிமைகளை வைத்துக் கொடுமைசெய்வதை எதிர்த்தோ, இனப்படுகொலைகளுக்கு எதிராகவோ எந்த ஒரு கட்டளையும் கொடுக்கப்படவில்லை. *(100)*

யாத்திராமகத்தில் சொல்லப்பட்ட பல கொடுமையான, ஒழுங்கற்ற நிகழ்வுகள் நிச்சயமாக அப்படியே நடந்திருக்க வாய்ப்பில்லை. உலகின் மிகவும் புகழ்பெற்ற இஸ்ரேயலின் தொல்பொருள் விற்பன்னர்கள் கடவுள் மோசசிற்குக் கொடுத்த பத்துக்கட்டளைகள் பற்றிய ஆதாரங்கள் ஏதும் கிடைக்காதா என்று பெரும் முயற்சி எடுத்தும் இதுவரை அதற்கு ஏதேனும் பயனில்லை.

இஸ்ரேல் பிரதமர் டேவிட் பென்குரியன் முழுஆய்வு செய்து தங்கள் நாட்டின் மீது உரிமை கோரக்கூடிய தகுந்த ஆதாரங்கள், சான்றுகள் ஏதும் கிடைக்குமா என்று தீவிரமாகத் தேடும்படி தனது நாட்டின் தொல்பொருள் ஆய்வாளர் யிகேல்யாதின் (Yogael Yadin) என்பவருக்கு ஆணையிட்டார். முழுமுயற்சி எடுத்தும் அவர் தேடலில் ஏதும் கிடைக்கவில்லை.

யோகேல்யாதின் (Yogael Yadin), Israel Finkelstein of the Institute of Archaeology at Tel Aviv University பணியில் இருக்கும் Neil Asher Silberman என்பவரும் இணைந்து ஆய்வு செய்து தங்கள் அறிக்கையை கொடுத்தனர்: "மோசஸ் காலத்தில் நடந்ததாகச் சொல்லும் எவ்வித போரும் எகிப்தில் நடக்கவில்லை. நாற்பது ஆண்டுகளாக இஸ்ரேலியர்கள் அங்கு சுற்றித் திரியவுமில்லை. வாக்களிக்கப்பட்ட நாடு எதையும் அவர்கள் கண்டுகொள்ளவுமில்லை." *(102)*

தொல்பொருள் ஆய்வுகள் பாலஸ்தீனத்தில் ஆயிரக்கணக்கான ஆண்டுகளுக்கு முன் யூதர்கள் வாழ்ந்தார்கள் என்பதற்கான சான்றுகள்

கிடைத்துள்ளன. தொல்பொருள் குப்பைகளில் பன்றி எலும்புகள் ஏதும் கிடைத்ததில்லை. ஆனால் மோசஸ் வாழ்ந்தது என்பதை எளிதாகப் புறந்தள்ளிவிடமுடியும்.

பிரஞ்சு தொல்பொருள் ஆய்வாளர் ரோலந்த் டி வாக்ஸ் (Roland de Vaux) "இஸ்ரேலியர்களின் வரலாற்று நம்பிக்கைகளுக்கு உண்மையான வரலாற்றில் இடமில்லை. ஆகவே, அவர்களின் நம்பிக்கைகளும் தவறு. *(103)*

சினாய் மலையில் நிகழ்ந்த வெளிப்பாடுகளும், மோசஸ் காலத்தில் நடந்தவைகளாக எழுதப்பட்ட பழைய ஏற்பாட்டின் முதல் ஐந்து அதிகாரங்களும் மோசமாகச் சித்தரிக்கப்பட்ட புனைவுகள்.

அமெரிக்க நாட்டின் மூத்த தலைவரான தாமஸ் பெய்ன் (Thomas Paine): "பழைய ஏற்பாட்டில் உள்ள மோசசின் அதிகாரங்கள் ஐந்தும் மிகவும் போலியானவை. அவைகளை எழுதியதும் மோசஸ் இல்லை. மோசஸ் காலத்திற்குப் பின்னால் பல நூற்றாண்டுகளுக்குப் பின் அறிவற்ற, முட்டாள்தனமான சிலர் எழுதியவைகளே அவை." *(104)*

மோசஸ் காலத்தில் நடந்தவைகளாக எழுதப்பட்ட பழைய ஏற்பாட்டின் முதல் ஐந்து அதிகாரங்களில் படைப்பைப் பற்றிய இரு மாறுபட்ட கருத்துகளும், ஆதமின் இருவகை பாரம்பரியங்களும், நோவா காலத்து வெள்ளத்தைப் பற்றி இருகூறுகளும் சொல்லப்படுள்ளன. *(106)*

அத்தியாயம் 8

பழைய ஏற்பாட்டின் தீமைகளை விடவும் புதிய ஏற்பாடு மோசமான ஒன்று

விவிலியத்தில் சக்காரியா 9.9இல் மெசியா ஒரு கழுதையின் மேல் வருவார் என்று எழுதப்பட்டுள்ளது. யூதர்கள் இன்னும் அந்த நிகழ்விற்காகக் காத்திருக்கிறார்கள். ஆனால், கிறித்துவர்கள் அது ஏற்கெனவே நடந்து முடிந்தபோன நிகழ்வு என்கிறார்கள். *(109)*

பழைய ஏற்பாடு போலவே புதிய ஏற்பாடும் மோசமான இட்டுக்கட்டின கதைகளின் தொகுதிதான். நடந்து முடிந்த நிகழ்வுகளுக்குப் பின்னால் அதற்கு ஏற்றாற்போல் திட்டமிட்டு எழுதப்பட்ட தொகுப்பே இது. *(110)*

ஏசுவின் பிறப்பில் அவர் ஒரு கன்னித்தாயிடமிருந்து பிறந்தார் என்று

சொல்வதில் மத்தேயுவும், லூக்காவும் ஒரே விதமாகச் சொல்லவில்லை. எகிப்திலிருந்து தப்பி ஓடிய நிகழ்ச்சியிலும் அவர்கள் வெவ்வேறு விதமாக எழுதியுள்ளார்கள். மத்தேயு ஜோசப்பிற்கு கனவில் வந்த எச்சரிக்கை பற்றிக் குறிப்பிடுகிறார். லூக்கா பெத்லேகமில் அடுத்த நாற்பதுநாள் தங்கியிருந்துவிட்டு, பின் நாஸ்ரேத்திற்கு ஜெருசலேம்வழியாகத் திரும்பவேண்டும் என்று குறிப்பிடுகிறார்.*(111)*

பேரரசன் சீசர் அகஸ்டஸ் வரி விதிப்பிற்காக உத்தரவிட்ட மக்கள் கணக்கெடுப்பு நடந்த அதே ஆண்டில் ஏசு பிறந்தாரென லூக்காவில் கூறப்பட்டுள்ளது. அதே ஆண்டில்தான் ஹெரோது மன்னன் ஜூதேயா நாட்டை ஆண்டுகொண்டிருந்தார். க்யுரினியஸ் சிரியாவின் கவர்னராக இருந்தார் என்றும் குறிப்பிடப்பட்டுள்ளது. விவிலியத்தில் ஓரளவாவது வரலாற்றுக் குறிப்புகள் ஏற்றப்படவேண்டும் என்ற எளிய முயற்சியில் இதுவும் ஒன்று.

ஆனால் ஹெரோது மன்னன் கிறித்து பிறப்பதற்கு நான்கு ஆண்டுகளுக்கு முன்பே இறந்துவிட்டார் என்பது வரலாறு. அதோடு அவரது காலத்தில் சிரியாவின் ஆளுநராக இருந்தது க்யுரினியஸ் அல்ல. மேலும் எந்த எகிப்து வரலாற்றாளரும் அகஸ்டஸ் வரிவிதிப்பைப் பற்றி எழுதிய குறிப்பேதும் இல்லை. ஆனால், யூத வரலாற்றுக் குறிப்பாளர் ஜோசபஸ் அப்படி ஒரு நிகழ்வைப் பற்றிப் பேசுகிறார். ஆனால் அதில் மக்கள் தங்கள் பிறந்த மண்ணுக்குத் திரும்பவேண்டும் என்ற எந்தக் கடினமான கட்டளைகள் ஏதும் பிறப்பிக்கப்படவில்லை என்கிறார். ஆயினும் அவர் இந்தக் கணக்கெடுப்பும் கிறித்து பிறந்து ஆறு ஆண்டுகள் கழித்தே நடந்ததாகக் குறிப்பிட்டுள்ளார்.

ஏறத்தாழ எழுபது ஆண்டுகளுக்கு முன் எகிப்தில் நாக் ஹமாதி ஏடுகள் என்ற புறந்தள்ளப்பட்ட விவிலியங்கள் கண்டெடுக்கப்பட்டன. அதில் பல ஆண்டுகளாகக் கண்டுபிடிக்கப்படாத யூதாசின் விவிலியமும் (Gospel of Judas) கிடைக்கப்பட்டு அது நேஷனல் ஜியோக்ராபிக் சொசைட்டியால் மொழியாக்கம் செய்யப்பட்டு 2006 ஆண்டு வெளியிடப்பட்டது.*(112)*

அதில் கூறப்பட்டுள்ளவை எல்லாம் வெறும் ‘ஆன்மீகப் பிதற்றல்கள்’ என்று கூறப்பட்டாலும், அவைகளில் வரும் பல நிகழ்வுகள் மிகவும் சரியான கால அளவில் உள்ளன.

ஏசு யூதாசைத் தனியாக அழைத்து அவருக்குச் சதையால் ஆன தன் ஈன உடலை விட்டுச் செல்லும் உன்னதப் பணியில் உதவுமாறு கேட்டுக்கொள்கிறார்.

பல காலமாக எவையெல்லாம் உண்மையான, கடவுளால் ஏவப்பட்ட விவிலியங்கள் என்ற சூடான விவாதங்கள் தொடர்ந்து நடந்துவந்துள்ளன. *(113)*

பழைய ஏற்பாட்டில் உள்ள முன்னறிவித்தலில் மெசியா தாவீதின் நகரத்தில் பிறப்பார் என்று கூறப்பட்டுள்ளது. அப்படியானால் அது பெத்லேகமாக இருக்கவேண்டும். ஆனால் ஏசுவின் பெற்றோர்கள் நாசரேத் ஊரைச் சேர்ந்தவர்கள். பிள்ளை பிறந்திருந்தால் அங்குதான் பிறந்திருக்க வேண்டும். இதனால் அகஸ்டஸ், ஹெரோது, க்யுரினியஸ்ப் போன்ற வரலாற்றுப் பெயர்களையும், கணக்கெடுப்பு என்ற ஒரு நிகழ்வையும் சேர்த்து ஒரு திரிக்கப்பட்ட கதை உருவாக்கப்பட்டுள்ளது. இதனால் குழந்தை பிறந்தது பெத்லேகமாக மாறுகிறது - அதுவும் பிறந்த இடம் ஒரு 'மாட்டுத்தொழுவம்' என்பதும் ஒரு புதுச்சேர்க்கை. *(114)*

ஏறத்தாழ எல்லா மதங்களிலும் - புத்த மதத்திலிருந்து இஸ்லாம் வரையிலும் - தேர்ந்தெடுக்கப்படும் தூதுவர்கள் மிகச்சாதாரண, மனிதர்களாகவோ அல்லது ஒரு ராஜகுமாரனாகவோ இருக்கிறார்கள். இது சாதாரண மக்களை ஈர்க்கும் ஒரு ஏற்பாடின்றி வேறென்ன? படித்தறிவு இல்லாத, பரிதாபத்திற்குரிய, பாவப்பட்டமக்களை எளிதாகச் சென்றடைய இதுதானே வழி.

புது ஏற்பாட்டில் உள்ள முரண்கள் பற்றிய பெரும் தொகுப்புகள் வெளிவந்துவிட்டன.

மரியாவைப் பற்றிச் சொல்லும்போது அவரை 'virgin' என்றழைக்கின்றனர். ஆனால் இந்தச் சொல் almah என்ற சொல்லிலிருந்து வருகிறது. இச்சொல்லின் பொருள் 'இளம்பெண்' என்பதேயாகும். *(115)*

ஏசு ஒரு கன்னிகைக்குப் பிறந்தார் என்பதே இது மனிதக்கரங்கள் படைத்தகதை என்பதற்கு எளிதான தடயம். ஏசு தன் வாழ்நாளில் தன் தந்தை பரமபிதா பற்றி அடிக்கடி கூறுகிறார். ஆனால், ஓரிடத்தில்கூட தான் ஒரு கன்னிப் பெண்ணின் மகனாகப் பிறந்தேன் என்று கூறவேயில்லை. ஆனால் தன் அன்னையிடம் அவர் பலமுறை கடுமையாக நடந்துகொண்டுள்ளார்.

காபிரேயல் நீ ஒரு கடவுளின் தாய் என்று கூறியிருந்தும், ஏசு செய்வதெல்லாம் மரியாளுக்கு ஆச்சரியமான விஷயங்களாகத்தான் இருக்கிறது.

மரியாளுக்கு ஏசுவோடு நான்கு மகன்களும் சில சகோதரிகளும் உள்ளதாக மத்தேயு 13: 55 -57 மாற்கு 6:3 கூறுகின்றன.(116)

புறந்தள்ளப்பட்ட ஜேம்ஸ் விவிலியத்திலும் இதைப்பற்றிச் சொல்லியுள்ளது. ஏசுவின் உடன்பிறப்பான இன்னொரு ஜீசஸ் மதக் குழுக்களில் தீவிரமாக இருந்தாரெனச் சொல்லப்பட்டுள்ளது.

கத்தோலிக்க கிறித்துவ மக்கள் மரியாளை கன்னிமாதா என்று மிகவும் பக்தியோடு வணங்கிவருகிறார்கள். அவர்களுக்கு இந்தசெய்தி வருத்தம் தரலாம். அநேகமாக அதில் பலருக்கு இந்த விவிலியச் செய்தி புதிய ஏற்பாட்டில் தெளிவாக இருப்பது தெரியாமலும் இருக்கலாம். அவர்களுக்காக அந்த விவிலியத்தில் இருந்து இதை மேற்கோளிடுகிறேன்:

"இவன் தச்சனுடைய மகனல்லவா? இவன் தாய் மரியாள் என்பவள் அல்லவா? யாக்கோபு, யோசே, சீமான், யூதா என்பவர்கள் இவர்களுக்குச் சகோதரர் அல்லவா?

இவன் சகோதரிகள் எல்லோரும் நம்மிடத்தில் இருக்கிறார்கள் அல்லவா? இப்படியிருக்க, இவருக்கு இவையெல்லாம் என்கிருந்து வந்தன?

இதைச்சுற்றி பல கதைகள் நிர்மாணிக்கப்பட்டன. A sort of reverse-engineering. எந்த விவிலியங்களைத் தேர்ந்தெடுப்பது என்ற முயற்சியோடு, மரியாளின் பிறப்பைப்பற்றி எந்தநூல் சொல்லாவிட்டாலும், அவரது பிறப்பு பாவமற்ற ஒன்றாக இருக்கவேண்டும். அதோடு பாவத்தின் சம்பளம் மரணம் என்பதால் அவருக்கு இயற்கையான மரணம் இருக்கமுடியாது. அதனாலேயே அவர் நேரே பரலோகத்திற்கு எழுந்தருளினார் என்றெல்லாம் கூறப்பட வேண்டும்.

இதற்காகச் செய்யப்பட்ட ஏற்பாடுகள் புதுக் கண்டுபிடிப்புகளாவும் ஆச்சரியமாக வெளிவந்தன. ரோம் நகரத்தில் 1852ல் மரியாளின் பாவமற்ற பிறப்பு - Immaculate Conception - என்பது அறிவிக்கப்பட்டது. அதன்பின் 1951ல் பரலோகத்திற்கு எழுந்தருளியது - Assumption - என்றும் அறிவிக்கப்பட்டது. கால வரிசை சரியாகச் செய்யப்பட்ட ஒரு திட்டம் இது. (117)

புது ஏற்பாட்டில் சொல்லப்படுவதுபோல் மனித வாழ்க்கையை லில்லி பூக்களுக்கு ஒப்பிடுவது, நாளை என்பது பற்றிக் கவலைப்படாதே என்பது எல்லாமே குடும்ப வாழ்க்கை, சிக்கனம், புதுக் கண்டுபிடிப்புகள் போன்றவைகளை வெட்டியான விஷயங்கள் என்றாக்கி விடுகின்றன.

ஏசு சொல்லும் பல விஷயங்களைக் கேட்டு அவரது குடும்பத்தினரோ, ஏனையோரோ ஏசுவைக் குறைத்து மதிப்பிடுவதும் விவிலியங்களில் காணக் கிடைக்கின்றது.

ஏசு ஒரு குறுகிய இனவாத மனிதர் என்பதும் விவிலியங்களில் காணக் கிடைக்கிறது. உதவி கேட்ட கானானியப் பெண்ணுக்கு *(மத்: 15: 21-28)* உதவுவது இஸ்ரவேலருக்குரியதை மாற்றாருக்குக் கொடுப்பது தவறு என்கிறார். இப்படிசொல்லும் பல தூதுவர்கள் அப்போது இஸ்ரவேலில் இருந்து வந்திருக்கிறார்கள். அவர்களில் இவர் தன்னைக் கடவுளாகவோ, கடவுளின் மகனாகவோ நினைத்திருக்கிறார். *(119)*

விவிலியங்களின் வார்த்தைகள் அப்படியே எடுத்துக் கொள்ளக்கூடியவையல்ல. ஏசுவின் போதனைகள் நேரடியாக எழுதப்பட்டவை அல்ல. அவையெல்லாம் பலப்பல செவிவழிச் செய்திகளே - ஒருவர் சொல்லி, அடுத்தவர் கேட்டு அவர் சொல்லி, அவர் கேட்டு மீண்டும் சொல்லி... என்று வந்தவை. ஆகவேதான் அதில் பல முரண்கள், முரண்பாடுகள் உள்ளன. இதை கிறித்துவ பக்திமானான பார்டன் எஃர்மேன் (Barton Ehrman) என்பவர் பல கிறித்துவக் கதைகள் பின்னால் எழுதிச் சேர்க்கப்பட்டவை என்று சொல்கிறார். *(120)*

தன் விவாதத்திற்கு *(யோவான்: 8: 3-11)* ஒரு நிகழ்வை எடுத்துக்கொள்கிறார். ‘உங்களில் பாவம் செய்யாதவன் முதல் கல்லை எறியட்டும்’ என்று கூறி ஒரு விபச்சாரியைக் காப்பாற்றும் நிகழ்வு அது. இதை ஏசு சொன்னதும் சுற்றியிருந்த அனைவரும் சென்றுவிடுகிறார்கள். எல்லோரும் போனபின் அதற்குப்பின் நடந்ததை யார் கேட்டிருப்பார்கள்? *(121)*

பார்டன் எஃர்மேன் மேலும் சில கேள்விகளை எழுப்புகிறார். “அந்தப் பெண்ணோடு தீச்செயலில் ஈடுபட்ட ஆண் எங்கே? மேலும் அவர் “இந்த நிகழ்வு நமக்குக் கிடைத்த பழைய கைப்பிரதியான யோவான் விவிலியத்தில் காணப்படவில்லை. இப்போதைய விவிலியத்தில் இந்நிகழ்வைச் சொல்லும் வார்த்தைகள் பலவும் வித்தியாசமானவை; அவை யோவான் விவிலியத்தில் வரும் வழக்கமான மொழிநடையில் இல்லை. எனது முடிவு: இந்த நிகழ்வு உண்மையிலேயே இந்த விவிலியத்தில் மூலப்படிவத்தில் கூறப்பட்டதல்ல” என்கிறார்.

ஆகவே, வெளிப்பாடுகளை நம்புபவர்கள் வெறும் விசுவாசத்தால் மட்டுமே அவைகளை நம்புகிறார்கள். அவர்கள் தைரியமாக, வெளிப்படையாக இதை ஒப்புக்கொள்ளும் தைரியம் உள்ளவர்களாக இருக்கவேண்டும்.

அத்தியாயம் 9

குரான் யூத, கிறித்துவக் கதைகளைக் கடன் வாங்கிப் படைக்கப்பட்ட நூல்

மோஸஸ், ஆபிரஹாம், ஏசு - இவர்களெல்லாம் முன்னுக்குப் பின் முரணாக, நன்னெறிக்கு எதிராக, அடிப்படையற்று சொன்ன பல கூற்றுக்கள் போலவே குரானிலும் முகமதுவினால் தொடர்கிறதா என்றே பார்க்க வேண்டும். இங்கேயும் காபிரியேல் / ஜிப்ரேல் வருகிறார்; படிக்காத ஒருவருக்கு சுராக்களை அளிக்கிறார். இங்கேயும் நோவாவின் பிரளயம், விக்கிரக ஆராதனைகளுக்கு எதிரான தண்டனைகள் வருகின்றன. யூதர்களுக்காகச் சொல்லப்பட்டவைகளும், அவைகளை அவர்களே கண்டுகொள்ளாமல் செல்வதும் நடக்கிறது. இங்கேயும், ஹதிஸ் என்றழைக்கப்படும் நபியினால் சொல்லப்பட்டவைகளும் செய்தவைகளும் நிறைய நிச்சயமில்லாத விஷயங்களாகவும் நிகழ்வுகளாகவும் உள்ளன. *(123)*

குரானில் சொல்லப்படும் நிகழ்வுகள் எல்லாமே ஒரு சமூகத்தின் மிகச்சிறிய பகுதிக்கானதாகவும், அங்கே நடந்த சிறு தகராறுகளாகவும் உள்ளன. அதுவுமின்றி, மற்ற ஹீப்ரு லத்தீன், க்ரீக் மொழி நூல்களிலிருந்து எவ்வித வரலாற்று ஒற்றுமையையும் காட்டமுடியாத நிகழ்வுகளாகவே அவை உள்ளன. அவைகள் யாவுமே வாய்வழியாக, அதுவும் அரபியில் மட்டுமே வாய்வழியாக வந்தவைகள்.

விற்பன்னர்கள் பலரும் குரான் அது எழுதப்பட்ட அராபிய மொழியில் மட்டுமேமுழுமையாகப் புரிந்துகொள்ளப்படும் என்கின்றனர். ஏனெனில் அம்மொழி கணக்கற்ற சொல்லடைகளும், பகுதி வாரியான பேச்சு மொழிகளும் நிறையப் பெற்றது.*(அப்படிப்பட்ட மொழியை ஏன் அல்லா தேர்ந்தெடுத்தார்?)* Introducing Muhammad என்ற நூலின் ஆசிரியர்கள் இருவரும் அராபிய மொழியில் மட்டுமே குரான் முழுமையாகப் புரிந்து கொள்ளமுடியும் என்கிறார்கள். (..they insist that "as the literal Word of God, the Koran is the Koran only in the original revealed text. A translation can never be the Koran, that inimitable symphony, 'the very sound of which moves men and women to tears'.)

எம்மொழிபெயர்ப்பாயினும் அது ஓரளவு மட்டுமே குரானின் உண்மைப் பொருளைத் தரமுடியும். கடவுள் ஒரு அராபியராக இருந்தால் *(ஒரு பாதுகாப்பற்ற கற்பனைதான் இது!)* அவர் ஏன் ஒரு படிப்பறிவில்லாதவரை, தான் சொன்னதை அப்படியே மாற்றாமல் கொடுக்கமுடியாத ஒருவரை

எதற்காகத் தேர்ந்தெடுக்க வேண்டும்? *(அப்படியே மொழி தெரியாதவராக இருந்தாலும், வஹி இறங்கிய கால்நூற்றாண்டுகள் முடியும் வரையும் அவர் தொடர்ந்து எழுதப் படிக்கத்தெரியாதவராக அவர் இருந்தது இன்னொரு அதிசயம்!)* இது சொல்வதற்கு மிக எளிதான ஒரு விஷயமுமில்லை. ஏனெனில் கிறித்துவர்களுக்கு கன்னிமரியாள் எந்த அளவிற்கு முக்கியமோ அந்த அளவிற்கு முகமது பற்றிப் பேசுவது இஸ்லாமியருக்கு முக்கியமானது. *(124)*

இன்று வரையிலும் எம்மொழியில் குரான் மொழிபெயர்க்கப்பட்டாலும் குரானின் அராபிய மொழியாக்கமும் சேர்த்தே பதிப்பிடப்படுகிறது. *(125)*

இஸ்லாம் புதியதாகத் தோன்றிய ஒரு மதம்; ஆகவேதான் அது இன்னும் தன் உயர்ந்த தன்னம்பிக்கையளிக்கும் நிலையில் நின்றுகொண்டிருக்கிறது.

முகமதுவின் வாழ்க்கையில் நடந்த நிகழ்வுகளும், சொன்னவைகளும் அவரது காலத்திற்குப் பின் பல்லாண்டுகள் கழித்து தொகுக்கப்பட்டவை. அவைகள் சுயவிருப்புகளாலும், வதந்திகளாலும், படிப்பறிவற்றதாலும் பல மாற்றங்களுக்கு உட்பட்ட ஒரு தொகுப்பாகும். *(127)*

பிக்தால் (Pickthall) என்பவரின் கூற்றுப்படி முகமது தன்னை 'கடவுளின் அடிமை' என்று சொல்லிக்கொள்ள ஆரம்பித்த வரலாறு;

மெக்காவிலுள்ள காபா ஆபிரஹாமால் கட்டப்பட்டது; பின் வஹாபிகளால் அழிக்கப்பட்டது; அதிலுள்ள விக்ரகங்களும் அழிக்கப்பட்டது; முகமதுவும் அதனாலேயே அமைதியை நாடி ஹீரா மலைக்குச் செல்கிறார். அங்கே அவர் தூக்கத்திலோ மயக்கத்திலோ இருக்கும்போது ஒரு குரல் அவரை வாசிக்கச் சொல்கிறது. முகமது இருமுறை தனக்கு வாசிக்கத் தெரியாது என்று கூறியும் மும்முறை அந்தக்குரலால் வாசிக்க அழைக்கப்படுகிறார். தன்னையும் அல்லாவிடமிருந்து வந்ததாக அந்தக் குரல் சொல்கிறது. இதன்பின் முகமது தன் மனைவி கத்தீஜாவிடம் சொல்ல, அவர் முகமதுவை கதீஜாவின் உறவினர் நௌபால் (Waraqa ibn Naufal) என்பவரிடம் அழைத்துச் செல்ல, யூத, கிறித்துவ நூல்களைப் பற்றி அறிந்த அவர் மோஸேவிடம் பேசியவரே உன்னிடமும் பேசியவர் என்று சொன்ன பிறகே, முகமது தன்னை அல்லாவின் அடிமை என்று கருதத் தொடங்குகிறார். *(128)*

முகமது 632-ஆம் ஆண்டு இறக்கிறார். அதன் பின் 120 ஆண்டுகளுக்குப் பிறகு இப்னு இஷாக் (Ibn Ishaq) என்பவரால் முகமதுவின் வாழ்க்கை

வரலாறு தொகுக்கப்படுகிறது. ஆனால் அது காணாமல்போக, இப்னு ஹிஷாம் (Ibn Hisham) என்பவரால் மீண்டும் மற்றுமொரு வரலாறு எழுதப்படுகிறது. *(129)*

முகமதுவின் செயலர்கள், நண்பர்கள், உடனிருந்தோர் இவர்களிடமிருந்தெல்லாம் எப்படி முகமது சொன்னவைகள், நடந்த நிகழ்வுகள் எல்லாம் எப்படிப் பெறப்பட்டன என்பதற்கான எந்த ஒரு பொதுமுறையும் இருந்ததாகத் தெரியவில்லை.

ஈசாவைப் போலல்லாமல் முகமது ஒரு குடும்பத்தைத் தனக்குப் பின் விட்டுப்போயிருந்தாலும், தனக்குப் பிறகு யார் தன் பொறுப்பை ஏற்று நடத்துவது என்று சொல்லிச் செல்லவில்லை. அதனால் அவர் இறந்ததுமே தலைமைக்குப் போட்டியும் சண்டைகளும் ஆரம்பித்து விட்டன. ஒரு மதமாக இஸ்லாம் உருவாவதற்குள் சன்னி, ஷியா என்று இரு குழுக்கள் பிறந்துவிட்டன.*(130)*

முகமதுவிற்குப் பின் கலிபா ஆன அபு பக்கர் முகமதுவின் வார்த்தைகளைஒருங்கிணைக்க முயல்கிறார். மனனம் செய்த பலர் போர்களில் இறந்துபட ஒரு சிலரே மனனம் செய்தவர்கள் இருந்தார்கள். ஆகவே, எல்லாவித விஷயங்களையும் -தாட்களில், கற்களில், ஓலைகளில், தோளெலும்புகளில், மற்ற எலும்புகளில், தோல்களில் - எழுதப்பட்டவைகளை *(ஜிப்ரெல் மூலமாகத் தன் வார்த்தைகளைத் தந்த கடவுள் அப்படியே அவைகளை ஒழுங்காக 'ரிக்கார்ட்' செய்யவும் ஏதாவது ஒரு நல்ல வழி காண்பித்திருக்கலாம்.)* முகமதின் செயலராக இருந்த ஸைட் இப்னு தாபிட் (Zaid Ibn Thabit) மூலமாகத் தொகுக்கப்படுகிறது.

மேலே சொன்னது உண்மையாயின் முகமதுவின் வாழ்க்கை முடிந்த உடனேயே அவரது வரலாறு எழுதப்பட்டுவிட்டது என்ற கூற்று சரியாக இருக்கும். ஆனால் மேலே சொன்னது உண்மையா என்ற கேள்வி உள்ளது. ஏனெனில் இவைகளைத் தொகுத்தது முதல் கலிபா இல்லை; நாலாவது கலிபாவான அலி; அவரே ஷியா குழுமத்தை ஆரம்பித்தவர் என்றும் சொல்லப்படுகிறது. ஆனால் சன்னி குழுமத்தினர் இவைகள் தொகுக்கப்பட்டது 644 முதல் 656 வரை ஆண்ட உத்மன் என்ற கலிபாவினால் என்கிறார்கள். உத்மன் இறுதி வடிவத்திற்குக் காரணாமாயிருந்தார் என்கிறார்கள். இறுதி வடிவத்திற்குக் கொண்டு வந்ததும், ஏற்கெனவே இருந்தவைகளை - earlier and rival editions- எல்லாவற்றையும் உத்மன் எரித்து அழித்ததாகச் சொல்லப்படுகிறது. ஆனாலும் வேறு நகல்கள் இருக்கக்கூடாதென்ற உத்மனின் திட்டம் சரியாகச் செயல்பட முடியாது. ஏனெனில் அராபிய

மொழியின் எழுத்துக்கள் 9-வது நூற்றாண்டில்தான் இறுதி நிலைக்கு வந்தன. அதற்கு முன்பு புள்ளிகள், அரைப்புள்ளிகள், குறில்களுக்கான குறியீடுகள் ஏதும் இல்லாதிருந்தன. இதனால் வசனங்களில் மாறுபட்ட கருத்துகள் அன்றும், இன்றும் இருந்து வருகின்றன. (131)

வசனங்களைவிடவும் ஹதிஸ்கள் - வாய்மொழிச் சொல்லாக வந்தவைகள் - மேலும் குழப்பமூட்டுபவைகளாகவும், பொறுக்க முடியாதவைகளாகவும் உண்டு. ஒவ்வொரு ஹதிஸூம் உண்மையானதென்று ஒரு isnad or chain என்ற ஒரு சாட்சி மூலம்வரவேண்டும். ஆனால் சில சமயங்களில் A-B யிடம் சொன்னதாகவும், அது C -யிடம்சொல்லப்பட்டு, பின் அது D- மூலமாக ...இப்படியாக அந்த சாட்சிகள் சொல்லப்படுவதுண்டு.

சான்றாக, புகாரி முகமதுவின் மரணத்திற்குப் பிறகு 238 ஆண்டுகள் கழித்து காலமானார். இவரது சாட்சிகள் மிகவும் கௌரவிக்கப்படுபவை. அவைகளில் எந்த வித குற்றம்குறை காண்பதரிது என்றும் சொல்லப்படும். ஆனால் அவர் மொத்தம் 3,00,000 ஹதிஸூகள் சொன்னதாகவும், பின் அதில் 2,00,000 ஹதிஸூகளை மதிப்பற்றவைகள் என்றோ உறுதி செய்யப்பட முடியாதவை என்றோ அவர் கழித்து விட்டார். மறுபடியும்தான் சொன்னவைகளில் சலித்தெடுத்து வெறும் 10,000 ஹதிஸூகளை மட்டுமே கொடுத்துள்ளார்.

எவ்வித சான்றுமின்றி மூன்று லட்சத்திலிருந்து (குத்து மதிப்பாக!) வெறும் 10,000 ஹாதிசுகளைத் தன் நினைவிலிருந்து புகாரி கொடுத்தார் - அதுவும்இரண்டு நூற்றாண்டுகளுக்குப் பிறகு ---- அப்படி அவர் தந்த ஹதிஸூகள் புனிதமான, எவ்வித மாறுதலுமற்றவைகள் என்று நீங்கள் நம்ப வேண்டுமானால்... நம்பிக்கொள்ளுங்கள்.(132)

சலித்துப் பார்த்தால் சில ஹதிசுகள் எங்கிருந்து கிடைத்தன என்பதுவும் தெரியும். ஹங்கேரி நாட்டு Ignaz Godlziher என்ற அறிஞர், Reza Aslan என்பவர் செய்த ஆராய்ச்சியின்படி, நிறைய ஹதிஸூகள் யூதர்களின் டோரா, கிறித்துவர்களின் விவிலியம், யூத குருமார்களின் வார்த்தைகள், பழைய பெர்சியன் கருத்துக்கள், கிரேக்க தத்துவங்கள், இந்தியப் பழமொழிகள்... இதையெல்லாம்விட கிறித்துவர்களின் Lord's Prayer வார்த்தைக்கு வார்த்தை அப்படியே எடுத்தாளப் பெற்றுள்ளன. விவிலியக் கதைகள் சிலவும், 'உன் வலதுகை செய்வது இடது கைக்குத் தெரியக்கூடாது' என்ற வார்த்தைகளும் அப்படியே ஹதிஸூகளில் இடம் பெற்றுள்ளன.

அஸ்லான் தனது ஆராய்ச்சியில் ஒன்பதாம் நூற்றாண்டில் இஸ்லாமிய சட்ட திட்டங்களை ijitihad மூலம் வடிவமைக்கும்போது, அவர்கள் பல ஹதிஸூகளை இரு கூறாகப் பிரித்துள்ளார்கள்: பொருளிய

லாபத்துக்காகச் சொன்ன பொய்கள். கருத்துச் சிறப்புக்காகச் சொன்ன பொய்கள்.

இப்படி பல வழிகளிலிருந்து தங்கள் வேத நூல்களைப் படைத்திருந்தாலும் அவர்கள் தங்கள் வேதப்புத்தகமே முழுமையான, கடைசியான வேதநூல் என்று வலியுறுத்தி வருகிறார்கள். *(133)*

தன்னைத் தவிர வேறு கடவுள்களை வணங்குபவர்களை மன்னிக்க மாட்டேன் என்ற அல்லாவின் கட்டளை கிறித்துவ பத்துக்கட்டளைகளிலிருந்து வாங்கிய கடனே.

முகமதுவின் மனைவியர்களில் சிலர் முகமதுவின் சில சின்னச்சின்னத் தேவைகளுக்குக்கூட அவருக்கென்றே வசனம் இறக்கப்படும் என்றும், இதை வைத்து முகமதுவை அவர்கள் கேலி செய்ததும் உண்டு.

பொதுவிடத்தில் முகமதுவிற்கு வசனம் இறக்கப்படும் போதெல்லாம் அவர் வலியால் துடிப்பவராகவும், காதினுள் பலத்த மணியொலியும் கேட்டதாகச் சொல்லப்படுகிறது. மிகுந்த குளிர்காலத்தில் கூட அவருக்கு வியர்வைப் பெருக்கு ஏற்பட்டதாகவும் சொல்லப்படுகிறது. *(134)*

சில இதயமற்ற கிறித்துவர்கள் இவையெல்லாம் அவரது வலிப்பு நோயால் வந்தது என்று சொல்வதுண்டு. *(ஆனால் அவர்கள் பவுலுக்கு டமாஸ்கஸ் செல்லும் வழியில் நடந்த நிகழ்வை அவ்வாறு சொல்வதில்லை.)*

டேவிட்ஹ்யும் (David Hume) -ன் கேள்வியை இங்கே கேட்டாலே போதும்: ஏற்கெனவே எழுதப்பட்டு இருந்த ஒன்றை கடவுள் ஒரு மனித ட்ரான்ஸ்மீட்டர் மூலம் நமக்குக் கொடுத்தாரா? இல்லை ...முகமதுவே தானாகவே இருந்த சிலவற்றைச் சொல்லி அதெல்லாமே கடவுள் எனக்குச் சொன்னது என்று சொன்னாரா?

ஆனாலும் வசனம் இறங்கும்போது முகமது பெற்ற வலி, தலைக்குள் ஓசை, வியர்வைப் பெருக்கு - இவைஎல்லாமே கடவுளிடமிருந்து முகமது பெற்றதெனின் அந்த நிகழ்வு அமைதியான, அழகான, தெளிவான ஒரு நிகழ்வாக இருந்திருக்கவில்லை.

கிறித்துவத்தைப் போலன்றி இங்கே முகமதுவிற்கு ஒரு சந்ததியினர் இருந்துள்ளனர். இருந்தும் இஸ்லாம் பிறந்ததிலிருந்தே அவர்களுக்குள்ளே பல பிளவுகளும், குருதி சிந்தியதுவும் தொடர்ந்து வந்துள்ளன. *(135)*

இஸ்லாமிய நம்பிக்கையில்லாதவர்களுக்கு மெக்காவிற்குள் அனுமதி கிடையாது என்பதுவே இஸ்லாம் ஓர் உலகளாவிய (Universal) மதம் என்பதை மறுப்பதாக அல்லவா உள்ளது.

மற்றைய 'ஓரிறை மதங்களைப்' போலல்லாமல் இஸ்லாம் இதுவரை எவ்வித மாற்றத்திற்கும் உட்பட்டதில்லை என்று சொல்லப்படுவதுண்டு. இது மிகச் சரியோ, மிகத்தவறோ, இஸ்லாமிலும் பல வேறுபட்ட படிமங்கள் உண்டு. ஏனெனில், சூபிக்கள் இஸ்லாமிய தத்துவங்களுக்கு அதிக மரியாதை கொடுக்கிறார்கள். அவர்களது படிமங்களில் மற்ற நம்பிக்கைகளுக்கும் இடமுண்டு.

இஸ்லாமியத்திற்கென்று ஒரே தலைமை இல்லாததால், பல்வேறு பத்வாக்கள் வருவதுண்டு. இதுவரை நம்பிவந்தவைகளை இனி நம்பத் தேவையில்லை என்று யாரும் இம்மதத்தில் கூற முடியாது.இது ஒரு வகையில் நல்லதற்கேயாயினும், எங்கள் இஸ்லாம் மாற்றுவதற்கு இடமில்லாத, கடைசி வேதமே என்ற இஸ்லாமியரின் அடிப்படை நம்பிக்கை மாற்றமுடியாத, ஆனால் அதே சமயத்தில் ஒரு தவறுதலான நம்பிக்கையாகவே இருக்கமுடியும்.

இஸ்லாமியத்திலுள்ள முன்னுக்குப் பின்னான முரண்கள், பல பிரதிகளுள் உள்ள வேற்றுமைகள் இவைகளைப் பொறுமையுடன் பட்டியலிடவும் கூட மிகப்பெரும் எதிர்ப்புகள் வரும்.

அவர்களது முழு நம்பிக்கையானது ஒரு பரந்த உள்நோக்கைக் கூட முடியாத ஒன்றாக்கி விடுகிறது. *(137)*

ஹிட்சன் எழுதிய நூல்களும், கட்டுரைகளும்*:*

"Letters to a Young Contrarian,"

"God Is Not Great: How Religion Poisons Everything,"

"Hitch-22."

"Trial of the Will"

"Unspoken Truths"

"How To Make a Decent Cup of Tea"

"How Can Anyone Defend Kissinger Now?"

"The Commander: My Father, Eric Hitchens"

"Believe Me, It's Torture"

"Mommie Dearest"

The Honorable Schoolboy"

"Stranger in a Strange Land"

நான் ஏன் ஒரு இஸ்லாமியனல்ல

- இப்னு வராக்

நூலாசிரியர் பற்றி

இந்தியாவில் பிறந்து, பின் பிரிவினையின்போது குடும்பத்தோடு 1947இல் பாகிஸ்தானிற்கு இடம் பெயர்ந்தவர். தனது 19 வயதில் ஸ்காட்லான்ட்டில் உள்ள எடின்பர்க் பல்கலையில் சேர்ந்து தத்துவம் படித்தார். அராபிய மொழியையும் இஸ்லாமியக் கல்வியையும் பயின்றார்.

இப்னு வராக் (Ibn Warraq) என்பது அவரது புனைப்பெயர். பொதுவாக இஸ்லாமிய வரலாற்றில் 'இஸ்லாமியத்திற்கு எதிர்க்கருத்து'களைக் கூறுபவர்கள் வழக்கமாக வைத்துக்கொள்ளும் புனைப்பெயர் இதுவே. வராக் "நான் இரண்டாவது சல்மான் ருஷ்டியாக விரும்பவில்லை; அதனால்தான் இப்புனைப்பெயர்"என்றார்.

மிதவாத இஸ்லாமியர்கள் அனைவரும் வராக்கின் கருத்துகள் எல்லாமே முழுமையான, சரியான ஆய்வுக்கருத்துகள் என்று புகழ்கின்றனர். ஆனால், சில இஸ்லாமிய அறிஞர்களால் அவை

குழப்பமான, வேறுபட்டக் கருத்துகள் எனவும், மறுஆய்வுக்கு உரியவை என்றும் கருதப்படுகின்றன. வராக் இஸ்லாமியத்தை அடியோடு திறனாய்வு செய்தாலும், அம்மதம் புதுப்பிக்க முடியாத ஒன்று என்று கருதுவதேயில்லை. அதற்காக பரந்த கொள்கையுடைய, முற்போக்கான இஸ்லாமியர்களோடு இணைந்து பணிபுரிந்து வருகிறார்.

மதங்களில் இருக்கவேண்டிய சுதந்திரத்தை வராக் வலியுறுத்துகிறார். அவர், "இஸ்லாத்தில் அம்மதத்தை விட்டு விலகும் சுதந்திரம் இல்லவே இல்லை. முஸ்லிமாகப் பிறந்தால்... அதுவே முடிவு. அதை எதற்காகவும் உன்னால் மறுக்க, விட்டுச்செல்ல முடியாது. முயன்றால் நீ மரண தண்டனைக்குரியவனாக ஆகிறாய்" என்கிறார்.

2007ஆம் ஆண்டு பீட்டர்ஸ்பர்க்கில் மதசார்பற்ற இஸ்லாமிய மாநாட்டில் வேறு பல அறிஞர்களோடும், இஸ்லாமிய சீர்த்திருத்தக்காரர்களோடும் இணைந்து பங்கேற்றார். ஐயன் ஹிர்சி அலி (Ayaan Hirsi Ali), வாபா சுல்தான் (Wafa Sultan), இர்ஷாத் மஞ்சி (Irshad Manji) போன்ற அறிஞர்கள் அவர்கள். இவர்கள் அனைவரும் இணைந்து பிரகடனம் ஒன்றை வெளிக்கொணர்ந்தனர். உலகின் அனைத்து அரசுகளும் ஷாரியா சட்டத்தையும், பத்வா முறைகளையும், மதகுருக்களின் ஆக்கிரமிப்பையும், மதத்தொடர்பான அரசு முறைகளையும் முற்றிலுமாக புறந்தள்ளவேண்டும். ஏனெனில் அவை எல்லாமே உலக மனித உரிமைகளுக்கு முற்றிலும் எதிரானவை என்பது அதில் உள்ள முக்கியமான கருத்து.

புனைப்பெயரில் மறைந்து எழுதிய இந்த ஆசிரியர் எப்படி மாநாடுகளிலும், வேறு வெளிப்படையான நிகழ்வுகளிலும் கலந்துகொண்டார்?

இப்னு வராக் எழுதிய நூல்கள்:

The Origins of the Koran (1998)

The Quest for the Historical Muhammad (2000)

What the Koran Really Says: Language, Text and Commentary (2002)

Defending the West: A Critique of Edward Said's Orientalism (2007)

Which Koran?: Variants, Manuscripts, and the Influence of Pre-Islamic Poetry (2008)

Why the West Is Best: A Muslim Apostate's Defense of Liberal Democracy (2011)

Sir Walter Scott's Crusades & Other Fantasies (2013)

ஜோசப் ஹாஃப்மேன்
வெஸ்ட்மினிஸ்டர் கல்லூரி, ஆக்ஸ்போர்ட்.

என்பவர் எழுதிய முன்னுரையிலிருந்து ....

இந்த நூல் ஒரு நீண்ட பயணம் பற்றியது; அந்தப் பயணம், இஸ்லாமியக் குடும்பத்தில் பிறந்து அதன் நம்பிக்கைகளில் ஊறி, அதன்பின் ஒரு சிலரால் 'வெள்ளைக்காரத்தனம்' என்று சொல்லப்படும் மேற்கத்திய 'திறந்த மதம்' என்றஅமைப்பில் வாழ்ந்து, அந்த வாழ்க்கையால் பிறந்த ஐயங்களின் ஊடே பயணித்து, இறுதியில் மத மறுப்பு என்னும் புள்ளியைப் பெற்ற பயணம்.

இதுபோன்ற பயணங்கள் எல்லாமே மிகவும் தனிமைப்படுத்தப்பட்ட பயணங்களே!

இந்த 'மதப் பயணங்களில்' செல்பவர்கள் தாங்கள் சொல்வதையெல்லாம் கண்ணுக்குத் தெரியாத ஒரு குழு தன்னைச் செவிமடுப்பதாகவும், புரிந்து கொள்வதாகவும் நம்புகிறார்கள்.(XII)

ஆசிரியரின் முன்னுரையிலிருந்து ...

இன்று தன்னை ஒரு இஸ்லாமிய நாடாகச் சொல்லிக்கொள்ளும் ஒரு நாட்டில் நான் இஸ்லாமியனாகப் பிறந்து வளர்ந்தேன்.

என் தாய்நாட்டின் மொழியைக் கற்றுக்கொள்வதற்கு முன்பே நான் அராபிய மொழியில் எதுவும் புரிந்து கொள்ளாமலேயே குரானை வாசிக்கக் கற்றுக்கொண்டேன். ஆயிரக்கணக்கான முஸ்லீம் குழந்தைகளுக்கு உரிய விஷயம்தான் இது.

சிந்திக்க ஆரம்பித்தபோது மதங்கள் என் மீது ஏற்றி வைத்தவைகளை நான் ஒதுக்க ஆரம்பித்தேன். இப்போது நான் என்னைப் பற்றி நினைப்பதெல்லாம், நான் ஒரு சமயத் தொடர்பில்லாத, மனித நேயம் மட்டும்கொண்டவன்.எல்லா மதங்களுமே மனம் பிறழ்ந்தவர்களின் கனவுகள்; ஆய்வில் புறந்தள்ளப்பட வேண்டிய, எங்கும் எளிதாகப் பரவும் கனவுகள்தான் அவை.

நான் இதுவரை எந்த ஒரு நூலும் எழுதியதில்லை. ஆனால் சல்மான் ருஷ்டி விவகாரத்திற்குப் பிறகுதான் இந்த நூலை எழுத வேண்டும் என்ற முயற்சி எனது மனத்தில் தோன்றியது. 1930-களில் பெரும்போருக்குப் பிறகு நாஸிஸம், கம்யூனிசம், சுதந்திரப் போராட்டங்கள், சனநாயக அமைப்புகள், காலனிய எதிர்ப்பு போன்ற பல மாற்றங்களில் தாங்கள்

எவ்வாறு பங்கெடுத்திருப்போம் என்ற நிலைப்பாடு என் வயதினருக்கு வழக்கமாக எழுவதுண்டு. இதுபோன்ற பெரிய நிலைப்பாடுகளில் நாம் எந்தப் பக்கம் இருந்திருப்போம் என்ற கேள்வி எப்போதும் எழுவதுண்டு. சல்மான் ருஷ்டி விஷயமும், இஸ்லாம் பரவும் விஷயமும் எனக்கு அத்தகைய ஒரு நிலைப்பாடை நான் எடுக்க வேண்டும் என்ற சூழலைத் தந்தன. அந்தச்சூழலில் விளைந்ததுதான் இந்த நூல். அந்த விஷயங்களில் என் நிலைப்பாட்டை சொல்வதே இந்த நூல் வழிதான்.

1930-களின் நிலைப்பாடை எடுக்க முடியாதவர்கள் இன்று இரு விஷயங்களில் - ஒன்று சல்மான் ருஷ்டி பிரச்சனை, இன்னொன்று போர் மேகங்கள் குவிந்து கிடைக்கும்அல்ஜீரியா, சூடான், ஈரான், சௌதி அரேபியா, பாகிஸ்தான் போன்ற நாடுகளில்அல்லலுறும் இஸ்லாமியர், இஸ்லாமியப் பெண்கள், இஸ்லாமிய அறிஞர்கள், எழுத்தாளர்கள், சாதாரண மக்கள் - இந்த இரு விஷயங்களில் தத்தம் முடிவை எடுக்கவேண்டிய நிலையை அடைந்துள்ளனர். இந்த நூல் எனது அத்தகைய முயற்சியின் ஒருபோர்க்கால நடவடிக்கையே. இப்படியெல்லாம் ஒரு நூலை எழுத வேண்டுமா என்ற நினைப்பு எனக்கு வரும்போதெல்லாம் கடவுளின் பெயராலும் இஸ்லாத்தின் பெயராலும் அல்ஜீரியாவிலும், ஈரானிலும், துருக்கியிலும், சூடானிலும் நடக்கும் கொலைவெறிகள் என்னை இந்த நூலை விரைந்து முடிக்கத் தூண்டின.

இஸ்லாமுக்கு தோழர்களாக உருவெடுத்த மேற்கத்திய பத்திரிகையாளர்கள், அறிஞர்கள், கம்யூனிசத்திலிருந்து மனம் மாறியோர் என்று பலரும் கொஞ்சமும் பொருந்தாத, மேட்டிமைத்தனமான, சினம் தூண்டவைக்கும் விதமாக இஸ்லாமுக்குப் பரிந்து பேச ஆரம்பித்தார்கள். ஆனால் மிக தைரியமான சில இஸ்லாமியர்கள் தொடர்ந்து சல்மானை ஆதரித்து வந்தனர். எகிப்தின் Rose al - Yousef என்ற பத்திரிகை *1994* ஜனவரி மாதம் Satanic Verses-லிருந்து சில பகுதிகளை தங்கள் பக்கங்களில் எழுதினார்கள்.

இந்த நூலுமே இஸ்லாமிய அடிப்படைக் கொள்கைகளைத் தீவிரமாக ஆராய்ந்து, சில நியாயமான எண்ணங்களை எழுப்பி, முழு நம்பிக்கையோடு இருக்கும் இஸ்லாமியக் கொள்கைகள் மீது ஒரு துளி ஐயத்தை எழுப்புவதுமாகும். இந்த நோக்கிற்காக குற்றம் சாட்டப்பட உள்ள நிலையில், நான் ஒரு மேற்கோளை மட்டும் உங்கள் முன்வைக்கிறேன்.

'நாம் மூடி மறைக்க விரும்பும் ஒரு செய்தி தவறானது என்று முன்கூட்டியே நாம் முடிவு செய்ய முடியாது; அப்படியே அது உண்மையாக இருந்தாலும் அப்படி மூடி மறைப்பது தவறானதே'.
... John Stuart Mill (XIV)

ACKNOWLEDGMENTS - லிருந்து சில பகுதிகள்

நான் ஒன்றும் பெரிய அறிஞனோ, ஆராய்ச்சியாளனோ இல்லை. நான் எழுதுவதெல்லாமே என் சொந்தசரக்கு என்றும் சொல்லப்போவதில்லை. நான் கையாண்டிருப்பது எல்லாமே மெத்தப்படித்த அறிஞர்களின் கருத்துக்களே. அவைகளை வாசித்து, எல்லோருக்கும் புரியும்படி எளிதாக்கி இங்கே அளித்துள்ளேன். ஒன்று முழுவதுமாக அவர்களது எழுத்துக்களைத் தந்திருப்பேன்; இல்லை, அதை அவர்களது பெயர்களோடு என்னால் முடிந்தவாறு எளிதாக்கித் தந்திருப்பேன். நிச்சயமாக இந்த நூல் என்படைப்பல்ல. 'முழுவதும் காப்பியடிக்கப்பட்ட ஒரு நூல்' என்று யாரும் இந்நூலைப் பற்றிச் சொன்னால், அதை முழு மனதோடு ஒப்புக்கொள்வேன். அதில் எனக்கு எந்த வருத்தமுமில்லை.

Encyclopedia of Islam- இன் முதலிரு பதிப்புகளைப் பயன்படுத்தியுள்ளேன். அதிலும் முதல் பதிப்பே சிறிது 'திறந்த புத்தகமாக' இருப்பதாகக் கருதியதால் அதையே மிகுதியாகப் பயன்படுத்தியுள்ளேன். ஏனெனில், இரண்டாவது பதிப்பில் அரசியல், சமயக் குறுக்கீடுகளால் கருத்துகளும், சொற்களும் தங்கள் முனைப்பை அதிகம் இழந்துவிட்டிருக்கின்றன. The Dictionary of Islam - இதிலும் முதலாம் பதிப்பே மிக்க பயனுள்ளதாயிருந்தது - அதே காரணங்களுக்காக!

முன்னுரையிலிருந்து சில பகுதிகள்

இந்த நூலை வாசிக்கும்போது சிலவற்றை நினைவில் கொள்ள வேண்டும். ஒருகோட்பாட்டிற்கும், அதன் செயல் முறைக்கும் உள்ள வேற்றுமைகள்; இஸ்லாமியர்கள் என்னவெல்லாம் செய்கிறார்கள், ஆனால் உண்மையில் அவர்கள் என்னவெல்லாம் செய்யவேண்டும்; அவர்கள் எதை நம்பி எப்படியிருக்க வேண்டுமோ அப்படியில்லாமல் அவர்கள் நம்பிக்கைகளும் அதைக் கடைப்பிடிப்பதில் உள்ள வேற்றுமைகளும் - இந்த வேறுபாடுகள் எல்லாவற்றையும் நினைவில் கொள்ள வேண்டும்.

நாம் இஸ்லாம் 1, இஸ்லாம் 2, இஸ்லாம் 3 என்ற மூன்று வித இஸ்லாமைப் புரிந்துகொள்ள வேண்டும்.

இஸ்லாம் 1 -- நபியால் சொல்லிக்கொடுக்கப்பட்ட வேதம்.

இஸ்லாம் 2 -- ஹதிஸ், ஷாரியத், இஸ்லாமியச் சட்ட திட்டங்கள் இவைகளின்படி மதாச்சாரியார்களால் புரிந்துகொள்ளப்பட்ட, வளர்த்தெடுக்கப்பட்ட, விளக்கப்பட்ட இஸ்லாம்.

இஸ்லாம் 3 -- இஸ்லாமிய நாகரீகம். அதாவது இன்று முஸ்லீம்களால் உண்மையில் கடைப்பிடிக்கப்படும் இஸ்லாம்.

இந்த நூலில் இஸ்லாம் 1 & 2 மூலம் சொல்லப்படுவதற்குத் தொடர்பில்லாமலேயே இஸ்லாம் 3 அல்லது இஸ்லாமிய நாகரீகம் வளர்ந்து நிலைபெற்றது என்பது தெளிவாகும். இஸ்லாமிய தத்துவார்த்தங்கள், இஸ்லாமிய அறிவியல், இஸ்லாமிய இலக்கியப் படைப்புகள், இஸ்லாமிய கலை நுட்பங்கள் - இவை எல்லாமே இஸ்லாம் 1 & 2-களின் அடிப்படை இல்லாமலேயே வளர்ந்து செழித்தன. இஸ்லாமிய இலக்கியப்பாடல்களை எடுத்துக் கொள்ளுங்களேன். நபி தன் முதல் கால கட்டத்தில் இத்தகைய பாடல்களுக்கு எதிரானவராக இருந்தார். சுரா 26:224-ல் 'மனம்போனபடி இருப்பவர்கள் மட்டுமே இத்தகைய பாடல்களை நோக்கிச் செல்பவர்களாகஇருப்பார்கள்' என்கிறார். மிஷ்கத் என்ற பழக்க வழக்கங்கள் என்ற பகுதியில் நபி, 'வயிறு முட்ட இப்படிப்பட்ட பாடல்களோடு இருப்பதைவிட சீழ்பிடித்தவயிற்றோடு இருப்பது சிறந்தது' என்கிறார். இத்தகையக் கருத்துக்களோடு உள்ள இஸ்லாம் 1 & 2 - இவைகளை பின்பற்றுவது மட்டுமே இருந்திருந்தால் அபுநுவாஸ் போன்று ஒயினைப் பாராட்டும் இலக்கியங்களையோ, மற்றும் அதிகமாக உள்ள ஒயினைப் புகழும் அராபிய இலக்கியங்களையோ காண முடிந்திருக்காது.

இஸ்லாமிய கலைகளைப் பொறுத்தவரை இஸ்லாமிய அருட்பொருள் சொல்லகராதியில் (மிஷ்கத், 7, அத்தியாயம் 1, வசனம்1) ஓவியக்காரர்களும், மனித, மிருகங்களை வரைபவர்கள் எல்லோரும் சட்டத்திற்குப் புறம்பானவர்களாக நபி சொன்னதாக உள்ளது.

எட்டிங்ஹாசன்(Ettinghausen) எழுதிய Introduction to Arab Painting என்ற நூலில் இஸ்லாமிய ஹதிசுகளில் ஓவியக்காரர்கள் மிகுந்த அளவு கண்டிக்கப்படுகிறார்கள். அவர்கள் நம்மையெல்லாம் உருவாக்கிய கடவுளோடு படைப்பில் போட்டியிடுகிறார்கள் என்று கூறப்பட்டுள்ளது. அந்நூலாசிரியர் மேலும், சில பகுதிகள் 'வேத நூல்களின்படி அத்தகைய ஓவியங்களுக்கு இடம் தரப்படவில்லை. நல்லவேளையாக இத்தகைய பழைய இஸ்லாமியரின் வழக்கத்தை மீறி, புதிதாக மாறிய இஸ்லாமியர்கள் இந்தத் தடையை மீறியதால்தான் நமக்கு மிக அழகான பெர்ஷியன், மொகல் சின்னச் சித்திரங்கள்

பலவும் கிடைத்தன' என்றெழுதியுள்ளார்.

கலை நுணுக்கங்கள், தத்துவங்கள், அறிவியல் முன்னேற்றங்கள் எல்லாமேஅரேபியாவில் இல்லாது போயின. எப்படியோ இலக்கியப் பாடல்கள் மட்டும் சிறிதளவாவது வந்தன.

Byzantine and Sassaninian art - இவைகள் தவிர வேறு எந்த அரேபிய கலைகளும் வளராது போயின.

பெண்கள், காஃபிர்கள், நம்பிக்கையற்றவர்கள், மதத்தைக் கேள்விக்குட்படுத்துபவர்கள், ஆண்-பெண் அடிமைகள் நடத்தப்படும் முறைகள் பேச்சளவிலும் செயலளவிலும் மிகவும் கீழான நிலையில் இருந்தன. இதற்குக் காரணம் குரானும், இஸ்லாமிய தீர்ப்பாளர்களால் சொல்லப்பட்ட விளக்கங்களுமே காரணம்.

இஸ்லாமிய சட்ட திட்டங்கள் முழுமையாக மனிதனைக் கட்டுப் படுத்தும் சட்டங்கள்; மனிதன் பிறப்பிலிருந்து சாகும் வரை உள்ள ஒவ்வொரு விஷயத்தையும் கட்டுப்படுத்தும் சட்டங்கள்.

பல நேரங்களில் இஸ்லாமிய ஷாரியாவை விடவும் இஸ்லாமியப் பழக்கங்கள் கடுமையானவை. விருத்த சேதனம் குரானில் சொல்லப்படாத ஒன்று. ஆனால் தொடர்ந்து, கட்டாயமாக இது நடைபெற்று வருகிறது. இதைப் பெண்களுக்குமாக சில இஸ்லாமிய நாடுகளில் இன்னும் நடந்தேறுகிறது.(XVI)

பகுதி 1

ரஷ்டி தொடர்பான செய்திகள்

14 பிப். 1989-க்கு முன்னால் ..

1280-வீல் பாக்தாத்தில் ஒரு யூத மருத்துவரும் தத்துவஞானியுமான இபுன் காமுனா (Ibn Kammuna) என்பவர் எழுதிய Examinations of the Three Faiths என்ற நூலில் மூன்று யூத மதங்களைப் பற்றி எழுதியவர் முகமது நபியை எவ்வாறாக ஒரு தூதராகக் கொள்வது என்று கேள்வி எழுப்பியிருந்தார். அதற்காக அவரை தீயில் எரிக்கப்படவேண்டும் என்று எமிர் ஒரு தீர்ப்பளிக்க, ஆனால் அவர் எப்படியோ அந்தத் தண்டனையிலிருந்து தப்பி விட்டார்.

இதுபோன்ற பல எடுத்துக்காட்டுகளை நாம் நிறைய காண முடியும்.

1961-63-இல் இந்திய தூதுவராக இருந்த அமெரிக்கர் ஜான் கென்னத்

கால்ப்ரெய்த் (John Kenneth Galbraith) தன் செல்ல பூனைக்கு 'அஹமது' என்று பெயரிட்டு வைத்திருந்தார். அதுவும் முகமதின் மற்றொரு பெயர். அந்த சமயத்தில் பெங்களூரிலிருந்து வந்த Deccan Herald 'முகமது என்ற முட்டாள்' என்று ஒரு சிறுகதை எழுத, அதனால் அந்த தினசரி அலுவலகம் எரிக்கப்பட்டது. 'சமீபத்தில்' ஷார்ஜாவில் 'The Ants That Eat Corpses' என்ற மலையாள நாடகத்தில் முகமது பற்றிய வசனம் வந்ததால் அதை நடத்தியவர்களுக்குச் சிறைத்தண்டனை கொடுக்கப்பட்டது.

Daniel Pipes என்பவர் எழுதிய The Rushdie Affair என்ற நூலில் இதுபோன்ற பல நிகழ்வுகள் - இஸ்லாமிய எழுத்தாளர்கள், அறிஞர்கள் பலருக்கும் நேர்ந்தவைகள் -கொடுக்கப்பட்டுள்ளன.(4)

1937-இல் எழுதப்பட்டு, 1974-இல் மட்டுமே பதிப்பிக்கப்பட்ட Dashti என்பவரின் 'இருபத்தி மூன்று ஆண்டுகள்' (நபி தூதுவராகச் செயல்பட்ட 23 ஆண்டுகள்) என்ற, 1980-1986 வரையிலும் ஐந்து லட்சத்திற்கும் அதிகமாக விற்கப்பட்ட நூலில் -

பகுத்தாயும் அறிவினை ஆதரித்து, கண்மூடித்தனமான நம்பிக்கைகளைக் கண்டிக்கிறார். அந்த வகை நம்பிக்கைகள் அறிவு மிக்கவர்களின் மூளையின் கூர்மையைக் கூட மழுக்கடிக்கின்றன.

குரானின் மொழிநடை பற்றிக் கூறுகையில், குரானின் வாசகங்களின் அமைப்பும் நடையழகும் மிக உயர்ந்தவை அல்ல; இதைப் போன்றோ இதைவிட மேலாகவோ இன்னொரு கடவுள் நம்பிக்கையாளர்களால் எழுத முடியக்கூடியதே. (5)

குரானில் நூற்றுக்கும் அதிகமாகவே தவறுகள் கண்டுபிடிக்கப் பட்டுள்ளன.

குரானில் புதிதாக ஏதும், அதுவரை சொல்லப்படாதவைகள் ஏதும் சொல்லப்படவில்லை.

இஸ்லாமில் சொல்லப்படும் கடமைகளும், சமயச் சார்புள்ளவைகளும் ஏற்கெனவேஇருந்துவந்த பாகனிய, அராபிய, யூத வழக்கங்களே.

நபியின் வழித்தோன்றல்களுக்கு கொலை செய்வதைக் கூட இஸ்லாமியக் கடமையாகக் கூறப்பட்டுள்ளது. (5)

பைப்ஸ் (Pipes) என்பவர் தன் நூலில் சொல்வது: முமார் அல் கடாபி என்ற லிபியன் தலைவர் வெளிப்படையாக குரானைப் பற்றியும், நபியையும் பற்றி சொன்னவைகள் இதுவரை சொல்லப்பட்டவைகளை

விடவும் மிகவும் மோசமான கடவுள் தூஷணமாக இருக்கும். *(7)*

ஃபாராஹ் ஃபாடா (Farah Fada) அவரது 'NO to Sharia' என்ற தன் நூலில்: சமயங்களும் அரசியலும் தனித்தனியே கையாளப்பட வேண்டும்; ஏனெனில் இஸ்லாமால் ஒரு மதச்சார்பற்ற, தற்காலத்திற்கேற்ற அரசாங்கத்தை நடத்த முடியாது. *(8)*

பிப். 14, 1989-க்குப் பிறகு ...

ஈரானிய கோமேனி கூறியவைகள்: புகழ் பெற்ற இஸ்லாமிய அகராதி 'ஜிகாட்' என்பதை 'முகமதின் கொள்கைகளை நம்பாதவர்களுக்கு எதிராக எழுப்பப்படும் ஒரு யுத்தம். குரானில் சொல்லப்பட்டது போல் அது ஒரு தெய்வீகக் கடமை; இஸ்லாம் பரவுவதற்கும், இஸ்லாமியரிடம் உள்ள தீமைகளை வேரறுக்கவும் பயன்படும்'.*(12)*

இப்பகுதியில் ஆசிரியர் ரஷ்டிக்கு ஆதரவாகவும், எதிராகவும் பேசிய பலரின் கூற்றுக்களைத் தொகுத்தளிக்கிறார். இறுதிப் பத்தியில்: படைப்பைப் பொறுத்தவரையில் விவிலியமும் குரானும் ஆதாம் ஏவாள் படைக்கப்பட்டதைப்பற்றிச் சொல்கின்றன. ஆனாலும் பல கிறித்துவர்கள் அறிவியல் சொல்லும் பரிணாமக் கொள்கைகளை ஏற்றுக் கொண்டு தங்கள் நம்பிக்கைகளில் ஆதாமும் ஏவாளும் தங்கள் முதல் பெற்றோர்கள் என்பதை ஒதுக்கி வைத்துவிட்டார்கள். விவிலியத்தில் சொல்வது போல் நம் 'முதல் பெற்றோர்கள்' என்பதை அப்படியே வார்த்தைக்கு வார்த்தை எடுத்துக் கொள்வதில்லை. ஆனால் இஸ்லாமியர்கள் அந்த 'முதல் காலடியைக்' கூட இன்னும் எடுத்து வைக்கவில்லை. *(33)*

பகுதி 2

இஸ்லாமின் துவக்கம்

இக்னாஸ் கோல்ட்ஷிகர் (IGNAZ GOLDZIHER) இஸ்லாமிய வரலாற்றுக் குறிப்புகள் பல மாற்றுச் சிந்தனைகளின் தொகுப்பு. முகமது புதிய கருத்துக்களாக ஏதும் கூறவில்லை. மனிதன் இறையருளைப் பெற அவனுக்கு ஏற்கெனவே இருந்த வழிமுறைகளில் பெரிதாக மாற்றம் ஏற்படுத்திவிடவில்லை.

அரேபிய நபி கூறியவைகள் ஏற்கெனவே இருந்து வந்த கருத்துக்களில் உள்ள சிறப்பானவைகளின் தொகுப்பாகும். யூத, கிறித்துவ, இன்னும் பிற பாரம்பரியங்களோடு ஏற்படுத்திக் கொண்ட தொடர்பால் அவருக்குக் கிடைத்த கருத்துக்களின் தொகுப்பே அது.

அரேபிய சிலை ஆராதனை: குரானின் பல பகுதிகள் ஏற்கெனவே இருந்த சமய வழிமுறைகளின் மேல் பூசப்பட்ட இஸ்லாமிய (வார்னிஷ்) பூச்சுதான். இந்த இஸ்லாமிய வார்னிஷ் முன்பிருந்த பாகனிய வழிமுறைகள் மேல் மெல்லியதாகப் பூசப்பட்ட ஒன்றுதான். சான்று: சுரா 113. மெக்காவிற்குச் செல்லும் திருயாத்திரை முழுமையும் பாகனிய அரேபிய மதத்தின் கூறுகளே அன்றி வேறல்ல.(சுரா: 2.153; 22.28-30; 5.1-4; 22-37). (35)

ஹஜ்யாத்திரை: பத்தாவது நாள்- விருந்து முடிந்தபிறகு யாத்திரைக்காரர்கள் தங்கள் தலைகளை மொட்டையடித்துக் கொள்வதோ, சிலர் முடிகளை வெட்டிக்கொள்வதோ நடக்கிறது.

இந்த நிகழ்வு ஆபிரஹாம் சைத்தான்களிடமிருந்து விலகிச் சென்றதை நினைவுபடுத்துவதற்காகச் செய்யப்படுகிறது. ஓரிறை என்ற தத்துவத்திலுள்ள முகமது ஏன் இந்த பழைய மூடநம்பிக்கைகளை இஸ்லாமின் மய்யப் பொருளாக வைத்தார்? (37)

புனிதக் கருப்புக் கல்: (HUBAL) இந்தக்கருப்புக் கல் வழிபாடு அரேபியாவில் பல இடங்களில் நடந்து வந்துள்ளது. (அலேக்சான்ட்றியா வின்க்ளமென்ட் -190-ஆம் ஆண்டிலும், மாக்சிமஸ் டைரியஸ் 2ம் நூற்றாண்டிலும், பின்னாளில் பெர்ஷியர்களும் இதைப்பற்றி எழுதியுள்ளனர்.(39)

காபா: இஸ்லாமியக் கருத்துபடி, காபா முதலில் சுவனத்தில் உலகம் படைக்கப்படும் முன் இரண்டாயிரம் ஆண்டுகளுக்கு முன் கட்டப்பட்டு, அதன்பின் ஆதாமால் இங்கும் கட்டப்பட்டது. அதன்பின் வெள்ளத்தால் அழிக்கப்பட்டு, ஆப்ரஹாமால் மறுபடியும் கட்டப்பட்டது.

இந்தக் கதை ஜெருசலேம் சொர்க்கத்திலும், உலகத்திலும் கட்டப்பட்டுள்ளது என்ற யூதக் கதைக்கு ஒட்டியது. (41)

இஸ்லாம் பாகனிய அரேபிய வழக்கங்கள் சிலவற்றை அப்படியே சுவிகரித்துக் கொண்டன: பலதார மணங்கள், அடிமைத்தனம், எளிதில் விவகாரரத்து, விருத்தசேதனம் போன்ற சமூகக்கடமைகள்.

முகமது மிகப் பழைய கெட்ட ஆவிகளைப் பற்றிய மூடநம்பிக்கைகளை வளர்த்துவிட்டார். சான்றாக, முகமது கூறுகிறார்: ‘இரவில் தூக்கத்திலிருந்து திடீரென விழித்தால், மும்முறை மூக்கைச் சீந்தவேண்டும்; ஏனெனில், சைத்தான் ஒவ்வொரு மனிதனின் மூக்குத் துவாரங்களில் இரவு நேரத்தில் தங்கியிருக்கும்’.

தொழுகைக்கு முன் கை,கால் கழுவுவதும் தண்ணீரில் சைத்தான்கள் ஓடிவிடும் என்ற கருத்து பழைய நம்பிக்கையின்பால் பட்டதே. *(42)*

ஜோராஸ்ட்ரியன்/ பார்ஸி மதம்: இஸ்லாம்நேரடியாக ஈரானியமதத்தாலும், மறைமுகமாக யூத, கிறித்துவ மதங்களாலும் பாதிக்கப்பட்டுள்ளது என்பது நிச்சயம்.

ஆறு நாட்களில் ஆதியாகமத்தின் படி எல்லாம் படைக்கப்பட்டது என்பது அப்படியே ஜோராஸ்ட்ரியன் மதத்தில் உள்ளதே. இரு மதங்களிலுமே மனித குலம் ஒரே ஒரு தம்பதியிடமிருந்து வந்தது. ஜோராஸ்ட்ரியனில் அவர்களின் பெயர்கள் மாஷ்யா - மாஷ்யானா. விவிலியத்தில் ஒரு குடும்பத்தைத் தவிர மற்ற மனிதர்கள் எல்லோருமே தண்டிக்கப்படுகிறார்கள். ஜோராஸ்ட்ரியனின் அவஸ்தாவில் வாரா மட்டும் காப்பாற்றப்படுகிறார். *(43)*

புகழ்பெற்ற இஸ்லாமிய அறிஞர் Goldziher ஈரானிய மதம் இஸ்லாமை எப்படி பாதித்தன என்று எழுதியதையே நான் இங்கு அதிகமாகக் குறிப்பிடுகிறேன்.

மனப்பாடமாக தங்கள் வேதநூலைப் படிப்பதிலும் இந்த இருமதங்களிடையே ஒற்றுமை உண்டு.

இஸ்லாமில் ஊழிக்காலத்தில் மனித பாவ புண்ணியங்களை எடைபோடும் 'மிஸான்' / தராசு (சுரா21:47) பெர்ஷியன் மதத்திலிருந்து எடுத்தது. *(44)*

முகமதுவினால் ஒரு நாளைக்கு இருமுறை கடவுளைத் தொழ வேண்டும் என்ற கடமை முதலில் கொடுக்கப்பட்டது. பின், யூதர்களின் மும்முறை வணக்கம்போல் இஸ்லாமிலும் தொழுகை மூன்று முறையாக்கப்பட்டது. ஜோராஸ்ட்ரிய மதத்தின் தாக்கத்தின்படி அதன்பின் இது ஐந்து முறையாக்கப்பட்டது.

முகமதுவின் வாழ்க்கை வரலாற்றை எழுதிய இபுன் ஹிஷ்ஷாம் (Ibn Hisham) சல்மான் என்ற ஒரு பெர்ஷியன் எப்போதும் முகமதுவோடு இருந்துவந்தார். அவர் தன் மதக்கதைகளை முகமதுவுக்குச் சொல்லியிருக்கலாம் என்று கூறுகிறார். *(45)*

இஸ்லாமிய சுவனம் இந்திய, ஈரானிய சமயக் கோட்பாடுகளுக்கு ஒட்டியே உள்ளது. ஜோராஸ்ட்ரியத்தில் மனிதன் இறந்த பிறகு ஆன்மா இறந்த உடலை மூன்று நாட்களுக்குச் சுற்றிவருகிறது. அதன்பின் ஒரு அழகிய 15 வயது பெண்ணின் மூலம் சுவனத்திற்கு எடுத்துச்

செல்லப்படுகிறது. இது இந்து மதத்தில் வரும் 'அப்ஸரஸ்கள்' போல், இந்திரனின் சபைக்கு ஆன்மா செல்வதுபோல் உள்ளது.

இந்து சமயப் பழக்கம்போல் இஸ்லாமிலும் சுவனம் விவரிக்கப் படுகிறது. நல்ல ஆர்வமுள்ளவர்களுக்கு சுவனம் செல்லவும், ஹெளரிகள், அதோடு மேலும் இனி வரப்போகும் கன்னிப் பெண்கள் பற்றியெல்லாம் இந்து பழக்க வழக்கங்களிலிருந்து தொற்றிக்கொண்டவை. *(47)*

இஸ்லாமிய, பாரசீய இரு மதங்களிலும் பொதுவாக சில எண்களுக்கு சில 'மரியாதைகள்' உண்டு. பார்சிய மதத்தில் 33 மிக மோசமானது. அதே போல் இஸ்லாமில் 33 வானதூதர்கள் மனிதனின் புகழ் மொழிகளைச் சுவனத்திற்கு எடுத்துச் செல்கின்றன.

★ JINNS, DEMONS, AND OTHER SHADOWY BEINGS: அப்போதிருந்த மூட நம்பிக்கைகளோடு வளர்ந்த முகமதுவிற்கு பேய்களிடம் நம்பிக்கை இருந்தது. மற்ற சமயக் கடவுள்களை பேய்களோடு சேர்த்துப் பேசியுள்ளார். *(சுரா 37.158)*

யூதரிடமிருந்து கடன் வாங்கிய இஸ்லாம்: S.M. Zwemer என்பவர் யூத மதத்தோடு முகமதுவின் கூறுகளையும் ஒன்றிணைத்தால் வருவதே இஸ்லாமிய மதம் என்கிறார்.

முகமதுவிற்கு யூத வரலாறு, கதைகள், சட்டங்கள் எப்படித் தெரிந்திருக்கும்? குரானில் வரும் இரு வசனங்களிலிருந்து அவருக்கு யூத ஆசிரியர்கள் - ராபிக்கள் -துணையாக இருந்திருக்கலாமெனத் தெரிகிறது. சுரா 25:5 யாரோ சொல்லிக்கொடுக்கும் பழையவைகளை நபி கேட்டு வருவதாக மதநம்பிக்கையற்றவர்களால் சொல்லப்படுகிறது. சுரா 16:105 - இதிலும் வேறு ஒரு ஆசிரியர் இருந்திருக்கலாமென கூறுகிறது. குரானின் முதலில் சொல்லப்பட்ட சுராக்களில் முகமது, யூத சமயம், வழக்கங்கள் இவைகளின் தாக்கம் பெற்றிருந்தார் என்பது தெரிகிறது. அவர்களின் பல பழக்கவழக்கங்களை - (சான்றாக, தொழுகைக்கு ஜெருசலேமைத் தேர்ந்தெடுத்தது) தனதாக்கிக் கொண்டு, தானும் பழைய நபிகளின் வழியைத் தொடர்வதுபோல் காண்பித்தார். *(50)*

தனது அராபிய மொழியில் சொல்ல முடியாத சில சொற்களை முகமது அராமிக், சிரிய மொழிகளிலிருந்து கடனாகப் பெற்றுள்ளார். சான்றாக சில சொற்கள்: Sawt *(சாட்டை)*, Madina, Masjid *(வணங்குமிடம்)*, Sultan, Sullam *(ஏணி)*, Nabi *(தூதுவர்) (51)*

சில முக்கிய இஸ்லாமியச் சமயக்கருத்துக்களை யூதத்திலிருந்து பெற்றுள்ளார்; அவற்றில் சில:

இறையாண்மை: யூதத்தின் ஒற்றை இறையாண்மை

எழுதப்பட்ட தீர்க்கதரிசனம்: யூதர்கள் தங்கள் வேதநூல்களை அவர்களது குழந்தைகள் கூட தெரிந்துகொள்ளும் அளவிற்கு முக்கியத்துவம் கொடுத்திருந்தார்கள். (2.141; 6:20) அதேபோல் அராபியர்களுக்கும் ஒரு வேதநூல் வேண்டுமென்று முகமது நினைத்துள்ளார்.

சுவனத்தில் எழுதப்பட்டு வைக்கப்பட்டுள்ளதின் நகலே குரான் என்பதுவும் (85:22) Pirke Aboth, v.6-இல் சொல்லப்பட்டுள்ளதின் மறுபதிப்பாகும்.

படைப்பு: யாத்திராகமம் 20:11 என்பதில் சொல்லப்பட்டுள்ள படைப்பின் மேல்தான் முகமதுவின் ஆறுநாள் படைப்பும் சொல்லப்பட்டுள்ளது.(சுரா1:37) ஆனால் மற்றோரிடத்தில் இரு நாட்களில் படைக்கப்பட்டதாகவும் சொல்லியுள்ளது. (41. 8-11)

ஏழு வானங்களும் ஏழு நரகங்களும்:

வானங்கள் ஏழு; நரகங்கள் ஏழு என்று குரானில் உள்ளது. இந்து மதத்திலும், ஜோராஸ்ட்ரியத்திலும் இதே கருத்து உண்டு.

படைப்புக்கு முன் கடவுளின் அரியணை சுவர்க்கத்தில் ஒரு நீரலைக்கு மேல் இருந்தது என்பதுவும் ஆதியாகமத்தில் உள்ளது.

சுவர்க்கத்திற்கும் நரகத்திற்கும் நடுவில் ஒரு சுவர் உள்ளது என்பதும் பொதுவானதே. (52)

தொழுகைகள் மிகுந்த ஒலியோடு இருக்கக்கூடாது. (சுரா17:110) (கடவுளே சொன்ன பிறகும் அப்புறம் ஏன் அவ்வளவு சத்தமாக நாளும் ஐந்துமுறை பாங்கொலி?)

இதுபோன்ற வேறுசில பொதுநிகழ்வுகளின் ஒற்றுமைகளின் நீளப்பட்டியல் ஒன்றும் இந்த நூலில் கொடுக்கப்பட்டுள்ளது.

கடவுள் என்னும் மாயை 153

பகுதி 3:

1. நூலின் மூலங்களில் உள்ள பிரச்சனைகள்

முகமதின் வாழ்க்கையும் அவர் ஆரம்பித்த மதத்தின் வரலாறும் பொதுவாகவே மூன்று வழிகளில்நமக்குக் கிடைத்துள்ளது. 1. குரான்; 2. முகமதின் வாழ்க்கை வரலாறுகள்; 3. ஹதிஸ், இஸ்லாமிய வழக்கங்கள்.

இஸ்லாமியர் வழக்கத்திற்கு மாறான பலவற்றை குரானின் வரலாற்றில் ஏற்றிச் சொல்வதுண்டு. ஆனால் அவைகள் உண்மையல்ல; பல குழப்பங்களும், நேர்மறைச் செய்திகளும், முரண்களும் உள்ளன. இதனால் பல அறிஞர்கள் குரானின் உண்மைத்தன்மையைக் கேள்விக்குட்படுத்துகிறார்கள். அந்த விளக்கங்களில் சிலவற்றைக் காணலாம்.

அதற்குமுன் வணக்கத்துக்கரிய சில இஸ்லாமிய குறிப்பெழுத்தாளர்களின் ஒரு பட்டியல்:

MUHAMMAD IBN-JARIR AL-TABARI (A.D. 923)

Al-ZAHAWI (1117 OR 1122)

Al_ZAMAKHSHARI(1143)

Al-BAYDAWI (1286 OR 1291)

FAKHR-AL-DIN AL-RAZI (1210)

JALAL-AL-DIN AL-MAHALLI (1459)

JALAL-AL-DIN AL-SUYUTI (1505)

2. இஸ்லாமிய வாழ்க்கை வரலாறுகள்

முகமது 632-ஆம் ஆண்டு இறந்தார். அவரைப் பற்றிய முதல் எழுத்துக் குறிப்பு இபுன் இஷாக் (Ibn Ishaq)என்பவரால் 750-ம் ஆண்டு, அதாவது முகமது மறைந்து 120 ஆண்டுகளுக்குப் பிறகு, எழுதப்பட்டுள்ளது. இன்றைய சமுகத் தலைவர் ஒருவரின் வாழ்க்கையை இன்று எழுதுவதற்கும், இன்னும் ஒரு நூற்றாண்டு கழித்து எழுதுவதற்கும்வேற்றுமை ஏதும் இருக்குமாஇருக்காதா? நூற்றாண்டு கழித்து எழுதுவதில் எத்தனை கூட்டலோ... குறைச்சலோ! அது மட்டுமல்ல... அதை விடவும் இபுன் இஷாக் எழுதிய வரலாறு கிடைக்கவில்லை; முழுமையாகத் தொலைந்து போயிற்று. 834ம் ஆண்டில் இறந்து போன இபுன் ஹிஷாம் என்பவர் எழுதிய வரலாற்று நூலின்

சில பகுதிகள் மட்டுமே கிடைத்தன. ஆக, அதுவும் ஒரு குறையான நூலே. இதுதவிர மற்ற நூல்கள்; அல்-தபரியின் அட்டவணை (Annals of Al-Tabari)என்பவர் இபுன் இஷாக்கை மேற்கோள்காட்டி எழுதிய நூல். இதையும் சேர்த்து இன்னும் 7 நூல்கள் பட்டியலிடப்படுகின்றன.

3. ஹதீஸ்: இவை எல்லாம் பழக்கவழக்கங்களின் நூல்கள் (Books of Tradition). இவைகள் முகமது சொன்னவையும், செய்தவையும், அனுமதித்தவையும், அவரது முன்னிலையில் அவரது உடனிருந்தோர் சொல்லியவைகளும் ஒன்றிணைந்தவை. 'சுன்னா' - பழக்க வழக்கங்கள் - என்ற சொல்லும் பயன்படுத்தப்படுகிறது.

ஹதீஸ் முகமதால் வாயால் சொல்லப்பட்டது. ஆனால் சுன்னா வாழ்க்கை நடத்துவதற்கான செயல்முறைகளைச் சொல்லப் பயன்பட்டது.

ஆறு வகையான ஹதிஸ் இருப்பதாக சுன்னி முஸ்லீம்கள் கருதுகிறார்கள். (67)

ஐயங்கள்:

முகமதுவின் வாழ்க்கை வரலாற்றை எழுதியவர்கள் உண்மைகளிலிருந்து மிக விலகியே எழுதியுள்ளார்கள். சார்பற்ற எழுத்துக்கள் என்பவை போலல்லாமல் மாறுபட்டே திரித்து (tendentious fiction) எழுதியுள்ளனர். உண்மையிலேயே நடந்தைவற்றை எழுதாமல் அவைகளை மாற்றி சாதகமாகவே எழுதியுள்ளனர். (68)

Goldziher - 1870 முதல் 1920 வரை இவர் இஸ்லாமைப் பற்றி எழுதியவை இன்றும் பல்வேறு பல்கலைக் கழகங்களில் முழுவதுமாகப் படிக்கப்பட்டு வருகின்றன. 'ஹதிஸ் வளர்ந்த விதம்' என்ற அவரது ஆராய்ச்சிப் பதிவில், 'இஸ்லாமியர்களால் முழுவதுமாக நம்பப்படும் பல்வேறு ஹதிஸ் 8,9ஆம் நூற்றாண்டுகளில் நிறைய மாற்றம் செய்யப்பட்டவை; அந்த ஹதிஸ்களின் தொடர்புகள் (isnads = chains of transmitters) உண்மையானவை அல்ல. (69)

மேலும் Goldziher, "பல ஹதிஸ்கள் சமய, வரலாற்று, சமுதாய வளர்ச்சிக்கேற்ப முதலிரு நூற்றாண்டுகளில் நிறைய மாறியவை" என்கிறார்.

Goldziher-இன் எழுத்துக்களைப் புரிந்துகொள்ள வரலாற்றின் ஒருபகுதியை இப்னுவராக் தருகிறார்: நபி இறந்தபிறகு அவரின் துணையாளர்கள் நால்வர் இஸ்லாமியர்களின் தலைவர்களாகிறார்கள். அவர்களில் கடைசியானவர் நபியின் மருமகனான இருந்த அலி என்பவர்.

இவருக்கு அப்போதைய சிரியாவின் மேலும், அதன் கவர்னராக இருந்த மௌவியா (muawiya) மேலும் எந்த ஆளுமையும் இல்லாது போயிற்று. மௌவியாவிற்கும் அலிக்கும் சிஃபின் என்ற இடத்தில் போரொன்று நடக்கிறது. அதன்பின் 661-ல் மௌவியாவினால் அலி கொல்லப்படுகிறார். உமயாத் என்ற குழுவின் முதல் கலீபாவாக மௌவியா ஆகி, 750 வரை அக்கு(டும்பத்தின்)ழுவின் அரசாட்சி நடக்கிறது.

இந்த உமயாத்தின் ஆட்சியில் மக்களும், ஆட்சியாளர்களும் மதத்தின் மேல் எந்தவித அதிகமான ஈடுபாடுமின்றி இருந்து வந்தனர். ஆனால் ஒரு பக்திக் குழு எவ்வித குற்றவுணர்வுமின்றி புதிய பழக்கவழக்கங்களை ஏற்படுத்தினர். சமூகத்தின் நன்மைக்காகவே உண்டாக்கினார்கள்; அத்தகைய புதிய மாற்றங்களை நபியோடு எம்முறையிலும் தொடர்புபடுத்த முடியாது. ஆளும் உமயக் குழுமமும் தன்னிச்சைப்படி தனக்குத் தகுந்த, தனக்குப் பலனளிக்கக்கூடிய புதிய ஹதிஸ்களை உருவாக்கினார்கள். இப்புதிய ஹதிஸ்கள் அலியின் புகழை இறக்கி அழிக்கப்படும்படியாக உருவாக்கப்பட்டன.

Goldziher: உமயாத்துகள் மதப்போர்வைக்குள் பல மாற்றங்களைச் செய்துகொண்டு, அவைகளைச் சில மதக்குருக்கள் தாங்கிப் பிடிக்குமாறும் செய்துகொண்டார்கள்.(70)

ஹதிஸ்கள் மிக மிகச்சின்ன மத விஷயங்களுக்குக் கூட உருவாக்கப்பட்டன. அலி குழுமத்தின் புகழைக் குறைக்க அப்பாஸிட்கள் புதிய ஹதிஸ்துகளை உருவாக்கினார்கள். சான்றாக, அலியின் தந்தை - அபு டாலிப் - நரகத்தின் ஆழத்தில் தாழ்த்தி வைக்கப்பட்டுள்ளதை நபி கண்டதாகக் கூறியுள்ளார்கள்.

புதுப் புது ஹதிஸ்கள் ஆரம்பித்து வைப்பது ஒரு வணிகம் போலவே செயல்பட்டு வந்தது. பல போலி ஹதிஸ்கள் உலவி வந்தாலும், அல்-புகாரியால் தொகுக்கப்பட்ட ஆறு சீரான ஹதிஸ் தொகுப்புகள் கூட எல்லோரும் நினைப்பதுபோல் அறுதியான ஹதிஸ்கள் கிடையாது. ... அல் புகாரியின் ஹதிஸ் தொகுப்புகள் கூட முதலில் ஏறத்தாழ ஒரு டஜன் எண்ணிக்கையில் இருந்தன.

பத்தாம் நூற்றாண்டைச் சேர்ந்த ஒரு ஆய்வாளர் ஹஜாஜ், புகாரி இவர்களின் தொகுப்பில் உள்ளவைகளில் ஏறத்தாழ 200 கேள்விக்கு உள்ளாகும் ஹதிஸ்கள் உள்ளன என்று கூறியுள்ளார்.

Goldziher க்குப் பிறகு ஜோசப் ஷாஷ்ட் (Joseph Schacht)என்ற ஒரு

பெரிய இஸ்லாமியர் (இஸ்லாமிய சட்டங்களின் மீது இவர் எழுதிய நூல்கள் இன்றும் இஸ்லாமிய ஆராய்ச்சி நூல்களுள் பெரிதும் மதிக்கப்படுகின்றன.) கூறுபவை வெகுவாக கலக்கமடையச் செய்யக் கூடியவை. அவைகள்:

1. isnads - chain of transmitters நபியோடு தொடர்பு ஏற்படுத்திக் கொள்ளும்வழிமுறைகள் எல்லாமே அப்பாஸிட் புரட்சிக்குப் பின்தான் ஆரம்பித்தது. அப்புரட்சி நடந்தது 8-ஆம் நூற்றாண்டின் மத்தியப் பகுதியில் தான்.

2. சில இஸ்னாடுகள் (isnads) நபியோடு தொடர்பு கொண்டவையாக இருந்தாலும் பெரும்பான்மையான இஸ்னாடுகள் - தொடர்புகள் - நிச்சயமாக நபியோடு தொடர்புடையவை அல்ல. (71)

ஜோசப் ஷாஷ்ட் தனது நூலில் Goldziher பற்றிக் கூறியதோடு, இரண்டாமவர் கூறிய சில ஆய்வுகளைத் தருகிறார்: மிக அதிகமான ஹதிஸ்கள் எல்லோருமாலும் கருதப்படும் சரியான காலக் கணிப்பில் உள்ளதல்ல; அவைகள் பெரும்பாலும் இஸ்லாம் ஆரம்பித்த முதல் நூற்றாண்டில் இயற்றப்பட்டவை. இவைகளை ஷாஷ்ட் முக்கிய ஆராய்ச்சிகளுக்கு எல்லைக் கோடுகளாகும் சிறந்த கண்டுபிடிப்பு என்று கூறுகிறார். ஷாஷ்ட் இவைகளையெல்லாம் 'மாற்று ஹதிஸ்கள்' என்று கூறுகிறார்.

நபியின் வழிவந்தோர் கூறியவை நபியின் தொடர்புடையவர்களிடமிருந்து (companions) வந்ததாகவும், அப்படி தொடர்புடையவர்களிடமிருந்து வந்ததால் நபியிடமிருந்தே வந்ததாகவும் கருதப்பட்டன. (72)

இஸ்லாமியச் சட்டங்கள் குரானிலிருந்து வரவில்லை; அவைகள் எல்லாமே உமயாதுகளின் பிரபல்யமான ஆட்சியின் சட்டங்களிலிருந்தே வந்தன என்கிறார் ஷாஷ்ட்.

குரான் எப்படி முழு உருப்பெற்றது என்பது பலவிதமாகக் கூறப்படுவதுண்டு. அதில் அதிகமாகக் கூறப்படும் ஒன்றை இங்கு காணலாம்:

அபுபக்கரின் ஆட்சிக் காலத்தில் (632-634) உமர் (634-க்குப் பிறகு இவரே கலிஃபாவாக ஆகிறார்)குரானை மனனம் செய்திருந்த இஸ்லாமியர் பலரும் மத்திய அரேபியாவில் நடந்த யமமா யுத்தத்தில் கொல்லப்பட்டதால் கவலை கொள்கிறார். அதனால் Zayd ibn Thabit என்ற நபியின் துணைவரை குரான் வசனங்களை ஒருமித்துச் சேர்க்க ஆணையிடுகிறார். அவரும் அவ்வாறே தேடுகிறார்: "ஓலைச் சுவடிகள், கல் பாளங்கள், பனை ஓலைகள், விலங்குகளின் தோள் எலும்புகள்,

விலங்குகளின் மார்பெலும்புகள்- இவைகள் மட்டுமல்லாமல் மனனம் செய்தவர்களின் நினைவிலிருந்தும் எடுத்துத் தொகுத்தனர். இவைகளைஅபு பக்கரிடம் சேர்ப்பிக்க, அவர் அதை உமரிடம் தர, அதன் பின் உமருக்குப்பின் அவை உமரின் மகள் ஹஃப்ஸாவிடம் தரப்படுகிறது, (இதிலும் சிற மறுப்புகள் சொல்லப்படுவதுமுண்டு; குரானைத் தொகுத்தது அபு பக்கரா, அலியா என்பது போன்ற கேள்விகள் உண்டு.) அதோடு இந்த குரான் மட்டுமே சரியானது என்று ஏதாவது ஒருஅத்தாட்சி வேண்டும். ஆனால் அபு பக்கரிடமிருந்து அப்படியேதும் அத்தாட்சி கொடுக்கப்படவில்லை. அதே சமயத்தில் வேறு சில குரான்களும் உண்மையான குரான்களாகக் கருதப்பட்டன. *(73)*

பல இடங்களில் இதுவே உண்மையான குரான் என்று எழுந்த பல குழப்பங்களால் உத்மன் *(644-656)* மீண்டும் சைட் இபுன் தாபித் (Zayd ibn Thabit)மூலம் உண்மையான குரானைக் கண்டுபிடிக்க முயல்கிறார். தன்னிடம் உள்ள "ஓலைகளில்" உள்ளவற்றிற்கும், உமரின் மகளிடமிருந்த பகுதிக்கும் ஒப்பீடுசெய்கிறார். வாசிப்பு எளிதாக இருக்க, சைட் இபுன் தாபித் நபியின் மொழியான குராய்ஷ் (Quraysh) மொழியை எடுத்துக் கொள்கிறார். இந்தப் படிவம் உத்மனிடம் 650-ஆம் வருடம் சேர்ப்பிக்கப்படுகிறது. 656-இல் அவர் இறந்த பிறகு அது குஃபா, பஸ்ரா, டமாஸ்கஸ், மெக்கா போன்ற இடங்களுக்கு அனுப்பப்படுகின்றன. மற்ற படிவங்கள் அழிக்கப்பட உத்தரவிடப்படுகிறது. (இந்த உத்தரவே இரு கேள்விகளை எழுப்புகின்றன. 1. வேறு சில மாற்றுப் படிவங்கள் இருந்ததால் தானே இது போன்ற ஒரு உத்தரவை இட தேவை இருந்திருக்கும். 2. இந்த உத்தரவு எந்த அளவு முழுமையாக நிறைவேற்றப்பட்டிருக்கும் என்பதும் இன்னொரு பெரிய கேள்வி

ஆகவே இன்றும் குரான் எவ்வித மாற்றமுமில்லாமல் இருந்து வந்துள்ளது என்ற கோட்பாடு மத நம்பிக்கையால் மட்டுமே எழுந்ததல்லாமல், வேறு எவ்வித வரலாற்றுச் சான்றும் இல்லாத ஒரு கருத்தாகும்.*(74)*

வான்ஸ்ப்ரோ (Wansbrough) : 8-ம் நூற்றாண்டின் மத்தியப்பகுதியில் இஸ்லாமியர்களைப் பற்றி எழுதப்பட்டுள்ள நூல் ஃபிக் அக்பர் I (Fiqh Akbar I). இந்நூலில் குரானைப் பற்றிய எத்தகவலும் இல்லை என்பது நினைத்துப் பார்க்கமுடியாததாக உள்ளது.*(74)*

நெடுங்காலமாக பலரால் ஒருமித்த கருத்தோடு உருவானதாகவே குரான் இருக்கமுடியும்.*(76)*

முகமதுவும் அவரது தூதுக் குறிப்புகளும்

"மிக சமயச் சார்புள்ளவர்கள் மோசமான மனிதர்களாக இருப்பார்கள் என்பது மனித இயல்புகளோடு இயைந்த பழக்கமுள்ளோருக்கு நன்கு தெரிந்திருக்கும்." -வின்வுட் ரீட் (Winwood Reade1872)

1856-61-ல் சிறந்த இஸ்லாமிய அறிஞர்களிடமிருந்து முயிர்(Muir) என்பவர் தொகுத்த முகமதுவின் வாழ்க்கை (Life of Mahomet)என்ற நூல் நான்கு தொகுதிகளாக வெளிவந்தன. ஆசிரியரான முயிர், முகமதுவின் வாழ்க்கையை மெக்காவில் வாழ்ந்த பருவம், மெதினாவில் வாழ்ந்த பருவம் என்று இரு பகுதிகளாகப் பிரிக்கிறார். இதில் முதல் பருவத்தில் முகமது மிகவும் சமய ஈர்ப்போடு உண்மையைத் தேடும் உன்னதராகவும், ஆனால் இரண்டாம் பருவத்தில் அதிகார ஆணவத்தோடு உலக லாபங்களுக்காகப் போராடும் மனிதராகவும் இருப்பதைக் காண்கிறார். *(87)*

அந்நூலில் இருந்து சில பகுதிகள்

மெக்காவில் ஆரம்பித்த வாழ்க்கை மெதினாவில் பெருத்த அளவில் மாறுகிறது. புதுவாசகங்கள் சுவர்க்கத்திலிருந்து அரசியல் காரணங்களுக்காகவும், மிக மிகச் சாதாரணமாகவும் இறக்கப்பட்டன. புதிய போர்கள் ... புதிய கட்டளைகள் ...புதியதாகச் சேர்த்துக் கொள்ளப்பட்ட இடங்கள் ... இவை எல்லாமே கடவுளின் கட்டளை என்ற பெயரில் நடந்தேறின. அது மட்டுமின்றி, அவரின் தனிப்பட்ட விருப்புகள் வெறுமனே ஏற்றுக் கொள்ளப்பட்டதோடு, தெய்வீக அனுமதியும் அவரது பலவிருப்புகளுக்குத் தரப்பட்டன. தனிச் சட்டமாக பல மனைவியரை அவர் சேர்த்துக்கொள்ளவும் வஹி வந்தன. வளர்ப்பு மகனின் மனைவியை மணம் செய்வதற்கான உத்தரவும் இப்படி வந்த ஒரு உத்தரவே.

கடவுளின் பெயர் அவரது வாளுக்கு ஒரு தனி மகத்துவத்தை அளித்தது. கடவுளின் எதிரிகளை அழித்தொழித்து தன் புது மதத்திற்கு வலு சேர்க்க முடிந்தது. 'எங்கெங்கு இஸ்லாமை நம்பாதவர்கள் இருக்கிறார்களோ அவர்களை வெட்டுங்கள்' என்பதே இஸ்லாமின் தாரக மந்திரமானது. *(87)*

பலதார முறை, விவாகரத்து, அடிமைகள் வைத்திருத்தல் என்பவை சமுதாய தர்மத்தின் ஆணி வேரினையே ஆட்டியது. தனிமனித வாழ்க்கையையும், சமூகத்தின் ஒழுங்கமைப்பையும் மாற்றியது. ஆனால் பெண்களுக்கான முகத்திரை அவர்களை சமூகத்திலிருந்து

ஒதுக்கிவைத்தது. அறிவுச் சுதந்திரம், தனிமனித முடிவுகள் என்பன எல்லாமே நசுக்கப்பட்டன. *(88)*

Caetani, Sprenger, Margoliouth என்பவர்கள் 'முகமதுவும் இஸ்லாமிய மதத்தின் எழுச்சியும்' (Mohammaed and the Rise of Islam) என்ற நூலிலும், மாக்டொனால்ட் (Dr. Macdonald) இஸ்லாமியக் கோட்பாடுகள் (Aspects of Islam) என்ற நூலிலும் முகமதுவின் வாழ்க்கையைப் பற்றி எழுதுகிறார்கள்.

மர்கொலியோத் (Margoliouth) தனது நூலில் இஸ்லாமிய வரலாற்றில் கூறப்பட்டுள்ள, தேவவார்த்தைகள் இறக்கப்பட்ட போது முகமதுவிற்கு ஏற்பட்ட வலிப்பு, காதில் கேட்ட மணியொலி பற்றிக் குறிப்பிடுகிறார். *(89)*

யூதர்களோடு போர்

யூதர்கள் முகமதுவை கடவுளின் நபியாக ஏற்றுக்கொள்ள மறுக்கிறார்கள். அவர்கள் மீது பலதடவை படையெடுக்கப்படுகிறது. அதில் முதல் மூன்று போர்க்களங்களிலும் முகமது தோல்வியடைகிறார். அடுத்த போர்க்களம் நக்லா என்னுமிடத்தில் நடைபெறுகிறது. இப்போரில் முகமது நேரடியாக கலந்து கொள்ளவில்லை. இப்போர் மெக்காவினரின் புனித மாதத்தில், போர்கள் தடை செய்யப்பட்ட நாட்களில் நடைபெறுகிறது. ஆனாலும் வெற்றி பெற்று, கிடைத்த கொள்ளையில் ஐந்தில் ஒருபங்கை தனக்காக்கிக் கொள்கிறார். அதோடு நடந்ததை 'சரிக்கட்ட' புதியதாக ஒரு வரமிறங்குதல் நடக்கிறது. *(சுரா: 2.217)* இஸ்லாமிற்கு எதிர்ப்பிருந்தால் புனித மாதத்திலும் போர் நடத்தலாம் என்பதுவே அந்த புதிய வஹி. *(வசதிக்காக தூதருக்கு தோதாக வந்த வஹி.)* அதோடு ஒவ்வொரு போர்க்கைதிக்கும் தலைக்கு 40 வெள்ளிக் காசுகளை ஈட்டுப் பணமாகப் பெற்றுக் கொள்கிறார்.*(92)*

முகமதுவிற்கு எதிராகவே யூதர்கள் இருக்கிறார்கள். இந்த நிலை பாத்ர் (Badr) போர்க்களத்தில் அவர் பெற்ற வெற்றியால் மாறுகிறது. 49 மெக்காவினர் கொல்லப்படுகிறார்கள். அவர்களின் தலைகள் கொய்யப்பட்டு முகமதுவின் காலடிக்கு வந்து சேர்கின்றன. முகமது, "அரேபியாவின் மிகச் சிறந்த ஒட்டகத்தை விடவும் இதுவே எனக்கு உகந்ததாக இருக்கிறது" என்று சொல்லி மகிழ்கிறார். *(93)*

இதன் பிறகு நடந்த சில கொடூரக் கொலைகள் பற்றியும் முயிர் கூறுகிறார். ஒருவர் ஆக்பா (Ocba). இவர் முகமதுவை எதிர்த்ததால் கொடூரமாக அவரது இளம் மகளிடமிருந்து பிரிக்கப்பட்டுக்

கொல்லப்படுகிறார். அடுத்தவர் ஒரு கவிதையாயினி - அஸ்மா பின்ட் மர்வான் (Asma bint Marwan). அவ்ஸ்(Aws) இனத்தைச் சார்ந்தவர். இஸ்லாம் மீது நம்பிக்கையில்லாதவர். பல கவிதைகள் எழுதியுள்ளார். தன்னின மக்களைக் கூட கொன்று குவிக்கும் ஒரு புதியவரை எப்படி நபி என்று நம்புவது என்று அவரது கவிதை கேள்வியெழுப்புகிறது. *(93)*

இப்படிக் கேள்வி கேட்டு தனக்கு எதிரியாக இருக்கும் அவரை யார் கொல்வது என்று முகமது தன் குழுவினரிடம் கேட்கிறார். உமர் இபுன் அதி (Umayr ibn Adi) என்பவர் பொறுப்பெடுத்துக்கொள்கிறார். அன்றிரவே கவிதையாயினியைக் கொல்ல வருகிறான். தன் சின்னக் குழந்தைகளோடு அவர் தூங்கிக் கொண்டிருகிறார். ஒரு கைக்குழந்தை அவளின் மார்பில் தூங்கிக் கொண்டிருக்கிறது. அந்தக் குழந்தையைத் தள்ளிவிட்டு கவிதையாயினியின் வயிற்றில் தன் கத்தியைச் சொருகி, அவரைக் கொல்கிறான். அடுத்தநாள் முகமது மசூதியில், இஸ்லாமியரின் நடுவில் இக்கொலைக்காக அவரைப் பாராட்டுகிறார்.

அடுத்த கொலை - காப் இபுன் அஷ்ரப் (Kab ibn al-Ashraf) என்ற யூதர். முகமது தன்னை ஆஷ்ரபிடமிருந்து என்னை விடுவி என்று சத்தமாகக் கடவுளிடம் வேண்டுகிறார். நயவஞ்சகமாக முகமதுவின் நம்பிக்கையாளர்கள் அவரைக் கொன்று தலையை முகமதுவின் காலடியில் சமர்ப்பிக்கின்றனர். *(94)*. இக்கொலை முடிந்ததும் முகமது, ‘உங்கள் சக்திக்கு உட்பட்டிருந்தால் எந்த யூதனையும் கொல்லுங்கள்’ என்கிறார்.*(99)*

இன்னும் இதுபோன்ற பல வெறித்தாண்டவங்களை இந்த நூல் குறிப்பிடுகிறது. கொடூரமான கொலைகள், சித்திரவதைகள் இவையெல்லாவற்றையும் ஒட்டு மொத்தமாய் சேர்த்து நாம் முகமதுவின் குணத்தை படிமமாக்கிக் கொள்ளவேண்டும்.

ஜைனப் திருமணம்

சைத் (ZAID)என்ற தன் வளர்ப்பு மகனின் மனைவியான ஜைனப் (ZAYANAB)என்பவரை எவ்வாறு திருமணம் செய்து கொள்கிறார் என்பது விவரிக்கப்படுகிறது. மருமகளாக இருந்த இப்பெண்ணைத் திருமணம் செய்துகொள்ள, அதிலும் அவர் தன் இன்னொரு மனைவி ஆயிஷாவின் பக்கத்திலிருக்கும்போது ஒரு வஹி வருகிறது. வஹி முடிந்ததும், ‘யார் ஜைனபிடம் போய் அவளை கடவுள் நபியோடு இணைத்து விட்டார் என்பதைக் கூறுவது?’ என்று கேட்கிறார். இதற்குப் பதில்போல் ஆயிஷா, ‘கடவுள் உங்கள் தொழுகையை வெகு உடனடியாகக் கேட்டு விட்டாரே!’ என்று ‘ஜோக்’ அடிக்கிறார்!

(முகமது- சரியோ, தவறோ- ஆசைப்படுகிறார்... உடனே வஹி மூலம் கடவுளின் உத்தரவு வந்து விடுகிறது. தூதுவனின் ஆசையறிந்து வழி காண்பிக்கும் கடவுள்!)

சுரா 66.15-இல் நடக்கும் 'சக்களத்தி சண்டை' பற்றியும் விவரம் கொடுக்கப்பட்டுள்ளது. மனைவிகளோடு மட்டுமல்லாது அடிமையான மேரி என்னும் கோப்டிக் பெண்ணோடு அவரது மனைவி ஹப்சாவிற்குக் குறிக்கப்பட்ட 'நாளில்' முகமது இருந்ததால் வந்த சண்டை சச்சரவுகளை மறுபடியும் ஒரு வஹி மூலமே சமாளித்துக் கொள்கிறார். இவர்கள் சமாதானமாக இல்லாவிட்டால் அனைத்து மனைவியரையும் மொத்தமாக 'தள்ளி வைத்துவிட்டு' மிகவும் கீழ்ப்படிதலுள்ள பெண்களை மறுபடி திருமணம் செய்து கொள்வேன் என்கிறார். மேரியோடு தங்கிக்கொண்டு ஒரு மாதம் தம் மனைவிகள் அனைவரையும் கோபத்தோடு விலக்கி வைத்து, அதன்பின் உமரும், அபு பக்கரும் சமரசம் செய்த பின் தன் மனைவிகளைச் சேர்த்துக் கொள்கிறார்.(101) *(தெய்வத்தின் தூதர் ஒருவரின் வாழ்வியலில் இதுபோன்ற ஒரு நிகழ்வு வருவது கொஞ்சம் அதிசயமாகவும், ஆச்சரியமாகவும் உள்ளது.)*

THE SATANIC VERSES:

இப்போது பரவலாக எல்லோருக்கும் சல்மான் ருஷ்டியின் எழுத்து மூலம் தெரிந்த இந்தச் சொற்களை முயிர் 1850-ல் முதல் முறையாகப் பயன்படுத்துகிறார். அல்-தபாரி, (al-Tabari), வக்கிதி(Waqidi) போன்ற அப்பழுக்கில்லாத இஸ்லாமியச் செய்திகளிலிருந்து தான் இந்த வரலாறு கிடைத்துள்ளது.

மெக்காவின் கபா அருகில் மெக்காவினைச் சார்ந்த சிறந்த பெரியவர்களோடு அமர்ந்து உரையாடும்போது முகமது ஒரு சுராவைச்(53) சொல்லுகிறார். அப்போது ஷைத்தான் அந்தப் பெரியவர்களுக்கு மகிழ்ச்சியளிக்கும் சில வார்த்தைகளை முகமது வாய்மூலம் வரச் செய்கிறான்.

அவைகள் உய்விக்கப்பட்ட பறவைகள் -

அவற்றின் குறுக்கீடுகள் விரும்பத்தக்கது...

இந்த சுராவோடு லாத், உஸ்ஸா மற்றும் மனாத் என்ற மாற்று மதச்சிலைகளின் பெயர்கள் உச்சரிக்கப்பட்டதும், முகமது தங்கள் தெய்வங்களின் இருப்பை ஏற்றுக் கொண்டதாக நினைத்துக் கொள்கிறார்கள் பகானிய அரபிகள். தாங்கள் வணங்கும் தெய்வங்களைப்

பற்றியும் வந்ததால் அந்த மெக்காவினர் மகிழ்ச்சியடைகிறார்கள். அதனாலேயே இஸ்லாமியரோடு சேர்ந்து தொழுகிறார்கள். ஆனால் ஜிப்ரேல் தோன்றி, முகமதுவைக் கடிந்து கொண்டு உண்மையான வரிகளை மட்டும்சொல் என்கிறது.

53:21 உங்களுக்கு ஆண் சந்ததியும், அவனுக்குப் பெண் சந்ததியுமா?

53:22 அப்படியானால், அது மிக்க அநீதமான பங்கீடாகும்.

முகமது இதுபோல் சிலை வழிபாட்டுக்கு அனுசரணையாகச் சொல்லியிருப்பாரா என்ற ஐயம் இஸ்லாமியருக்கு ஏற்படுவதும், இந்த நிகழ்வு அவர்களைப் பெரிதும் கஷ்டப்படுத்தும் என்பதும் உண்மை. நம்பிக்கையான இஸ்லாமிய வரலாற்றுத் தொடர்பானவைகளைப் பார்க்கும்போது இந்நிகழ்வை மறுக்க இயலாது. அல்-தபாரி போன்ற ஒரு முழு இஸ்லாமியர் இது போன்ற ஒரு நிகழ்வைக் கற்பனை செய்து சொல்லியிருப்பார் என்று நினைக்க முடியாது; அல்லது பொய்யான ஒரு தகவலைச் சேகரித்து சொல்லியிருப்பாரென்றும் சொல்ல முடியாது.

இது முகமது மறந்து சொல்லிய சொல்லல்ல; ஆனால், மெக்காவினரைத் தன்பக்கம் இழுக்க, திட்டமிட்டு சொல்லியதாகவே தெரிகிறது. ஆனால் இஸ்லாமியர்கள் இதில் வருமொரு வரி பாகன்கள் சேர்த்த வரி; முகமது சொன்னது அல்ல என்று விவாதிப்பதுண்டு.

இந்நிகழ்வால் முகமதுவின் உண்மைத் தன்மை மீது கேள்வியெழுகிறது. ஷைத்தானே இப்படி சொல்ல வைத்தாலும், எப்படி முகமது இப்படி சொல்லியிருக்கலாம்? ஏன் கடவுளும் இப்படி ஒரு நிகழ்வு நடக்க அனுமதித்தார்? இதேபோல் முகமது வேறு சில பகுதிகளையும் மாற்றியிருக்கலாம் அல்லவா என்பதுஒரு விவாதம்.

ஹுதைபியா சமாதான உடன்படிக்கை

இதேபோல் இன்னொரு முறையும் முகமதுவின் செயல்கள் முறை தவறி இருந்ததாக அவரது மக்களாலேயே குற்றம் சாட்டப்பட்டார்.

மெதீனாவைத் தன் வசமாக்கியதும், அதன் பின் மெக்காவைத் தன் வசம் கொண்டுவரத் திட்டமிடுகிறார். ஆயினும் அதற்கான காலம் கனிந்து வராததால் மெக்காவினரோடு ஒரு ஒப்பந்தம் இடுகிறார். ஒப்பந்தத்தின் பெயர் ஹுதைபியா ஒப்பந்தம். இதன்மூலம் முகமது வரும் ஆண்டில் மெக்காவிற்குத் தாராளமாகச் செல்லலாம். அதற்குப்பதில் அவர் தன்னை ஒரு நபியாக அழைத்துக்கொள்ளக்

கூடாது; இஸ்லாமியத்தைப் பரப்பவும் முயலக்கூடாது. இப்படி ஓர் ஒப்பந்தம் செய்து கொண்டும் இறுதியில் இந்த ஒப்பந்தத்தை அவர் மீறவும் செய்கிறார்.

மேற்கூறியவைகளை வைத்துப் பார்க்கும்போது மர்கொலியோத் தொகுத்த இபுன் இஷாக் சொல்லிச் சென்ற முகமதுவின் பண்புகளைக் கீழ்க்கண்டவாறு தொகுக்க முடியும்.

இபுன் இஷாக் சொல்லியவைகளைப் பார்க்கும்போது முகமதுவின் குணநலன்கள் மிக அதிகமான அளவு விமர்சனத்துக்குள்ளானவை. தன் முடிவை அடைய எந்த வழிகளையும் அவர் எடுத்துக் கொண்டார். தன் சார்பாளர்களுக்கும் இதையே போதித்தார். மெக்காவினரின் நற்பண்புகளைத் தனக்கு ஏற்றாற்போல் பயன்படுத்திக் கொண்டார்; ஆனால் அதேபோல் அவர்களிடம் அவர் அந்த நற்பண்புகளைக் காண்பித்ததில்லை. கொடூரக் கொலைகள், மனித அழிப்புகள் எல்லாமே அவரிடம் பார்க்க முடிகிறது. மெதீனாவின் அரக்கத் தலைவனாக, போரில் வென்றவைகளைப் பங்கு போடுபவராக, இதையெல்லாம் தன் மக்களுக்குப் போதிப்பவராக இருந்துள்ளார். தான் செய்வது அத்தனையும் சரியென்று சொல்ல கடவுளை எப்போதும் எளிதாகச் சாட்சியாக்கினார். எந்தக் கொள்கையையும் விட்டுக் கொடுத்து தன் அரசியல் சுய லாபத்தைப் பெருக்கிக்கொண்டார். வாழ்வில் பல சமயங்களில் தான் ஒரு நபி என்பதையோ, தான் சொல்லும் ஒரே கடவுள் என்ற தத்துவத்தையோ விட்டு விடத் தயங்கியதில்லை.

மூன்றாம் இஸ்லாமிய நூற்றாண்டில் என்ன காரணங்களினாலோ இபுன் இஷாக் மிகவும் குறைத்து மதிப்பிடப்பட்டார். ஆயினும் யாரும் அவரது நூலில் அவர் முகமதுவை மதிப்பிடுவதை இதுவரை தவறானதெனச் சொல்லவில்லை.

பகுதி: 5

குரான்

கடவுளே தந்ததால் குரான் மிகச்சிறந்த இலக்கியம்; அதைவிட மேலான இலக்கியம் அரேபிய மொழியில் இதுவரை இல்லை; இனி அப்படி சிறப்பான ஒன்றை யாரும் எழுதிவிடவும் முடியாது - இப்படியெல்லாம் எழுதியதை வாசித்திருக்கிறேன். அப்படிப்பட்ட அறைகூவல்களை வாசித்த பின் இந்த நூலைவாசிக்கும் வாய்ப்பு வந்தது. இதில் இந்த அறைகூவல்களுக்கு எதிராக ஒரு நீண்டதனி அத்தியாயமே இருக்கிறது. அதில் கூறியவைகளின் சுருக்கம் இங்கே ...

யார் குரானைத் தொகுத்திருந்தாலும் அவர்கள் நீள சுராக்களை முதலில், குறுகிய சுராக்களைப் பின்னாலும் தொகுத்துள்ளார்கள். கால வர்த்தமானம் இதில் ஏதுமில்லை.(105)

(குரான் கடவுளால் அருளப்பட்டது; எந்த வித மாற்றமும் இன்றி 1400 ஆண்டுகளாக இருந்து வந்துள்ளது என்பது வழக்கமாகச் சொல்லப்படுகிறது. இப்படி எந்த மாற்றமும் இன்றி கடவுள்சொன்னதை அப்படியே சொல்லும் வசனங்கள் ஏன் கடவுள் தந்த கால வரைமுறையில் இல்லை; ஏன் அது மட்டும் மனித விருப்புகளுக்கு ஏற்ப மாற்றப்பட்டது? கடவுள் சொன்னதில் "காலம்" ஏன் கைவிடப்பட்டது. அதுவும் கடவுள் கொடுத்த கால நிகழ்வுப்படியே, - இருப்பதுதானே சரி?)

இந்த சுராக்களில் முதல் சுராவான Fatihah-ம், ஒன்பதாவது சுராவும் தவிர மற்ற சுராக்கள் எல்லாமே ‘அளவிலாக் கருணையும் இணையிலாக் கிருபையும் உடைய அல்லாஹ்வின் திருப்பெயரால்...’ என்று ஆரம்பிக்கும்.

Suyuti (சுயுட்டி) - இவர் குரானை மிகுந்து ஆராய்ந்தவர். இவர் குரானில் மொத்தம் ஐந்து சுராக்களை அல்லாவிடமிருந்து வந்தவைகளாகக் கருதவில்லை. முதல் சுரா கடவுளிடம் வேண்டுதல் போல் உள்ளது; ஆகவே அந்த சுரா அல்லாவால் தரப்பட்டதல்ல என்கிறார்.

இப்படிப்பட்ட சுராக்களின் முன்னால் ‘கூறுவீராக’ என்ற சொல்லைச் சேர்த்துவிட்டால் இந்த ‘குழப்பம்’ நீங்கும். இப்படி குரானில் மொத்தம் 350 தடவைகளில் இது போன்ற தொல்லைகளை மாற்ற ‘கூறுவீராக’என்ற சொல் குரானில் பயன்படுத்தப்பட்டுள்ளது.

இபுன் மசூத் (Ibn Masud) - இவர் முகமதுவின் தோழரும், குரானின் ஆய்வாளருமானவர். இவர் முதல் சுராவையும், சுரா 113 & 114 - இவைகளில் “அல்லாவிடம் நான் அடைக்கலம் தேடுகிறேன்” என்ற வசனம் வருவதால் இவைகளை அவர் ஒத்துக் கொள்வதில்லை. அதேபோல் “நான் உங்களைப் பாதுகாப்பவனல்ல” என்ற வசனம் வரும் சுரா 6.104-வையும் ஒத்துக்கொள்வதில்லை. தாவூத் என்ற அறிஞரும் இவ்வசனத்தில் வரும் ‘நான்’ என்பது முகமதுவைக் குறிக்கும் என்கிறார்.

இந்த வசனத்தின் ஆரம்பத்தில் ‘கூறுவீராக’ என்ற சொல்லை யூசுப் அலி தன் மொழியாக்கத்தில் எவ்வித தனிக் குறிப்பும் இன்றி சேர்த்துள்ளார்.

அலி தாஷ்த்தி (Ali Dashti) *சுரா 111* அல்லாவின் வார்த்தைகளாக இருப்பதற்கான தகுதிகள் இல்லாததால் அதனை கடவுளின் வார்த்தைகள் என்று சொல்ல முடியாது என்கிறார். இந்த சுரா அபூலஹபி (Abu Lahab) என்ற முகமதுவின் மாமாவும், முக்கிய எதிரியாகவும் இருந்தவர். இந்த சுராவின் வார்த்தைகள் ஒரு நபி சொல்லும் வார்த்தைகளாகவும் இருக்க தகுதியற்றவை. *(அவ்வளவு வன்முமம், கொடூரமும் உள்ளன அந்த வார்த்தைகளில். ...கைகள் முறிந்துவிட்டன ...நாசமாகி விட்டான் ...கொழுந்துவிட்டெரியும் நெருப்பில் போடப்படுவான் ...இன்னும் சில கடும் சொற்கள் தொடர்ந்து வரும்.) (106)*

Goldziher இதைப்பற்றி சொல்வது:

முகமது தன் எதிரிகளைச் சபிக்கும் சுராக்களைக் காணும்போது அவைகள் நிச்சயம் ஒரு கடவுளால் சொல்லப்பட்டவைகளாக இருக்க முடியாது. இந்த அளவுகோலை நாம் நீட்டிப்பார்த்தல் பல சுராக்கள் அறிவுள்ள, இரக்கமுள்ள, கருணையுள்ள ஒரு கடவுளால் சொல்லப்படக் கூடியவைகளாகவும் இல்லை.

இன்னும் சில சுராக்கள் நிச்சயமாக முகமதுவினால் சொல்லப்பட்டவைகளாகவே இருக்க வேண்டும். அவைகள் :

சுரா 27.91;

சுரா 81. 15-29

சுரா 84. 16-19

சுரா 111 ; 112. (107)

பெல், வாட் (Bell & Watt) கூறுவது:

குரானின் வாசகங்கள் எல்லாமே அல்லாவினால் சொல்லப்பட்டது என்பது பல சிக்கல்களுக்குக் காரணமாகலாம். பல இடங்களில் கடவுள் மூன்றாவதான படர்க்கை நிலையில்தான் (as third person) பேசப்படுகிறார். கடவுளே தன் பேச்சை 'சத்தியமாக' என்று சொல்வது மிகவும் நகைப்புக்குரியதாகிறது. சில வசனங்களில் நான் சத்தியமாகச் சொல்வது ... என்றுவருவதை மறுக்க முடியாது. சான்றாக சுரா 75. *1.2; சுரா 90.1*

*சுரா 37. 161-166*வில் வானதூதர்களின் பேச்சாக சுரா இருக்கிறது.

குரானில் உள்ள அயல்மொழிச் சொற்கள்:

இதனை (அரபிகளாகிய) நீங்கள் நன்கு புரிந்து கொள்ளும்பொருட்டு குர் ஆனாக அரபி மொழியில் திண்ணமாக நாம் இறக்கிவைத்துள்ளோம். (12.1) - இப்படி ஒரு சுரா இருப்பினும் குரானில் பிற மொழிச்சொற்கள் காணப்படுகின்றன. ஆயினும் அப்படி பிற மொழிச்சொற்கள் இருப்பதாகச் சொல்வது கடவுளுக்கு எதிராக, மறுப்பாகப் பேசுவது என்பதுபழம் நம்பிக்கைகளில் ஒன்று. பலரும் வேற்று மொழிச்சொற்களை பலவாறு கணக்கெடுத்துள்ளார்கள்: சுயுட்டி 107 பிறமொழிச் சொற்கள் என்றும், ஆர்தர் ஜெப்ரி என்பவர் 275 சொற்கள் என்றும், அவைகள் அராமிக், ஹீப்ரு, சிரியாக், எத்தியோப்பிக், பெர்ஷியன், க்ரேக்கம் எனவும் பட்டியலிடப்பட்டுள்ளன. 'குரான்' என்ற சொல்கூட சிரியாக் மொழியிலிருந்து கிறித்துவ மரபின் வழியாக முகமது பெற்றதுதான். (பைபிளில் ஏசு இஸ்ரவேலர்களுக்காக வந்ததாகச் சொல்லப்படுவது போல், இங்கே குர்ஆனில் அல்லா அரபிகளுக்காக அரபி மொழியில் குரானைத் தந்துள்ளதாகச் சொல்கிறார். விவிலியமும், குரானும் அந்தந்த ஊர்மக்களுக்காக மட்டும் வந்த வேதங்கள்... அதனால் தான் இந்த ஒற்றுமை.)

பலவகைப் பதிவுகளும், நகல்களும்

குரானின் ஆரம்பகால வரலாறு, அப்போதிருந்த குரானின் பலவகைப் பதிவுகள், நகல்கள் இவைகளை முதலில் ஆராய்தல் அவசியமானது. முதலில் குரான் என்ற நூலே இல்லாமல்இருந்தது. குரான் கடவுளின் வார்த்தைகள் என்று சொன்னால், 'அது எந்த குரான்?' என்றுதான் கேட்கவேண்டியுள்ளது.

கி.பி. 632 - முகமது மறைந்த இந்த ஆண்டில் குரான் என்ற ஒரு நூல் இல்லை. அதன்பிறகு அவரின் வழி வந்தவர்கள் பல கையெழுத்துப் பிரதிகளை ஒன்று சேர்க்க ஆரம்பித்தார்கள். இப்னு மாசுத், கப், அலி, அபு பக்கர், அல் அஷாரி, அல்அஷாரி, அல் போன்ற பலரின் கையெழுத்துப் பிரதிகள் இருந்தன. இஸ்லாம் பரவ ஆரம்பித்த அந்தநிலையில் மெக்கா, மதீனா, டமாஸ்கஸ், குபா, பஸ்ரா போன்ற இடங்களில் இந்தக் கையெழுத்துப் பதிவுகள் இருந்தன. உத்மன் இந்தக் குழப்ப நிலைக்கு ஓர் ஒழுங்கைக் கொண்டுவந்தார்; மதீனா கையெழுத்துப் பிரதி மட்டுமே இனி இருக்கவேண்டுமென்ற கோட்பாட்டைக் கொண்டுவந்தார். மற்ற பிரதிகளை அழிக்கவும் ஆணை பிறப்பித்தார்.

உத்மனின் கையெழுத்துப் பிரதி இறுதிப் பிரதியாக (Consonantal Text) அறுதியிடப்பட்டன. ஆயினும் இஸ்லாம் பிறந்த நான்கு நூற்றாண்டுகள் வரை மற்றைய பிரதிகளும் இருந்தே வந்துள்ளன. புள்ளிகள் இல்லாத எழுத்துக்கள், முழு வேற்றுமையில்லாத சில எழுத்துக்கள் என்றெல்லாம் இருந்தமையால் பல வகைப்பிரதிகள் இருந்து வந்துள்ளன.

இதனோடு, முதலில் அராபியன் எழுத்துகளில் குறுகிய உயிரெழுத்துக்கள் இல்லாமலிருந்து, பின் காலத்திலேயே அவ்வகை எழுத்துக்கள் உருவாக்கப்பட்டன. அராபிய மொழி மெய்யெழுத்து சார்ந்த ஒன்று. குறுகிய உயிரெழுத்துக்கள், எழுத்துக்கள் மூலமில்லாமல் மூன்று வகை ஒலிக்குறிப்புகள் (orthographical signs) மூலம் பயன்படுத்தப்பட்டன. பின்னால் மெய்யெழுத்துகளில் மாற்றங்கள் செய்தபின்பே, இந்த குறுகிய உயிரெழுத்துக்களைப் பயன்படுத்த ஆரம்பித்தார்கள். இதில் எந்த எந்த எழுத்துக்களைப் பயன்படுத்துவது என்பதிலும் கேள்விக்குறி எழுந்ததுண்டு.

இந்த மொழி/ எழுத்துப் பிரச்சனைகளால் பல கையெழுத்துப் பிரதிகள் இருந்து வந்தன. எங்கு எந்த ஒலிக்குறிப்பு, எங்கு புள்ளி வைக்க வேண்டும் போன்ற கேள்விகளால் இந்த வேற்றுமைகள் இருந்து வந்தன.

உத்மன் மற்ற கையெழுத்துப் பிரதிகளை அழித்தொழிக்கக் கூறியிருந்தாலும் அவ்வகைப் பிரதிகள் இருந்தே வந்துள்ளன. சார்லஸ் ஆடம்ஸ் (Charles Adams) கூறுவதுபோல் பல்லாயிரக்கணக்கான பிரதிகளின் நகல்கள் இருந்து வந்துள்ளன. இந்த வேற்றுமைகளால் உத்மனின் பிரதியையும் அவை பாதித்தன. எந்த பிரதி உண்மையான பிரதி என்பது ஒரு கேள்விக்குறியாகவே இருந்து வந்துள்ளன. இபுனு மசூத், உபய்இபுனு காப், அபுமூஸ் - போன்ற சில இஸ்லாமிய அறிஞர்கள் உத்மனின்ஆணையை மீறி, வேறு பிரதிகளைப் பயன்படுத்தி வந்துள்ளனர்.

கி.பி. 935-இல் இபுன் முஜாஹித்(Ibn Mujahid) என்பவரால் உயிரெழுத்துக்கள், மெய்யெழுத்துகள் இறுதியிடப்பட்டு, அதன் மூலம் ஏழு பிரதிகள் தொகுக்கப்பட்டன. ஆனாலும் சிலர் இதை பத்து பிரதிகளாக்கினர். இவ்வளவு தொகுப்புகளில் இறுதியாக மூன்று பிரதி வகைகள் பயன்படுத்தப்பட்டுள்ளன. இவைகள் -

வார்ஷ் (Warsh)கி.பி.812- மதினாவில் உள்ள நாஃபி

ஹாப்ஸ்(Hafs) கி.பி.805 - குஃபாவில் உள்ள அசிம்

அல்-துரி (al-Duri) கி.பி.860- பாஸ்ராவில் உள்ள அபு அமீர்

இப்போதைய இஸ்லாமில் இருவகைப் பிரதிகள் பயன்படுத்தப்பட்டுள்ளன. அவை -

ஹாப்ஸ் (Hafs) கி.பி.805 - குஃபாவில் உள்ள அசிம் (1924-ஆம் ஆண்டிலிருந்து எகிப்திய பிரதி)

வார்ஷ் (Warsh) கி.பி.812 - மதினாவில் உள்ள நாஃபி எகிப்தைத் தவிர்த்த ஆப்பிரிக்க நாடுகளில் உள்ள பிரதி)

பலவித (ஏழு தொகுப்புகள்) இருப்பது குரானைப் பற்றிய இஸ்லாமியரின் நம்பிக்கைக்கு எதிராக இருப்பதால், இந்தத் தொகுப்புகள் எல்லாமே அவைகளை வாசிக்கும் முறையில் மட்டும்தான் மாற்றம் உண்டு என்ற ஒரு போலியான மன்னிப்பு சொல்லப்படுவதுண்டு. ஆனால் இது சரியான விவாதமல்ல. *(110)*

அராபிய மொழியாக்கம்

அறிஞர் நோல்டெக் (Noldeke) குரானிலுள்ள அராபிய மொழி பற்றிச் சொல்லும் சில கருத்துக்கள்:

குரானின் மொழி நடையில் உள்ள குறைபாடுகளைப் பற்றி பலவும் சொல்லியுள்ளார்

- ★ சொல்லப்படும் கருத்துக்களில் உள்ள தொடர்பின்மை
- ★ சொற்றொடர்களின் அமைப்பு மொழி வளத்தை மிகக் குறைக்கின்றன.
- ★ சொற்றொடர்கள் 'when', 'on the day when' போன்ற சொற்களோடு ஆரம்பிப்பதால், ஒவ்வொரு சொற்றொடருக்கும் ஏற்றாற்போல் சில ellipsis-களைச் சேர்க்கவேண்டியதுள்ளது.
- ★ சொல்லாக்கம் மிகவும் குறைபாடுகளுள்ளது; ஒரே வார்த்தை மீண்டும்மீண்டும் பயன்படுத்தப்படுகின்றது. சான்றாக, xviii-யில் 'till that' என்றசொல் 8 முறை திருப்பித் திருப்பி வந்துள்ளன.
- ★ மொழி நடையின் சிறப்பு சுத்தமாக முகமதுவிடம் இல்லை. *(111)*

அலி தாஸ்தி சொல்லும் சில இலக்கணப் பிழைகள்:

- ★ *4 :162* - இதிலுள்ள performers;

* 49 : 9 - வினைச்சொல்லில் உள்ள ஒருமை / பன்மை தவறு
* 20: 63- 'hadhane' இந்த வார்த்தை தவறான பொருளில் வருகிறது.

இந்த சில சான்றுகள் மூலம் அலிதாஸ்தி குரானில் நூற்றுக்கு மேற்பட்ட மொழியியல் தவறுகள் இருப்பதாகக் காண்பித்துள்ளார்.

விடுபட்ட / சேர்க்கப்பட்ட வசனங்கள்

முகமதுவின் மனைவியான ஆயிஷாவின் கூற்றுப்படி முறைகேடான பாலியல் தவறுகளுக்குக் கல்லால் அடித்துக் கொல்லும் சட்டம் பற்றிய வசனம் குரானில் இருந்திருக்கிறது. ஆனால் அது நீக்கப்பட்டு விட்டது. இப்போதுள்ள குரானில் நூறு சவுக்கடிகள் என்பதே தண்டனையாகச் சொல்லப்பட்டிருந்தாலும் முதலிலிருந்த கலிபாக்களும் இந்தக் கல்லால் எறியும் தண்டனையைத் தான் அமுல்படுத்தியுள்ளார்கள். இன்றுமே சவுக்கடிகளே தண்டனை என்றாலும் கல்லால் அடித்துக் கொல்லும் முறையை இஸ்லாமியர் கைக்கொள்வது ஏனென்று தெரியவில்லை.

அரசியல் காரணங்களால் உத்மன், அலிக்குச் சாதகமான பல வசனங்களை நீக்கியதாக ஷில்லிட்டீஸ் (Shiities) கூறுகின்றனர்.

நபியே சில வசனங்களை மறந்திருக்கலாம்; அவரோடு இருந்தவர்கள் அதேபோல் சிலவற்றை மறந்திருக்கலாம்; படியெடுத்தவர்கள் சிலவற்றை மறந்திருக்கலாம். 'சாத்தானின் வசனங்கள்' முகமதுவினால் மறைக்கப்பட்ட / மாற்றப்பட்ட வசனங்கள் தானே.

மேற்கத்திய அறிஞர்கள் மட்டுமல்ல இஸ்லாமிய அறிஞர்களுமே சில வசனங்களின் உண்மைத்துவத்தைக் கேள்வி கேட்பதுண்டு. கலிபா அலியைப் பின்பற்றிய பல கஹாரிஜிட்டேஸ் (Kharijites) குரானில் வரும் ஜோசப்பின் கதை மிகவும் விரசமாகவும், குரானில் இருக்கத் தகுதியில்லாத வசனமாகவும் இருப்பதாகக் கூறுவர்.

மற்றும் பலர் குரானில் சில வசனங்கள் பின்னாளில் சேர்க்கப்பட்டுள்ளவை என்றும் சொல்வதுண்டு. 42: 36-38 வசனங்கள் உத்மனைச் சிறப்பிக்கவும், அலியைத் தாழ்த்தவும் சேர்க்கப்பட்டதாக கருதப்படுகிறது.

சில இடங்களில் இரு சின்ன வசனங்களை இணைக்கவோ, இசைக்காகவோ சேர்க்கப்பட்ட வசனங்களுமுண்டு.(112)

பெல், வாட் - இவ்விருவரும் குரானின் நடையிலுள்ள வேற்றுமைகள் இந்த பிற்சேர்க்கை / பிற்கழிவுகளால் ஆனது என்கிறார்கள்.

கிறிஸ்டியன் அல்-கிந்தி(Chrisitian al-Kindi) *830*-ஆம் ஆண்டிலேயே குரானில் இத்தகைய மாற்றங்கள் நிகழ்ந்துள்ளன என்கிறார். வரலாறு மாற்றப்பட்டிருப்பதுவும், முறையற்று இருப்பதையும் வைத்துப் பார்க்கையில் பலரின் இடைச்செருகல் இருப்பதாகக்கூறியுள்ளார்.

சான்றுகள்:

- *20:15.* ஓசையில் முற்றிலும் மாறுபட்ட இந்த வசனம் இந்த சுராவில் உள்ள மற்ற வசனங்களிலிருந்து பெரிதும் மாறுபட்டு நிற்கின்றது.
- *78:1-5* - இந்த வசனம் நிச்சயமாக ஒரு இடைச்செருகல்; ஏனெனில் அவை மற்ற சுராவோடு ஒத்துப் போவதில்லை.
- இதே சுராவில் வசனங்கள் *33,34*-ம் வசனங்கள் *32*க்கும் *35*க்கும் இடையில்செருகப்பட்ட வசனங்களாக இருக்க வேண்டும். *32-35*-க்கும் உள்ள தொடர்பு இந்த இடைச்செருகலால் தடைபடுகிறது.
- *74*வது சுராவில் உள்ள *31*வது வசனம் ஒரு இடைச்செருகலாக இருக்க வேண்டும். ஏனெனில், அந்த வசனம் மற்றைய வசனங்களை விட மிக நீளமானதாகவும், நடையில் மாறுபட்டதாகவும் உள்ளது.
- சுரா *50*-இல் உள்ள வசனங்கள் *24-32* ஓர் இடைச்செருகலே. அந்த வசனங்கள் தேவையில்லாத இடத்தில் அமைந்துள்ளன.

⋆ *12* இடங்களில் சில விளக்கங்கள் வசனங்களோடு இணைந்து வந்துள்ளன. இவை பிற்காலச் சேர்க்கைகள். இவைகளில் சொல்லப்படும் விளக்கங்கள் வசனங்களில் உள்ள வார்த்தைகளின் பொருளிலிருந்து மாறுபட்டுள்ளன. இதற்குச் சான்றாக பெல், வாட் கொடுக்கும் சான்று:

101:9-11-வில் hawiya என்ற சொல்லுக்கு ‘நரகம்’ என்ற பொருள் தரப்படுகிறது. ஆனால் அந்த சொல்லின் உண்மையான பொருள்: ‘குழந்தையற்ற நிலை’ என்பதாகும்.

இந்த மாற்றங்கள் எல்லாம் எவ்வளவு சிறியதாக இருந்தாலும் இஸ்லாமியக் கொள்கைகளுக்கு இவை மிகவும் முரணானவை. ஏனெனில் இந்த வசனங்கள் அல்லாவினால் மதினாவிலோ மக்காவிலோ முகமதுவிற்குக் கூறப்பட்டவை என்கிறார்கள் இஸ்லாமியர்கள். *(113)*

இதில் இன்னொரு வரலாற்றுப் பின்னணி ஒன்றும் உண்டு.

அப்த் அல்லா சா'த் அபி ஸார்ஹ் (Abd Allah b.Sa'd Abi Sarh) - இவர் மதினாவில் குரானை எழுதப் பணிக்கப்பட்டவர். அவ்வாறு எழுதும்போது இவர் முகமதுவின் அனுமதியின் பேரில் வசனங்களின் கடைசிச் சொற்களை மாற்றி எழுதுவதுண்டு. உதாரணமாக, முகமது 'And God a mighty and wise' என்று சொன்னதை 'knowing and wise' என்று மாற்றி எழுதலாமா என்று கேட்டு, அதற்கு முகமது அனுமதி தரவே அவர் அவ்வாறு மாற்றி எழுதினார். இதனால் அல்லாவின் வார்த்தைகளை தன்னைப் போன்ற ஒரு சாதாரண மனிதன் இவ்வாறு மாற்றிமாற்றி எழுதலாமா என்ற கேள்வியை எழுப்பி, அதனால் மதம் மாறி, மெக்காவிற்குச் சென்று கோரஷைட்ஸ் (Qorayshites) - களிடம் சென்றுவிட்டார். இதனால் கோபம் கொண்ட முகமது மெக்காவைக் கைப்பற்றியதும் அவரைக் கொல்ல ஆணையிடுகிறார். ஆனால் உத்மனின் சிபாரிசால் அவர் அதிலிருந்து தப்பிவிட்டார் என்று சொல்கிறது வரலாறு. *(இந்த நிகழ்வு நடந்த பின்னும் 'ஒரு வார்த்தை மாறாமல் வஹி எழுதப்பட்டது என்பது ' எந்த வகையில் சரியாக இருக்கும்?)*

நீக்கப்பட்ட பகுதிகள்:

Self-Contradictions of the Bible என்ற நூலை வில்லியம் ஹென்றி பர் (William Henry Burr) என்பவர் எழுதியுள்ளார். அந்த மாற்றங்களை விடவும் குரானில் இன்னும் பல மாற்றங்கள் உண்டு. ஆனால் இவைகளைச் சமாளிக்க அல்லாவே ஒரு வசனம் கொடுத்துள்ளார். 2: 106 - எந்த ஒரு வசனத்தையாவது நாம் அகற்றி விட்டால் அல்லது மறக்கச் செய்து விட்டால் *(அல்லாவுக்கே மறந்துவிடுமா...!!)* (அதற்குப் பதிலாக) அதனினும் சிறந்த அல்லது அதே போன்ற வேறு வசனத்தை நாம் கொண்டு வருகிறோம். *(இது அல்லா சொன்னது என்பதைவிட முகமது சொல்வது போலவே தெரிகிறது! ஒரு internal adjustment மாதிரி!)*

அல்-சுயுட்டி (al-Suyuti) என்பவர் இதுபோன்ற எடுக்கப்பட்ட பகுதிகள் ஏறத்தாழ 500 வரை இருக்குமென்கிறார். இவர் சுரா 2-இல் 240வது வசனம் 234வது வசனத்தைத் தள்ளிவிட்டு ஒதுக்கி வைத்து விடுகிறது. *(234 - விதவைகள் நான்கு மாதம் 10 நாட்கள் தாமாகக் காத்திருக்க வேண்டும். 240 - விதவைகள் ஓராண்டுவரை வீட்டை விட்டு வெளியேற்றப்படாமல் இருக்க வேண்டும்.)*

குரானின் சுராக்கள் கால வாரியாக அட்டவணைப்படுத்தப்படவில்லை. நீள சுராக்கள் முதலில் வருவதாக அட்டவணைப்படுத்தப்பட்டுள்ளன.

சில மேற்கத்திய கால வரைமுறை முயற்சிக்கப்பட்டு, முகமது மெக்காவில், மெதீனாவில் இருந்தபோது வந்த வசனங்கள் என்று இரு கூறாகப் பிரிக்கப்பட்டுள்ளன. *(114)*

இஸ்லாமியர்கள் ஒரு சிக்கலில் இருந்து விடுபட நினைத்து இன்னொரு சிக்கலில் மாட்டிக்கொள்வதுண்டு. எல்லா ஆற்றலுமுள்ள, எங்குமிருக்கும், எல்லா வல்லமையும் பெற்றிருக்கும் கடவுள் அவரது கட்டளைகளையே மீண்டும் மீண்டும் மறு பரிசீலனை செய்யும்படியாகவா இருக்கும்? ஒரு கட்டளையைக் கொடுத்து விட்டு, பின் அதையே மறுபரிசீலனை செய்யவா வேண்டும்? அறிவு நிறைந்த அல்லா ஏன் முதல் தடவையே அதைச் சரியாகச் சொல்லவில்லை? முதல் முறையே ஏன் முறையான வசனத்தைத் தரவில்லை? இதைப்பற்றி தாஷ்டி (Dashti) சொல்கிறார்: "அந்தக் காலத்திலேயே குரானைக் கேலி செய்தவர்கள் உண்டுபோலும். சிலர் இதுபோன்ற கேள்விகளை அப்போது கேட்டிருக்க வேண்டும். அதற்குப் பதிலாக 16: 103, 104- இல்- *(103)* "ஒரு மனிதரே இதனை அவருக்குக் கற்றுக்கொடுக்கின்றனர்" என்று இவர்கள் கூறுவதைத் திண்ணமாக நாம் அறிவோம். ஆனால், உண்மையில் இவர்கள் சுட்டுக் காட்டுகின்ற மனிதருடைய மொழி வேற்று மொழி; இதுவோ தெளிவான அரபி மொழியாகும். *(இந்த மொழியில் உள்ள பிழைகளையும் பலர் சுட்டிக் காண்பித்ததாகி விட்டதே!)* (104) எவர்கள் அல்லாஹ்வின் வசனங்களை ஏற்றுக் கொள்வதில்லையோ அவர்களுக்கு நேரிய வழியை அடையும் பேற்றினை அல்லாஹ் ஒரு போதும் வழங்குவதில்லை. மேலும் அத்தகையோருக்குத் துன்புறுத்தும் வேதனைதான் இருக்கிறது." *(Sounds more like an arm-twisting! பயங்கர பயமுறுத்தலாக அல்லவா உள்ளது.)* இந்த இரு வசனங்களிலும் உள்ள முரண்பாடுகள் தெளிவாக உள்ளன. கடவுளிடம் இருந்து வரும் வார்த்தைகளென்றால் அங்கு எப்படி மானிட அறிவுக் குறைபாடுகள் இருக்கும்?

"குரான் கடவுளின் வார்த்தைகள்; ஒரு போதும் மாறாதது; அதன் மூலம் சுவனத்தில் இருக்கின்றது - இதுபோன்ற நம்பிக்கைகளை விடுபட்ட இந்த வசனங்கள் கேலிக்குரியதாக மாற்றுகின்றன.

முயிர் இது போன்ற நீக்கப்பட்ட பகுதிகள் 200 வரை இருக்குமென்கிறார். குரானில் மூன்று விழுக்காடு போலியானவை என்கிறார். இதற்கான இன்னொரு சான்று: 2:219 மூலம் மது அருந்தக் கூடாது என்பது தெளிவாகிறது. ஆனால் 16:67 -இல் கூறப்படும் 'போதைப் பொருள்' ஒரு கேள்வியை எழுப்புகிறது. ஆனால் யூசுப் அலி இது மெக்காவில் முகமது இருந்தபோது வந்த வசனம்; குடி தவறு என்பது மெதீனாவிற்குவந்த பின்னே முடிவானது என்கிறார்!

இந்தக் கால வேறுபாடுகள் பலமுறை குரானை நம்புவர்களுக்கு உதவியாக இருந்துவிடுகின்றன. மெக்காவில் சாத்வீகத்தைப் போதிக்கும் குரான், மெதீனாவிற்கு வந்த பின் மிகவும் கொடூரமாகி, கொல்லுதல், தலையை வெட்டுதல், முடமாக்குதல் போன்றவைகளைப் போதிக்கின்றன. ... இணை வைப்போரை நீங்கள் எங்கு கண்டாலும் கொன்று விடுங்கள்' என்ற 9:5 வசனம் அதற்கு முன் சொல்லப்பட்ட சாத்வீகமான, காழ்ப்பை எதிர்க்கும், பொறுமையை கற்பிக்கும் 124 வசனங்களை 'காலியாக்கி' விடுகின்றன.

23 ஆண்டுகளாக வஹி மூலம் முகமதுவிற்கு அல்லா வசனங்களை இறக்குகின்றார். அவை முகமதுவின் காலத்திற்குப் பிறகு வசனங்களின் 'நீளங்களை' மட்டும் வைத்து பல்வேறு பகுதிகளாக, அத்தியாயங்களாகத் தொகுக்கப்பட்டன.

அல்லா ஏன் 23 ஆண்டுகள் எடுத்துக் கொண்டார்?

எழுதப் படிக்கத் தெரியாத முகமது ஜிப்ரேல் மூலம் வஹி பெறப்பட்ட பின்னும் இறுதி வரை அதேபோல் எப்படி படிக்கத் தெரியாதவராகவே இருந்தார் - அதுவும் முதல் மனைவியின் வியாபாரத்தைக் கவனித்த இவருக்கு எப்படி படிப்பறிவு கடைசி வரை இல்லாது போயிற்று?

சரியான ஒரு படிப்பாளி மூலம் அவ்வப்போது அந்த 23 ஆண்டுகளில் நேரடியாக எழுதியிருக்கும்படி வசனங்களை இறக்கியிருக்கலாமே! சுவனத்தில்உள்ள மூல நூலின் நகலைக் கூட தந்து விட வேண்டியதுதானே. - இப்படியும் சிலகேள்விகளைக் கேட்கலாம்.

இதில் உள்ள ஒரு 'தத்துவம்' புரிபடவில்லை. கால வாரியாகவோ, பொருள் தொடர்பானவைகளையோ தனித்தனியாகப் பிரித்து அட்டவணையிட்டிருந்தால் அதில் ஒரு பொருள் உண்டு. இதுஎந்த முறையுமில்லாமல் வெறும் நீளத்தை மட்டும் வைத்து சுராக்களைப் பிரித்தைப் பார்க்கும்போது, 1400 வருடமாக மாறாத நூல்என்பதோ, இதெல்லாம் அல்லா கொடுத்தபடி 'அப்படியே' இருக்கிறது என்பதும் பொருளற்றுப் போகிறது. அல்லா கொடுத்த அதே முறையில்தானே, அதே கால வரிசையில் தானே தொகுக்கப்பட வேண்டும்?

2ஆம் சுராவில் 23ஆம் வசனம் - 'சந்தேகத்தில் நீங்கள் இருப்பீர்களானால், இதைப்போன்ற ஒரே ஓர் அத்தியாயத்தையேனும் உருவாக்கிக் கொண்டு வாருங்கள்' என்கிறார் அல்லா. (குரானின் மொழியின் உயர்வு பற்றிப்பேசும்போது இஸ்லாமியர்கள் இந்த வசனத்தை அடிக்கடி

மேற்கோள் காட்டுவதுண்டு; ஆனால், குரானின் மொழியிலும், இலக்கணத்திலும், மொழியியலிலும் உள்ள தவறுகளையும், நீக்கங்களையும், சேர்க்கைகளையும் இந்தக் கட்டுரையில் ஏற்கெனவே குறிப்பிடப்பட்டுள்ளன. கடவுள் தான் படைத்த மனிதர்களிடம் இப்படி ஒரு 'சவால்' கொடுப்பதைப் பார்க்க ஆச்சரியமாக மட்டுமல்ல, ஒரு கடவுளின் வார்த்தைகளில் இப்படி வருவது நம்பிக்கைகளை அழிக்கும் ஒரு செயலாகவே இருக்கிறது. படித்துப்பட்டம் பெற்ற ஒரு முதியவன் படிக்காத ஒரு சின்ன பிள்ளையைப் போட்டிக்கு அழைக்கும் வேடிக்கை போலுள்ளது இது!)

இந்த சுராவிலேயேயும் இன்னும் மிகப் பல இடங்களிலும் வரும் வசனங்களில் அல்லா தன்னையே மிகவும் பெருமைப்படுத்தும் இடங்கள் பலவும் உண்டு.

சான்றாக, 1.2 - 'அவன் மாபெருங் கருணையாளனாகவும், தனிப்பெருங் கிருபையாளனாகவும் இருக்கின்றான்'. இதுபோல் பல இடங்களில் தன் 'மகத்துவத்தை' பிரகடனப்படுத்திக் கொண்டிருக்கும் வசனங்கள் ஏராளம். நான் கோபக்காரன், வெட்கப்படுகிறேன் போன்ற வசனங்கள் கூட பரவாயில்லை. ஆனால் (நம்மூர் அரசியல்வாதிகளை விடவும் மோசமாக) தன் மீது கடவுளே தனக்குத் தானே ஏனிப்படி 'புகழாரங்களைச் சாத்திக்கொள்ள' வேண்டும்? தன்னைப் பின்பற்ற வேண்டும் என்ற குறிக்கோளோடு மனிதனுக்கு தன் வேதத்தைத் தரும் இறைவன் எப்படி தன்னையே இப்படி பெருமைப்படுத்திக் கொள்வான்?

ஒவ்வொரு முறையும் கடவுள் தன்னையே இப்படிப் 'புகழ்ந்து' கொள்வது இயல்பான ஒன்றா? ஒருவேளை நபி ஒருவர் கடவுளை இப்படிப் புகழ்கிறார் என்றால் அது சரியாகத் தோன்றலாம்... ஆனால் அல்லாவே தன்னைப் பற்றி இப்படி வசனம் தருவது, அதுவும் அடிக்கடி தருவது... வேடிக்கைதான்! இந்த வசனங்களை மட்டும் தொகுத்து அதை மட்டும் வாசித்தாலே வேதநூல் என்ற உயரெண்ணம் கூட மாறிவிடும்.

இதுபோன்று சொல்வது எல்லாமே படர்க்கையில் உள்ளன. கொஞ்சமும் இது பொருத்தமாகத் தெரியவில்லை. முகமதுவே இப்படி அல்லாவைப் புகழ்கிறார் என்றால் அது சரி. ஆனால், இல்லை, இல்லை... அல்லாதான் தன்னைப்பற்றி இப்படியெல்லாம் புகழ்ந்து கொள்கிறார் என்றால் ... அது அறிவுக்குப் பொருத்தமாக இல்லை.

//2.244 - (முஸ்லீம்களே!) அல்லாஹ்வின் வழியில் போர்

புரியுங்கள்.//இதை வாசித்ததும் கொஞ்சம் அச்சமாக இருந்தது. அல்லாவே அழைக்கிறார் .... போருக்கு!! வழக்கமாக இது போன்ற வல்லின வசனங்களை மேற்கோள் காட்டி கேள்வி எழுப்பினால் வழக்கமான பதிலாக 'அதனுடைய context' வைத்து தான் பொருளைப் புரிந்து கொள்ளவேண்டும்' என்ற பதில் உடனே வரும். ஆனால் இந்த வசனத்தில் படைப்பு, இறுதி நாள், மோசேவிற்குக் கொடுத்த அருட்கொடைகள், திருமணம், தலாக், விதவை, விதவைகள் வாழ்க்கை என்றெல்லாம் சொல்லிக்கொண்டிருக்கும் அல்லா திடீரென்று 244-வது வசனத்தில் போருக்கு அழைக்கிறார். ஏனிந்த கொடும் வன்முறை? என்பது புரியவில்லை!

குரானின் கோட்பாடுகள்:

பல கடவுள் தத்துவத்திலிருந்து ஏக இறைத்தத்துவம் பரிணமித்தது. அது போலவே, ஏக இறைத் தத்துவத்திலிருந்து அதிலும் மேம்பட்ட கடவுள் மறுப்பு பரிணமிக்குமா என்பதை ஆசிரியர் விவாதிக்கிறார்.

ஏக இறைத் தத்துவத்திலும் மூட நம்பிக்கைகளுக்குக் குறைவில்லை.

ஏக இறைத் தத்துவம் தீவிரமாக மற்ற மதங்களை எதிர்த்து நிற்கும்.

கோர் விதால் (Gore Vidal): பழங்காலத்தில் எழுதப்பட்ட பழைய ஏற்பாட்டிலிருந்து மனித நலனுக்கு எதிரான மூன்று மதங்கள் - யூதம், கிறித்துவம், இஸ்லாம் - பிறந்தன. வானத்திலிருந்து இவர்களின் கடவுள்கள் நம்மைப் பார்த்துக் கொண்டேயிருக்கிறார்கள்; கடவுள் எல்லா வல்லமையும் உடைய நம் தந்தை; இந்த வானக் கடவுள் - sky-god - மிகவும் பொறாமை பிடித்தவர். அவருக்கு முழு ஒப்படைப்பு, கீழ்ப்படிதல் அத்தியாவசிய தேவை. (116)

Jann, Jinn, Shaitans, Ifrits and Marids - இந்த 5 வகை ஆன்மீக உயிர்களைப் பற்றி குரான் பேசுகிறது. (வேடிக்கையான உறவு முறைகள்... கற்பனைகள்...) (117)

குரானில் கடவுளைப் பற்றிய எந்த தத்துவமும் சொல்லப்படவில்லை. கடவுள் என்பதை வெறும் நம்பிக்கையாக மட்டும் பார்க்கிறது. (118)

இஸ்லாமிய அகராதி: மத, நல்லிணக்கம் என்பதே இல்லை. சிலைகளை ஆராதிப்பவர்களுக்கு மரணம் அல்லது மத மாற்றம் என்ற இரண்டில் ஒன்றே விதி.

ஷோப்பன் ஹாய்ர் (Schopenhauer) கிறித்துவமும் இஸ்லாமும் மனித

குலத்திற்குக் கொடுத்த கொடூரங்களைச் சிந்திக்கச் சொல்கிறார். முக்கியமாக, இந்தியாவில் இந்த இரு மதங்களும் - முதலில் முகமதியர்கள், இரண்டாவதாக கிறித்துவர்கள் - மனித குலத்தின் முதல் புனிதமான (!!) இந்து மதத்தினருக்குக் கொடுத்த அக்கிரமங்களைப் பற்றிக் கூறுகிறார். இவர்களால் அழிக்கப்பட்ட கோவில்களும் கடவுளர் சிலைகளும் இன்றும்கூட அவர்களது ஏக இறைத்தத்துவத்தின் அடையாளங்களாக நிற்கின்றன. முகமது கஜினி, சகோதரர்களைக் கொன்ற ஔரங்கஜேப் -- இவர்கள் அடையாளங்களாக நிற்கின்றனர். *(120)*

இஸ்லாமில் கடவுள் என்ற தத்துவம்: கடவுள் சர்வ வல்லமையுடையவர் என்பதுவும், மனிதனின் செயல்கள் அனைத்தும் கடவுளின் எண்ணத்துக்கு உட்பட்டவையே; மனிதனுக்கு என்று சுயஆய்வுத்தேர்வுகள் - free will of his own - இல்லை என்பதுவும் குரானில் சொல்லப்படுகின்றன. *(121)*

அன்டோனி ஃப்ளு (Antony Flew): மனிதனின் வாழ்வில் அவன் செய்யும் தவறுகளுக்கும், அதற்காக அவனுக்காகக் காத்திருக்கும் வரையறையில்லா தண்டனைக்கும் பெரும் இடைவெளி உண்டு. குரானில் சொல்லப்படும் *(பைபிளிலும் இதே கதையே!)* நரகம் மிகவும் பயங்கரமான ஒன்று; காட்டுமிராண்டித்தனமான தண்டனைகள், கஷ்டப்படுத்தி மகிழும் தன்மைஎல்லாம் ஒருங்கே உள்ளன.

கிப்(Gibb): மனிதன் எப்போதும் கடவுள் மேலுள்ள பயத்தோடு வாழவேண்டும். கடவுளிடமிருந்து தன்னை தற்காத்துக் கொண்டிருக்க வேண்டும். இதுவே குரானில் முதல் பக்கத்திலிருந்து கடைசிப் பக்கம் வரை சொல்லியுள்ள பாடம். *(127)*

கடவுளின் குறைபாடுகள்: கடவுள் மிகவும் நல்லவர்; வல்லவர்; நன்மை தருபவர் என்றெல்லாம் சொல்லிவிட்டு, அவர் ஒரு எரிச்சலடையும் கொடுங்கோலனாக, கோபக்காரராக, பெருமை பிடித்தவராக, பொறாமை பிடித்தவராகக் காண்பிக்கப்படுகிறார்.

அவர் எல்லாம் வல்லவர்; அப்படியாயின் அவருக்கு எதற்கு மனித குலம்? எல்லா வல்லமையும் உடையவர்; ஆயினும் அவர் எதற்காக மனிதனின் உதவியை நாடுகிறார்? இப்படிப்பட்ட கடவுள் அரேபிய நாட்டிலுள்ள ஒரு அடையாளம் இல்லாத வியாபாரி ஒருவரை ஏன் தேர்ந்தெடுத்து, அதுவும் அவரையே கடைசி நபியாக்க வேண்டும்? எல்லாம் வல்ல கடவுளுக்கு தான் படைத்த மனிதன் தன்னைப் போற்றி புகழ வேண்டும் என்றும், தினமும் தன்னை ஐந்துமுறை தொழ வேண்டும் என்பதற்கு என்ன தேவை? இப்படி

தன்னைத் தொழுதேற்ற வேண்டும் என்ற ஆழ்ந்த நினைவு ஒரு நல்ல பண்பேயில்லை. ஆனால், அதுவே எல்லாம்வல்ல கடவுளின் ஆவல்! *(128)*

பால்க்ரேவ் (Palgrave): குரானில் சொல்லப்பட்டுள்ள கடவுளைப் பற்றிக் கூறுகிறார்: கடவுள் தன் கையில் மணலெடுத்து பாதியை நரகத்தில் வீசி விடுகிறார் (These to eternal fire and I care not;) அடுத்த பாதி சுவனத்தில் (These to eternal to paradise, I care not.) எறிகிறார். இப்படியாயின், எல்லாமே முதலிலேயே, கடவுளாலேயே முடிவு செய்யப்பட்டுள்ளதா? *(It is an adequate idea of predestination or pre-damnation ...)*

ஒரு மனிதனை எக்காலமும் அணையா நெருப்பில், சிவந்து நிற்கும் இரும்புக் கனலில், நீராக ஓடும் நெருப்பில் விட்டெறிகிறார். அடுத்து ஒருவனை மகிழ்ச்சி நிரம்பிய, என்றும் தணியாத காமச் சூழலுக்குள் எழுபத்திரண்டு கன்னிப் பெண்களின் நடுவில் விடுகிறார். எல்லாம் அவரது முடிவு! He wills it!

தாமஸ் பெய்ன் (Thomas Paine) The Age of Reason என்ற நூலில்: தோரா - கடவுளிடமிருந்து மோஸேவிற்கு நேருக்கு நேர் முகம் பார்த்துக் கொடுக்கப்பட்டது; விவிலியம் ஒரு தெய்வீக அழைப்பு; குரான் கடவுளிடமிருந்து, கடவுளின் வார்த்தைகள் ஜிப்ரேல் மூலமாக.

இந்த ஒவ்வொரு மதமும் அடுத்த மதக்காரர்களின் நம்பிக்கைகளை நம்புவதில்லை; நான் இந்த மூன்று மதங்களையுமே நம்பவில்லை..

இஸ்லாமியர்கள் மறுப்பது போலன்றி முகமது கடவுளை நேருக்கு நேர் பார்த்திருக்கிறார். ஆதாரம்: **53: 2-18.** மற்ற நேரங்களில் ஜிப்ரேலை மட்டும் பார்க்கிறார். ஆனால் தான் பார்த்தது கடவுள் / ஜிப்ரேல் என்பது எப்படி முகமதுவிற்குத் தெரியும்? முகமதே மனத்தளவில் தவறாக புரிந்து கொண்டிருக்கக் கூடாதா? கடவுளைப் பார்த்தேன் என்று சொல்லும் பலரை மன நோயாளிகளாகத்தான் நாம் காண்கிறோம்.

(You talk to God, you're religious.

God talks to you, you're psychotic. - டோரிஸ் எகன் (Doris Egan)

(நூலாசிரியர் இதன்பின் கிறித்துவ, இஸ்லாமிய கோட்பாடுகள், 'தெய்வப்பிறவிகள்', படைப்பு, பரிணாமம் பற்றிப் பேசுகிறார். இவைகளிலிருந்து சிறுகுறிப்புகள் மட்டும் கொடுத்துள்ளேன்.)

ஆபிரஹாமும் இஸ்ரவேலும் இணைந்து காபாவைக் கட்டியதாக ஒரு நம்பிக்கை இஸ்லாமியருக்கு. ஆனால், இதற்கான எந்த ஆதாரங்களும்

-பழங்காலக் குறிப்புகள், கட்டிட அமைப்பு, வரலாற்றுக் குறிப்புகள் - இதுவரைஇல்லை. ஸ்நௌக் ஹர்க்ரோஞ் (Snouck Hurgronje) முகமது அரேபிய தொடர்பைக் காண்பிப்பதற்காக இந்தக் கதையைச் சொல்லியிருக்க வேண்டும். இந்த காபா அரேபிய வரலாறு, மதங்கள் இவற்றோடு தொடர்புடையதாக இருந்து வந்துள்ளது. *(131)*

உலகம் படைக்கப்பட்டது எட்டு நாட்களிலா *(சுரா 41)?* அல்லது ஆறு நாட்களிலா *(சுரா 50)?*

சுரா 77:22-ல் மனிதன் விந்திலிருந்து உண்டாக்கப்பட்டான் என்கிறது. *(யாருடைய விந்து என்பது தெரியவில்லை.)*

சுரா 21:31, 25;26. 24;44 - இவைகளில் மற்றபொருட்கள் போல் ‘முதல் நீரிலிருந்து’ படைக்கப்பட்டான் என்கிறது.

அஷ்சா (Ascha): ஒவ்வொரு முறை ஏதேனும் புதிய கண்டுபிடிப்பு நடக்கும்போது இஸ்லாமியர் தங்கள் குரானுக்குள் செல்கிறார்கள் -அதில் இதைப் பற்றி ஏதேனும் சொல்லியிருக்கும் என்ற நம்பிக்கை அவர்களுக்கு.

குரானில் வரும் பல வசனங்கள் உறுதியற்றதாகவும், மிகத் தவறாகவும் உள்ளன. படைப்பு எத்தனை நாட்கள் என்பது ஒரு கேள்வி - ஆறுநாட்களா / எட்டு நாட்களா? சூரியன் படைக்கப்படுவதற்கு முன் ஏது ‘பகல்’? எல்லாம் படைக்கப்படுவதற்கு முன் அல்லாவின் அரியணை ‘நீரில்’ மிதந்தது என்றால் நீர் அப்போது எங்கேயிருந்தது?

எத்தனை முயன்றாலும் பைபிள், குரான் வசனங்கள் ‘படைப்பு’ பற்றி சரியாகச் சொன்னதாகச் சொல்லமுடியாது. *(137)*

விபத்துகள் - அதிசயங்கள்: *7:56* - மழை என்பது கடவுளின் அடையாளம். ஆனால் வெள்ளம், சுனாமி, நில நடுக்கம்... எப்படி இவை வருகின்றன? *57:22* - எல்லாமே சுவனத்திலுள்ள ‘முதல் புத்தகத்தில்’ எழுதப்பட்டவைதான். இத்தகைய இயற்கை அழிவுகளில் விபச்சாரத்தில் ஈடுபடுவோர் தப்பிக்கவும், பக்திமான்கள் அகப்பட்டுக் கொள்ளவும் நடப்பது ஏன்?

ஹாஸ்பர்ஸ் (Hospers): கடவுளின் அதிசயங்கள் எங்கோ எப்போதோ நடப்பதற்குக் காரணம் என்ன? அப்படி நடப்பதென்றால் பொதுவாக, பலரும் காணும் நிகழ்வுகளாக நடக்கலாமே! போர்ச்சுகல் கிராமம் ஒன்றில் மூன்று படிக்காத சிறுவர்களுக்கு பாத்திமா மாதா காட்சி கொடுத்ததாகச் சொல்லப்பட்டது. இது நடந்தது 1917. அப்போது

முதல் உலகப்போர் நடந்து கொண்டிருந்தது. இப்படி ஒரு காட்சி கொடுப்பதற்குப் பதில் நடந்து கொண்டிருந்த உலகப் போர் ஆரம்பிக்காமலோ, ஆரம்பித்த உலகப் போர் முடிவடையவோ மாதா முயற்சித்திருக்கலாமே! (144)

இதன்பின் இந்நூலில் ஏசுவும், கிறித்துவமும் பேசப்படுகின்றன.

பய உணர்வு: Why I Am Not A Christian என்ற தன் நூலில் பெர்ட்ரண்ட் ரஸ்ஸல் - சமயங்கள் முழுமையாக மனிதனின் பயத்தின் மேல் கட்டப்படுகின்றன. புரியாத ஒன்றின் மேலுள்ள பயம், தோல்வியின் மேலுள்ள பயம், மரணத்தின் மேலுள்ள பயம் -இந்தபயங்களே மனத்தின் ஆழத்தில் உள்ளன. இந்த பயமே கொடுமையின் பிறப்பிடமாகிவிடுகிறது. இந்தக் கொடூரமும் மதமும் இணைந்தே செயல்படுகின்றன.

அழிவில்லா காலத்திற்கான தண்டனைகள் இரக்கமுள்ள, கனிவுள்ள, நல்லதே செய்யும் ஒரு கடவுளுக்கு எதிரானவை. அதுபோலவே ஒருவன் பிறக்கும் போதே அவன் மரணத்திற்குப் பின் போகுமிடம் சுவனமா, நரகமா என்பதும் கடவுளால் முன்பே தீர்ப்பிடப்படுகிறது. அப்படியானால், கடவுள் அந்தப் படைப்புகளை இந்த நரகத்திற்காகவே படைத்துள்ளார் போலும்.(157)

குரானில் சொல்லப்படும் பல தண்டனைகள் மிகக் கொடூரமானவை. குரான் தோன்றிய காலத்தில் நடைமுறைப்படுத்தப்பட்ட சட்டங்கள் இவை; அதனால்தான் இந்ததண்டனைகள் குரானில் இடம் பெற்றன என்று சொல்வதெல்லாம் மதிப்பற்ற வாதங்கள். கடவுளின் வார்த்தைகள் - எப்போதும் எச்சூழலிலும் உண்மையாகவே, சரியானதாகவே இருக்கவேண்டும்.

5 : 38 - திருடனின் கையை காலை வெட்டு

5 : 33 - கடவுளையோ நபியையோ எதிர்ப்பவனை சிலுவையில் அறைந்து கொல்.

4 : 15 - வழி தவறிய பெண்களுக்கு சாகும் வரை வீட்டில் சிறை.

24 : 2-4 - முறையற்ற பாலியல் குற்றத்திற்கு நூறு சவுக்கடிகள்.

ஐக்கிய நாட்டு சபையின் மனித உரிமைச் சட்டத்தில் எந்த மனிதனையும் சித்திரவை செய்வது, மிகக் கடும் தண்டனை அளிப்பது, மனிதத் தன்மையற்ற கடும் தண்டனைகள் தருவது தடுக்கப்படுகிறது!(158)

குரானில் வரலாற்றுத் தவறுகள்: சுரா 40 : 38 - ஹமான் பெர்சியன் அரசர் அஹசூயிரஸ் (Ahasuerus)-ன் அமைச்சர். ஆனால் குரானில் இவர் மோசஸ் காலத்து பெரோவாவின் அமைச்சராகச் சொல்கிறது.

ஏசுவின் தாயான மேரியும், மோசஸ், ஆரோன் இவர்களின் சகோதரியான மேரியும் குரானில் குழப்பப்படுகிறது.

சுரா 2 : 249, 250 - இதில் வரும் ஜாலூத்தும், கிட்டியன்(Judg. 7:5)ல் வருபவரும் குழப்பப்பட்டிருக்கிறார்கள்.

18 : 82 - மஹா அலெக்சாண்டரும் (Alexander the Great), ரொமான்ஸ் அலெக்சாண்டரும் (Alexander of Romance) குழப்பப்பட்டிருக்கிறார்கள். குரானில் சொல்லப்படும் அலெக்சாண்டர் நிச்சயமாக ஒரு மெஸிடோனியாவைச் சேர்ந்த இஸ்லாமியன் இல்லை; அதோடு, அவர்களின் நம்பிக்கைப்படி அவன் ஆபிரஹாமின் காலத்தைச் சேர்ந்தவனும் இல்லை. *(159)*

குரானின் படிப்பினைகள் மனித மனத்தை, அதன் நியாய உணர்வுகளைக் கீழாக்கும் நிலையையும், சமூக, அறிவியல், பண்பாட்டியல் இவைகளையும் கீழ்த்தரமாக்கும் தரத்தில்தான் உள்ளன. கடவுளின் வார்த்தைகள் என்பதை விடவும் இவை ஓர் இரக்கமுள்ள கடவுளின் பண்புக்கு ஒவ்வாத முரட்டு, காட்டுமிராண்டித்தனமான கொள்கைகளைத் தான் கொண்டிருக்கிறது. குரானின் வார்த்தைகளில் முகமதுவின் சேர்க்கை நிச்சயம் உண்டு என்பதை இதுவரை காண்பித்திருக்கிறோம். முகமது 7-ஆம் நூற்றாண்டின் பண்பாட்டைத் தான் காண்பிக்கிறார். ஆனால் இந்தப் பண்பாடுகள் இந்த நூற்றாண்டிற்கு நியாயமானதாக இல்லை.

பெர்ட்ரண்ட் ரஸ்ஸல்: சமயங்களைச் சாடுவது சரியில்லை; ஏனெனில் மனிதனை நல்லவனாக்குவது சமயங்களே -இப்படியெல்லாம் சொல்கிறார்கள்; ஆனால் நான் அப்படி எதையும் இதுவரை பார்க்கவில்லை.

சமயங்கள் தவறாக இருக்கலாம்; ஆனால் அவை நம்மை நல்வழிப்படுத்த வந்த அமைப்புகள் -இப்படிச் சொல்வதும் ஒரு தவறு. ஏனெனில் இந்த சமயங்கள் மனித மனத்தைத் திரித்து, உள்ளும் புறமும் பொய்மையோடு இருக்கவைக்கிறது. அதையெல்லாம் விடமுழுமையான உண்மைகளை நாம் உணர முடியாதபடி வைக்கின்றன. *(161)*

பகுதி: 7

குடியரசு, தனிமனித சுதந்திரம் இவற்றோடு இஸ்லாம் ஒத்துப் போகுமா?

உலகம் முழுவதும் பழக்கத்திலிருக்கும் குடியரசு நம் நாட்டு மக்களுக்கு உகந்ததல்ல. முழுச் சுதந்திரமான குடியரசு நம் நாட்டுக்கு ஒத்து வராது. -சௌதி அரேபிய அரசர் ஃபாஹ்த் (King Fahd of Saudi Arabia)

மனித உரிமைகளும் இஸ்லாமும்:

Article 1: எல்லா மனிதர்களும் ஒன்று என்கிறது மனித உரிமைச் சட்டம். ஆனால் இஸ்லாமில் அவர்களின் மதக் கோட்பாட்டின் படி பெண்கள் ஆண்களுக்குக் கீழாகவே கருதப்படுகிறாள்; நீதிமன்றத்தில் ஒரு பெண் ஒரு மனிதனின் பாதியாகவே கருதப்படுவாள்; அவளின் சுதந்திர நடமாட்டம் அனுமதிக்கப்படுவதில்லை; ஓர் இஸ்லாமியப் பெண் இஸ்லாமியரைத் தவிர வேறு யாரையும் மணம் செய்யக்கூடாது.

Article 2: எல்லோருக்கும் ஒரே அளவு உரிமைகள் என்கிறது மனித உரிமைச் சட்டம். ஆனால் இஸ்லாமிய நாட்டில் வாழும் இஸ்லாமியரல்லாதவர்கள் கீழ்நிலையிலேயே வைக்கப்படுகின்றனர்.

Article 3: வாழும் உரிமை பற்றிப் பேசுகிறது மனித உரிமைச் சட்டம். ஆனால் இஸ்லாமில் இஸ்லாமிய நம்பிக்கையில்லாதவர்களும், கடவுள் மறுப்பாளர்களும் இஸ்லாமிய நாட்டில் வாழத் தகுதியற்றவர்கள்.

Article 4: அடிமைத்தனமில்லை என்கிறது மனித உரிமைச் சட்டம். ஆனால் இஸ்லாமில் அது அனுமதிக்கப்பட்ட ஒன்று. சுரா 4:3 - பெண் அடிமைகளோடு இணைந்து வாழலாம். 4:28 - பெண் அடிமைகள் திருமணம் ஆகியிருந்தாலும் அவர்களையும் 'சேர்த்துக்' கொள்ளலாம். (இவைகளெல்லாம் முகமது இருந்த 'அந்தக் காலத்தை' மனதில் வைத்து கடவுள் இட்ட கட்டளைகள் என்ற 'தத்துவம்' சரியான பதிலாக இருக்க முடியாது.. ஏனெனில், இவை 'அல்லாவின் வார்த்தைகள்'. கடவுளின் வார்த்தைகள் எந்த இடத்திற்கும் எந்தக் காலத்திற்கும் பொருத்தமானதாக இருக்கவேண்டும். இன்றும் இந்த சட்டங்கள் சரிதானா?)

Article 5: எந்தவித உடல் வதைப்புகளும் இருக்கக்கூடாது என்கிறது மனித உரிமைச் சட்டம். ஆனால் இஸ்லாமியச் சட்டங்களில் கை, கால்

வெட்டுதல், சிலுவையில் அறைந்து கொல்லுதல், கல்லாலெறிந்து கொல்லுதல், சாட்டையாலடித்தல் போன்ற தண்டனைகள் உண்டு. இந்த தண்டனைகள் கடவுளிடமிருந்து தரப்பட்ட மனிதத் தன்மையற்ற தண்டனைகள்.

Article 18: எண்ணத்தில், எழுத்தில், நடைமுறையில் மனிதனுக்குள்ள சுதந்திரத்தைப் பற்றிப் பேசுகிறது. ஆனால் இஸ்லாமில் தங்கள் மதங்களைமாற்றிக் கொள்ளும் அதிகாரம் சுத்தமாக இல்லை. அப்படிப்பட்டவர்கள் கொல்லப்படவேண்டும் என்று குரான் அதிகாரமளிக்கிறது. (174)

தேவ தூஷணம் - கடவுளை இகழ்தல் - இதற்கு மரண தண்டனை என்பது இஸ்லாம். (பாகிஸ்தானில் அவ்வப்போது நடக்கும் உண்மை இது.)

Article 23: தனக்குப் பிடித்த வேலையைப் பார்க்கும் சுதந்திரத்தை மனித உரிமைச் சட்டம் வழங்குகிறது. ஆனால் இஸ்லாமியப் பெண்கள் தாங்கள் விரும்பும் வேலைகளைச் செய்ய அனுமதியில்லை. இஸ்லாமியரல்லாதார் இஸ்லாமிய நாடுகளில் தங்களுக்குப் பிடித்த வேலைகளைச் செய்ய அனுமதியில்லை.

சுரா 4:141 நம்பிக்கையாளர்கள் மீது நம்பிக்கையற்றோர் வெற்றி பெற அல்லா அனுமதிக்கமாட்டார்.

63:8 - கண்ணியமும் அதிகாரமும் கடவுளுக்கும், நபிக்கும், இஸ்லாமியருக்கும் மட்டுமே சொந்தமானது.

Article 26: கல்வி எல்லோரின் உரிமை என்று மனித உரிமைச் சட்டம் சொல்கிறது. ஆனால் பெண்களுக்கு சில கல்வித் துறைகள் மறுக்கப்படுகின்றன.

குடியரசும் இஸ்லாமும்: எந்த நூலும் தவறற்றது என்று சொல்வதே மக்களாட்சிக்கும் அறிவியலுக்கும் எதிரான ஒரு வாசகம்.

இஸ்லாமில் இருப்பது போன்ற எல்லாவற்றையும் உள்ளடக்கிய ஒரு நிலை குடியாட்சிக்கு எதிரான ஒன்று.

இஸ்லாமிய நம்பிக்கையற்றவர்கள், பெண்கள் - இவர்களுக்கான உரிமைகள் இஸ்லாமிய சட்டங்களில் மறுக்கப்படுகின்றன.

பெண் ஆணில் பாதியாகவும், கணவன் தன் மனைவியை அடிக்கலாம் என்பதும் எழுதப்பட்ட சட்டம்.(181)

யூதம், கிறித்துவம் போலவே இஸ்லாமும் பகுத்தறிவுக் கேள்விகளைப் புறக்கணிக்கும். முழுவதுமாக அடிபணிவதே அவர்களது கொள்கை. (182)

A.K. ப்ரோஹி (A.K. Brohi) என்ற சௌதி அரேபிய இஸ்லாமிய சட்டம், சமய அமைச்சராக இருந்தவர். இஸ்லாமியமும் மனித உரிமைகள் என்பதைப் பற்றிக் கூறும்போது, "இன்றைய காலக்கட்டத்தில் சொல்லப்படும் மனித உரிமைகள், சுதந்திரம் என்பதற்கெல்லாம் இஸ்லாமில் இடமில்லை" என்கிறார். *(184)*

Islam and Liberal Denmocracy என்ற தன் நூலில் பெர்னார்ட் லெவிஸ் (Bernard Lewis) இஸ்லாம் என்பதற்கும், இஸ்லாமிய அடிப்படைவாதி என்பதற்கும் எந்த வேற்றுமையுமில்லை. இஸ்லாமிய சமுதாயத்தில் இஸ்லாம் ஆழமாக அழுத்தம் பெற்றுள்ளது; அடிப்படைவாதம் என்பது இந்த அழுத்தத்தின் ஆழத்தைத்தான் சொல்கிறது. இந்த அடிப்படைவாதம் குடியாட்சியோடு ஒத்துப்போக முடியாது. *(185)*

லெவிஸ் மேலும் இஸ்லாமிய அரசியல் ஒரு முழு அதிகார வர்க்கமாகத்தானிருக்கும் என்கிறார். அங்கு அடிபணியாமல் இருப்பது பாவம், குற்றம் என்றே கருதப்படும்.

சுரா 4: 59 & 4 : 83 கடவுளிடம் அடி பணிந்து விடு; அதே போல் தூதுவரிடமும், ஆளுமையில் இருப்பவர்களிடமும் அடி பணிந்து விடு.

இந்தியா 1947-ல் சுதந்திரமடைந்தது. அவர்கள் தங்கள் நாட்டின் அமைப்பிற்கு எந்த சமய நூலையும் அடிப்படையாகக் கொள்ளவில்லை. ஆனால் இஸ்லாமிய நாடுகளில் துருக்கி நாடு மட்டுமே மதத்தை தன் அரசியலோடு இணைக்கவில்லை. அந்த நாட்டின் சட்டதிட்டங்களில் ஷாரியாவிற்கு இடமில்லை.

Islam and Human Rights என்ற நூலில் ஆன் எலிசபெத் மேயர் (Ann Elizabeth Mayer) சூடான், பாகிஸ்தான், ஈரான் போன்ற நாடுகளில் பெண்களுக்கான, இஸ்லாமியரல்லாதவருக்கான, பஹாய், அஹமதியா போன்றோருக்கான மனித உரிமைகள் முழுவதுமாக மறுக்கப் படுகின்றன. அந்த நாட்டு நீதித்துறைகளின் தாழ்வுக்கு இஸ்லாமியமே காரணம்.

மேற்கத்திய ஐரோப்பிய நாடுகளின் வளர்ச்சிக்கு இஸ்லாம் ஒரு காரணம் என்று இஸ்லாமியர் கூறுவதுண்டு. இன்றைய இஸ்லாமிய நாடுகளிலுள்ள வளர்ச்சியற்ற நிலையினை மறைக்கவே இந்த கூற்று.

மேற்கத்திய நாடுகளின் வளர்ச்சி குறித்த மாறுபட்ட கருத்தே அலெக்ஸாண்டிரியாவின் நூலகங்கள் எரிக்கப்பட்டதற்கான காரணம். 641-ல் அலெக்ஸாண்டிரியா உமர் காலிஃபால் வீழ்த்தப்பட்டபோது நூலகங்களின் இந்த முழு எரிப்பு அரச ஆணையாக வந்தது.

பகுதி: 8

அராபிய படையெடுப்புகளும், இஸ்லாமியக் காலனியாதிக்கமும்

எந்த வரலாற்று நூலை எடுத்தாலும் மிகக் குறுகிய காலத்தில் பாதிக்கும் மேலான நாகரீக உலகம் - கிழக்கே சிந்து நதியிலிருந்து மேற்கே அட்லாண்டிக் கடல்வரையிலும் -இஸ்லாமியப் படையெடுப்பால் ஒரே பெரிய சாம்ராஜ்யமாக இருந்ததைப் படிக்கலாம்.

ஐரோப்பிய நாடுகள் மூன்றாம் உலகம் முழுவதிலும் பல காலனிகளை உருவாக்கினார்கள் என்று கூறப்பட்டாலும், இஸ்லாமியப் படையெடுப்பால் பல வளர்ந்த நாகரீக நாடுகளும் காலனிகளாக்கப்பட்டதும், அந்த நாட்டின் கலாசாரம் இஸ்லாமியரால் அழித்தொழிக்கப்பட்டது என்பதையும் பலர் உணர்வதில்லை. (198)

பல்லாயிரக்கணக்கான மக்கள் தங்கள் வழி வழியாய் வந்த இஸ்லாம் அல்லாத தங்கள் பண்பாடுகளை இழந்தார்கள். (199)

தங்களது பெரு வெற்றிக்குப் பிறகு இஸ்லாமியர் அல்லாதாரை தங்களுக்கு ஈடாக அவர்களால் நினைக்க முடிந்ததில்லை. இஸ்லாமியரல்லாதவர்களை தங்களை விடத் தாழ்ந்தவர்களாகவும், அவர்களை, பொருளாதார, சமூக, அரசியல், ராணுவ காரியங்களில் கீழானவர்களாகவும் நடத்தினர்.

தோற்றவர்களின் பெண்கள் அடிமைகளாக ஆக்கப்பட்டனர். அவர்களது குழந்தைகளும் கீழாக நடத்தப்பட்டனர். தோற்றவர்களோடு எந்த வித திருமணத் தொடர்பும் சமூகத் தீமையாகக் கருதப்பட்டன. (202)

சுரா 16 : 77; 30: 28 - அடிமைத்தனம் அனுமதிக்கப்பட்டதாகவும், அடிமைகள் கீழ்த்தரமாக நடத்தப்படவும் அனுமதி அளிக்கின்றன.

4 : 3; 23 : 6; 3 : 50-52; 70 : 30 - வைப்பாட்டிகளை வைத்துக் கொள்ளுதலுக்கு அனுமதி அளிக்கின்றன.

குரானில் அடிமைகளுக்கு இரக்கம் காட்ட வேண்டுமென்பதும் குறிக்கப்படுகிறது (!) ஆனாலும் முகமது தான் வென்ற போர்களில்

பிடிக்கப்பட்ட பெண்களை ஏலத்தில் விடச் சொன்னார். அப்படிப் போகவில்லையென்றால் அவர்களைத் தனக்கு அடிமையாக்கிக் கொண்டார்.

சீனா, இந்தியா, தென்கிழக்கு ஆசிய நாடுகளில் போர்களில் வென்ற அடிமைகளை வியாபாரம் செய்தனர். (203)

வெற்றி பெற்ற இஸ்லாமிய வீரன் 'நம்பிக்கையற்ற' பெண்களை எதுவும் செய்து கொள்ள அனுமதிக்கப்பட்டான்.

20-ம்நூற்றாண்டு வரை இஸ்லாமியம் அடிமை வியாபாரத்தை மேற்கொண்டிருந்தது. அதிலும் சவுதி அரேபியாவிலும், யேமனிலும் 1950 வரையும் கூட அடிமை வியாபாரம் நடந்துவந்துள்ளது. (காலங்கடந்த இதற்கும் குரானிலிருந்து ஏதாவது மேற்கோள் காண்பித்து, அப்படி நடந்ததெல்லாம் சரியே என்று சொல்ல முடியுமோ?!)

ப்ரன்ஷ்விக் (Brunschvig)சொல்வது போல் குரானோ, இஸ்லாமோ அடிமைத்தனத்திற்கு எதிரானதல்ல. அடிமைத்தனத்தை குரான் சட்டபூர்வமானது என்கிறது.

பிரஞ்சு செய்தித்தாள் L Vie (no. 2562; 6 Oct, 1994)-ல் 45,000 கறுப்பு ஆப்ரிக்க மக்கள் வளைகுடா நாடுகளில் வீட்டு வேலைக்காகக் கடத்தப்பட்டார்கள். (205)

பகுதி: 9
அரேபியரின் வீர சாகசங்களும் இஸ்லாமியரல்லாத மக்களின் நிலையும்

குரானில் கிறித்துவர்களும் யூதர்களும்:

5 : 51 - நம்பிக்கையாளர்களே! யூதர்களையும், கிறித்துவர்களையும் நண்பராகக் கொள்ளாதீர்கள். *(அட! ஒரு கடவுள் தன்னை நம்புகிறவர்களுக்குக் கொடுக்கிற அறிவுரை இப்படியும் கூட இருக்குமா?)*

5 : 56 - 64 - உங்களுக்கு முன் வசனங்களைப் பெற்ற யூதர்களையும், கிறித்துவர்களையும், நம்பாதவர்களையும்உங்கள் நண்பராக்கிக் கொள்ளாதீர்கள். (216)

அறுநூறிலிருந்து ஒன்பதாயிரம்பானுகுராய்ஸா(Banu Qurayza) என்ற இனத்து மக்களையும், வரலாறுகளில் மறைக்கப்படும் நாதிர்களைக் (Nadir) கொன்ற விவரங்களும் எவ்வித இரக்கமோ நற்பண்போ வெளிப்படாத முகமதுவைக் காண்பிக்கின்றன.

முகமது பாலைவனப் பசுஞ்சோலைகளில் யூதர்களை எதிர்த்து 628-ம் ஆண்டு நடத்திய போரில் அவர்களை வென்று அதன் தலைவனைக் கொடுமைப்படுத்தி மறைத்து வைக்கப்பட்ட செல்வங்களைக் கொள்ளையடித்த பின், அந்த யூதர்களோடு ஓர் உடன்படிக்கை செய்கிறார். தோல்வியடைந்த யூதர்கள் தங்கள் நிலங்களில் தாங்களேசாகுபடி செய்யலாம். ஆனால் விளைந்ததில் சரி பாதியை முகமதுவிடம் ஒப்படைத்து விடவேண்டும். ஆனாலும் இந்த ஒப்பந்தத்தை எப்போது வேண்டுமானாலும் முகமது முறித்துக் கொள்ளலாம். இந்த ஒப்பந்தத்தின் பெயர் '*திம்மா*'. இந்த ஒப்பந்தத்தை ஒத்துக் கொண்டோர் '*திம்மிகள்*'. எல்லா இஸ்லாமியரல்லாதவர் இந்த ஒப்பந்தத்தின் மூலம் இஸ்லாமியரின் உயர்வை ஒத்துக் கொள்பவர்களாகவும், இஸ்லாமியரின் பாதுகாப்பிற்குக் கீழ்வருபவர்களாகவும் கருத்தப்பட்டார்கள்.

இரண்டாம் கலிபாவான உமர் இந்த திம்மி சட்டத்தை 640-ல் முறித்து, யூதர்களையும், கிறித்துவர்களையும் ஹிஜாஸ் (மெக்கா, மெதீனாவைச் சார்ந்தஇடங்கள்) பகுதியிலிருந்து வெளியேற்றுகிறார். இதற்காக அவர் முகமதுவின் "புகழ் வாய்ந்த" வாசகமான 'அரேபிய தீபகற்பகத்துக்குள் இரு மதங்கள் இணைந்திருக்க முடியாது' என்பதை மேற்கோளிடுகிறார். *(இந்தக் கொள்கைகளைத்தான் இன்றும் இஸ்லாமிய நாடுகள் பின்பற்றுகிறார்கள்போலும். அடுத்த நாட்டில் அவர்களின் உரிமைகளை நிலை நாட்டும் இஸ்லாமியர்தங்கள் நாட்டில் அந்நிய நாட்டினருக்கு எந்த வித உரிமையையும் இதனால்தான்அளிப்பதில்லை.)* இதனால்தான் இன்றும் சவுதி அரேபியாவில் மற்ற மதங்களுக்கு எந்த இடமும்இல்லை. *(நல்ல நியாயம்யா இது !)*

JIHAD :

இஸ்லாமின் முழு ஆளுமை அவர்களது ஜிகாட் - புனிதப் போர் - என்ற தத்துவத்தில்தான் நன்கு தெரியும். முழு உலகையும் வென்று அல்லாவின் சட்டத்திற்குள் கொண்டு வருவதே அவர்களின் நோக்கம். இந்த மார்க்கம் மட்டுமே ஆன்மா உய்விப்பதற்கான வழி.

ஜிகாட் என்பது ஒரு தெய்வீக உத்தரவு. இஸ்லாமைப் பரப்புவதற்கென்றே ஆன ஓர் ஆணை.. இஸ்லாமியர்கள் கடுமையாக முயற்சிக்க வேண்டும். தெய்வத்தின் பெயரில் அது உழைப்பின் மூலமாகவோ, போரிடுவதாலோ, எதிரிகளைக் கொல்வதாலோ இருக்கலாம்.

9 : 5-6 - ... இறைவனுக்கு இணை வைப்போரை நீங்கள் எங்கு கண்டாலும் கொன்றுவிடுங்கள்; மேலும் அவர்களைச் சிறைப் பிடியுங்கள்; அவர்களை முற்றுகையிடுங்கள்.

4 : 76 - ஷைத்தானின் தோழர்களுடன் போர் புரியுங்கள்.

8 : 12 - ...நிராகரிப்பாளர்களின் உள்ளங்களில் பீதியை ஏற்படுத்தி விடுகின்றேன்.

எனவே, நீங்கள் அவர்களுடைய பிடரிகளில் தாக்குங்கள். அவர்களின் ஒவ்வொரு விரல் மூட்டுகளிலும் அடியுங்கள்.

8 : 39-42 - குழப்பம் இல்லாதொழிந்து தீன் முழுவதும் அல்லாஹ்வுக்கே உரித்தானதாகும் வரை நீங்கள் இந்த நிராகரிப்பாளர்களுடன் போர் புரியுங்கள்... அவர்கள் புறக்கணித்தால், அல்லாஹ் உங்கள் பாதுகாவலனாக இருக்கின்றான்...

ஒரு இஸ்லாமியன் இதுபோன்று நம்பிக்கையற்றவர்களின் மீது தொடுக்கும் போரில் விலகி நின்றால் அவன் மிகப்பெரிய பாவத்தைச் செய்கிறான். அவன் நிச்சயமாக நரகத்தில் வறுத்தெடுக்கப்படுவான். *(217)*

8 : 15-16 ...நீங்கள் படையாகத் திரண்டுசென்று இறை நிராகரிப்பவர்களுடன் போரிட நேர்ந்தால், அவர்களுக்குப் புறமுதுகு காட்டி ஓடாதீர்கள். அந்நாளில் புறமுதுகு காட்டி ஓடினால், திண்ணமாக அல்லாஹ்வின் கோபத்திற்கு ஆளாகி விடுவர்.

9 : 39 - நீங்கள் இறை வழியில் புறப்படவில்லையாயின், அல்லாஹ் உங்களுக்குத் துன்புறுத்தும் தண்டனை அளிப்பான்.

4 : 74 - இவ்வுலக வாழ்வை விற்று மறுமையைப்பெற விரும்புவோர் அல்லாஹ்வின் வழியில் போர் புரியட்டும். யார் அல்லாஹ்வின் வழியில் போர் புரிந்து கொல்லப்பட்டாலும் சரி, அல்லது வெற்றிபெற்றாலும் சரி, அவருக்கு உறுதியாக மகத்தான கூலியை நாம் வழங்குவோம்.

மேற்கூறிய மேற்கோள்களில் குரானில் இவைகளெல்லாம் உருவகமாகச் சொல்லப்பட்டதல்ல; ஆனால் உண்மையிலேயே போர்க்களங்கள் பற்றித்தான் பேசுகிறது. இதெல்லாம் போர்க்காலத்தில் இஸ்லாமியர்கள் தங்கள் எதிரிகளோடு சண்டையிடும்போது கூறியது; அதனால் தான் இதில் இத்துணை வன்மம் என்று ஒரு விவாதம் சொல்வதுண்டு. ஆனால் இப்படிப்பட்ட ரத்த வெறியடிக்கும் வசனங்கள் ஒரு சமயத்தின் தூய புத்தகத்தில் இருப்பதைப் பார்க்கும் போது, அதுவும் அவை கடவுளின் வார்த்தைகளாக இருப்பது மிக அதிர்ச்சியளிப்பதாக இருக்கிறது.

மனித குலமே இரு வகையாக உள்ளன. ஒன்று, இஸ்லாமிய சமூகத்தினரால் ஆனது. இவர்கள் எல்லோரும் உம்மா; இவர்களுக்கு 'இஸ்லாமிய உலகம்' சொந்தமானது.(Dar al-Islam - Land of Islam). மற்ற இனம் இஸ்லாமியரல்லாதவர்கள்; இவர்களுக்கான பெயர்: ஹர்பி (Harbi) இவர்களின் இடம் போர்க்களத்தின் இடம். (Dar al-Harb - Land of Warfare) (218)

இஸ்லாமியரின் போர் வெற்றிகள்:

(AN APOLOGY: நூலின் இந்தப் பகுதியை விளக்கமாகச் சொல்லாமல் சில செய்திகளைத் தவிர்த்து விடலாமென்றுதான் நினைத்தேன். ஏனெனில் அவை அவ்வளவு குரூரமானவை.

இஸ்லாம் என்ற சொல்லுக்கே "அமைதி" என்பதுதான் பொருள்; முகமதுவிற்கு வந்த எதிர்ப்பினால் மட்டுமே அவர் பல போர்களை நடத்தினார்; ஒரு மனிதனைக் கூட கொல்வதற்கு எங்கள் மதம் சொல்லவில்லை; - இப்படியெல்லாம் இஸ்லாமிய நம்பிக்கையாளர்கள் மீண்டும் மீண்டும் சொல்லிவருவதாலும், அதில் அவர்கள் மிகவும் ஆழ்ந்த நம்பிக்கைகளோடு இருப்பதாலும், (ஒருவேளை அவர்கள் பார்க்க மறந்துபோன,) நம்பிக்கையற்றவர்களின் பார்வையில் அவர்களது மத நூல் என்ன சொல்கிறது என்பதையும், ஏன் 'இஸ்லாம் கத்தியால் பரப்பப்பட்டது' என்பது அடிக்கடி சொல்லப்படும் வார்த்தையாக உள்ளது என்பதையும் அவர்களுக்குக் காண்பிக்கவே இந்தப் பகுதியையும் மற்ற பகுதிகள் போலவே கருதி, அதன் முக்கியச் செய்திகளை இங்கு தருகிறேன்.)

மக்களின் மத்தியில் இருக்கும் மற்றொரு எண்ணமும் என்னை இப்பகுதியின் முக்கியத்துவத்தைக் குறைக்க இடம் கொடுக்கவில்லை. இஸ்லாமிய மன்னர்கள் நம் நாட்டின் மீது படையெடுத்து வந்த அயல்நாட்டு அரசர்கள். நம்மை ஆண்ட ஆங்கிலேயர்கள் போல் இவர்களும் அந்நிய நாட்டு ஆக்கிரமிப்பாளர்கள். ஆங்கிலேயன் நம்மை அடிமைப்படுத்தினான் என்பதால் நமக்கு கிறித்துவத்தின் மேல் வெறுப்பில்லை. அதேபோல் எந்த கிறித்துவனும் மதச் சார்பினால்ஆங்கிலேயன் புகழை ஓதுவதில்லை. அவன் என்னை அடிமைப்படுத்தியவன் என்ற உணர்வே எல்லோரிடமும் - கிறித்துவரிடமும் சேர்த்து - உண்டு. மதத்தையும் அரசியலையும் எப்போது இணைத்தே வைத்திருக்கும் இஸ்லாமிய தத்துவம், கிறித்துவத்தில் இப்போதைக்கு அதிகமாக இல்லை. (சில நாடுகளில் கிறித்துவம்- இஸ்லாம்; கத்தோலிக்கர் -பிரிவினைக்காரர்கள் இவர்களிடையே தகராறும்

உண்டு.) ஆகவே ஒரு ஆங்கிலேயனை, அவனது ஆட்சியை எதிர்த்துப் பேசினால் அவன் ஒரு ஆங்கிலேயனாகத்தான் பார்க்கப்படுகிறான். ஒரு கிறித்துவனாக அல்ல.

ஆனால் இஸ்லாமிய மன்னர்களை நம் இஸ்லாமியர்கள் புகழ்ந்தேற்றுவது வேதனையான ஒன்று. ஔரங்கஜேப் தனி மத வரி விதித்தானே என்றால் அதற்குப் பதில் 'அவன் ஆள்வதற்கு வரி விதித்தான். ஆகவே ஒவ்வொரு குடிமகனும் அந்த வரியைச் செலுத்துவது கடமை' என்றொரு விவாதம். அவன் ஒரு ஆக்கிரமிப்பாளன்; அவனுக்கு நான் ஏன் வரி செலுத்த வேண்டும் என்பதை அவர்களுக்கு புரிய வைக்கமுடியவில்லை. (கட்டபொம்மன் வசனம் அவர்களுக்கு நினைவில் இருக்குமோ என்னவோ!)அவனுக்கு வரி செலுத்தாதது தவறு என்கிறார்கள். ஒருவேளை இவர்களைப் பொருத்தவரை, காந்தி உப்புச் சத்தியாகிரகம் செய்தாரே, அதுவே தவறு. ஆங்கிலேயன் போட்ட உப்பு வரியை நாம் கட்டாயம் செலுத்தியிருக்க வேண்டும்; ஏனெனில் அவன் நம் நாட்டைஆள்வதற்காகத்தானே வரி கேட்கிறான்!!

இன்னொரு 'அழகான' விவாதமும் நடந்தது. இஸ்லாமியர் 700 ஆண்டுகளாக நம்மை ஆண்டுகொண்டிருந்திருக்கிறார்கள். ஆனால் ஆங்கிலேயர் அதன் பின் வெறும் 200 ஆண்டுகள் தான் நம்மை ஆண்டனர். நாம் 200 வருடம் ஆண்ட ஆங்கிலேயரை விரட்டிவிட்டோம். ஆனால் வரலாற்றின்படி 700 ஆண்டுகள் ஆண்ட இஸ்லாமிய அரசர்களை நாம் விரட்டவேயில்லை. அதாவது, நமக்கு இஸ்லாமிய அரசர்கள் மேல் "அம்புட்டுஅன்பு" ! இந்த விவாதத்திற்கு என்ன பதில் சொல்லி அவர்களுக்குப் புரிய வைப்பது என்பது எனக்குப் புரியவில்லை.

இதில் நம் வரலாற்று நூல்களில் சில இஸ்லாமிய மன்னர்களைப் பற்றித் தவறான செய்திகள் இருப்பதாகவும் வருந்துவதுண்டு. கிளைவ், ஜெனரல் டயர் போன்ற ஆங்கிலேயர்களைப்பற்றி மோசமாக எழுதினால், பேசினால் ஒரு கிறித்துவனுக்கும் கோவம் வந்ததாக நான் இதுவரை பார்க்கவில்லை. ஆக்கிரமித்த ஔரங்கஜேப் 'மிகவும் நல்ல' இஸ்லாமியனாம்; சொல்கிறார்கள். தொப்பி தைத்து அதன் வருமானத்தில்தான் சாப்பிட்டானாம். ரொம்ப நல்லது. ஆனால் அதனால் எனக்கென்ன? என்னை எப்படி ஆக்கிரமித்தான்; எப்படி ஆண்டான் என்பதுதானே என் கேள்வி.

நம் வரலாற்று நூல்களிலும், பாடப் புத்தகங்களிலும் இஸ்லாமிய அரசு, ஆட்சி பற்றித் தவறான செய்திகளைப் பரப்பி விட்டார்கள் என்பதும் ஒரு குற்றச்சாட்டு. அதை நினைவில் வைத்து நம் நாட்டைச்

சேராத வரலாற்றாளர்கள் கொடுத்தசெய்திகளையும் தொகுத்து விடலாமே என்று இந்த நூலில் கண்டுள்ளவற்றைக்கொடுத்துள்ளேன்.)

ஷ்ஷூம்பீட்டர் (Schumpeter) *1883-1950* - அராபியர்கள் ஒரு போரிடும் சமூகம். போர் என்பது மிகவும் சாதாரணமான ஒரு வழக்கம். சமூகத்தின் அமைப்பே போரில் வெல்வது மூலமே உறுதிப்பட்டது. இஸ்லாம் இல்லாவிட்டாலும் இந்த போர் முறை அவர்களிடம் இயங்கியே வந்திருக்கும். முகமது அமைதியையும், தாழ்ந்து இருப்பதையும் பற்றிப் பேசியிருந்தால் அவரை அந்தச் சமூகத்தினர் ஏற்றுக் கொண்டிருக்கமாட்டார்கள்.

இஸ்லாமின் புதிய தலைமுறையில் இருந்த பெரும் தலைவர்கள் பலரும் இஸ்லாமில் அதிக நாட்டமில்லாதவர்கள். காலித் (Khalid) என்பவர் பைஸாண்டினின் நடந்த போரில் பெரும் தலைவராக இருந்தவர்; அவரைப் பற்றிய குறிப்பில் 'போரைத் தவிர வேறெதுவிலும் அவருக்கு ஆர்வமில்லை' என்று குறிப்பிடப்பட்டுள்ளது. இதைப்போலவே எகிப்தை வென்ற அம்ர் அல்-அஸ் (Amr b. al-As)என்பவரும், போரில் அடித்த கொள்ளைகள் மூலம் மிகவும் பெரிய செல்வரான ஓத்மான் தாலிபா (Othman b. Taliba) என்பவரும் அடுத்த சான்றுகள்.

முதல் வெற்றிகள்:

634 - அபு பக்கர் - *4000* பேர் - யூதர்கள், கிறித்துவர்கள், சமாரியர்கள் - கொல்லப்பட்டனர். காஸா கைப்பற்றப்பட்டது.

635 & 642 - மெஸோபட்டோமியாவில் கிறித்துவ மடங்கள் கொள்ளையடிக்கப்பட்டு, மோனோஃபிசிட் அரேபியர்கள் (Monophysite Arabs)-களால் கட்டாய மத மாற்றம் நடந்தது. அமர் அல்-அஸ் எகிப்தில் படையெடுத்தபோது அங்குள்ள பெஹ்நேசா (Behnesa) என்ற நகரத்தின் மக்கள் அனைவரும் கொல்லப்பட்டார்கள். பெண்கள், குழந்தைகள் யாருமே தப்பவில்லை. இதே போன்று ஆர்மேனியாவில் உள்ள யுசைத்தா (Euchaita) என்ற நகரின் மக்கள் அனைவரும் இதே போல் கருவறுக்கப்பட்டனர்.

642, 643 ஆண்டுகளில் வடக்கு ஆப்ரிக்காவின் ட்ரிபோலி, அனடொலியா, மெஸொபட்டோமியா, சிரியா, ஈராக், ஈரான் போன்ற இடங்களும் போரில் இஸ்லாமியரால் தோற்கடிக்கப்பட்டன.

இந்தியா

712 - ஈராக்கின் கவர்னரான ஹஜாஜ் (Hajjaj) என்பவரால் திட்டமிடப்பட்டு, முகமது காசிம் (Muhammad b. Qasim) என்பவரின் தலைமையின் கீழ் முதல் படையெடுப்பு நடந்தது .ஹஜாஜ் கொடுத்த கட்டளையே 'இஸ்லாமிய நம்பிக்கையற்றவர்களைக் கொன்று விடுங்கள்' என்பதே,

டேபால் (Debal) என்ற கோட்டையைப் பிடித்த இஸ்லாமியர் மூன்று நாட்கள் தொடர்ந்து அந்த நகரின் மக்களைக் கொன்று குவித்தார்கள். அதன்பின் காசிம் மனம் இறங்கி *(!)*மீதியிருந்தோரை அவரவர் பணிகளில் ஈடுபடவும், தங்களது மதத்தில் தொடரவும் சம்மதித்தான். ஆனால் இது ஹஜாஜுக்குப் பொருத்தமானதாகத் தெரியவில்லை. அவர் காசிமிற்கு ஒரு கடிதம் எழுதுகிறார். அதில் "குரானில் *47:4*-ல் நம்பிக்கையில்லாதவர்களைக் காணும்போது அவர்களின் தலைகளைக் கொய்துவிடுங்கள்" என்று கூறப்பட்டுள்ளது. கடவுளின் இந்தப் பெரிய கட்டளையை மதிப்பதும் நடைமுறைப்படுத்துவதுமே சரியானது. நீங்கள் இரக்கம் காட்டுவது தவறு' என்று எழுதுகிறான்.

மீண்டும் ஹஜாஜ் திரும்பி வந்து ப்ராமினாபாத் (Brahminabad) என்ற நகரிலுள்ள *6000* ஆண்களைச் சிரச்சேதம் செய்கிறான். *6000* அல்ல *16000* என்ற கூற்றும் உண்டு. மற்றவர்கள் மன்னிக்கப்பட்டார்கள்.

கஜனி முகமது (Mahmud of Ghazni) 971 - 1030

துர்க்கா-ஆப்கான் (Turco-Afghan) என்ற சமூகத்து மகமூது கஜினி *1000* ஆண்டில் முதல் முறையாகச் சூறாவளி போல் இந்தியாவினைச் சூரையாடி, மக்களைக் கொன்று, கொள்ளையிட்டுச் சென்றான். ஒவ்வொரு வருடமும் குரானின் இந்தக் கட்டளையைச் செய்து தன்னை அவன் 'புனிதப்படுத்திக் கொண்டான்'.

வின்செண்ட் ஸ்மித் (Vincent Smith) என்ற ஆசிரியர் கஜினி பற்றி, 'அவன் ஆழ்ந்த இஸ்லாமியன்; மற்ற மதத்தினரைக் கொல்வதில் மிகவும் மகிழ்ச்சி அடைந்தான். மிகவும் பேராசை பிடித்தவனாகவும் இருந்தான்' என்கிறார்.

அல்பெருனி (Alberuni) என்ற அறிஞர், 'மகமூது பதினேழு முறை படையெடுத்து இந்த நாட்டை முழுவதுமாகச் சுரண்டினான். அவனது வெறியாட்டத்தில் இந்துக்கள் தூசி அணுக்கள் போல் எங்கும் சிதறடிக்கப்பட்டனர்' என்கிறார்.

கஜினி முதலில் ஜெய்பால் என்ற பஞ்சாப் மன்னனைச் சிறைப் பிடித்தான். பின், முல்தான் என்ற இடத்தை 1004-இல் கைப்பற்றினான். அங்கேயிருந்த குர் (Ghur) என்றஇடத்திலுள்ள அனைவரையும் இஸ்லாமியராக மாற்றினான்.

அவனது அடுத்த பலி மதுரா நகர். 'அந்த ஊரின் நடுவில் வர்ணிக்கவோ, வரையவோ முடியாத அழகுடன் ஒரு கோவில் இருந்தது. முகமது அந்தக் கோவிலைக் கட்ட 200 ஆண்டுகளாவது ஆகும் என்றானாம். அங்கு ஐந்து கெஜ உயரத்தில் இருந்த செம்பொன் சிலைகளின் கண்கள் மிகவும் உயரிய கற்களால் ஆனது.' அந்தக் கோவிலை முழுவதுமாக எரிக்க கஜினி உத்தரவிட்டு, இந்தியாவின் மிகப் பழமையான, அழகான, கலைநயம் மிகுந்த கோவிலை நிர்மூலமாக்கினான். அடுத்து சோமநாத் என்ற இடத்தில் இருந்த 50,000 பேர் கொல்லப்பட்டு, அந்த நகரையும் கொள்ளையடித்தான்.

இஸ்லாமிய வரலாற்றாளர்கள் கஜினியை இஸ்லாமின் மதிப்பிற்குரியவனாகக் கருதுவதுண்டு. ஆனால், உண்மையில் அவன் எந்தவிதப் புகழுக்கும் காரணமில்லாதவன்; மிகப்பெரும் கொள்ளைக்காரன்.

பிருஸ் ஷா (Firuz Shah) 1351-ஆம் ஆண்டு வட இந்தியாவில் அரியணையேறினான். படித்துப் பலவும் கற்றவன்; ஆனால் மதஇணக்கம் என்பது கொஞ்சமும் இல்லாதவன். அடிமை வணிகத்தில் தேர்ந்தவன். 1,80,000 அடிமைகளை தன் நகரத்தில் வைத்திருந்தான். அவர்கள் அனைவரும் இஸ்லாமியர்களாகி விட்டார்கள்!

இந்துப் பண்டிகை நடந்த இடத்திற்குச் சென்ற இந்த மன்னன் தனது குறிப்பில், 'இந்தப் பண்டிகையைக் கொண்டாடுபவர்கள், அவர்களுக்கு உதவுவர்கள் எல்லோருக்கும் அவர்கள் செய்த அநீதிக்காக மரண தண்டனை அளித்தேன். ஆனாலும் கொண்டாடிய இந்துக்களுக்குப் பெரிய தண்டனைகள் கொடுக்கவில்லை. ஆனால் சிலைகள் இருந்த அந்தக் கோவில்களை அழித்து, அதற்குப் பதிலாக மசூதிகளை எழுப்பினேன்' என்று எழுதியுள்ளான். தனியே தன் மத வழக்கங்களைச் செய்துகொண்டிருந்த ஒரு பிராமணனை அந்த இடத்திலேயே நெருப்பூட்டி எரித்தான். கடுமையான ஜிஸ்யா வரி செலுத்தியவர்களில் பலரை, பிராமணர்களையும் சேர்த்து, பலருக்குப் பணம் கொடுத்து இஸ்லாமியராக்கினான்.

வின்சென்ட் ஸ்மித், பிருஸ்ஷா தன் நாட்டின் இயற்கையையும், மக்களுக்கான கல்வியையும் செவ்வனே கொடுத்தாலும், சமயங்களைப் பொருத்தவரை எந்தவிதப் பொறுமையும் இல்லை'.

14-ம் நூற்றாண்டு இஸ்லாமியர்கள் பழைய முதல் இஸ்லாமியர்கள் போலவே சிலை வடிவங்களை வணங்குவது பொறுக்க முடியாத பெரிய பாவம் என்று கருதினார்கள்.(222)

அக்பர் *(AKBAR, THE GREAT 1542 - 1605)*

இஸ்லாமிய வழியில் வளர்ந்தாலும் அக்பர் மற்ற சமயங்கள் மீதும் ஆர்வம் காட்டினார். தனது அரசவையில் அபு ஃபாஸல் (Abu Fazl) போன்ற விரிந்த சிந்தனையாளர்களை வைத்திருந்தார். இவரோடும் மற்றும் மற்ற சமயத்தினரையும் இணைத்து ஒரு 'தியான மண்டபம்' அமைத்தார். அங்கு சமயங்கள் பற்றிய உரையாடலை நடத்தினார். இதில் முதலில் இஸ்லாமியர் மட்டுமே கலந்துகொண்டனர். ஆனால் அவர்களின் முட்டாள்தனமான செய்கைகளால் அக்பருக்கு இஸ்லாமின் மீதிருந்த மரியாதை குறைவதாகக் கண்டார்; அதனால் அவர்கள் மீதும் எரிச்சலடைந்தார். இதன் பின் இந்து, ஜெயின், ஜோராஸ்ட்ரியன், யூதர், இவர்களோடு கோவாவில் இருந்த சேசு சபைக் கிறித்துவ சாமியார்கள் மூவர் --இவர்கள் எல்லோரையும் அக்பர் தன் குழுவில் இணைத்தார். எல்லோரும் மரியாதையாக நடத்தப்பட்டனர். அக்பர் கிறித்துவ விவிலியத்தை மரியாதையோடு முத்தமிட்டார்.

இது மட்டுமல்லாது வேறு சிலவும் இஸ்லாமியருக்கு அக்பர் மேல் கோவம் கொள்ள ஏதுவாயிற்று. அதில் முதலாவதாக "தவறா வரம்" என்ற ஒன்றினைக் கொணர்ந்தார். இஸ்லாமில் எழும் கேள்விகளுக்கு குரானின் துணையோடு அரசர் தரும் பதில் தவறாதது என்ற ஆணையைக் கொணர்ந்தார். அதோடு அபுல் பாஸ்லின் சகோதரர் பெய்சி (Faisi) இயற்றிய சில பாடல்களைப் பள்ளிவாசலில் மேடையேறி அக்பரே பாடினார்.

வங்காளத்தில் இருந்த முகமதிய குருமார்கள் அக்பருக்கு எதிராக ஒரு போராட்டத்தை ஆரம்பித்தார்கள். அந்த போராட்டத்தை முற்றாக அடக்கிய அக்பருக்கு இப்போது முழு சுதந்திரம் கிடைத்தது. இதைப்பற்றி V. ஸ்மித் (V.Smith), 'இஸ்லாமிய மதத்தின் மேலுள்ள தன் விருப்பமின்மையை அக்பர் காண்பித்தார்' என்று சொல்கிறார்.

அக்பர் அதுவரை வழங்கி வந்த காலஅட்டவணையையும் புறக்கணித்தார். இஸ்லாமிய கால அட்டவணைக்குப் பதில். தன் அரசாட்சியின் கால நேரத்தை வழங்குமாறு செய்தார். அதைவிடவும் அவர் வெளியிட்ட நாணயங்களில் 'அல்லாஹு அக்பர்' என்ற சொற்கள் உண்டு. இது கடவுள் மிகப்பெரியவன் என்ற பொருளிலா, அக்பரே கடவுள் என்ற பொருளிலா என்ற ஐயம் பலருக்கும் எழுந்தது.

தன் ஆட்சிக்காலம் முழுமைக்கும் பெரும்பான்மையான இந்துக்களைப் புறந்தள்ளாதவாறு இருந்து வந்தார். ஓர் அரசன் தன் குடிமக்கள் அனைவரையும் ஒன்றாக நினைக்க வேண்டும் என்ற கருத்தோடு, இந்து, பார்ஸி இனத்தவரின் பண்டிகைகளில் ஈடுபட்டார். அக்பரின் கோட்பாடே பொதுவான சமய நல்லெண்ணம். இதனாலேயே எல்லா மதத்தினரும் மரியாதையோடும், மத சுதந்திரத்தோடும் இருக்க முடிந்தது. இந்துப் பெண் ஒருவரை மணந்தார். இந்துக்கள் பலரும் அரசியலின் உயர் பதவிகளில் அமர்த்தப்பட்டனர். இவரது ஆட்சியின் கீழுள்ள அம்பர், மார்வார், பிக்கானீர் அரசகுமாரர்கள் தங்கள் மதத்திலேயே இருக்க முடிந்தது. இந்த இளவரசர்கள் உயர்ந்த ஆட்சிப்பொறுப்பிலும், படைகளில் பெரும் பதவிகளிலும் இருக்க முடிந்தது. *(233)*

ஔரங்கசீப் *(AURANGZEB 1618 -1707)*

அக்பரின் கொள்ளுப் பேரனான ஔரங்கஜேப் இதற்கு நேர் எதிரானவர். அவர் முழுமையான இஸ்லாமிய நம்பிக்கையாளர். இஸ்லாமியத்தின் பழைய கட்டுப்பாட்டிற்குள் வாழ்ந்தவர். இவரது காலத்தில் இந்துக் கோவில்கள் அழிக்கப்பட்டன. 1679-80களில் உதய்ப்பூரில் 123 கோவில்களும், சித்தோரில் 63-ம், ஜெய்ப்பூரில் 66-ம் அழிக்கப்பட்டன. இஸ்லாமியரல்லாதவர்கள் இரண்டாம் தர குடிமக்களாக "தங்கள் நாட்டிலேயே" ஆக்கப்பட்டனர்.

இந்துக்களுக்கு அக்பர் மிகப் பெரிய இஸ்லாமிய அரசராகவும், ஔரங்கஜேப் மிக மோசமான அரசனாகவும் தெரிந்தது. இஸ்லாமியருக்கோ இதற்கு எதிர்மறையான கொள்கையாகவும் இருக்கும். *(இன்றைய இஸ்லாமியருக்கும் இதே கொள்கைதான் இருக்கிறது!)* அக்பருக்கு இந்தியா ஒரு இஸ்லாமியரல்லாதவரின் நாடு என்பது தெரியும். ஔரங்கஜேபுக்கு இந்தியாவும் ஒரு இஸ்லாமிய நாடுதான்.

★★

புத்த மதம்

எட்வர்ட் கோன்ஸ் (Edward Conze) - 1000 முதல் 1200 வரை புத்த மதம் இந்தியாவிலிருந்து மறைந்தது. இதற்கான காரணங்களில் ஒன்று - இஸ்லாமும் இந்துத்துவாவும் இணைந்த முயற்சியின் விளைவு அது. *(224)*

12வது நூற்றாண்டில் குதாப் உத் தின்ஐபக் (Qutb ud din Aibak) என்ற

'இரக்கமற்ற, தீவிரவாதியான மன்னன் தன் படையின் தலைவனான முகமது கில்ஜி (Muhammad Khilji) -யை பீகாரை வென்றுவர அனுப்பி வைத்தான். அப்போது அங்கு புத்த மதமே தழைத்திருந்தது. புத்த சந்நியாசிகள் விக்கிரக ஆராதனை செய்பவர்கள் என்பதால் அவர்களை அவன் கொன்றொழித்தான். அதுவும் மட்டுமின்றி அங்கிருந்த பெரும் நூலகத்தை எரித்து அழித்தான்.

★★

திம்மி (dhimmis) - இஸ்லாமை நம்பாதவர்கள். இந்த திம்மிகளைப் பற்றிய வரலாற்று நூல்கள் பல உண்டு. நார்மன் ஸ்டில்மேன் (Norman Stillman) என்பவரது நூல் The Jews of Arab Lands: A History and Source Book (1979). அந்நூலில் - மத்திய கிழக்கில் அரேபியர்கள் நுழைந்தது மகிழ்ச்சிகரமான காரியமல்ல. இறப்புகளும் அழிவுகளும் பெருமளவில் நடந்தன. அந்நாட்டினரின் சொத்துக்கள் கொள்ளையடிக்கப்பட்டன; பலரும் கொல்லப்பட்டார்கள். ஜிஸ்யா, ஹராஜ் (jisya & kharaj) என்ற இரு வரிகளும் வறுமையில் வாடிய விவசாயிகளுக்கு முதுகை முறிக்கும் பெருஞ்சுமைகளாக ஆகின. *(226)*

1165, 1678-ல் யேமனில் யூதர்கள், 1198-ல் ஏடனில், 1291.1318-ல் டப்ரிஸில் (Tabriz), 1333-1344-ல் பாக்தாதில், 1617, 1622-ல் பெர்சியாவில், 1653 -1666-ல் ஷா அப்பாஸ் காலத்தில் பெர்சியாவில் - இந்த ஆண்டுகளில் யூதர்கள் இஸ்லாமிற்கு கட்டாய மத மாற்றம் செய்யப்பட்டார்கள். யூதர்களைத் தவிர கிறித்துவர்கள், இந்துக்கள், ஜோராஸ்ட்ரியன்கள், போன்ற மற்ற மதங்களிலிருந்தும் இஸ்லாமிற்கான கட்டாய மாற்றம் நடந்தன. லெவிஸ் எழுதிய The Jews of Islam (1984) நூலில் 'இஸ்லாமியருக்கும் அல்லாதாருக்கும் எப்போதும் 'சமநிலை' என்பதே இல்லை. பாரம்பரிய இஸ்லாமிய சமூகங்களில் இந்த சமநிலை எப்போதும் கொடுக்கப்படுவதேயில்லை. *(227)*

★★

முஸ்லீமல்லாதவர்களுக்கான தனி வரிகள்:

கிராஜ் (KHIRAJ) - நிலங்கள் உரிமையாளர்களிடமிருந்து பறிக்கப்பட்டு அந்த நிலங்களுக்கான வரியே இது. போரில் தோல்வியடைந்தவர்களுக்கு அவர்களது நிலத்தின் மேல் எந்த உரிமையும் கிடையாது என்பது இஸ்லாமியக் கோட்பாடு.

ஜிஸ்யா (JISYA)- சுரா 9:29-இல் சொல்லப்பட்ட இந்த வரியை

தண்டிக்கும் முறை மிகக் கேவலமானது. 9:29-இல் சொல்லப்பட்டதற்கான விளக்கத்தில் இந்த வரி வரிகொடுப்பவனை மிகவும் தரம் தாழ்த்தி, வெட்கப்படுத்தி, கழுத்தில் 'துண்டைப் போட்டு' வரி கொடு என்று உரக்கக் கத்தி வசூலிக்க வேண்டும்.

மற்ற வரிகள்: வியாபார வரி, பயண வரி இதுபோன்ற பல வரிகள் திம்மிகளை நசுக்கப் பயன்பட்டன.

எந்த திம்மியும் ஒரு இஸ்லாமியன் மேல் எந்தவித உரிமையையும் கோர முடியாது. குரான் 3:28 மூலம் திம்மிகளுக்கு எந்தவித சமூகப் பொறுப்பும் மறுக்கப்படும்.

ஆளுக்கொரு சட்டம்:

★ எந்த ஒரு வழக்கிலும் ஒரு இஸ்லாமியனுக்கு எதிரான திம்மியின் எந்த சாட்சியமும் எடுபடாது.

★ இஸ்லாமியர்கள் திம்மிகளை விட மேம்பட்டவர்கள்.

★ ஒரு இஸ்லாமியனுக்குச்சட்டப்படி ஏதேனும்தண்டம் விதித்தால், அந்தக் குற்றம் ஒரு திம்மிக்கு எதிரான குற்றம் என்றால் தண்டம் ஏதும் இல்லை.

★ திம்மி ஒரு இஸ்லாமியனாக ஆனால் அவனது சாட்சி வழக்கில் கேட்கப்படும். (229)

★ ஒரு இஸ்லாமியன் கிறித்துவ, யூதப் பெண்ணைக் கல்யாணம் செய்து கொள்ளலாம். ஆனால் ஒரு திம்மி ஒரு இஸ்லாமியப் பெண்ணைக் கல்யாணம் செய்யக்கூடாது.

★ ஒரு இஸ்லாமியனுக்கு ஏதாவது ஒரு குற்றத்திற்கான தண்டனை விதித்தால், அவன் அக்குற்றத்தை ஒரு திம்மிக்குச் செய்திருந்தால் அந்தக் குற்றம் பாதியாகக் குறைக்கப்படும்.

★ தேவ தூஷணத்திற்கான எந்த சாட்சியும்நீதிமன்றங்களில் கேட்கப்படுவதில்லை. திம்மி தன் உயிரைக் காப்பாற்றிக் கொள்ளஇஸ்லாமியனாவதே ஒரே வழி. (229)

★ 717-720-இல் ஆட்சி செய்த உமார் அபிட் அல் அஸிஸ் (Umar b.Abd al-Aziz) 8-வது நூற்றாண்டில் திம்மிகளுக்கு விதிக்கப்பட்ட விதிகள் நிறைய ... எல்லாமே ரொம்ப விசித்திரமானது! (ஏறத்தாழ தலித்துகளுக்கு அன்றும் இன்றும் விதிக்கப்பட்ட விதிகளைப் போலவே நிறைய உள்ளன.)

கடவுள் என்னும் மாயை

அவைகளில் ஒரு சில ...

* இஸ்லாமியர் வந்தால் எழுந்து நின்று மரியாதை தரவேண்டும்.
* குதிரையை சேணம் இல்லாமல் ஓட்ட வேண்டும். *(செருப்பு போடாதே என்று சில சாதியினரை இங்கே இன்னும் சில "சாதி இந்துக்கள்" சொல்கிறார்களே, அதுபோல்.)*
* எந்த வித ஆயுதங்களையும் வைத்திருக்கக் கூடாது.
* தலையின் முன் முடியை சிறைத்திருக்க வேண்டும்.
* இஸ்லாமியரின் வீடுகளை விட பெரிதாகக் கட்டக்கூடாது... இப்படி இன்னும் பல... *(230)*

அடிமைப்படுத்துதல்... இது ஒரு பெரிய நீண்ட அட்டவணை .. சில வரலாற்றுச் சான்றுகள் ---

* 881 - 7000 கிரேக்கர்கள்
* 903 - தெஸோலினிக்கா - 22,000 கிறித்துவர்கள்
* 1064 - ஜார்ஜியா, ஆர்மினியா... திம்மிகள் அனைவரும் கொல்லப்பட்டார்கள்.
* 300 ஆண்டுகளாக கிறித்துவர்கள் மீது "தேவ்ஷிர்மி" ("devshirme") என்ற ஒரு சட்டத்தை சுல்தான் ஓர்க்ஹான் *(1326-1359)* ஏற்படுத்தினான். இதன் மூலம் கிறித்துவக் குழந்தைகளில் ஐந்தில் ஒரு பகுதியை கட்டாயமாக இஸ்லாமிற்கு மாற்றி அவர்களைப் போர்ப்படை வீரர்களாக மாற்றியுள்ளார்கள். ஒரு குறிப்பிட்ட நாளில் இஸ்லாமில் இல்லாதவர்கள் தங்கள் பிள்ளைகளோடு வந்து பொது இடத்தில் நிற்க வேண்டும். அதிலிருந்து பிள்ளைகளை இஸ்லாமியர்கள் தேர்ந்தெடுத்துக் கொள்வார்கள். இதில் கையூட்டும் நிறைய நடந்ததாக வரலாறு சொல்கிறது. 1656-ல் இந்த சட்டம் நிறுத்தப்பட்டது.

வணங்குமிடங்கள்:

* *853-இல் காலிப் முட்டாவக்கில் எல்லா கிறித்துவ கோவில்களையும் தரைமட்டமாக்கினான்.*
* *1321-இல் எகிப்தில் உள்ள எல்லா கிறித்துவ கோவில்களுக்கும் அதே கதி.*

★ ஆர்மீனியன் கிறித்துவர்கள் 704-705 ஆண்டுகளிலும், பின் 852-855 ஆண்டுகளிலும் இஸ்லாமியரின் கட்டுக்குள் கஷ்டப்பட்டார்கள்.

ஒவ்வொரு நூற்றாண்டிலும் ஒவ்வொரு வகையான பயங்கரங்கள் நிகழ்த்தப்பட்டன.

8-ஆம் நூற்றாண்டு - சிந்துவில்...

9-ஆம் நூற்றாண்டு - ஸ்பெயின் கிறித்துவர்கள் ...

10-ஆம் நூற்றாண்டு - காலிப் அல் ஹக்கிமின் ஆளுகையில் திம்மிகள் ...

11-ஆம் நூற்றாண்டு - க்ரினடா, பெஸ் (Grenada & Fez) இங்குள்ள யூதர்கள் .... இதே காலத்தில் இந்துக்கள் இந்தியாவில் மகமுதுவினால் (Mahmud) தொல்லையை அனுபவித்தார்கள்...

12-ஆம் நூற்றாண்டு - வட ஆப்ரிக்க அல்மொகாத்ஸ் (Almohads of North Africa) தொல்லை கொடுத்தனர்.

13- ஆம் நூற்றாண்டு - டமாஸ்கஸ் கிறித்துவர்கள்

14 & 15-ஆம் நூற்றாண்டு - பயங்கரவாதி நொண்டிதைமூர் (Timur the Lame) - இவனது 'திருவிளையாடல்' வரலாற்று ஆசிரியர்களையே பயத்தில் உறைய வைத்தது.

ஜாபர் நமே (Zafer Nameh) என்ற நூலே தைமூரின் முரட்டுத்தனத்தை இன்றும் நமக்குப் புரிய வைப்பது. இந்நூலில் 'குரானில் நம்பிக்கையில்லாதவர்களின் மீது படையெடுத்து அவர்களைஅழிப்பவர்களுக்கு மிகமதிப்பான சுவனம் கிடைக்கும்' என்பது சொல்லப்பட்டுள்ளது. இந்தியாவை அப்போது ஆண்ட இஸ்லாமிய அரசர்கள் இந்துக்கள்மீது சிறிது இரக்கத்தோடு இருந்தது தைமூருக்குப் பிடிக்காது போயிற்று. அதற்காகவே அவன் இந்தியா மீது படையெடுத்து வந்தான். ஆயிரக்கணக்கான இந்துக்களைச் சிறைப்பிடித்த பின் அவர்களால் தன் படைகளுக்கு எதிர்ப்பு வரலாமென்ற அச்சத்தில் பிடிபட்ட அத்தனை இந்துக்களையும் சிரச்சேதம் செய்து, அவர்களின் தலைக்குவியலின் மீது தன் வெற்றிக்கொடியை நட்டான்.

★★

ஜோராஸ்ட்ரியர்கள்: தரிஹ்புக்காரா (Tarikh-i Bukhara) 944-இல் எழுதப்பட்ட நூலில் புக்காராவில் இருந்த மக்கள் ஒவ்வொரு

முறை இஸ்லாமியப் படையெடுப்பை ஒட்டி இஸ்லாமுக்கு மதம் மாறுவார்கள். இவ்வாறு நான்குமுறை மதம் மாறிய மக்கள் உண்டு.

குரசன், புக்காரா என்ற இடங்களில் உள்ள ஜோராஸ்ட்ரியர்களின் நெருப்புக் கோவில்கள் - fire temples - முற்றிலுமாக அழிக்கப்பட்டு, மசூதிகள் கட்டப்பட்டன.

ஈரானில் முதலில் நடந்தபோர்களில் ஜோராஸ்ட்ரியர்கள் தோற்ற போது வழக்கமான உயிர்ச்சேதங்கள் நடந்தன. சான்றாக ரெய் (Raiy) என்ற நகர் இஸ்லாமியரை எதிர்த்து நின்றது; ஆனால் போருக்குப் பின் மீதியாக உயிரோடு இருந்தது வெறும் சில மனிதர்களே. சாராக்(Sarakh) என்ற நகரில் வெகு சிலர் மட்டும் மன்னிக்கப்பட்டனர். பெண்களும் குழந்தைகளும் இஸ்லாமியரிடம் ஒப்படைக்கப்பட்டனர். *(235)*

சுஸ்(Sus) என்ற நகரிலும் இதே நிகழ்வே நடந்தது.

மனதிர் (Manadhir) என்ற நகரிலும் ஆண்கள் வாளுக்கு இரையானார்கள். பெண்களும் குழந்தைகளும் அடிமையாக ஆனார்கள்.

இச்தக்ர் (Istakhr) 40,000 ஈரானியர்கள் கொல்லப்பட்டார்கள்.

கரியன், கும்ம், இதாஜ் (Kariyan, Kumm, Idhaj) போன்ற நகரங்களிலும் நெருப்புக் கோவில்கள் எறிந்தன; அங்குள்ள குருமார்கள் கொல்லப்பட்டார்கள்.

ஜோராஸ்டரே நட்டதாகக் கருதப்படும் புனித மரத்தை காலிப் அல்-முட்டாவக்கில் வெட்டிச் சாய்த்தான்.

இதனால் ஜோராஸ்ட்ரியர்களும் சில முறைஇஸ்லாமியரை எதிர்த்து நிற்கத் முனைந்தனர். ஷிர்ஸ் (Shirz) நகரில் 979-இல் அத்தகைய போராட்டம் நடந்தது. ஆனாலும் இஸ்லாமியரின் அடக்குமுறையை எதிர்கொள்ள முடியாத ஜோராஸ்ட்ரியர்கள் ஈரானிலிருந்து இந்தியாவிற்குக் குடி பெயர்ந்தனர். பார்ஸி என்ற பெயரில் சிறுபான்மையராக இன்னும் பெருமையுடன் இந்தியாவில் உள்ளார்கள்.

17-ஆம் நூற்றாண்டிற்குப் பிறகு ஜோராஸ்ட்ரியர்களின் நிலை மிக மோசமானதாக இருந்தது. 18-ஆம் நூற்றாண்டில் இஸ்லாமிய கலைக்களஞ்சியம் (Encyclopaedia of Islam) கூறுவதுபோல் அவர்கள் எண்ணிக்கையிலும் குறைந்து, மதம் மாறியோ, அடுத்த நாட்டிற்குச் சென்றோ தங்களைக் காப்பாற்றிக் கொண்டார்கள். 19-ஆம் நூற்றாண்டில் அவர்கள் பாதுகாப்பற்ற ஏழ்மை நிலையில் இருந்தனர்.*(236)*

ஆர்மீனியர்கள்:

ஆர்மீனிய கிறித்துவர்கள் இஸ்லாமியரின் தாக்குதலுக்கு அடிக்கடி ஆளானார்கள். 1894, 1895, 1896-களில் நடந்த கொலைவெறித் தாக்குதல்களின்போது துருக்கிக்கும் ரஷ்யாவிற்கும் இருந்த மோசமான அரசியல் தொடர்புகளால், ஆர்மீனியர்கள் ரஷ்யாவிடம் தங்களுக்குப் பாதுகாப்பு வேண்டினார்கள். ஆனால் பயனில்லை. 2,50,000 ஆர்மீனியர்கள் Sasun, Trapezunt, Edessa, Biredjik, Kharput, Niksar, Wan போன்ற நகரங்களில் கொல்லப்பட்டார்கள். பல கிராமங்கள் சுத்தமாகத் தீக்கிரையாயின. தேவாலயங்கள் சூறையாடப்பட்டு எரிந்தன. 1896-இல் வெளிவந்த Revue Encyclopedique என்ற நூலில் '1894-1896 ஆண்டுகளில் நடந்த வெறிச்செயல்கள் திட்டமிடப்பட்டு நிறைவேற்றப்பட்டன' என்கிறது.

1904, 1909-களில் 30,000 ஆர்மீனியர்கள் அடானா (Adana) என்ற நகரில் உயிரிழந்தனர். துருக்கியில் 1915-இல் நடந்த மனிதக்கொலைகள் இருபதாம் நூற்றாண்டின் மிகப்பெரிய இனக்கொலை என்று கருதப்படுகிறது. மொத்தம் பத்து லட்சம் ஆர்மீனிய கிறித்துவர்கள் கொல்லப்பட்டிருக்கலாம் எனக்கருதப்படுகிறது.

இந்தக் கொலைகள் எல்லாவற்றிற்குமே 'இஸ்லாமியர் அல்லாதாரை அழியுங்கள்' என்று 'கடவுளே' அளித்த கோட்பாடே காரணமாக உள்ளது. இந்தக் கொலைகளால் பயனடைந்தவர்கள் இஸ்லாமியரே. இதுதான் அவர்களது ஜிகாத்.(238)

பகுதி: 10

பழமைவாதிகள், புதுமைவாதிகள், இறைமறுப்பு,
சுய சிந்தனையாளர்கள், காரியவாதிகள்,
தெய்வீகநம்பிக்கையாளர்கள்

பல இஸ்லாமிய வேதாந்தங்களும், பிரிவுகளும், வேறுபட்ட கோட்பாடுகளும் இந்தப் பகுதியில் பேசப்படுகின்றன.(241 - 260)

பகுதி: 11

கிரேக்கத் தத்துவமும் அறிவியலும்

இஸ்லாம் மீது அவைகளின் தாக்கமும்

பல காலக்கட்டங்களில் இருந்த இஸ்லாமிய வேதாந்தக் கோட்பாடுகளும், கிரேக்க வேதாந்தங்களும், அறிவியலும் இஸ்லாமிற்கு அளித்த தாக்கங்களும் பேசப்படுகின்றன. *(261 - 275)*

இவ்விரண்டு பகுதிகளும் இந்நூலில் எழுதிவரும் பகுதிகளுக்கு அத்தனை அவசியமானதில்லை என்று கருதுவதால் அவைகளைப் பற்றிய குறிப்புகளை இங்கே தராமல் அடுத்த பகுதிக்குச் செல்கிறேன்.

பகுதி: 12

சூபியிசம்

அல்லது

இஸ்லாமிய ஞானமரபு

அன்றைய சூபிக்கள், 'தான்' என்ற நினைவை அறுத்தவர்களாகவும், சந்நியாச நிலையில் ஈடுபாடு கொண்டவர்களாகவும் இருந்தார்கள். தெய்வீகத் தன்மைகளை விடவும் மேற்சொன்ன இரு பண்புகளையே போற்றி வந்தவர்கள். *(277)*

சூபிக்கள் இறையச்சத்தை விடவும் கடவுளின் மீதான அன்பு, ஞானம், தன்னிலை மறுத்தல், வெறும் கொள்கைப் பிடிப்போடு இல்லாது கடவுளுக்கான சேவையே சிறப்பானது என்ற கொள்கையோடும் இருப்பவர்கள். *(278)*

நம்பிக்கைகளுக்கு அப்பாற்பட்டு நிற்பதை இஸ்லாம் ஏற்றுக் கொள்கிறதா?

புதிய கண்டுபிடிப்புகளைப் பற்றி ஒரு தத்துவத்தை இஸ்லாம் முதலில் இருந்தே வளர்த்து வந்துள்ளது. இந்த புதிய கண்டுபிடிப்புகள் bida - பிடா - என்று அழைக்கப்படுகின்றன.

ஹதிஸ்களின்படி ஒவ்வொரு புதிய கண்டுபிடிப்புமே நம்பிக்கைக்கு அப்பாற்பட்ட ஒன்று; ஆகவே இது தவறு; இத்தைகைய தவறுகள் மனிதர்களை நரகத்திற்கே இட்டுச் செல்லும். ஒவ்வொரு கண்டுபிடிப்புமே சுன்னாவிற்கு எதிரான ஒன்று. முன்னாள் இறைவல்லுனர்கள் புதிய

கண்டுபிடிப்பாளர்கள் ஒவ்வொருக்கும் மரண தண்டனை விதிக்க வேண்டும் என்ற கொள்கையைக் கொண்டிருந்தனர் ! ஆனால் வளர்ந்து வரும் அறிவியலோடு போட்டி போட முடியாததால், இந்த 'பிடா' இரு வகைகளாகப் பிரிக்கப்பட்டன.

அல்-ஷ்பி (al-Shfi'i) என்பவரால், குரானையோ, சுன்னாவையோ, இஜ்மா(ijma)-வையோ மறுக்கும் எந்த ஒரு கண்டுபிடிப்பும் தவறான பிடா என்றும் (heretical bida), இவற்றை மறுக்காத மற்ற கண்டுபிடிப்புகள் சரியான பிடா என்றும் (praiseworthy bida) என்றும் கருதப்பட்டன. *(278)*

இஸ்லாம் மறுப்புகளை ஏற்றுக் கொள்வதுண்டா? 'இல்லை' என்பதே இதற்கான பதில். Goldziher மறுப்புகளை ஏற்றுக்கொள்ளும் பண்பு இஸ்லாமியரின் தோற்றக்காலத்தில் இருந்தது என்கிறார். *(280)*

பகுதி: 13

அல்-மர்ரி (AL-MA'ARRI)

சுய சிந்தனையாளர்கள், கடவுள் மறுப்பாளர்கள், மத நம்பிக்கைகளிலிருந்துமாறுபட்டு நிற்பவர்களை இஸ்லாமியத்தில் zindiqs என்றழைக்கிறார்கள். அப்படிப்பட்ட மிகச் சிறப்பான மூன்றாம் நிலையில் உள்ள ஒருவர் Abu 'L-ala Ahmad al-Ma' rri (973 - 1057). இவரது பாடல்கள் எழுப்பும் சமயத்தொடர்பான, அதுவும் இஸ்லாமியத்திற்குத் தொடர்பான கேள்விகள் எந்த 'உண்மையான' இஸ்லாமியரையும் நிலைகுலையச் செய்யும்.

அவரது சில பாடல்கள் மேற்கோள்களாக இந்நூலில் கொடுக்கப்பட்டுள்ளன. சில பாடல்கள்;

இஸ்லாமியர் தள்ளாடுகிறார்கள்
கிறித்துவர்கள் கண்டபடி அலைகிறார்கள்
யூதர்கள் கட்டுப்படவில்லை
மாகியர்கள் தட்டுத் தடுமாறுகிறார்கள்
மானுட ஜாதி நாமிரு வகை
ஒன்று, நம்பமுடியாத புத்திசாலிகள்
மற்றொன்று ஏனைய மதம்சார்ந்த முட்டாள்கள்

இஸ்லாமியத்தை மற்ற மதங்களோடு பிரித்துப் பார்க்கவில்லை. எல்லா சமயங்களுமே அவருக்கு ஒன்றுதான். சமயங்கள் எல்லாமே 'முட்டாள்களின் தனிச்சொத்து' என்கிறார்.

முகமதுவோ, ஏசுவோ...
முழுமையான உண்மைகள் அங்குமில்லை; இங்குமில்லை.
எல்லாம் வல்ல, விண்ணும் மண்ணும் படைத்த ஒரு கடவுள்
யாரோ ஒரே ஒரு மனிதருக்கு
அவரின் முழுமையான அறிவைக் கொடுத்திருப்பாரா? (285)

இப்படியெல்லாம் கவிஞர்கள் எழுதிவிடுவார்கள் என்பதால்தான் இஸ்லாம் கவிதைகளுக்கு, பாடல்களுக்குத் தடை விதித்துள்ளது போலும் !!!

பகுதி: 14

இஸ்லாமும் பெண்களும்

16-ம் நூற்றாண்டில் ஷாய்க் (Shaykh) எழுதிய The Perfumed Garden என்ற நூலில் இஸ்லாமியத்தில் பெண்மையினைப் பற்றிக் கூறியுள்ளார். பெண்மை பல தொல்லைகளின் பிறப்பிடம்; பெண்களின் மதமே அவர்களின் யோனியில் தானிருக்கிறதுஎன்று கூறியுள்ளார். (290)

Bullough, Bousquet & Bouhdiba -இஸ்லாம், கிறித்துவம் போலன்றி பாலின மையம் கொண்டது என்கிறார். (Islam is a sex-positive religion in contrast to Christianity.) இஸ்லாமியத்தில் பெண்கள் கீழான நிலையில் வைக்கப்பட்டுள்ளார்கள். பாலினக் கோட்பாடுகள் இஸ்லாமியத்தில் ஆண்களின் பார்வையில் மட்டுமே காணப்படுகிறது.(291)

முகமது நல்ல, பெரிய, தீர்க்கமான மாற்றங்களை அரேபியப் பெண்களுக்காகக் கொண்டு வந்தார். அதில் இரு முக்கியமானவைகள்: பெண் குழந்தைகளை உயிரோடு கொல்லும் பழக்கத்தை மாற்றினார்; பெண்களுக்கான சொத்துரிமையைக் கொண்டு வந்தார்.

பெண் குழந்தைகளை உயிரோடு புதைத்தது சமயத் தொடர்பானதாகவும், அரிதாக நடக்கும் ஒன்றாகவே இருந்து வந்துள்ளது. ஆனால் இஸ்லாமிய எழுத்தாளர்களே இது அடிக்கடி நடக்கும் ஒரு செயல் போல் தவறாகத் தங்கள் எழுத்துக்களில் காட்டி விட்டார்கள்.(292)

இஸ்லாம் பெண்களுக்கு எதிரான ஒரு சமயம். பெண்களை எல்லா வகையிலும் - உடல், அறிவு, ஒழுக்கம் எல்லாவற்றிலும் கீழானவர்களாகவே மதிப்பிட்டு வந்துள்ளது. குரானின் வசனங்களும், ஹதிஸ்களிலும் இந்தக் கருத்துக்களே உள்ளன. (293)

முகமது பெண்களைப் பற்றிச் சொல்லும் வசனம் : 'பெண்களை நல்லுறவில் வைத்துக் கொள்ளுங்கள். அவர்கள் வளைந்த நெஞ்செலும்பிலிருந்து உருவாக்கப்பட்டவர்கள்; ஆனால் அந்த எலும்பு வளைந்த ஒன்று. அதை நேராக்க நினைத்தால் ஒடிந்து விடலாம்'. ஆனால் ஒன்றும் செய்யாமல் வைத்திருந்தால் எப்போதும் வளைந்தே இருக்கும்.' *(295)*

12. 22 - 34 குரான் வசனங்கள் ஜோசப்பின் கதையைச் சொல்கின்றன. அதில் வரும் பெண்களின் நடத்தையை வைத்து இன்றும்இஸ்லாமிய மதக் குருமார்கள் தந்திரம், பொய்மை, ஏமாற்று என்ற அனைத்தும் பெண்களின் குணங்கள் என்று சொல்வதுண்டு. பெண்கள் திருந்துவதுமில்லை; திருந்துவது அவர்களது நோக்கமுமல்ல.

பெண்மையை, பெண்களைக் குறை சொல்லும் சில குரான் வசனங்கள் இவை:

*4 : 117; ....*ஷைத்தானை அவர்கள் வணக்கத்துக்கு உரியவனாக எடுத்துக் கொள்கிறார்கள்.

43 : 15 - 19; 52 : 39;37 : 149-150;53 : 21 - 22; 53 : 27

பெண்களை வெறுக்கும் இன்னும் சில வசனங்கள்:

2 : 228; ஆண்கள் ஒரு படி பெண்களை விட உயர்ந்தவர்கள்.

2 : 282: ஒரு ஆண் அல்லது இரு பெண் சாட்சி சொல்ல வேண்டும்.

4 : 3; '...உங்களுக்கு விருப்பமான பெண்களை இரண்டிரண்டாக, மும்மூன்றாக, நான்கு நான்காக மணமுடித்துக் கொள்ளுங்கள்.'

4 : 11: இரண்டு பெண்களுக்குச் சமமாக ஒரு ஆண் ...

4 : 34: ஆண்கள் பெண்களை நிர்வகிப்போர் ஆவர்; ஆண்களுக்கு அல்லா உயர்வை அளித்துள்ளான்.

4 : 43: '...நீங்கள் பெண்களைத் தீண்டியிருந்தால் ...உங்களைத் தூய்மையாக்கிக் கொள்ளுங்கள்.'

5 : 6 '... பெண்களைத் தீண்டியிருந்தால்.. தண்ணீர் கிடைக்காதபோது தூய்மையான மண்ணைப் பயன்படுத்துங்கள்.

33 : 32, 33 நபியின் மனைவியருக்குத் தனிக்கட்டளைகள் ..

35 : 53 '... நபியின் மனைவியரிடம் ஏதும் கேட்க வேண்டுமென்றால், திரைக்குப் பின்னாலிருந்து கேளுங்கள். உங்களுடையவும், அவர்களுடையவும் உள்ளங்களின் தூய்மைக்கு இதுவே ஏற்ற முறையாகும்.' (நபியின் மனைவியர், மற்றைய ஆண்கள் - யார் மேலும் அல்லாவுக்கு நம்பிக்கையில்லை போலும்!)

33 : 59 'நபியே! உம்முடைய மனைவிகள், உம்முடைய புதல்விகள்... தங்கள் துப்பட்டிகளின் முந்தானையைத் தங்களின் மீது தொங்கவிட்டுக் கொள்ளட்டும்.' (ஓ! பர்காவின் ஆரம்பம் இங்குதான், இப்படித்தான் போலும்!)

ஹதிஸ்களிலும் இதே போல் இஸ்லாமில் பெண்களின் நிலை என்ன என்பதைத் தெரிந்து கொள்ள முடியும். ஒரு பெண் வீட்டிலிருந்து கொண்டு, ஆண்களின் கட்டளைகளுக்குச் சிரம் தாழ்த்தி, அவனுக்குக் கீழ்ப்படிந்து, கணவனது நிம்மதியான வாழ்க்கைக்கு உறுதுணையாக இருக்கவேண்டும்.

சில சான்றுகள்:

- - காலில் விழுந்து வணங்குவதைத் தடைசெய்யாமல் விட்டிருந்தால், முதலில் பெண்கள் தங்கள் கணவனது காலில் விழுந்து வணங்கும்படி சொல்லியிருப்பேன். கணவனை 'சம்ரஷிக்காத மனைவி' கடவுளுக்கான கடமைகளையும் செய்ய மாட்டாள்.

-- கணவனுக்கு நல்ல 'சம்ரஷணை' செய்த மனைவிக்கு நேரே மோட்சம். (அந்த மோட்சத்தில் அவளுக்கு என்ன கிடைக்கும் என்பது யாருக்கும் தெரியாது! ஆண்களைப் போல்தான் அவளுக்குமா...?)

-- ஒரு மனைவி கணவனுக்கு எப்போதும் பாலுறவை மறுக்கவே கூடாது, அவள் குதிரையில் மேலே இருக்கும்போது கூட!!(இது 'புல்லானாலும் புருஷன்' என்ற 'உயர் தத்துவத்தை' விடவும் மிகவும் 'உயரத்தில்' அல்லவா இருக்கிறது!!)

-- முகமது நரகத்தைக் கனவில் எட்டிப் பார்த்த போது அது முழுவதும் கற்பு தவறிய பெண்களால் நிறைந்திருந்தது. (அப்போ .. அவர்களோடு தங்கள் கற்பைத் தவறவிட்ட ஆண்கள் எங்கே?)

-- வீடு, பெண், குதிரை - இந்த மூன்றும் அபசகுனங்கள். (நாங்கள் சகுனமே பார்ப்பதில்லை என்றல்லவா அவர்கள் சொல்வார்கள்!!?)

இஸ்லாமிய மத நூல்கள் மட்டுமல்ல இஸ்லாமிய கலிஃபாக்கள், மதக் குருமார்கள், தத்துவ மேதாவிகள் எல்லோருமே பெண்களுக்கு எதிரானவர்களாகவே உள்ளார்கள்.

சான்றுகள்:

ஒமார், இரண்டாம் கலிஃப்:

- பெண்களை எழுதப் படிக்க அனுமதிக்காதீர்கள். (கலிப் சொன்னதை இப்போது இவர்கள் ஏன் மீற ஆரம்பித்து விட்டார்கள்.)

அலி, முகமதுவின் உறவினரும், நண்பரும் :

-- பெண்கள் என்றாலே தீமைதான்; அதனிலும் மோசம் என்னவெனில் அவர்கள் தேவையான தீமை.

-- பெண்களிடம் எந்த அறிவுரையையும் கேட்காதீர்கள்; அவர்களைப் பிற ஆண்களின் கண்களிடமிருந்து ஒளித்து வையுங்கள். அவர்களோடு அதிக நேரம் செலவிடாதீர்கள். அவர்கள் உங்களைத் தாழ்த்தி விடுவார்கள்.

-- ஆண்களே, பெண்கள் சொல்வதைக் கேட்காதீர்கள்.

-- பெண்களுக்குக் கல்வி தருவது தீமையோடு கவலையைச் சேர்ப்பது போன்றது. (299)

முகமதுவிற்குப் பின் வந்த மிகப்பெரிய இஸ்லாமியர் எனக் கருதப்படும் அல்-கஸாலி (al-Ghazali 1058 - 1111) என்ற இஸ்லாமியத் தத்துவ அறிஞரின் The Revival Of The Religious Sciences என்ற நூலிலிருந்து இரு மேற்கோள்கள்:

-- பெண்கள் பெரிய ஏமாற்றுக்காரர்கள். தவறானவர்கள். கெட்ட குணம் நிறைந்தவர்கள். தாழ்ந்த மனதுக்காரர்கள்.

-- ஆண்களுக்கு ஏற்படும் தாழ்வுகள், துன்பங்கள், துயரங்கள் அனைத்தும் பெண்களிடமிருந்தே வரும். (300)

இஸ்லாம் பெண்களை அறிவு, பண்பு, உடல்கூறு இவைகளில் மிகவும் பலவீனமானவர்கள் என்கிறது. முகமது 'பெண்கள், அடிமைகள்' இருவருமே 'பாவப்பட்டவர்கள்' என்கிறார்.

பெண்களைத் தாழ்த்தும் இன்னும் சில ஹதிஸ்கள்:

-- ஒரு பன்றி தன்மேல் உரசிச்செல்வதைக் கூட அனுமதித்தாலும், ஓர் ஆண் தான் அனுமதிக்காத ஒரு பெண்ணின் முழங்கை கூட தன் மேல் படுவதை அனுமதிக்கக் கூடாது.

-- கறுப்பு நாய், ஒரு பெண், ஒரு கழுதை இதில் எது வந்தாலும் உங்கள் தொழுகையை நிறுத்திக் கொள்ளுங்கள். *(301)*

பாலினத்து வேறுபாடுகள்:

இஸ்லாம் ஒரு பாலின மையம் கொண்ட மதம். ஆனால், இதில் அவளது பாலினத் தேவைகள் கணக்கில் இல்லவே இல்லை. இஸ்லாமியக் குரு ஒருவர், திருமணத்தின் மூலம் ஒரு பெண்ணின் பிறப்பு உறுப்புக்கள் மேல் முழு ஆதிக்கம் ஒரு ஆண் செலுத்த முடியும் என்கிறார். ஆனால், அவனது உறுப்புகள் அதுபோல் ஒரே ஒரு பெண்ணுக்கு மட்டும் உரித்தானதல்ல. சுரா 4:3-ல் ஆணுக்குப் பல பெண்களை குரான் அளிக்கிறது.

4 : 129 -- "மனைவியருக்கு இடையே முழுக்க முழுக்க நீதியாக நடந்து கொள்ள நீங்கள் விரும்பினாலும், அது உங்களால் முடியாது." இப்படி உண்மையைச் சொன்னாலும் ஏன் குரான் பலதார மணத்தை ஒத்துக் கொள்கிறது?

'திருமணம்' என்ற சொல்லுக்கான அரபி வார்த்தை 'நிக்காஹ்'. 'புணர்ச்சி' (coition) என்பதற்கும் இதுவே வார்த்தை. இன்றைய பிரஞ்சு சொல் 'niquer' என்ற சொல்லுக்கு 'புணர்தல்' என்பதே பொருள்.

பௌஸ்கெட் (Bousquet) என்பவர் இஸ்லாமியத் திருமணத்தைப் பற்றிக் கூறுவது:

இஸ்லாமியத் திருமணத்தில் பெண் தன் பாலினத் தேவைகள் அனைத்தையும் தன் கணவனுக்கு முழுமையாக ஒப்புக் கொடுக்க வேண்டும். அது மட்டுமின்றி, இன்னும் அதிகப்படியான மூன்று மனைவியர்களையும், பல வைப்பாட்டிகளையும் பொறுத்துக்கொள்ள வேண்டும். இதிலும் முகமதுவிற்கு அதிகப்படியான வசதிகள் இறைவனால் கொடுக்கப்படுகின்றன. அவர் நான்கு மனைவியருக்கு மேல் வைத்துக் கொள்ளவும், அவர்களுக்கு நடுவே அவருடைய இரவுகளைச் சமமாகப் பங்கு கொள்ளத் தேவையில்லை என்பதும் அந்த "வசதி".

குரானில் இப்படி சொல்லப்பட்டுள்ளது:

3:50 - "நபியே! நீர் மஹர் கொடுத்துவிட்ட உம்முடைய மனைவியரையும் அல்லாஹ்வினால் வழங்கப்பட்டு உமது கைவசத்தில் வந்துள்ள அடிமைப்பெண்களையும், மற்றும் உம்மோடு ஹிஜ்ரத் செய்த பெண்களாகிய உம் தந்தையின் சகோதரர்களின் மகள்கள், உம் தந்தையின் சகோதரிகளின் மகள்கள், உம் தாயின் சகோதரர்களின் மகள்கள், உம்தாயின் சகோதரிகளின் மகள்கள் ஆகியோரையும் திண்ணமாக, நாம் உமக்கு ஆகுமாக்கியிருக்கிறோம். *(முகமதுவிற்கு மட்டும் எப்படி இவ்வளவு liberalization..!) ...* இந்தச் சலுகை உமக்கு மட்டுமே உரியதாகும்; பிற நம்பிக்கையாளர்களுக்கு இல்லை. *(அப்படியானால் இதுபோன்று யாரையும் திருமணம் செய்வது முகமதுவிற்கு மட்டும் உரியதா?)*

3:51 --- உம்முடைய மனைவியரில் உம்முடைய விருப்பப்படி சிலரை உம்மைவிட்டுத் தனிமைப்படுத்தி வைப்பதற்கும், நீர் விரும்புகின்றபடி வேறு சிலரை உம்முடன் வைத்துக் கொள்வதற்கும், நீர் தனிமைப்படுத்தி வைத்தவர்களில் எவரையாவது நீர் அழைத்துக் கொள்வதற்கும் அனுமதி இருக்கிறது. இந்த விவகாரத்தில் உம் மீது எத்தகைய தவறுமில்லை.

(அடிக்கடி இஸ்லாமியர்கள் 'நீங்கள் குரானை முழுமையாக வாசித்துப் பலன் பெறவேண்டுமென்று' வேண்டுகோள் வைப்பதுண்டு. வாசிக்கும் சில பகுதிகளே இவ்வளவு மோசமான லாஜிக்கோடும். தவறான தத்துவத்தோடும் இருக்கிறதே ....முழுமையாக வாசித்தால் நிலைமை எப்படியிருக்குமென்றே தெரியவில்லையே! இதுபோன்ற பகுதிகளை அவர்கள் வாசித்த பின்னும் இப்பகுதிகள் எல்லாம் கடவுளின் சரியான கட்டளைகள் என்ற எண்ணம் எப்படி ஏற்படுகிறது?

முகமது 'இஷ்டத்திற்கு' எது வேண்டுமானாலும் செய்து கொள்ளலாம் என்று அல்லா சொன்னதாக முகமதுவே சொல்லிக் கொள்கிறாரென்றால் அது ஒரு குற்றவாளியே (தனக்கெதிரான வழக்கில்) கொடுக்கும் ஒரு (ஒப்புதல்) வாக்குமூலம் போலுள்ளது.

இதோடு, ஆயிஷா என்ற முகமதுவின் மனைவி முகமதிடமே 'உமக்குத் தேவையான கேள்விகளுக்கு வசதியான பதில் சொல்ல கடவுளே உம் உதவிக்கு ஓடோடி வருகிறார்' என்று சொல்லியுள்ளார். (A GOOD JOKE! ஆயிஷா சொன்னது புரிகிறது!)

அல்-கஸாலி முகமது பற்றிச் சொல்கிறார்:

ஒவ்வொரு நாளும் முகமது தன் ஒன்பது மனைவிமார்களோடும் உறவு கொள்ள முடிந்தது என்கிறார்.

பெண்கள் ஆண்களின் தேவைக்காகவே படைக்கப்பட்டதாகவே தோன்றுகிறது. மேலும் அல்-கஸாலி ஒரு மனைவி போதவில்லையென்றால் இன்னும் மூன்று மனைவிகளைச் சேர்த்துக் கொள்; அதுவும் உனக்குப் பற்றவில்லையெனில் அந்த மனைவிகளை மாற்றிவிடு. *!!! (303)*

ஆண்களின் உரிமைகளைக் காப்பது பற்றி மட்டுமே இஸ்லாம் பேசுகிறது.

முகமதுவின் காலத்தில் சில ஆண்களிடம் பெண்ணை முன்னிருந்தும், பின்னிருந்தும் பாலின்பம் அனுபவிக்கும் பழக்கமிருந்திருக்கிறது. இதனால் சில பெண்கள் முகமதிவின் பார்வைக்கு இதனைக் கொண்டு வருகிறார்கள்.*(ஆனால் அல்லாவே நேரடித் தீர்ப்பு தருகிறார் !!)* "சரியாக" அல்லா தன் தூதரிடம் இதற்கான பதிலை இறக்குகிறார். 2 : 223-இல் 'உங்கள் மனைவியர் உங்களுக்குரிய விளை நிலங்களாவர். எனவே, நீங்கள் விரும்பும் முறையில் உங்களுக்குரிய விளை நிலங்களுக்குச் செல்லுங்கள்.' *(304)*

(ஆஹா! மிக "நல்ல" கடவுள்!)

விருத்தசேதனம் செய்வது ஒரு சிபாரிசு தான்; ஆனால் கட்டாயமல்ல. குரானில் இது சொல்லப்படவும் இல்லை. ஓமார் என்ற பக்தி நிறைந்தவர்: 'முகமது உலகை இஸ்லாமிய மயமாக்கவே வந்தார். உலகை விருத்த சேதனம் செய்வதற்காக வரவில்லை' என்கிறார்.

இஸ்லாமியம் ஆணின் பாலுறவு இன்பங்களுக்குச் சிறப்பிடம் கொடுக்கின்றன. முகமதுவே மிக அதிகமான பாலுறவு இன்பங்களைச் சுவித்தவர் என்பதும், அதை கிறித்துவம் மிகவும் அருவருப்போடு பார்த்ததும் வரலாற்றில் உண்டு.

குரானின் சுவனம் பாலின்பம் மிக்கது. அதுவும் ஆண்களின் பாலினச் சுகம் மட்டுமே. இதனைக் குறிக்கும் சில அல்லாவின் வசனங்கள்:

78 : 31 - 33 -- 32-ல் 'தோட்டங்களும் புளித்த திராட்சைகளும் *33* சம வயதுடைய கன்னிப் பெண்களும், *34* நிறைந்த கிண்ணமும் உள்ளன.

55 : 54 - 58 -- *56*-ல் இந்த அருட்கொடைகளுக்கு மத்தியில் நாணம் நிறைந்த விழிகளைக்கொண்ட பெண்களும் இருப்பார்கள். இந்தச் சுவனவாசிகளுக்கு முன்னர் எந்த மனிதனும், ஜின்னும் அவர்களைத் தொட்டுக்கூடப் பார்த்திருக்க மாட்டார்கள்

56 : 35 - 38 -- 'வலப்பக்கத்தில் இருப்போருக்காக ஹவுரிகளைக் கன்னிகைகளாகப் படைத்து துணைகளாக வைத்திருப்போம்.'

52 : 19 - 20 -- 'அழகிய கண்களைக் கொண்ட மங்கையரை அவர்களுக்கு மணமுடித்துக் கொடுப்போம்.'

37 : 45 - 49 -- 'மது ஊற்றுகளிலிருந்து நிரப்பப்பெற்ற கிண்ணங்கள் அவர்களிடையே சுற்றிவரச் செய்யப்படும். ஒளிரக்கூடிய மது - அது பருகுவோருக்குச் சுவையாக இருக்கும். ...மேலும், தாழ்த்திய பார்வையுடைய அழகியக் கண்களைக் கொண்ட நங்கையரும் அவர்களிடம் இருப்பர். அப்பெண்கள் முட்டை ஓட்டின் கீழே மறைந்திருக்கும் மெல்லிய தோலைப் போன்று மென்மையாக இருப்பார்கள்.'

44 : 51 - 55 -- *54*-இல் 'நாம் அழகிய தோற்றமுள்ள எழில்விழி மங்கையரை அவர்களுக்கு ஜோடிகளாக்கிக் கொடுப்போம்.'

38 : 49 - 54 -- *52*-இல் 'அவர்களின் அருகில் நாணமுடைய சம வயதுடைய மனைவியர் இருப்பர். *(சமவயது என்றால் சுவனத்திற்குச் செல்வோரின் சம வயதா ... இல்லை... அந்தப்பெண்கள் எல்லோரும் சம வயதினரா...??!)*

2 : 25 -- 'அந்தத் தோட்டத்தில் அவர்களுக்கான அழகான மனைவியர்கள் இருப்பார்கள். அவர்கள் அனைவரும் எப்போதும் உயிரோடு இருப்பார்கள்.'

78:32 'தோட்டங்களும் திராட்சைகளும் சம வயதுடைய கன்னிப் பெண்களும், *(32)* நிறைந்தகிண்ணமும் உள்ளன. ...*(34)* இது உம்முடைய அதிபதியிடமிருந்து கிடைத்த கூலியும் போதிய வெகுமதியுமாகும்.

இதனால்தான் முகமது சுவனத்தில் திருமணம் ஆகாதவர்களே இருக்க மாட்டார்கள் என்கிறார்.

(அறிவியலுக்கும், நடப்புக்கும் இது சரியான, பொருத்தமான வசனமாகத் தெரியவில்லையே! ஏனெனில், சிறு வயதிலேயே இறந்த இளம் ஆண் பிள்ளைகள் என்னவாவார்கள்? அவர்களுக்கும் அல்லா கல்யாணம் செய்து வைத்து விடுவாரா?

சுவனத்தில் பெண்களைப் பற்றிய கவலையே அல்லாவிற்கும், முகமதுவிற்கும் கிடையாது போலும்!)

சுவனத்தைப் பற்றியவை எல்லாமே அறிவற்ற, பாலியல் தொடர்பான கற்பனைகளாகவே உள்ளன. அங்கும் பெண்கள் ஆண்களுக்குத் தொண்டு செய்யவே படைக்கப்படுகின்றனர். அந்தப் பெண்களுக்கென்று கறுப்புக் கண் கொண்ட - gigolo (A man who has sex with women)

இந்த சுவனக்காட்சிகளை வர்ணிப்பதில் பல இஸ்லாமியர் பெரும் பெருமையடைவதுண்டு. (307)

சுயுட்டி (Suyuti) என்பவர் எழுதியது : -- ஒவ்வொரு முறையும் அந்த ஹவுரிகளிடம் கூடியபிறகும் அவர்கள் மீண்டும் கன்னிகைகளாகவே ஆகிவிடுகிறார்கள். ஆண்களின் பாலியல்குறி எப்போதும் தயார் நிலையிலேயே இருக்கும். அவர்களின் விறைப்பு எப்போதும் குறைவதில்லை. அங்கு நடக்கும் புணர்ச்சிபோல் இந்த உலகில் நடந்தால் ஆண்கள் மயக்கமாகி விடுவார்கள். ஒவ்வொருவரும் 70 ஹவுரிக்களை மணமுடிப்பார்கள்; அதோடு அவர்களின் மனைவிமார்களும் சேர்ந்து இருப்பார்கள். இவர்களின் யோனிகள் எப்போதும் தயார் நிலையிலேயே இருக்கும்.

(இந்த வசனங்களைப் படித்த பின்னும் இவையெல்லாம் எல்லாம் வல்ல ஒரு "கடவுளால் கொடுக்கப்பட்ட வசனங்கள்" என்ற எண்ணம் எப்படி ஒரு சிந்திக்கும் மனதில் தோன்ற முடியும்? இவைகளை மட்டும் வாசித்தாலே இந்த மதத்தையும், குரானின் மேலுள்ள மரியாதையையும் எளிதாகப் புறக்கணிக்கலாம்.

இந்த வசனங்களை மட்டும் வாசித்தாலே, இவையெல்லாம் ஒரு மனிதனின் கீழான கற்பனைகளே என்று மட்டும் தான் மனதில் தோன்ற வேண்டும். இந்த வசனங்களை மட்டும் வாசித்து உணர்பவன் இந்த மதத்தின் "தன்மையை & உண்மையை" மிக எளிதாகப் புரிந்து கொள்ளலாம்.)

குரானில் 'சுத்தம்' பற்றிய கோட்பாடுகள் மிகத் தீவிரமானவை. உடம்பிலிருந்து வெளியேறும் எல்லாமே ஏதோ ஒரு தீயபொருளாகும். குரான் இவைகளைப் பற்றியவைகளில் மிக வெறுப்பான ஒரு பார்வையை மட்டுமே மனதைக் குழப்பும் வகைகளில் வைக்கின்றன. உதாரணமாக ஒரு பெண்ணோடு அல்லது ஆணோடு செய்த பாலின சேர்க்கை ஒருவரின் நோன்பை முறித்து விடுமா என்ற கேள்விக்கு,

அவர் தன் விந்துவை வெளிக்கொணராவிட்டால் நோன்பு முறியாது என்கிறார். (இங்கு 'செயல்' முக்கியமல்ல. வெளிவரும் பொருளே முக்கியம்.)

பெண்கள் தங்கள் விலக்கு நாட்களில் அசுத்தமாகி விடுகிறார்கள்; அப்போது அவர்கள் நோன்பு இருக்கவோ, தொழுகை நடத்தவோ, காபாவைச் சுற்றி வரவோ, குரானைத் தொடவோ, வாசிக்கவோ, பள்ளிக்குள் நுழையவோ, கணவனோடு பாலின சேர்க்கை கொள்ளவோ தடுக்கப்படுகிறாள். அவளது இயலாமை என்ற பார்வை இதில் இல்லை. ஆனால் அவள் அப்போது அசுத்தப்படுத்தப்பட்டவள் என்ற பார்வை மட்டுமே உண்டு. (308)

சில தற்காலத்திய இஸ்லாமியர்கள் முகமதுவின் மனைவிமார்களின் பங்களிப்பைப் பற்றி மிகையாக எழுதுவது உண்டு. ஆனால் உண்மையில் அவர்களுக்கு இஸ்லாமிய மதத்தைப் பொறுத்தவரை எந்த வித ஆளுமையோ, ஈடுபாடோ ஏதுமில்லை. அவர்கள் முகமதுவின் வீட்டினுள் 'அடைத்து வைக்கப்பட்டவர்களே!'

33:32, 33 & 33:53 -- மற்றவர்களோடு பேசுவதற்குக்கூட அவர்களுக்குத் தடையிருந்தது.

இஸ்லாமிய மதக் கோட்பாடுகளில் எந்த விதப் பங்கும் பெண்களுக்குக் கிடையாது.

2 : 282 -- உங்களில் இரு ஆண்களைச் சாட்சிகளாக்கிக் கொள்ளுங்கள். இரு ஆண்கள் இல்லையென்றால், ஓர் ஆணையும் இரு பெண்களையும் சாட்சிகளாக்கிக் கொள்ளுங்கள். (ஏனெனில்) அவ்விருவரில் ஒருத்தி மறந்து விட்டால், மற்றொருத்தி அவளுக்கு அதை நினைவூட்டுவாள் என்பதற்காக! (இந்த ஆச்சரியக்குறி குரானிலேயே உள்ளது. அவர்களுக்கே இது ஒரு 'ஜோக்' மாதிரி உள்ளது போலும்!!!)

ஒரு ஆண் = இரு பெண்கள். இந்த "விநோதமான இஸ்லாமியக் கணக்கு" ஏனென்று இஸ்லாமிய அடிப்படைவாதிகள் தான் பதில் சொல்ல வேண்டும் !!! (309)

இதிலும், திருமணம், விவாக ரத்து, hudud - ஹுதுத் என்று கூறப்படும் குற்றப்பட்டியலில் பெண்களின் சாட்சியை முகமது ஒத்துக் கொள்ளவில்லை.

ஹுதுத் (Hudud) - முகமது குரானிலும் ஹதீதுகளிலும் சில தண்டனைப் பட்டியல்களைக் கொடுத்துள்ளார்.

1. கள்ளத் திருமண உறவுக்கு - கல்லாலெறிந்து கொல்லுதல்.
2. கள்ள உறவுக்கு - 100 கசையடி.
3. கள்ளத் திருமண உறவு என்று பொய்சொல்லிய தவறுக்கு - 80 கசையடி.
4. மதத்தைவிட்டு வெளியேறுதல் - மரண தண்டனை. (எம்மதத்திலும் இல்லாத கொத்தடிமை ஏன் இந்த மதத்தில் மட்டும்? 'சரியான' மதம் என்றால் இந்த 'உள்கட்டு' எதற்கு? பயமா? இஸ்லாமில் மதமறுப்பாளர்களே இல்லை என்று சுயபுராணம் வேறு பாடுகிறார்கள்!)
5. போதைப் பொருள் அருந்துதல் - 80 கசையடி.
6. திருட்டு - வலது கையை வெட்டி விடுதல்.
7. சாலைகளில் நடத்தும் சிறு திருட்டு - கை, கால் வாங்குதல்.
8. திருட்டு, கொலை செய்தல் - மரண தண்டனை.

24 :4 வசனத்தினை ஒட்டி, இஸ்லாமிய குருமார்கள் ஒரு பெண் கற்பழிக்கப்பட்டாலும் நான்கு ஆண்கள் தாங்கள் அந்தநிகழ்ச்சியைப் பார்த்தாக சாட்சி சொன்னால் மட்டுமே அந்தக் கற்பழிப்பை ஒத்துக் கொள்வார்கள். குற்றம்சாட்டும் பெண் இதுபோல் சாட்சிகளைக் கொடுக்காவிடில் குற்றம் சாட்டுபவருக்கே தண்டனை கிடைக்கக்கூடிய சூழலுண்டு. கல்லெறிந்து கொல்லுவதிலும் ஆணுக்கும் பெண்ணுக்கும் சிறிது வேற்றுமையான கொடூர முறைகள் உண்டு. (310)

சொத்தின் உரிமையில் பெண் குழந்தைகளைவிட ஆண் குழந்தைகளுக்கு இரு மடங்கு சொத்து அதிகம்.

4 : 11,12 -- உங்களுடைய பிள்ளைகள் குறித்து அல்லாஹ் உங்களுக்கு இவ்வாறு ஏவுகின்றான். ஒரு ஆணின் பங்கு இரு பெண்களின் பங்கிற்குச் சமமானது.

(இன்னும் பங்கு பிரிப்பு மிக நீளமாகக் கொடுக்கப்பட்டுள்ளது. பெண்ணுக்குச் சமத்துவம், சொத்தில் நியாயமான பங்கு எங்கள் மதம் தருகிறது என்பார்கள். ஆனால், பெண்ணுக்கு ஆணுக்குக் கிடைப்பதில் பாதி சொத்து. பின்னும் எப்படி இவ்வாறு பெருமை கொள்கிறார்கள்?)

ஆண் குழந்தைகள் இல்லாவிட்டால் இருக்கும் ஒரு மகளுக்குச் சொத்தில் பாதி மட்டும் வருகிறது. மீதி அப்பாவின் ஆண் உறவினர்களுக்குப் போய்விடும். இந்தக் காரணத்தால் இன்றும் இஸ்லாமியப் பெற்றோர்கள் பெண் குழந்தைகள் பெறுவதை வெறுக்கிறார்கள். பல மனைவியுள்ளவர் இறந்தால் அவரின் சொத்தில் நான்கில் அல்லது எட்டில் ஒரு பங்கு மட்டுமே மனைவியருக்குக் கிடைக்கும்.

2 : 228 -- ஆயினும், ஆண்களுக்குப் பெண்களை விட ஒரு படி உயர்வு உண்டு. அல்லாஹ் பேராற்றலுடையோனும், நுண்ணறிவுடையோனுமாய் இருக்கின்றான்.

4 : 34 -- ஆண்கள் பெண்களை நிர்வகிப்போர் ஆவர். இதற்குக் காரணம் அல்லாஹ் அவர்களில் சிலருக்குச் சிலரைவிட உயர்வை அளித்திருக்கிறான். எனவே ஒழுக்கமான பெண்கள் கீழ்ப்படிந்தே நடப்பார்கள்.

முஸ்லீம் பெண்கள் தங்கள் வீட்டைவிட்டு வெளியே செல்வது கடவுளின் விருப்பத்திற்கும், இஸ்லாமியக் கட்டளைகளுக்கும் எதிரானது.*(312)*

ஒரு ஹதிஸ் 'உன் மனைவியின் கண்ணில்படும்படி ஒரு சாட்டையைத் தொங்க விடு' என்கிறது. ஆனாலும் சில ஹதீத்துகளில் முகமது மனைவியர்களை அடிப்பதை எதிர்க்கிறார். ஆனால் குரானில் மனைவியை எப்படி எப்படியெல்லாம் அடிக்கலாம் என்று கூறியுள்ளது. அப்படியாயின் குரானில் கடவுள் சொன்ன கட்டளையை முகமது மீறுகிறார். *(314)*

(முகத்)திரை -- முகத்திரை அணிவது அடிமைத்தனத்தின் அடையாளம் என்று இஸ்லாமியப் பெண்கள் அவ்வப்போது போரிடுவதுண்டு.

1923-இல் எகிப்திய பெண்ணியத் தலைவி - Ms. Houda Cha'araoui தன் தோழியரோடு இணைந்து தங்கள் முகத்திரையைக் கடலுக்குள் வீசி எறிந்தார்கள்.

1927-இல் டர்கெஸ்தான் என்ற கம்யூனிச நாட்டில் 'e-hijabization' என்ற ஒரு போராட்டம் நடந்தது.

உஸ்பெக்கில் *87,000* பெண்கள் தங்கள் 'கறுப்புத் துணிகளை' வீசியெறிந்ததும் நடந்தது. அப்போராட்டத்தில் *300* பெண்கள் கொல்லப்பட்டதும் நடந்தது.

1928-இல் ஆப்ஹானிஸ்தானின் ஷா நாட்டின் சுதந்திரத் திருநாளில் இனி பெண்கள் முகத்திரை அணியத் தேவையில்லை என்ற சட்டம் கொண்டுவந்து, தன் மனைவியின் முகத்திரையையே கழட்டச் செய்தார். ஆனால் தொடர்ந்த 'மக்கள் போராட்டத்தால்' அந்த ஆணையைத் திரும்ப பெற்றுக்கொண்டார்.

1936-இல் ஈரானின் ஷா திரை தேவையில்லை என்று சொல்லி ஆணை பிறப்பித்தார். ஆனால் தொடர்ந்த போராட்டத்தால் *1941*-ல் அந்த ஆணையை எடுத்து விட்டார்.

குரானின் *33 : 53; 33 : 59; 33; 32, 33; 24 : 30,31* -- இந்த சுராக்களில் முகத்திரை வற்புறுத்தப்படுகிறது.

குரான் பெர்ஷிய மக்களிடமிருந்து அரேபியாவிற்கு வந்தது. பெண்கள் வீட்டுக்குள்ளேயே இருக்க வேண்டும் என்பது பைசாந்தியர்களிடமிருந்து பெறப்பட்ட வழக்கம். ஆனால் இஸ்லாமிய அறிஞர்கள் வேறொரு காரணம் சொல்வார்கள். ஒரே ஒரு மனிதனை -ஓமார் அல்-ஹலாப்(Omar al-Khallab) - மகிழ்ச்சிப்படுத்த கடவுள் கொண்டு வந்த சட்டம் இது என்பர். *(315)*

ஓமார் ஒரு நாள் முகமதுவிடம் கேட்டார்: "நல்லவர்களும் கெட்டவர்களும் உம் வீட்டிற்கு வந்துபோகும் பழக்கமுண்டு. ஏன் நீங்கள் உங்கள் மனைவியர் அனைவரையும் தங்கள் முகத்தை மூடிக்கொள்ளச் சொல்லக்கூடாது" என்றார். வழக்கம்போல் இதற்கும் வஹி வந்தது.

இன்னொரு நிகழ்வும் சொல்லப்படுவதுண்டு: தற்செயலாக ஓமரின் கரம் ஆயிஷா மேல் பட்டுவிட்டது. அவர் மன்னிப்புக் கேட்கிறார்.

அல்-தபாரி என்ற வரலாற்றாசிரியர் இன்னொரு நிகழ்வைக் கூறுகிறார். ஆண்கள் இடுப்பிலிருந்து முழங்கால் வரை தங்களை மறைத்துக்கொள்ள வேண்டும். இந்தப் பகுதிக்கு awra என்று பெயர். ஆனால் பெண்களுக்கான awra எது என்பதில் பலவேறு கோணங்கள் உண்டு. ஹனாபைட்ஸ் (Hanafites) முகம், கைகளை மூடத்தேவையில்லை என்கிறது. ஆனால் மூவகை சுன்னியினரும் முழுவதுமாக மூடிக்கொள்ள வேண்டும். மிக அவசியமான நேரங்களில் மட்டுமே முகம், கை இவைகளைக் காட்டலாம் என்கிறது.

பர்தாவைப் பற்றிய விவாதங்கள் இன்னும் நடந்துகொண்டே இருக்கின்றன. *1992*-இல் ஈரானில் நடந்தவைகள் பற்றி New York Times

தினசரியில் குறிப்பிடப்படும் செய்தி: பெண்களின் நிலை பற்றிய விவாதங்களில் அவர்கள் அணியும் துணிமணிகளே அதிக இடம் பெறுகின்றன. ஈரானின் 13 ஆண்டுகால போராட்டத்தில் இதற்கே அதிக இடம் கிடைத்தது. எது சிறந்த பர்தா என்பதே முக்கிய கேள்வி. போராட்டத்தின் ஆரம்பத்தில் தலைமையேற்ற அபோட்-ஹசான் பனிஸாடர் (Abod-Hassan Banisadr) என்பவர் ஆராய்ச்சியின் முடிவில் பெண்களின் தலைமுடியில் இருக்கும் பிரகாசம் ஆண்களை மயக்கக் கூடியது என்றார். *(பெண்களின் கூந்தலுக்குத் தனி வாசனையிருக்கிறதா என்ற நம் சண்பகமாறன் என்னும் பாண்டிய மன்னனின் கேள்விக்கு இவரிடம் பதில் கேட்டிருக்கலாம்!)* இப்போராட்ட்த்தில் பல பெண்களுக்கு அவர்களின் 'ஹிஜாபை' வைத்து பலவித தண்டனைகள் கொடுக்கப்பட்டன.

33 : 33 வசனத்தில் 'முகமதுவின் மனைவியர்கள் வீட்டிற்குள்ளேயே இருக்க வேண்டும்' என்று சொல்லப்படுகிறது. அடிப்படைவாதிகள் இது எல்லா இஸ்லாமியப் பெண்களுக்கும் சொல்லப்பட்டது என்றும், மித வாதிகள் அந்த வசனம் முகமதுவின் மனைவியருக்கு மட்டும் சொல்லப்பட்டது என்றும் வாதிப்பதுண்டு. இதன் போக்கிலேயே, காவ்ஜி (Ghawji) என்ற அடிப்படைவாதி எப்போதெல்லாம் பெண்கள் வீட்டைவிட்டு வரலாமென வரையறை கொடுத்துள்ளார். முகமதுவின் வசனம் ஒன்றில், 'ஆணும் பெண்ணும் பேசும்போது ஷைத்தான் இருவருக்கும் நடுவில் தீயவற்றை வைத்து விடுவான்' என்கிறார். *(இஸ்லாமியரைப் பொருத்தவரை ஆணுக்கும் பெண்ணுக்கும் நடுவில் பாலுணர்வு தவிர வேறு ஒன்றுமேயில்லை போலும்!)*

பெண்களுக்குக் கல்வி மறுப்பதும் வழக்கமாக இருந்து வருகிறது. முகமது 'பெண்களுக்கு எழுத்தறிவு வேண்டாம்; அவர்களுக்குத் துணி தைக்கச் சொல்லித்தரலாம்' என்கிறார். ஆனாலும் இன்று சிலர் பெண்களுக்குக் கல்வியறிவு கொடுக்கலாம் என்கிறார்கள். ஆனாலும் இதிலும் அவர்கள் பெண்களுக்கு என்றே சில வேலைகளைக் காண்பிக்கிறார்கள். அதிலும் 'புத்திசாலித்தனமான' வேலைகளை அவர்களுக்குக் கொடுப்பதில்லை. அவள் ஒரு இமாமாகவோ, நீதிபதியாகவோ ஆக முடியாது என்பது அவர்கள் முடிவு. மேலும், ஒரு பெண் தன் கணவனின் வீட்டை விட்டு வெளியில் சென்றாலே அவள் பாவத்தில் வீழ்ந்துவிடுவாள் என்று நினைக்கிறார்கள். *1952*-இல் எகிப்திய பெண்கள் ஓட்டுப்போடவும், நாடாளுமன்றத்தில் நுழையவும் போராட ஆரம்பித்தார்கள். பல குரான், ஹதீத் வசனங்கள் மூலம் குருமார்கள் அவர்களைத் தடுத்து நிறுத்த முயன்றார்கள். *1956*-இல் அவர்களுக்கு அந்த உரிமைகள் அளிக்கப்பட்டன.

திருமணங்கள் போலவே திருமண விலக்குகளும் அதிகம். ஆயினும் இதற்கான வரையறைகள் பெண்களுக்குச் சாதகமானதாக இல்லை.(320)

ஏவாள் செய்த தீவினையால் இன்றைய பெண்ணுக்கு மறுக்கப்படுபவை என்று ஒரு பட்டியலை ஆசிரியர் தருகிறார்:

அவளால் செய்ய முடியாத / செய்யக் கூடாதவைகளின் பட்டியல் இங்கே:

1. நாட்டின் தலைமைப் பதவி
2. நீதியரசரின் பதவி
3. இமாம் ஆவது
4. guardian -பாதுகாப்பாளராக ஆவது
5. கணவனது அல்லது பாதுகாப்பாளரின் உத்திரவின்றி வீட்டை விட்டு வெளியேறுவது
6. தெரியாத ஆண்களிடம் பேசுவது
7. ஆணோடு கை குலுக்குவது
8. வாசனைப் பொருட்கள் போட்டுக் கொள்வது; அழகு படுத்திக் கொள்வது.
9. ஆண் 'சோதனைக்கு' உள்ளாகாதபடி இருக்க முகத்திரை அணிவது
10. தனியாகப் பயணம் செய்வது
11. ஆணைப் போல் சொத்தில் பங்கு பெறுவது
12. ஹதீதிற்கு சாட்சி சொல்வது; தனது சாட்சிக்கு அரை ஆள் மரியாதை என்பதை ஒத்துக் கொள்வது
13. மாதவிலக்காகும் காலங்களில் மத வழக்கங்களில் ஈடுபடுவது
14. வயதான காலத்தில் எங்கு வாழ்வது என்பதைத் தீர்மானிப்பது
15. திருமணத்திற்குத் தானே முடிவெடுப்பது
16. இஸ்லாமியரல்லாதவரை மணக்க முடியாதது
17. மண விலக்குப் பெறுவது

//33 : 33 வசனத்தில் 'முகமதுவின் மனைவியர்கள் வீட்டிற்குள்ளேயே இருக்கவேண்டும்' என்று சொல்லப்படுகிறது. எப்போதெல்லாம் பெண்கள் வீட்டை விட்டு வரலாமென வரையறை கொடுத்துள்ளார்.//

மேலேயுள்ள மேற்கோள்களை வாசித்தால், பர்தா ஆண்களிடமிருந்து பெண்களைக் காப்பாற்றுவதற்காக இல்லை; ஆனால் பெண்கள் கெட்டுப் போகாமல் இருப்பதற்குத்தான் என்பது புரியும். பெண்ணை அப்படித்தான் இஸ்லாமும், குரானும் பார்க்கிறது.

பாகிஸ்தானில் பெண்களின் நிலை:

தமிழில் எதற்கு... இதை மட்டும் ஆங்கிலத்திலேயே தந்து விடுகிறேன்:

I tell you, this country is being sodomized by religion. .... a Pakistani businessman, ex-air force officer.

"இன்று பாகிஸ்தானில் பெண்களுக்கான மரியாதை முற்றிலும் இல்லை. அவர்களுக்கெதிரான குற்றங்கள் பல்கிப் பெருகுகின்றன. எங்களை 'இஸ்லாமிய மயமாக்கியுள்ளார்கள். ஆனால் ஏற்கெனவே இஸ்லாமியராக இருக்கும் எங்களை மீண்டும் எப்படி இஸ்லாமிய மயமாக்குவது? ஜியா (Zia) முல்லாக்களுக்கு அதிகாரம் கொடுத்த பிறகு, அவர்களுக்கெல்லாம் எந்தப் பெண்ணையும் கிழித்து எறியும் அதிகாரம் இருப்பதாக எண்ணுகிறார்கள்." - திருமதி. ஃபார்கண்டர் இக்பால் (Mrs, Farkander Iqbal, D.S.P., Lahore)

பாகிஸ்தானின் தந்தை என்றழைக்கப்படும் முகமது ஜின்னா சமயவாதியல்ல. ஒருவேளை அவர் அதிகநாள் உயிரோடு இருந்திருந்தால் பாகிஸ்தானில் ஒரு தெரு முக்கில் கசையடி வாங்கிக் கொண்டிருந்திருப்பார்! இங்கிலாந்தில் இருந்தபோது அவர் விஸ்கியும், பன்றிக்கறியும் சாப்பிட்டுப் பழகினவர்தானே.

அவரது சுதந்திர நாள் பேச்சு:

"உங்களுக்குச் சுதந்திரம் கிடைத்து விட்டது. எந்தக் கோவிலுக்கும் போகவும், எந்த மசூதிக்குப் போகவும் மற்றும் எந்தக் கடவுளை வழிபடவும் உங்களுக்குச் சுதந்திரம் கிடைத்துவிட்டது. ...நீங்கள் எந்த சமயத்திலோ, ஜாதியிலோ, இனத்திலோ இருக்கலாம். இதற்கும் பாகிஸ்தானின் அரசுக்கும் எந்தத் தொடர்பும் இல்லை. ...நாமனைவரும் இந்த நாட்டின் சமநிலை குடிமக்களாகிறோம். ...நமக்கு முன்னால் ஒரே ஒரு இலட்சியம் இருக்கவேண்டும். இதனால் நாளடைவில் நாம்

இந்துக்கள் இந்துக்களாக இல்லாமலும், இஸ்லாமியர் இஸ்லாமியராக இல்லாமலும் இந்த நாட்டின் பொதுக் குடிமக்களாவோம். நான் இதை சமய நோக்கோடு சொல்லவில்லை. ஏனெனில், சமய உணர்வுகள் ஒவ்வொருவரின் தனிப்பட்ட நம்பிக்கை."

(இதைக் கேட்கவே ஆச்சரியமாக உள்ளது. ஜின்னாவின் கனவு நனவாகாமலேயே கலைந்து விட்டதே !)

1947 ஜூலையில் ஒரு நிருபர் பாகிஸ்தான் சமயச்சார்புள்ள நாடாக இருக்குமா என்று கேட்க, ஜின்னா, 'என்ன முட்டாள்தனமான கேள்வி. சமயச் சார்புள்ள நாடு என்றால் என்னவென்றே எனக்குத் தெரியாது' என்றார்.

எம்.ஜே. அக்பர்: பாகிஸ்தான் இஸ்லாமிய மக்களால் நிறுவப்படவில்லை. முல்லாக்களும், பெரும் நிலச்சுவான்தாரர்களும் இணைந்து உருவாக்கியது பாகிஸ்தான். முல்லாக்கள் தங்கள் ஆளுகையை நிலச்சுவான்தாரர்கள் உருவாக்கிக்கொள்ளவும், நிலச்சுவான்தாரர்கள் முல்லாக்கள் ஒரு இஸ்லாமிய நாடாக பாகிஸ்தானை மாற்றிக் கொள்ளவும் வழி வகுத்ததே பாகிஸ்தானும் பங்களாதேசமும் உருவாகக் காரணமாயிருந்தன.

1948இல் ஜின்னா மரணமடைந்ததும் லியாகத் அலிகான் பொறுப்பெடுத்ததும் மதச் சார்பற்ற அரசியல் சட்டம் கொண்டு வர முனைந்தார். முல்லாக்கள் கோபத்தில் நுரை தள்ளி நிற்க, அச்சட்டம் தூக்கி எறியப்பட்டது. 1951-இல் லியாகத் சுட்டுக் கொல்லப்பட்டார். முல்லாக்களின் கூலிப்படையினரே இதற்குக் காரணம் என்று கூறப்பட்டது.

1971-இல் வந்த பூட்டோ சமயச்சார்பில்லாதவர். ஆனாலும் அவரும் மக்களாட்சியை வெறுத்தவர். அவரும் முல்லாக்களுக்கு வளைந்து கொடுத்தார். 1977இல் ஜெனரல் ஜியா ராணுவப்புரட்சியால் பதவிக்கு வந்தார். முல்லாக்களின் பேச்சைக் கேட்கும் ஜியாவினால் முழுமையான இஸ்லாமிய ஆட்சி வந்தது.(322)

முழுவதுமாக ராணுவ ஆட்சியைக் கொண்டு வந்த ஜியா துப்பாக்கி முனையில் ராமதான் நோம்பை எல்லோரும் கடைபிடிக்க வைத்தார். பெண்கள் எந்தவித விளையாட்டுகளிலும் பங்கெடுக்கத் தடை வந்தது. இஸ்லாமிற்கும் குடியரசிற்கும் எந்த வித தொடர்பும் இல்லையென வெளிப்படையாகத் தெரிவித்தார். பெண்களுக்கெதிரான சட்டங்கள் உருவெடுத்தன. அதில் இரு முக்கிய சட்டங்கள்: ஜினா, ஹூதுத்.

(ஹதீத் சட்டங்கள் பற்றிய குறிப்புகள் பெண்கள்மீது கொண்டிருக்கும் வன்மம் பற்றி ஏற்கனவே சொல்லியாகிவிட்டது). ஜினா என்பது கள்ள உறவுகள், கற்பழிப்பு, விபச்சாரம் போன்ற குற்றங்களுக்கெதிரான சட்டம். கல்லெறிதல், கசையடி போன்ற இஸ்லாமியச் சட்டங்கள் வந்தன.

இச்சட்டங்கள் கற்பழிப்பில் கற்பழித்தவனை விடவும் கெடுக்கப்பட்ட பெண்ணே அதிகம் சிரமப்படுவதாக ஆனது. ஏனெனில் கற்பழிக்கப்பட்ட பெண்ணின் மீது கள்ள உறவு, திருட்டுக் காமம் போன்ற குற்றங்களும் சாட்டப்படும். ஆண்களின் சாட்சிக்கே முக்கியத்துவம் கொடுக்கப்படும். *(323)*

பாகிஸ்தானின் மனித உரிமைக் கமிஷன் ஒவ்வொரு மூன்று மணிக்கு ஒரு பெண் கற்பழிக்கப்படுகிறாள் என்கிறது. அதில் பாதி மிகவும் சிறு வயது பெண்கள். *(எல்லோருக்கும் பர்தா போட்டு விடுகிறார்கள். ஆனால் கற்பழிப்பும் குறைவில்லை. மனித ஒழுக்கமும் அவர்கள் சொல்வது போல் மேம்படவும் இல்லை. பர்தாவை ஆதரிப்போர் இத்தகைய கற்பழிப்புகளுக்கு என்ன காரணம் சொல்வார்களோ!)*

சிறையில் இருக்கும் பெண்களில் 75 விழுக்காடு ஜினா என்ற சட்டத்தினால் அடைக்கப்பட்டவர்கள். வேண்டாத மனைவியை ஜினா சட்டத்தின் மூலம் சிறையில் அடைப்பது எளிது.

ஜியாவின் இஸ்லாமிய மாற்றம் பெண்களின் மீது நடந்து வந்த வன்முறைகளை அதிகமாக ஆக்கிவிட்டது. 1991ல் வந்த ஷாரியா சட்டங்கள் நிலைமையை இன்னும் கொடுமையாக்கிவிட்டன.

பெனாசிர் பூட்டோ வந்ததும் அதிகமாக எதிர்பார்க்கப்பட்டது. ஆனால் அவரது அரசியல் போட்டியாளர் நவாஸ் ஷரிப் முல்லாக்களைத் தூண்டி விட்டதில் பூட்டோவின் ஆட்சி 20 மாதங்களில் முடிவுக்கு வந்தது. பூட்டோ பெண்களுக்காக ஏதும் செய்யாது முல்லாக்களை மகிழ்ச்சிப்படுத்த முனைந்தார். ஆனாலும் முல்லாக்கள் ஒரு பெண் பிரதமராக இருப்பதை விரும்பவில்லை. *(324)*

ஆண்களைவிட சராசரி பெண்களின் ஆயுள் குறைவாக இருக்கும் நான்கு நாடுகளில் பாகிஸ்தான் ஒன்று. குழந்தைப் பேற்றில் இறக்கும் பெண்களும் அதிகம். 1000இல் 6 பேர் இறக்கிறார்கள். குடும்பக் கட்டுப்பாட்டை முல்லாக்கள் எதிர்ப்பதால் குழந்தை பிறப்பும் அதிகமாக, 6.9 வரை உயர்ந்துள்ளது. 1994இல் பெண்களின் கல்வியறிவு வெறும் 2 விழுக்காடு. பெண் குழந்தைகள் கைவிடப்படுகின்றன.

கராச்சியில் மட்டும் ஒரே ஆண்டில் 500 குழந்தைகள் கண்டெடுக்கப் பட்டன. அவைகளில் 99 விழுக்காடு பெண் குழந்தைகள்.

வரதட்சணைக் கொடுமை மிக அதிகம். 1991இல் 2000 வரதட்சணை மரணங்கள். இவைகள் பெரும்பாலும் சமையலறை விபத்துகளாக உருமாறுகின்றன. (325)

Brides of Koran என்றொரு துன்புறுத்தல் பெண்களுக்கு உண்டு. வரதட்சணைக் கொடுமையால் பெண்களை குரானுக்குத் திருமணம் செய்துவைத்து விடுகிறார்கள். இவர்கள் வீட்டுக்குள்ளேயே சிறை வைக்கப்படுகிறார்கள். தொலைக்காட்சிகள் கூட இவர்களுக்கு மறுக்கப்படுகின்றன. சிந்து மாகாணத்தில் மட்டும் 3000 குரானிய மணப்பெண்கள் இருப்பதாகக் கணக்கெடுக்கப்பட்டன. (இந்துக்களிடையே இருக்கும் வரதட்சணைக் கொடுமைகள் எங்கள் மதத்தவரிடம் இல்லையென்று அடிக்கடி நம் இஸ்லாமிய நண்பர்கள் சொல்வதுண்டு. ஆனால்... நிலைமை...?)

ஜின்னா தன் 1944 வருடப் பேச்சில் கூறியவைகள் மிகவும் உண்மைகளாகி விட்டன. "தங்கள் நாட்டுப் பெண்களையும் ஆண்களோடு சமமாக வளர்க்காத எந்த நாடும் உயர்ந்ததாக வரலாறு இல்லை. நம்மிடையே பல முட்டாள்தனமான பழக்கவழக்கங்கள் உண்டு. நம் பெண்களை வீட்டின் நான்கு சுவர்களுக்குள் அடைத்து மூடி வைப்பது சட்டப்படியும், மனித நேயத்தின்படியும் மிகவும் பெரிய தவறு."

பாகிஸ்தானிய அரசியல்வாதிகள் அடிப்படைவாதிகளிடம் அச்சத்தோடு இருக்கிறார்கள். இந்த அச்சமே அடிப்படைவாதிகளின் எண்ணிக்கையை மேலும் அதிகமாக ஆக்குகின்றன.

Women's Action Forum (WAF) and War Against Rape - என்ற அமைப்பு 1981இல் பாகிஸ்தானில் நிறுவப்பட்டது. பெண்கள் ஹுதுதிற்கும், ஜினாவிற்கும் எதிராக வீதியில் வந்து போராடினார்கள். 1983இல் ராணுவ ஆட்சிக்கு எதிராகவும் பெண்களின் போராட்டம் நடந்தது.

நடந்துவரும் தீவிரவாதங்களால் இஸ்லாமியச் சமூகத்தின் பேரில் மற்றைய மதத்தினருக்கு அச்சம் ஏற்பட்டுள்ளது உண்மையே. அதில் எத்தனை விழுக்காடு சரி, தவறு என்றும் கணக்கிடலாம். அதைவிட பிறரோடு வேறுபாடுகளைக் களைய இஸ்லாமியர்கள் தயாராக வேண்டும். ஆனால் இந்த வேறுபாடுகளை அவர்கள் தீவிரமாக்குவது போலவே தோன்றுகிறது.

இப்போது நமது நாட்டில் தங்கள் உடை நடை பாவனை என்று எதிலும் அவர்கள் தங்களையே தனிமைப்படுத்திக்கொள்ள ஆரம்பித்து விட்டார்கள். பர்கா போடும் பெண்கள் அதிகமாகக் கண்ணில்படுவது இரு காரணங்களால் இருக்கலாம்: அதிகமான பெண்கள் பர்தா அணிகிறார்கள். அதோடு, பெரும்பான்மை இஸ்லாமியப் பெண்கள் வீட்டிலிருந்து வெளிவந்திருக்கிறார்கள்.

கடந்து போக வேண்டிய தூரம் இன்னும் மிக அதிகம்.

பகுதி: 15

குடி, பன்றி, சுய பாலின சேர்க்கை- தீட்டுகள்

"பாகிஸ்தானில் விஸ்கி ஒன்றும் கிடைக்காத பொருளில்லை. விஸ்கி ஒரு வேளை உலோகத் தம்ளர்களிலோ, அல்லது தேநீர் குவளையிலிருந்து தேநீர் கப்புக்கோ ஊற்றப்படலாம். விலையும் இரு மடங்கு இருக்கும். ஆனாலும் அங்கே சாப்பிடுவது பாவம் என்பதால் சுவையும் இரட்டிப்பாகவே இருக்கிறது." ...குஷ்வந்த் சிங்.

குஷ்வந்த் சிங்கின் பாகிஸ்தான் பயணத்தின் போது முதல் நாள் தொலைக்காட்சியில் ஒரு அமைச்சர் மூன்று முல்லாக்களோடு விவாதித்ததைப் பார்த்தார். அடுத்த நாள் அதே அமைச்சர் குஷ்வந்தை ஒரு கூட்டத்தில் வரவேற்றுப் பேசினார்; அடுத்து பேசிய குஷ்வந்த் தான் நேற்று பார்த்த தொலைக்காட்சியைப் பற்றிக் கூறிவிட்டு, அந்த அமைச்சரிடம் அடுத்தமுறை முல்லாக்களோடு விவாதம் செய்யும் போது இந்தக்கவிதையை வாசியுங்கள் என்றிருக்கிறார்.

முல்லா, உங்கள் தொழுகைக்கு சக்தி உண்டென்றால்
அந்த மசூதியை சிறிது அசையுங்கள் பார்ப்போம்.
முடியாவிட்டால், இரண்டு 'லார்ஜ்' எடுத்துக் கொள்ளுங்கள்;
இப்போது மசூதியே ஆடுவதைப் பார்ப்பீர்கள்!

கூட்டத்தினரின் பலத்த சிரிப்புக்கிடையே அமைச்சர் குஷ்வந்த் சிங்கின் காதில் மெல்ல, 'இந்த முல்லாக்களை கொஞ்சம் விட்டால் போதும்; பெண்களுக்கு முழு பர்க்கா போட்டு ஹாக்கி விளையாட வைத்து விடுவார்கள்' என்றாராம்.

முகமது முதலில் மதுவைப் பற்றி கடும் எதிர்ப்பு இல்லாதிருந்திருக்கிறார்.

ஆனால் அவரைத் தொடர்ந்தவர்கள் பலரிடமும் மதுவின் வேட்கை இருந்ததால் தன்னுடைய எதிர்ப்பை முதலில் சாதாரணமாகவும் *(2 : 216; 4 : 46;)* அதன் பிறகு உறுதியாகவும் *(5 : 90)* வெளிப்படுத்தினார்.

ஹாம்ரிய்யா ஒயின் கவிதைகள்: இஸ்லாமின் வரவிற்கு முன்பே அராபிய மொழிக் கவிஞர்கள் பல 'நீராடும்' கவிதைகள் பாடியுள்ளனர். இக்கவிதைகள் அரபு மொழியில் KHAMRIYYA என்றழைக்கப்படுகின்றன. இஸ்லாம் வேரூன்றிய பின்னும் இவ்வகைக் கவிதைகள் வருவதை அரசியலாளர்களால் - உம்மயாதுகளால் - தவிர்க்க முடியாது போயிற்று. அபு நுவாஸ் (Abu Nuwas - 762-814) என்ற கவிஞரின் கவிதைகள் குரானை எதிர்ப்பது போன்ற தொனியுடனேயே எழுதப்பட்டன.

அவரின் கவிதை ஒன்று:

> *எவ்வளவு பாவம் செய்ய முடியுமோ அவைகளைச் செய்துவிடு*
> *கடவுள் நிச்சயம் உன்னை மன்னித்து விடுவார்.*
>
> *அந்தி நாள் வரும்போது மன்னிப்பு நிச்சயம் கிடைக்கும்*
>
> *இல்லையெனில் நரகத்தின் நெருப்பில் நீ செய்யாமல் விட்டுப்*
> *போன 'பாவங்களுக்காக' மிகவும் வருந்துவாய்.*

பன்றி இஸ்லாமில் மிகவும் 'அருவருக்கதக்க' விலங்கு என்று கருதப்படுகிறது. காரணம் ஏதும் இதற்காகக் கொடுக்கப்படவில்லை. இஸ்லாமியரிடம் கேட்டால் 'குரானில் சொல்லப்பட்டு விட்டது; அது போதும்' என்ற பதிலே வரும். உடலுக்குத் தீங்கு தரும் ஒட்டுண்ணிகள் விலக்கப்பட்ட பன்றிகளில் மட்டுமல்ல, பயன்படுத்தப்படும் ஆடு, மாடு, கோழிகளிலும் உண்டு. இஸ்லாமிற்கு முன் பன்றிகள் அராபிய நாட்டில் இருந்ததில்லை. இருப்பினும் ஏன் முகமது அவைகளை விலக்கினார். யூதர்கள், சமாரியர்களின் வழக்கத்தைக் கடைப்பிடித்தல் ஒரு காரணமாக இருக்கலாம். *(335)*

சைனாவில் உள்ள இஸ்லாமியர் பன்றிக் கறி உண்ணுவதுண்டு. அவர்கள் pork என்று அதனைச் சொல்லாமல் mutton என்று சொல்வது வழக்கம்.

ஓரினச்சேர்க்கைக்கு இஸ்லாம் பெருந்தடை ஏதும் விதிப்பதில்லை. பாபர் *(1483-1530)* ஒரு பையன் மீது கொண்ட காதலைத் தன் வாழ்க்கைக் குறிப்பில் எழுதியுள்ளார். *(340)*

குரானிலும் 52:24, 56:17, 76:19 - சுவனத்தில் பையன்களால் நீங்கள் கவனிக்கப்படுவீர்கள் என்பதற்கான பொருள், அவர்கள் உங்களுக்கு ஏவல் செய்ய என்பதுவா, பாலின இன்பத்திற்காகவா என்பது ஒரு கேள்வியே. *((342)*

பகுதி: 16

முகமது பற்றிய சில இறுதி முடிவுகள்

தோர் அண்ட்ரியா (Tor Andrae) முகமதுவிற்குத் தன்னுடைய குறைகள் என்னவென்று தெரியும். அவரால் தன்னைத்தானே கேள்வி கேட்டுக் கொள்ள முடியும்....... *(343)*

முகமதுவிற்கு நல்ல 'முகராசி' உண்டு. அவரது சிரித்த முகத்தைப் பற்றியும், மக்களிடையே இருந்த நல்ல பெயரைப் பற்றியும், இதனால் அவர் பின்னே மக்கள் கூட்டம் திரண்டதற்கும் பல சாட்சியங்கள் உண்டு. போரிடுவதிலும் நல்ல கெட்டிக்காரர். மோன்ட்கோமேரி வாட் (Montgomery Watt) என்ற மேற்கத்திய அறிஞருக்கு முகமதுவின் மேல் மிகுந்தமரியாதை. அவர், 'முகமதுவிற்கு ஒரு ஞானியின் பார்வை இருந்தது. மெக்காவிலுள்ள மக்களிடம் சமயங்களை அடிப்படையாக வைத்து வளர்ந்து வந்த சமுதாயப் போராட்டங்கள் பற்றியும் நன்கு தெரிந்து வைத்துள்ளார். இந்தப் போராட்டங்களை அவரால் ஓரளவாவது தீர்க்க முடிந்தது' என்கிறார். மேலும், 'இந்த புரிந்துணர்வுகள் அவரை ஒரு நல்ல தலைவராக்கியது. இந்தத் தலைமை சமுதாயக் குழுத் தலைமையாக இல்லாமல் ஒரு சமயத் தலைமையாக இருந்தது' என்கிறார்.

Goldziher என்ற வரலாற்றறிஞர், முகமதுதான் முதன் முதல் மெக்காவாசிகளிடமும், அரேபிய பாலைவனத்தின் முரட்டு மனிதர்களிடமும் மன்னிப்பதே மிக நல்ல பண்பு என்பதையும், அதைவிட நமக்குத் தீங்கு செய்தவர்களிடமும் இப்பண்பினைக் காண்பிப்பது அவர்களுடைய (muruwwa) பண்புக்கு எதிரானதல்ல; அதுவே அல்லாவின் பாதையில் நடப்பதற்கான ஒப்பற்ற வழியாகும் என்ற தத்துவங்களைச் சொன்னார்.

மன்னிக்கும் மாண்பு பற்றியெல்லாம் சொல்லி, சமுதாயப் போராட்டங்களல்ல, இஸ்லாமே நம்மையெல்லோரையும் இணைக்கும் உயர்ந்த வழி என்றுணர்த்தினார். அல்லாவின் முன்னால் நாமெல்லோரும் ஒன்று என்றும் கற்றுக் கொடுத்தார்.

ஆனாலும் முகமதுவே இந்த உயர்ந்த குணங்கள் ஏதுமின்றிதான் முதலில் இருந்தார். யூதர்கள், மெக்காவினர், மற்றைய எதிரிகள் எல்லோரிடமும் மிகவும் கொடூரமாக இருந்தார். புக்காரி சொல்லும் ஒரு நிகழ்வு: Ukl என்ற குழுவினர் முகமதுவிடம் வந்து தாங்கள் இஸ்லாமிற்கு மாறிவிட்டதாகச் சொன்னார்கள். அவர்களுக்கு மதீனா பிடிக்காமல் போய், உடல் நலம் குறைந்தார்கள். முகமதுவும் அவர்களுக்கு ஒட்டகப்பால் கொடுத்து உடல் நலம் பெறச் செய்தார்.

இதன்பின் அவர்கள் மறுபடியும் மனம் மாறி இஸ்லாமிற்கு எதிரானவர்களாக ஆனார்கள். அவர்களை மீண்டும் மதீனாவிற்குப் பிடித்திழுத்து வருமாறு ஆணை பிறப்பித்து, அவர்கள் பிடிபட்டதும் அவர்கள் கை, கால்களையும் திருட்டுக் குற்றத்திற்காக வெட்டி, கண்களையும் பிடுங்கி எறியச் சொன்னார். அவர்கள் அனைவரும் குருதியிழந்து இறந்தார்கள். *(345)*

இதேபோல் வில்லியம் முயிர், பாத்ர் போரில் வீழ்த்தப்பட்ட குவாரிஷ் இனமக்களை மிகக் கொடூரமாகக் கொன்றதைக் குறிப்பிடுகிறார். கைபார் இளவரசன் தன் குழுவின் புதையலைக் காண்பிக்க வேண்டுமென்பதற்காக மனிதத் தன்மையின்றி கொலை செய்யப்பட்டு, பின் அவனது மனைவி முகமதுவின் கூடாரத்திற்கு அனுப்பி வைக்கப்பட்டுள்ளாள். *(346)*

முகமதுவின் உண்மைத்தனம்:

அவர் ‘தெரிந்தே’ பொய்யுரைத்தாரா? இல்லை, உண்மையிலேயே அவர் கடவுளிடமிருந்து வஹி அருளப் பெற்றாரா?

அவர் பல நல்ல பண்புகளைப் பெற்ற மனிதர் என்னும்போது அவர் இந்த அருள் வரும் விஷயத்தில் தன்னைத்தானே ஏமாற்றிக் கொண்டிருப்பாரா?

ஆனாலும், அவருடைய பிந்திய வாழ்க்கையில் அவர் தன் சுய நன்மைக்காக, தன் குடும்பச் சிக்கலை நீக்க சில வஹிகளைப் பெற்றதாகச் சொல்லியுள்ளார்.

ஆனால் மெக்காவில் இருக்கும்போது அவர் வெகு நிச்சயமாக தான் கடவுளிடம் பேசுவதாக உறுதியாக நம்பியுள்ளார். ஆனால் மதீனாவில் அவரது பழைய பண்புகள், வஹி எல்லாமே மாறியுள்ளன.

முயிர், ‘சுவனத்திலிருந்து வஹி மிகத் தாராளமாக அவரது அரசியல் தேவைகளுக்காகவும், மதத்திற்காகவும் இறக்கப்பட்டன. அது மட்டுமின்றி, அவரது அதீத சுய விருப்பு வெறுப்புகளுக்காகவும்

இறக்கப்பட்டன. பல மனைவியர், காப்டிக் மேரியுடன் (Mary, the Coptic bondmaid) கொண்ட தொடர்பு - இவைகளையெல்லாம் சரியென்றுசொல்ல சுராக்கள் இறங்குகின்றன. இன்னும், வளர்ப்புப் பையனின் மனைவி மேல்ஆசை என்பதற்கு முதலில் கடவுளின் சினமும், பின் வளர்ப்பு மகனின் திருமண முறிவும், இவரது திருமணமும் நடைபெறுகின்றன - கடவுளின் கோபத்துடனே. இந்த வஹிகள் எல்லாம் கடவுளிடமிருந்துதான் வந்தன என்பது முகமதுவின் நம்பிக்கை என்றால் அந்த தீர்ப்பு கேள்விக்குரியதே.

முகமதுவிற்கும் உமருக்கும் நடந்த சில நிகழ்வுகளை வைத்துப் பார்க்கும் போது வஹி இறங்குவது மிகச் சாதாரண நிகழ்வாகப் போய்விடுகிறது. முகமது அவரது எதிரியான அப்தல்லா இபுன் உபய் (Abdallah Ibn Ubbay) -விற்காக தொழுகிறார். அதனைப் பற்றிய கேள்வியை உமர் எழுப்பியதும் உடனே அதற்கான வஹி இறங்குகிறது. (347)

அடுத்தும் இன்னும் மூன்று முறைகள் உமர் முகமதுவிடம் கேள்விகள் எழுப்பும்போது உடனடியாக வஹி வந்து விடுகின்றன - முகமதுவின் எண்ணங்களே வஹியிலும் உள்ளது.

குரானில் யார் சொல்லும் வசனம் சரி என்ற கேள்வி எழுவதால் நம்பிக்கையாளர்களுக்குள் சில சச்சரவுகள் எழுவதுண்டு. ஆனால் அச்சமயத்தில் முகமது குரான் தனக்கு ஏழுவிதமாகச் சொல்லப்பட்டது என்று கூறுவதுண்டு. (Koran had been revealed in no fewer than seven texts.)

நல்வழிக்கான மாற்றங்கள்:

பிறந்த பெண்பிள்ளைகளை உடனே புதைக்கும் பழக்கத்தை முகமது மாற்றினார். ஆனால் இஸ்லாமிற்குப் பிறகே பெண்களின் நிலை மிக மோசமானது. அவர்கள் ஏற்கெனவே கொண்டிருந்த மேன்மையான, அறிவு பூர்வமான நிலையை அவர்கள் இழந்தார்கள். பெரான் (Perron) என்பவர் தானெழுதிய Femmes Arabes Avant et Depuis L'Islamisme - நூலில் இதையே கூறுகிறார். (348)

முகமது ஆயிஷாவைத் திருமணம் செய்தது ஒரு தவறான முன்னுதாரணம். கருத்து மாறுபாடுகளுக்கு மாறுதல் செய்தல் என்பது இன்னொரு தவறான முன்னுதாரணம்.

16 : 93-இல் கருத்து மாறுபாடு சரியென்று சொல்கிறார்.

5 : 91-இல் கருத்து மாறுபாட்டிற்கு ஈடு செய்தல் வருகிறது.

முகமதுவின் வாழ்க்கையே பல மாறுபாடுகளோடு உள்ளது. அரசியல் வெற்றிக்காகவும், அதிகாரத்திற்காகவும் தன்னுடைய கொள்கைகளை விட்டுக்கொடுக்கவும் தயாராக இருந்திருக்கிறார். சான்றாக, "கடவுளின் தூதன்" (Apostle of God) என்ற தனது தகுதியை ஒரு போரின் ஒப்பந்த சாசனம் எழுதும்போது தவிர்த்தார். விக்கிரக ஆராதனையை ஒழித்தார். ஆனாலும் பழைய அராபிய பழக்க வழக்கங்களையும், 'கறுப்புக்கல்லை' முத்தமிடுதலையும் தொடர்ந்துள்ளார். சூதாட்டங்கள் வேண்டாமென்றார். ஆனால், கெட்ட சகுனங்கள், கண்ணேறுபடுதல் இவைகளை ஒப்புக் கொள்கிறார். முதலில் வரும் சுராக்களில் பெற்றோரை மிக உயர்ந்த பதவியில் வைத்துள்ளார். ஆனால், பின்வரும் பகுதிகளில் இளைஞர்கள் தங்கள் பெற்றோருக்காகத் தொழத் தேவையில்லை என்கிறார்.

குரானின் ஆரம்ப சுராக்களில் அமைதியாக இருக்கும் நிலை மாறி, பின் வரும் பகுதிகளில் பொறுமையற்றதனம் தெரிகிறது.

மார்கோலியத் (Margoliouth), 'முகமதுவின் வாழ்க்கையில் நடக்கும் தொடர்ந்து சிந்திய குருதியைப் பார்த்து, இன்றைய நம்பிக்கையாளர்களுக்கும் சிந்தும் குருதி சுவனத்தின் வாசல் கதவுகளைத் திறக்கும் என்ற நம்பிக்கையோடு இருக்கிறார்கள்' என்கிறார். *(349)*

குரானின் வசனங்கள் யாவும் கடவுளிடமிருந்து வந்தவை என்பது முகமதுவின் மிகவும் மோசமான ஒரு கோட்பாடு. ஏனெனில் இதனால் புது அறிவு சார்ந்தவைகளோ, சுதந்திரத் தன்மைகளோ ஏதும் கிளைத்தெழ முடியாது போகிறது. *(350)*

பகுதி: 17

மேற்குலகில் இஸ்லாம்

சல்மான் ரஷ்டியின் நிகழ்வுக்குப் பிறகே ஐரோப்பியர்கள் நமக்கு நடுவில் சமய நல்லிணக்கத்திற்கு எதிரான மக்கள் வாழ்கிறார்கள் என்ற உணர்வைப் பெற்றார்கள்.

1989க்குப் பிறகு இங்கிலாந்தும், பிரான்சும் தங்களது சமய மாச்சரியம் இல்லாத நிலைப்பாடுகளின் நடுவே, இஸ்லாமியர் தங்கள் சமயப் பழக்க வழக்கங்களைக் கைக்கொள்ள முழு உரிமை வேண்டும் என்ற உச்சக்கட்ட நிலைப்பாடுகளுக்கும் போராட்டங்களுக்கும் வெவ்வேறு நிலைகளை மேற்கொண்டனர்.

ரஷ்டியைக் கொல்ல வேண்டும் என்ற தங்கள் பத்வாவைப் பற்றிப் பேசும் எந்த இஸ்லாமியரையும் இங்கிலாந்து காவல்துறை கைது கூட செய்யவில்லை.

இஸ்லாமிய அமைப்பைச் சார்ந்த மருத்துவர் கலீம் சித்திக்கி (Dr. Kalim Siddiqui) இங்கிலாந்தின் சட்ட திட்டங்களை நாம் மதிக்க வேண்டியதில்லை; இஸ்லாமிய ஷாரியத் சட்டங்களே நமக்குத் தேவை என்று கூட்டத்தில் உரையாற்றியபோதும் அவரைக் காவல்துறை ஏதும் செய்யவில்லை. ஆனால் பிரான்சில் ஒரு துருக்கி இஸ்லாமியக் குரு ஷரியத் சட்டங்களே பிரஞ்சு சட்டங்களை விட இஸ்லாமியருக்கு முக்கியமானது என்று கூறிய *48* மணி நேரத்தில் நாட்டை விட்டு அனுப்பப்பட்டார்.

பிரிட்டனில் அரபு நாடுகளின் வழக்கமான பெண்களின் பாலியல் உறுப்புகளில் மேற்கொள்ளப்படும் பயங்கர அறுவை சிகிச்சைகளைப் பற்றி அதிகம் கண்டுகொள்வதில்லை. அதில் தலையிட்டால் 'இனவெறி' என்ற அவலத்திற்கு ஆளாகலாம். ஆனால் பிரான்சில் இவைகளுக்கு எதிரான வழக்குகள் உண்டு. *(351)*

பிரிட்டனில் இஸ்லாமியரும் அவர்களின் விழைவும்:

கடந்த 15 ஆண்டுகளில் இஸ்லாமியர் தாங்கள் வசிக்கும் பிரிட்டனின் சமூகத்தோடு ஒருங்கிணையத் தயாராக இல்லை.

இஸ்லாமியப் பண்பாட்டுக் கழக முன்னாள் தலைவர் சக்கி பதாவி (Dr. Zaki Badawi), 'தங்கள் மதத்தைப் பரப்பவேண்டும் என்பவர்கள் அமைதியாக இருக்க முடியாது. இஸ்லாம் பிரிட்டனில் வளரவேண்டிய மதம். இஸ்லாமே உலகத்திற்குமான மதம். ஒரு காலத்தில் இந்த மதமே முழு மானிட சமுதாயத்திற்கும் உரியதாக வளர்ந்து, முழு மனிதச் சமுதாயம் 'உம்மா'வாக மாறும்' என்றார். *(352)*

ஓர் இமாம், 'உண்மையான ஒரே கடவுள் அல்லா; கிறித்துவர்களின் திரித்துவக் கொள்கை மனிதனின் ஊடுறுவலே. பிரிட்டன் பல்வேறு பிரிவினைகளோடு நிற்கிறது. ஆனால் இஸ்லாம் இங்கு முழுமையாக நிறுவப்பட்டாலே இந்த நாட்டுக்கு விமோசனம்' என்றார்.

கிறித்துவத்தை இஸ்லாமியர் இழிப்பது உண்டு; ஆனால் இஸ்லாமியத்தை யாராவது இழிவு செய்யமுனைந்தால் பெருத்த சினத்தோடு கொதித்தெழுகிறார்கள். இஸ்லாமியரல்லாதவரும் குரான் கடவுளிடமிருந்து வந்ததை அப்படியே நம்ப வேண்டுமென எதிர்பார்க்கிறார்கள்.

கேம்ப்ரிட்ஜ் பல்கலையின் இஸ்லாமிய அமைப்பு இங்கிலாந்தின் கல்விமுறை பற்றிய ஒரு கருத்துக் கணிப்பில், அந்த நாட்டின் சமயச் சார்பற்ற கல்வி முறை மகிழ்ச்சியளிப்பதாகவில்லை என்று கூறப்பட்டுள்ளது. இங்கிலாந்தின் அரசியல் சட்டத்தை எதிர்த்தும், தங்களது அடிப்படையான கருத்துக்களைத் தான் இஸ்லாமியர் பின்பற்ற வேண்டும் என்றனர். *(353)*

இஸ்லாமியரின் தேவைகளும், முரண்களும்:

இஸ்லாமியரின் தேவைகள் மிக அதிகம். அவைகளை நிறைவேற்ற முயன்றால் இங்கிலாந்து சமுதாயத்தின் பல நல்ல பண்புகள் மறைந்தொழிந்து விடும். *(353)*

பீட்டர் சிங்கர் (Peter Singer) தான் எழுதிய Animal Liberation நூலில் ஒரு சான்று தருகிறார். இஸ்லாமியரும், யூத பழமைவாதிகளும் உணவுக்காகக் கொல்லப்படும் உயிரினங்கள் முழு உயிர்ப்போடு இருக்க வேண்டுமென்பார்கள். இங்கிலாந்தில் உயிரினங்கள் கொல்லப்படும் முன் மயக்கமாக்கப்பட்டு அதன் பின்னே கொல்லப்படும். இது கொல்லப்படுபவைகள் வலியோடு சாக வேண்டாமென்பதற்காகச் செய்யப்படுவது. ஆனால் யூத, இஸ்லாமியக் கோட்பாட்டின்படி அவைகள் முழு நினைவோடு இருக்கும்போது கொல்லப்பட வேண்டும். இன்றைய நிலையில் இது மிகவும் கொடுமையானது. ஆனால் மதத்தின் பெயரால் செய்யப்படும் இந்தக் 'கொலை' அவர்களுக்கு நியாயமாகத்தான் இருக்கிறது. *(354)*

இஸ்லாமியப் பெண்களுக்கான கட்டாயக் கல்யாணம், கௌரவக்கொலை, படிப்பறிவு தராதது, ஆண்களின் மேலாதிக்கம் .. இவைகளுக்கெதிராக காவல் துறை இருப்பதில்லை. கண்டும் காணாது போய் விடுகிறார்கள். இங்கிலாந்தில் வாழ்ந்தாலும் அந்தநாட்டின் சட்டங்கள் இந்தப் பெண்களுக்கு உதவாமல் போய்விடுகிறது.

இஸ்லாமிய நாட்டிற்காகத் தீவிரமாகக் குரல் கொடுக்கும் லண்டனின் இஸ்லாமிய அமைப்பின் இயக்குனர் மருத்துவர் சித்திக்கி பிரிட்டனில் இஸ்லாமிய நாடாளுமன்றம் அமைத்து, அது இங்கிலாந்து இஸ்லாமியரின் நன்மைக்காகப் போராட வேண்டுமென்கிறார். அவர் எழுதிய பல நூல்களில், இஸ்லாம் உலகமயமாகுதல், அயத்துல்லா கோமேனி பற்றிய புகழாரங்கள், கத்தியால் இஸ்லாம் பரப்புதல், மேலை நாட்டு தத்துவம், சமுதாயம், அரசியல், பொருளாதாரம் பண்பாடு... அனைத்தையும் சிதைத்து அல்லாவின் ராஜ்யத்தை இவ்வுலகில் பரப்பவேண்டுமென்கிறார். அரசியலும் மதமும் பிரிக்க

முடியாதவை என்கிறார். அவரின் எழுத்துக்களில் ஜனநாயகம், விஞ்ஞானம், தத்துவம், நாட்டுப் பற்று, தானே முடிவெடுத்தல் போன்ற அனைத்தும் அவரின் கோபத்துக்குள்ளாகின்றன. *(355)*

பல பண்பாட்டுக் குவியல்:

மேர்வின் கிஸ்கெட் (Mervyn Hiskett), 'சமய நம்பிக்கைகளைப் பொறுத்துக் கொள்ளலாம். ஆனால், சமயப் பழக்கவழக்கங்களும், அமைப்புகளும் ஒரு நாட்டின் சட்ட திட்டங்களுக்குப் புறம்பாக நின்றால் அவைகளைப் பொறுத்துக் கொள்ளக்கூடாது' என்கிறார். ஆனால் இது பெரும்பான்மையான இஸ்லாமியருக்குப் பொருந்தாத கொள்கை. இதனாலேயே இங்கிலாந்திலேயே பிறந்து வளர்ந்த ஒரு பெண்ணை அவளின் விருப்பத்திற்கு மாறான திருமணத்திற்குள் தள்ளுவது, மற்றவர்களுக்கு மிக கொடூரமாகத் தோன்றும் விதத்தில் உயிரினங்களைக் கொல்வது, பள்ளியில் பரிமாணத்தைப் பாடமாக வைப்பதை எதிர்ப்பது, பள்ளியாண்டுகளை தங்கள் சமய பழக்க வழக்கங்களுக்கு ஏற்றாற்போல் மாற்றி வைக்கப்போராடுவது ... இப்படி ஒரு பெரிய பட்டியலே உண்டு. *(356)*

அரசியல்வாதிகளின் ஏமாற்றல்:

11, டிசம்பர், 1990-இல் The Daily Telegraph -இல் வந்த தலையங்கத்திலிருந்து சில பகுதிகளை கிஸ்கெட் சுட்டுகிறார்:

இஸ்லாமிய அடிப்படைவாதத்திற்கு விட்டுக் கொடுக்கும் அளவு நிச்சயமாக வேறு எந்த மதத்திற்கும் நாம் கொடுப்பதில்லை. ஏனிப்படி? அரசும், லேபர் கட்சியுமே இதற்கான காரணங்கள். லேபர் கட்சி பதவிக்கு வந்தால் அமெரிக்காவில் யூதர்களின் தாக்கம் அரசியலில் அதிகம் இருப்பதுபோல் இங்கும் இஸ்லாமியரின் ஆதிக்கம் காலூன்றும்.

கன்சர்வேடிவ் கட்சியும் தன் பங்கிற்கு பொருளாதார நன்மைக்காக சௌதி அரேபியாவின் மக்கள் நன்மைக்கெதிராக செய்பவைகளைக் கண்டுகொள்வதில்லை. BBC-யின் நிகழ்ச்சிகள் சௌதிக்கு எதிராக இல்லாதவாறு தடை செய்கிறது. சௌதியில் வாழும் கிறித்துவர்கள் அந்த அரசுக்குப் பயந்து, இங்கிலாந்தில் இஸ்லாமியருக்கு இருக்கும் சுதந்திரம் போல் அல்லாமல், தங்கள் மதங்களை மிக ரகசியமாகப் பின்பற்ற வேண்டியதுள்ளது.

கல்வியாளர்களின் ஏமாற்றல்:

பிரிட்டனில் கல்வியும் அரசியலும் முழுவதுமாகப் பிரிக்கப்படவில்லை. இதனாலேயே பள்ளிகளில் கூட்டுப் பிரார்த்தனை நடந்து வருகிறது. இதை வைத்து இஸ்லாமியர் பள்ளிகளில் தங்கள் பிரச்சாரத்தைத் தொடங்கி விடுகிறார்கள். கல்வியிலிருந்து சமயத்தைப் பிரிப்பதே மிகச் சிறந்தது.

பொதுப்பள்ளிகள் இஸ்லாமிற்கு மட்டுமின்றி எந்த சமயத்திற்கும் எவ்வித சலுகையையும்கொடுக்கக் கூடாது. எல்லாப் பள்ளிகளிலும் கலை, இசை, நாடகம் எல்லாம் சொல்லிக்கொடுக்கப்பட வேண்டும். பெற்றோர்களுக்கு இவையெல்லாம் கட்டாயப்பாடம் என்றும், எந்த மதத்து மாணவரும் இவைகளைப் பயில் வேண்டுமென்றும் சொல்லிவிடல் வேண்டும். *(358)*

அறிவாளிகளின் ஏமாற்றல்:

பன்மைத்துவம் (Pluralism) - இது பல சமூகங்கள் இணைந்த ஒட்டு மொத்த சமூகம். நானாவித குழுகங்கள் குவிந்து இணைந்திருக்கும் - தங்களின் வேறுபாடுகளோடு.

பன்முகத்தன்மை (Multiculturalism) பல சமூகங்கள் தங்கள் வேற்றுமைகளைக் காண்பித்துக் கொண்டு கூடியிருத்தல். *(இடியாப்பச் சிக்கல்)*

ஜனநாயகத்தில் பல குளறுபடிகள் இருக்கலாம். ஆனாலும் மேற்கத்திய ஜனநாயகம் வெகு நிச்சயமாக அதிகாரமும், மனதை வெருட்டும் இஸ்லாமிய சமய அரசியலைவிட மிக நல்லது.

போராட்டம் இஸ்லாமிற்கும் மேற்கத்திய நாடுகளுக்கும் நடுவேயில்லை; அது சுதந்திரத்தை விரும்புவோருக்கும் அதனை எதிர்ப்போருக்கும் நடுவே!

இஸ்லாமியத் தத்துவ இயல்
- ராகுல் சாங்கிருத்யாயன்

இராகுல் சாங்கிருத்தியாயன் (ஏப்ரல் 1893 - ஏப்ரல் 1963) அசம்ஹார் என்னும் உத்தரபிரதேசத்தில் பிறந்தார். இந்தி மொழியில் பயண இலக்கியத்தின் தந்தை என அறியப்படுபவர்; தன் வாழ்நாளில் 45 வருடகாலத்தை உள்நாட்டு மற்றும் வெளிநாட்டுப் பயணத்தில் செலவழித்தவர்; பன்மொழிப்புலவர்; பல்துறைவித்தகர். இருபது வயதில் எழுத ஆரம்பித்த இராகுல்ஜி பல்வேறு துறைகளில் 146 புத்தகங்கள் எழுதியிருக்கிறார். இவர் எழுதிய நூல்களில் அனைவரும் அறிந்தது 'வால்கா முதல் கங்கை வரை.' இது ஒரு வரலாற்றுப் புனைவு நூலாகும். கி.மு. ஆறாயிரத்தில் துவங்கும் இந்நூல் கி.பி. 1942இல் முடிகிறது. 7500 ஆண்டு வரலாற்றை வைத்து எழுதப்பட்ட நூல் அது. ஆர்யர்கள் யுரோஷியாவிலிருந்து புறப்பட்டு வோல்கா ஆற்றுப் பக்கம் இடம் பெயர்ந்ததை வைத்து எழுதிய புனைவு அது.

இளம் வயதில் ஸ்வாமி தயானந்தாவின் ஆர்யசமாஜ் என்ற அமைப்பில் ஈடுபாட்டோடு இருந்தார். அங்கிருந்து புத்தமதத்திற்குள் நுழைந்து புதிய வாழ்க்கையை ஆரம்பித்தார். பின் இறைநம்பிக்கையற்றவர் ஆனார். ஆயினும் மறுபிறவியில் நம்பிக்கை கொண்டிருந்தார். இந்த நம்பிக்கைகளிலிருந்து மார்க்சிய சோஷியலிசத்திற்குள் நுழைந்தபின் மறுபிறவி, மறுமை வாழ்க்கை என்பனவற்றில் உள்ள நம்பிக்கையும் விலகியது. 1919ல் நடந்த ஜாலியன் வாலா படுகொலையைக் கண்டு வெகுண்டு தேசியவாதியாக மாறி சுதந்திரப் போராட்டத்தில் தீவிரமாக ஈடுபட்டு மும்முறை சிறைசென்றார்.

இவர் இந்தியாவின் பல்வேறு பகுதிகளுக்குச் சென்றதோடு மட்டுமன்றி நேபாளம், திபெத், இலங்கை, ஈரான், சீனம், முன்னாள் சோவியத் உள்ளிட்ட உலக நாடுகளுக்கும் சென்றிருக்கிறார். திபெத்திற்கு இவர் புத்த துறவியாகச் சென்று அங்கிருந்து பல மதிப்புள்ள புத்தகங்களையும் ஓவியங்களையும் இந்தியாவிற்குக் கொணர்ந்தார். இவை முன்னர் இந்தியாவின் நாளந்தா நூலகத்தில் இருந்தவை ஆகும். ஆகவே ராகுலைப் பெருமைப்படுத்தும் வகையில் பாட்னா அருங்காட்சியகம் இப்பொருட்களைச் சிறப்புப் பிரிவொன்றில் காட்சிப்படுத்தி உள்ளது.

அவர் எழுதிய நூல்களில் சில:

இஸ்லாமியத் தத்துவ இயல்

புத்தத் தத்துவ இயல்

இந்துத் தத்துவ இயல்

ஐரோப்பியத் தத்துவ இயல்

நபிகளின் வாரிசுகள்

நபிகளின் தன்னலமற்ற லட்சியத் தோழர்களான அபூபக்கர் (கி.பி. 622-642), உம்மர் (642-644), உத்மன் (644-656), அலி (656-661)-க்குப் பின்னர், நபிகளின் எண்ணம் கற்பனைக் கனவாகவே முடிந்தது விட்டது. முகமது மறைந்த 39 வருடங்களுக்குப் பிறகு, அமீர் ம்வாவியா(661-680)வின் கைக்கு ஆட்சிவந்ததிலிருந்து அவருடைய வாரிசுகள் அனைவரும் கி.பி. 1037 வரையிலும் ஷாக்களைப் போலவே, கைசர்களைப் போலவே கொடுங்கோல் ஆட்சியாளர்களாக இருந்தனர். (11)

நபிகளைப் பின்பற்றியவர்களின் முதல் சச்சரவு:

மூன்றாவது கலீபாவான உத்மன் உமையா இனத் தலைவரான வாவியாவை டமாஸ்கஸ் கவர்னராக நியமித்தார்.

...வாவியா ரோமானிய ஆட்சி முறையை ஏற்றுக் கொண்டார். இதனை நான்காம் கலீபா அலி கண்டனம் செய்தார். இதனால் இருவருக்குமிடையில் நிரந்தரப் பகைமை தோன்றிவிட்டது. அலியின் மறைவுக்குப் பின் நபிகளின் ஒரே மகளான பாத்திமாவும், அலியின் இரு புத்திரர்களான ஹஸனும், ஹுசேனும் உயிரோடிருக்கும் வரை நிம்மதியுடன் இருக்க முடியுமா?

ம்வாவியா, ஹஸனை அவரது மனைவியின் மூலம் விஷம் கொடுத்துக் கொன்றுவிட்டார். ஹுசேனின் அபாயத்திலிருந்து தப்பிக்க, மகனான யஜீத் சதி செய்தான். சமாதானத்திற்கு அழைத்து, வழியில் கர்பலா என்னும் பாலைவனத்தில் ஹுசேனும் அவரது பரிவாரங்களும் நிர்தாட்சண்யமாகக் கொலை செய்யப்பட்டனர்.

அலியும் ஹுசேனும், அவரது நண்பர்களும்நிலப்பிரபுத்துவ அமைப்பைக் கடந்த முன்னேற்றத்திற்கு முயற்சி செய்யாமல் வரலாற்றுச் சக்கரங்களைப் பின்னுக்கிழுத்து மீண்டும் சிறு சிறு கூட்டங்களுக்குப் பின் இழுத்துச் செல்லப் பார்த்தனர். அம்முயற்சியில் அவர்கள் வெற்றி பெற்றிருந்தால், நாம் இந்தியா, ஈரான், மெஸப்படோமியா, துருக்கி, ஸ்பெயின் ஆகிய நாடுகளில் இஸ்லாமிய கலை, இலக்கியம், தத்துவ இயல் வளர்ச்சியைக் கண்டிருக்க மாட்டோம். (13 - 16)

இஸ்லாமில் கருத்து வேற்றுமை

இஸ்லாமிய உலகு அரேபியாவை விட்டு வெளிநாடுகளிலும் பரவத் துவங்கியதும், அந்நாடுகளின் கருத்துக்களுடன் மோதல்

ஆரம்பமானதும் இஸ்லாமில் கருத்து வேற்றுமை தோன்றுவது தவிர்க்க முடியாததாகி விட்டது.

நபிகள் காலத்திற்குப் பிறகு நபிகள் வாக்கியங்கள்(ஹதீசுகள்) அனைத்தும், நினைவுகளும் திரட்டுவதற்கான முயற்சி துவங்கியது. ஆனால் நபிகள் மறைந்த ஒரு நூற்றாண்டுக்குப் பிறகு, அவற்றில் மனித அறிவு தலையிட ஆரம்பித்தது. அப்பொழுது அறிவுக்கும், மத நூலுக்கும் நடுவில் போட்டி பிறந்தது.

கருத்து வேற்றுமைகளின் ஆரம்பம்

ஹலூல்: இஸ்லாமிய வரலாற்றில் முதன் முதலாகக் கருத்து வேற்றுமை, ஏழாவது நூற்றாண்டில் இருந்த இப்ன ஸபாவால் ஏற்பட்டதென்று கூறுவர்.

இப்ன ஸபாவுக்குப் பின்னர் ஷியாவும் மற்ற பிரிவுகளும் தோன்றின. ஆனால் அக்காலத்தில் இப்பிரிவுகளின் கருத்து வேற்றுமைகளெல்லாம் தத்துவ இயலைப் பற்றியவை அல்ல; குரானைப் பற்றியும், நபிகளின் வாரிசுகளுக்குப் பக்தி செலுத்துவது அல்லது செலுத்தாததைப் பற்றியுமாகத்தான் இருந்தன.

நபிகளின் வாரிசுகளாகும் உரிமை அவரது மகளான ஃபாத்திமாவுக்கும், அலியின் குழந்தைகளுக்கும் மட்டும் இருக்கிறதென்று ஷியாக்கள் கூறினர். எனினும் இவர்கள் வருங்காலத்தில் தத்துவக் கருத்து வேற்றுமைகளால் பயன்பெற்று ‘மோத்ஜலா’, ‘ஸூபிக்கள்’ என்னும் பிரிவினரிடமிருந்து எத்தனையோ விஷயங்களை ஏற்றுக்கொண்டனர். கடைசியில் அராபியருக்கும் ஈரானியருக்கும் நிகழ்ந்த மோதலில் ஷியாக்கள் நல்ல லாபமடைந்தனர். ஸஃபாவி வம்சத்தினரின் ஆட்சியில் - கி.பி. 1499 - 1536 - அவர்கள் ஷியாப் பிரிவை அரசாங்க மதமென்று பிரகடப்படுத்தினர்.

வேறுபட்டக் கருத்துகள்

அபியூனஸ்: இவர் நபிகளின் தோழர்களில் ஒருவர். ஜீவன் செயல்படுவதில் சுதந்திரமுடையது. ஒருவேளை சுதந்திரமில்லாததாக இருந்தால், அதற்குத் தண்டனை கிடைக்கக்கூடாது.

கடவுள் குணநலன்கள் அற்றவர்: அல்லா குணங்களோ குறிப்பிட்ட விசேஷத் தன்மைகளோ இல்லாதவர் *(ஆனால் அல்லா ரோஷக்காரன்; கோபித்துக் கொள்வான்; வெட்கமடைவான், தண்டிப்பான் என்றெல்லாம் பல வசனங்களை நம்பிக்கையாளர்கள் சொல்வதுண்டே!!?? எது சரி??).*

அவரும் குணங்களும், தன்மைகளும் உள்ளவரென்று எண்ணினால், அவருடன் மற்ற பொருள்களின் இருக்கையும் ஒப்புக்கொண்டாக வேண்டும். கடவுளை ஞானமும், குணங்களும் உடையவராகக் கருதினால், கடவுள் அறிந்த பொருள்களும் எப்பொழுதுமே இருக்குமென்பதை ஒப்புக்கொள்ள வேண்டிவரும். அந்த நிலையில் இஸ்லாமின் கடவுளும், ஜீவனும் வேறல்ல என்னும் தத்துவம் அடிபட்டுப் போகும்.

உட்பொருள் வாதம்: குரானில் கூறப்பட்டவைகளுக்கெல்லாம் இரண்டு பொருள்கள் இருக்கின்றன. ஒன்று வெளிப்படையாகத் தெரிவது. மற்றொன்று உள்ளுக்குள் இருப்பது -- இந்தத் தத்துவத்தை ஈரானியர் தோற்றுவித்தனர். இச்சிந்தனையாளர்களை 'ஜிந்தீக்' என்கின்றனர்.

குரான் அனாதியானதல்ல: பாக்தாதை ஆண்ட 'மோத்ஜலி' மன்னர் குரான் தொன்றுதொட்டு இருப்பது என்ற வாதத்தினை நாஸ்திகம் என்று எண்ணினார். அப்படிச் சொல்பவர்களுக்கு அரசாங்கத் தண்டனையும் அளிக்கப்பட்டது.(பக். 18 - 25)

இதன்பின் இந்நூலில் பலவேறு இஸ்லாமிய அறிஞர்களின் வேறுபட்ட, மாறுபட்ட இஸ்லாமியத் தத்துவங்களும், பிரிவினைகளும் சொல்லப்படுகின்றன.

Why I am not a muslim என்ற நூல், அடுத்து 'God is not Great' என்ற நூல், இப்போது எடுத்த இந்த நூல் - இம்மூன்று நூல்களிலும் குரானின் காலக் கட்டமைப்பு, அவைகள் தொகுக்கப்பட்ட விதம், அவைகளில் இயற்கையாக நிகழக்கூடிய குழப்பங்கள், தொகுத்த பின் அவைகளை ஏற்றுக் கொள்வதில் வந்த வரலாற்றுக் குழப்பங்கள், மாறுபட்ட கருத்துக்கள், அரசியல் தலையீடுகள், ஹதீசுகளை சேகரித்த, தேர்ந்தெடுத்த விதங்கள் என்று பலவற்றைக் குறிப்பிட்டுள்ளன. இத்தனை குழப்பங்களையும், மனிதக் குறைபாடுகளையும் கவனத்தில் எடுத்துக்கொண்டால் 1400 வருடங்களாக மனிதக்கரம் படாத நூல் என்று குரானைக் கூறுவதை எப்படி ஏற்றுக் கொள்ள முடியும்? மத நம்பிக்கைகள், சிறு வயதிலிருந்தே சொல்லிக் கொடுக்கப்படும் பாடங்கள் என்பவற்றைத் தள்ளிவைத்துவிட்டுப் பார்க்க முடிந்தால் உண்மை பட்டெனத் தெரியும்.

நான் ஏன் இந்து அல்ல

- காஞ்சா அய்லய்யா

ஆசிரியரைப் பற்றி

காஞ்சா அய்லய்யா இந்தியாவின் புகழ்பெற்ற எழுத்தாளர்; தலித் அரசியல் சிந்தனையாளர்; மனித உரிமை செயற்பாட்டாளர். "நான் ஏன் இந்து அல்ல", "பின் இந்து இந்தியா", "அய்யங்காளி" போன்ற நூல்களின் ஆசிரியர். அச்சமின்றி பார்ப்பனியத்தை எதிர்த்துப் பேசிவரும் அறிவுஜீவிகளில் ஒருவர். ஐதரபாத் மௌலானா அபுல்கலாம் ஆசாத் உருது பல்கலைக்கழகத்தில் சமூகநீதி ஆய்வுமையத்தின் இயக்குநராகப் பணியாற்றியுள்ளார்.

இப்புத்தகத்தில் பல இடங்களில் அவருக்கு பார்ப்பன, பனியாக்கள் மீதுள்ள கோபம் மிக வெளிப்படையாகத் தெரிகிறது. உண்டு கொழுத்தவர்கள், உடல் உழைப்பு இல்லாது சோம்பிக்கிடப்பவர்கள், சுரண்டுபவர்கள், ஏமாற்றுபவர்கள் என்றெல்லாம் அவர் சொல்வது நியாயமாகத்தான்படுகிறது. தலித்துகளோடு சேராமல் இருக்கும் புதிய சத்திரியர்கள் ("சூத்திர மேல்சாதியினர்") மீது அவருக்குள்ள ஆதங்கமும் வெளிப்படுகிறது. பார்ப்பன, பனியாக்களுடன் சேர்ந்து

தலித்துகள் மீது அடக்குமுறையை வெளிப்படுத்தும் ஒரு அங்கமாக அவர்கள் மாறிவருகின்றனர் என்கிறார்.

'தலித் பகுஜன்' என்ற சொல்லைப் பயன்படுத்தி தலித் -மற்றும் பெரும்பான்மை மக்களுக்கும் இந்து மதத்திற்கும் உள்ள தொடர்பையோ, தொடர்பின்மையையோ இந்த நூலில் விளக்குகிறார். 'இந்தியாவை இந்துமயமாக்குவோம்' என்ற ஒரு புது முழக்கத்தோடு கடந்த சில ஆண்டுகளாக நம் நாட்டில் நடக்கும் முயற்சிகளுக்கு எதிராக அறிவுத் தளத்தில் மேற்கொள்ளப்படும் முயற்சியே இந்த நூல்.

மதங்களை மறுப்பய்ஹில் இந்த நூல் அதிகம் பயனளிக்கவில்லை. ஆயினும் மதங்கள் எப்படி ஓர் சமூகத்தை அடிமைப்படுத்தி, அதனை பல வடிவங்களில் காலப்போக்கில் மாற்றுகின்றன என்ற உண்மையை காஞ்சா இந்நூலில் கூறியதால் இந்துமதத்திற்கு எதிராக இக்கருத்துகள் பயன்படும் என்பதால் இந்த நூலில் உள்ள முக்கியக் கருத்துகளுக்கு இங்கே முக்கிய இடமுண்டு.

இந்நூலுக்கு அ. மார்க்ஸ் அறிமுகம் அளித்துள்ளார். அவரது பல கருத்துக்கள் தமிழ்ச் சமுதாயத்தோடு ஒட்டியிருப்பதால் அதிலிருந்தும் சில கருத்துகள் இங்கே இடம்பெறுகின்றன.

அறிமுகம்

- அ. மார்க்ஸ்

ரஸ்ஸல் தன்னைக் கிறிஸ்துவன் அல்ல என அறிவித்துக்கொண்டார். அய்லய்யாவோ தனது பிறப்பே இந்து மதத்திற்குள் நிகழவில்லை என்கிறார்.*(9)*

'பகுஜன்' என்னும் அடையாளம் எண்பதுகளின் மத்தியில் கன்ஷிராம் அவர்களால் முன்னிறுத்தப்பட்டது. சூத்திர சாதியினரையும், பல்வேறு தலித் சாதியினரையும் 'தலித் பகுஜன்கள்' என அழைக்கின்றார் அய்லய்யா.*(11)*

இந்துக் கடவுளின் ஆயுதந்தாங்கிய வன்முறையின் தோற்றத்தை வெகுமக்கள் வழிபடும் சிறு தெய்வங்களோடு ஒப்பிடும் அய்லய்யா இந்துக் கடவுளர் கையில் ஏந்திய விற்களும், சக்கரங்களும் வெகு ஜனங்களை ஒடுக்கி அவர்களை இந்து மதப்படுத்தும் நோக்கிற்காகத்தான் என விளக்குகிறார். அவதாரக் கதைகளெல்லாம் அப்படிதான். வாமன

அவதாரம் வெகுமக்கள் தலைவனகிய பாலி மன்னனைக் (மகாபலி) கொன்றொழிப்பதற்காக மேற்கொள்ளப்பட்டது. இராமயணக் கதையே தென்னிந்தியாவைப் பார்ப்பனமயமாக்கிய கதைதான். (12)

தலித் பகுஜன்கள் மத்தியில் தனிச்சொத்து என்கிற கண்ணோட்டமே இல்லை என்பது அய்லய்யா முன்வைக்கும் கருத்து. தமிழகத்தில் வசித்து வந்த ஆதிப்பழங்குடி மக்களிடையே இருந்த இந்தப் பொதுமைப் பண்பை அழித்த திருப்பணியைச்செய்து முடித்தது பார்ப்பனீயம். அம்மக்களின் நிலங்களைத் தனிச் சொத்துகளாக்கிப் பார்ப்பன, வேளாளக் குடும்பங்களுக்கோ கோயில்களுக்கோ தாரை வார்த்தது தான். பார்ப்பனர்களுக்கு இவ்வாறு வழங்கப்பட்ட நிலத்தைப் 'பிரம்மதேயம்' அல்லது 'சதுர்வேதி மங்கலம்' என்பர். தம் நிலங்களில் தங்கி உழைத்து அதன் விளைபொருட்களில் பெரும்பகுதியை இத்தகைய பார்ப்பன வேளாள உரிமையாளர்களுக்கு மேல்வாரமாக அளித்து, எஞ்சிய கொஞ்ச நஞ்சத்தைக் கீழ்வாரமாக அனுபவித்து, வறுமையில் உழல வேண்டிய நிர்ப்பந்தத்திற்கு உள்ளாயினர் இந்த மண்ணின் மைந்தர்கள்.(13)

தமிழக வரலாற்றின் மிக முக்கியமான ஆவணங்களில் ஒன்றாகிய கி.பி.6-ஆம் நூற்றாண்டின் வேள்விக்குடிச் செப்பேடும் இதனைத் தெளிவாகச் சொல்கிறது.

செப்பேட்டில் வரும் கதை: நெடுஞ்சடையன் என்ற பாண்டிய மன்னனிடம் கொற்கைக்கிழான் நற்சிங்கன் என்ற பார்ப்பனன் தன் முன்னோர் ஒருவர் செய்த யாகத்திற்காகக் கிடைத்த வேள்விக்குடி என்ற ஊரை அதன்பின் வந்த களப்பிரர் ஆட்சிக்காலத்தில் இழந்துவிட்டதாகவும், அதனைத் திருப்பித் தரவேண்டுமென்ற வேண்டுகோளோடு வந்தான். பாண்டிய மன்னனும் வேள்விக்குடியைத் திரும்பத் தந்துவிடுகிறான்.

இச்செப்பேட்டில் நான் காணவேண்டியவைகள் இவை:

பாண்டிய மன்னனின் வம்சப் பெருமையாக - பரவரைப் பாழ்படுத்தியது; குறுநாட்டவர் குலங் கெடுத்தது; செந்நிலங்களைச் செறு வென்றது; துலாபாரம், இரண்ய கர்ப்பம் முதலான இந்து யாகங்களைச் செய்தது; பார்ப்பனருக்கு ஈந்தளித்தது; மகீதலம் பொது நீக்கி அரசாண்டது; பரவர், குறுநாட்டவர் முதலான பழங்குடி மக்களைப் பாழ்படுத்திக் குலங்கெடுத்து அவர்களது செந்நிலங்களைக் கைப்பற்றி, யாகம் செய்த பார்ப்பனர்களுக்கு ஈந்தளித்தது .... (14)

முன்பு பிராமணருக்கு தாரை வார்க்கப்பட்ட நிலங்கள் களப்பிரர் காலத்தில் மீண்டும் கைப்பற்றப்பட்டுள்ளன. ஆனால் பின் வந்த தமிழ்நாட்டு மன்னர்கள் மீண்டும் பொதுத்தன்மையை அழித்துவிட்டு தனிவுடைமையை நிலைநாட்டினர்.

களப்பிரர் காலத்தை, சோழர் காலம் குறித்து ஆய்வுகள் நடத்திய வரலாற்றாசிரியர் பர்ட்டன் ஸ்டெய்ன் மீண்டும் பழங்குடியினர் மேலெழுந்து ஆட்சியைக் கைப்பற்றிய காலம் அது என்று கூறுகிறார். இதனை இன்றுவரை பார்ப்பன வேளாள வரலாற்றாசிரியர்கள் 'இருண்ட காலம்' என்றே தூற்றி வந்துள்ளனர்.*(15)*

காலனிய ஆட்சியை எதிர்த்த இந்து மேல்சாதியினர் இரட்டை நிலையை எடுத்தனர். ஒருபக்கம் நவீன நிறுவனங்களைத் தங்களின் நலனுக்குப் பயன்படுத்திக் கொள்ளுதல். இன்னொரு பக்கம் காலனியத்திற்கு எதிராக இந்துத்துவத்தைக் காப்பது என்கிற நிலை எடுத்து, நவீனத்துவத்தின் இன்றியமையாத கூறாகிய மதநீக்கம், பகுத்தறிவாக்கம் என்பவற்றைத் தடுத்து நிறுத்தினர்.*(16)*

காலனியத்திற்குப் பிந்திய நிறுவனங்களெல்லாம் மதக் கறைபடிந்து போயுள்ளன எனச்சொல்லும் அய்லய்யா பள்ளிக்கூடமும் கல்வியும் எப்படி இந்துத் தன்மையாக உள்ளதென்பதையும், வெகுமக்களின் குழந்தைகள் எவ்வாறு இதிலிருந்து அன்னியப்பட வேண்டியதுள்ளது என்பதையும் விரிவாக விளக்குகிறார்... சாதியப் பயிற்சியே இங்கு அளிக்கப்படுகிறது. சாதி மொழியே இதற்குக் கையாளப்படுகிறது என்கிறார் அய்லய்யா.*(17)*

பாடநூற்களில் எங்காவது விளிம்பு நிலை மனிதர்களின் பண்பாடுகள் பேசப்பட்டதுண்டா? ஏன் எங்களுக்குக் கதையாடல்கள் கிடையாதா? பெருங்கதையாடல்களுக்கு மட்டும்தான் உங்கள் பாட நூற்களில் இடமுண்டா? அய்லய்யாவின் இந்தக் கேள்விகள் தமிழ்ச்சூழலுக்கு அப்படியே பொருந்தும் என்பதில் அய்யமில்லை. *(18)*

தரப்படுத்துதல் என்கிற பெயரில் மய்யங்களில் வீற்றிருந்து ஆட்சி செலுத்தக் கூடியவர்கள் தமது பண்பாட்டுக் கூறுகளை விளிம்பு நிலையினர் மீது திணிக்கும் ஆபத்தையும் அய்லய்யா சுட்டிக்காட்டுகிறார். 'பிராமண போஜன ஓட்டல்கள்' என்கிற பெயரில் பார்ப்பன உணவையும், சுவையையும் பொதுமைப்படுத்த மேற்கொள்ளப்பட்ட முயற்சியை அவர் அடையாளம் காட்டுகிறார். சுவை, விருப்பு ஆகிய தளங்களிலும் வெகுமக்களைக் கட்டுப்படுத்த நினைக்கும் ஒரு அரசியல் முயற்சியாக நாம் இதனை அணுக வேண்டி இருக்கிறது.*(19)*

இந்து மயப்பாட்டிற்கு எதிராக தாழ்த்தப்பட்டோர், பழங்குடியினர், பிற்படுத்தப்பட்டோர், சிறுபான்மையினர் ஆகியோரின் அய்க்கிய முன்னணி மட்டுமே நமது ஒரே நம்பிக்கையாக உள்ளது என்று முடிக்கிறார் அய்லய்யா.

ஏனிந்த நூல்

திடீரென்று தொண்ணூறுகளில் இந்தியாவில் இருக்கின்ற முஸ்லீம்கள், கிறித்தவர்கள், சீக்கியர்கள் அல்லாத எல்லோரும் இந்துக்கள் என்ற பொருளில் "இந்துத்வா" என்ற வார்த்தை நமது காதுகளில் ஒலித்தது. உண்மையில் இவர்கள் முன் வைக்கிற இந்தக் குங்குமப் பொட்டுக் கலாசாரத்தின் தோற்றமே எங்களை அலைக்கழிப்பதாய் உள்ளது. *(23)*

இந்திய தலித் பகுஜன்கள் அத்தனை பேரும் இளமையிலிருந்தே கலாசாரத்தின் பெயராலோ ஒரு மதம் என்கிற அடிப்படையிலோ இந்து என்ற வார்த்தையைக் கேள்விப்பட்டதேயில்லை. முஸ்லீம்கள், கிறித்துவர்கள், பார்ப்பனர்கள், பனியாக்கள் இவர்களிலிருந்து நாங்கள் வேறுபட்டவர்கள் என்று சொல்ல மட்டும் கேட்டிருக்கிறோம். இந்த நான்கு வகைகளில் பார்ப்பானும், பனியாவுமே முற்றிலும் வேறுபாடானவர்கள்.

தலித் பகுஜன்கள் முற்றிலுமாக இந்துக் கலாசாரத்திலிருந்து விலக்கப்பட்டுள்ளனர்.*(25)*

பகுதி: 1

இளமைப் பருவ உருவாக்கங்கள்

நான் இந்துவாகப் பிறக்கவில்லை. அதற்கான எளிய காரணம், தாம் இந்துக்கள் என்பது எமது பெற்றோருக்குத் தெரியாததே.

உண்மையில் அந்தக் கிராமத்தில் கிராம மக்கள் அனைவரும் கூடி வணங்குகிற ஆலயம் எதுவும் இல்லை.*(33)*

இளம் வயதில் வேறு சாதி நண்பர்களோடு விளையாடுவதுண்டு. பெற்றோர் சொல்லிக்கொடுத்த சில வேறுபாடுகளையும் நாங்கள் உணர்ந்ததுண்டு. எங்கள் விளையாட்டு நேரங்களில் இந்த வேறுபாடுகள் காணாமல் போய்விடும்.*(34)*

இளம் வயதிலேயே எங்கள் சாதிக்குரிய தொழில் பற்றியும், அதன் மொழி பற்றியும் தெரிந்து கொண்டோம்.

தகப்பனை விட தாயே குழந்தைகளிடம் அதிகமான தொடர்புடையவளாக இருக்கிறாள். எல்லா அம்சங்களையும் குழந்தைகளுடன் பேசுவது ஒன்றும் இங்கு வழக்கத்திற்கு முரணானது அல்ல.

மேல் உலக உணர்வு, தெய்வீகத் தன்மை, ஆன்மீகம் ஆகியவை எங்களை இந்துக்களிடமிருந்து மேலும் பிரித்தது.

நாங்கள் பள்ளிக்குச் செல்லுகிற வரையில் எங்களுக்கு பிரம்மா, விஷ்ணு, ஈஸ்வரன் ஆகியவை பற்றி எதுவுமே தெரியாது.(40)

பார்ப்பன, பனியா, சத்திரியக் குழந்தைகள் பேசும் மொழி மற்றும் அவர்களுடைய சமூக உறவுகள், தொடர்புகள் எல்லாம் இந்துக் கலாசாரத்தின் ஒரு பகுதியாகவே கருதப்படுகின்றன.

எமது கிராமங்களில் கணவனை இழந்த பல விதவைகள் மரியாதைக்கு உரியவர்களாக இருக்கின்றனர். விதவைகள் தலித் பகுஜன் சமூகத்தில் புறக்கணிக்கப்படுவதில்லை.(41)

ஒரு இந்துக் குடும்பம் என்பது படிநிலையான ஏற்றத் தாழ்வைக் கொண்டது. பெண்கள் ஆண்களுக்குக் கீழ்ப்படியவேண்டும். பார்ப்பனக் குழந்தைகள் சூத்திரத்தொழில் என்று கூறும் உற்பத்தி தொடர்பான வேலைகளில் ஈடுபடாதிருக்க வேண்டுமெனக் கற்பிக்கப்படுகின்றார்கள். ...தலித் பகுஜன்களை வெறுப்பது அவர்கள் உணர்வில் ஒரு அம்சமாகி விடுகிறது.

ஆண் பெண் பாலியல் உறவு பற்றி விவாதிப்பது இந்துக் குடும்பங்களில் தடை செய்யப்படுகிறது.(42)

இளமையிலிருந்தே பணிவாக இருப்பது போல் நடிப்பது பிற்காலத்தில் வாழ்வின் ஒரு அம்சமாகவே மாறி விடுகிறது. காந்தி ஏழையாக நடித்தது போல் இவர்கள் பயப்படுவதாக நடிக்கிறார்கள்.(44)

ஒவ்வொரு நாளும் அன்றாட உணவுக்குச் சம்பாதிப்பதே பகுஜன்களுக்குப் போராட்டமாக உள்ளது. அவர்களுக்கு உணவு கிடைக்கும் நாள் சொர்க்கமாகவும், உணவு கிடைக்காதநாள் நரகமாகவும் உள்ளன.(45)

எங்கள் பள்ளி ஆசிரியர்களும் எங்கள் ஒவ்வொருவரையும் சாதியை அடிப்படையாகக் கொண்டே அணுகினர்.(46)

நாங்கள் உயர் வகுப்புகளுக்குச் சென்றபோது பாடப்புத்தகங்களில் போதிக்கப்பட்ட கதைகளில் ஒன்றுகூட எங்கள் வீடுகளில் நாங்கள்

கேள்வியுறாதவைகளே. பார்ப்பன பனியாக் குழந்தைகளின் நிலைமை வேறு. பாடப்புத்தகத்தில் இடம் பெற்ற மொழி பார்ப்பனத் தெலுங்கு. எங்கள் இரு மொழிகளுக்கும் பெருத்த வேறுபாடுகள் உண்டு.(47)

புரோகிதர்கள் புராணங்களைப் புகழ்ந்து எழுதினார்கள். கம்யூனிஸ்ட் மற்றும் பகுத்தறிவாளர்களோ இந்தப் புராணங்கள் பற்றித் திறனாய்வு செய்தார்கள். ஆனால் எங்களுக்கும் இதயம் இருக்கிறது என்பதையும், அந்த இதயம் தன்னைப் பற்றிப் பேச வேண்டும் என்று நினைக்கிறது என்பதையும் யாரும் எண்ணிப் பார்க்கவில்லை. நல்லதற்கோ, கெட்டதற்கோ யாரும் எங்களைப் பற்றி எதுவும் பேசவில்லை. ...கம்யூனிஸ்ட்டுகளும் பகுத்தறிவாளர்களும் கூட புரோகித மொழியிலேயே பேசியும் எழுதியும் வந்தார்கள். அவர்களுடைய கலாசாரம் அடிப்படையிலேயே சமஸ்கிருத மயமாக்கப்பட்டது.(49)

எங்கள் வீடுகளில் ஒரு பண்பாடும், பள்ளிகளில் வேறொரு பண்பாடும் இருந்தன. எங்களுடைய பண்பாடு தலித் பண்பாடு. பள்ளியிலிருந்த பண்பாடோ இந்துப் பண்பாடு.(49)

உபநயனத்திற்குப் பிறகு பூணூல் அவர்கள் உடலில் தொங்குகிறது. அது முதல் அவர்கள் இரு பிறப்பாளர்கள்... நாங்களும் சிறு வயதில் பூணூல் அணிய விரும்பினோம்.(50)

எங்கள் குடும்பங்களில் மாமியார் கொடுமையால் அவதியுற்ற பெண்கள் மிகச்சுலபமாக மணவிலக்கு பெற முடிந்தது. ஒரு சில நாட்களில் அவர்களுக்கு இரண்டாவது திருமணம் ஒரு சிறப்பான விருந்தோடும், பானத்தோடும் கொண்டாடப்படும். பொறுப்பற்ற கணவனிடமிருந்து ஒரு பெண் மணவிலக்கு கோருவது அங்கீகரிக்கப்பட்ட சமூக வழக்கமாகும். சாவித்திரி கதையை வாசித்திருக்கிறேன். சாவித்திரி தன் கணவன் இறந்ததை எதிர்த்து எமதர்மராஜனுடன் போராடுகிறாள். ஏனெனில் கணவன் இறந்துவிட்டால் தாம் விதவையாகிவிட நேருமே என்றுதான். எமது பெண்கள் சாவித்திரி போல போராட வேண்டியதில்லையே என்று நினைத்து நான் மகிழ்ச்சியடைந்தேன்.(51)

சதி எனப்படும் உடன் கட்டையேறுதல் பற்றிக் கதை கதையாகச் சொல்லும் சரித்திரப் பாடங்களையும் தெலுங்குப் பாடங்களையும் சதியில் மாய்ந்த பெண்கள் பற்றியும் படிக்கிறோம். ஆனால், கணவன் இறந்த பிறகும் உயிருடன் இருந்து தனியாகப் பாடுபட்டு உழைத்து தமது குழந்தைகளை வளர்த்து பெரியவர்களாக்கி அவர்களுக்குத் திருமணம் செய்து வைத்த எங்கள் பெண்கள் பற்றி வரலாற்றில் இலக்கியத்தில் ஏதாவது ஒரு பாடம் உண்டா?

பார்ப்பன வீடுகளிலும், குடும்பங்களிலும் புகழப்படும் வீரர்கள், வீராங்கனைகள் எவரும் மனித சமுதாயத்தில் வாழ்ந்தவர்கள் அல்ல.*(52)*

சூத்திர சமூகத்தில் முற்றிலும் இது மாறுபட்டுள்ளது. இலட்சியக் கதாநாயகர்கள் தோன்றக்கூடிய எதார்த்த வாழ்க்கைச் சூழல்கள் பல இங்கு உண்டு.*(53)*

தலித் பகுஜன் பெண்கள் ஆண்களோடு சேர்ந்து கள்ளோ, அல்லது வேறு வகையான மதுவோ அருந்துகிறார்கள். வீட்டிலும் வயல்களிலும் சுருட்டு புகைக்கிறார்கள். தலித் பகுஜன் பெண்கள் குறைந்தபட்சம் கருத்தளவிலாவது ஆண்களுக்குச் சமமானவர்கள் என்று தம்மைக் கருதுகிறார்கள்.

எல்லோரும் இந்துக்கள் என்று சொல்கிறவர்கள் இவற்றில் எந்தப் பண்பாடு இந்துப் பண்பாடு என்று கூற வேண்டும். எந்த மதிப்பீடுகளை, எந்த ஒழுக்கங்களை அவர்கள் சரியானதென்று தூக்கிப் பிடிக்க விரும்புகிறார்கள்? மேல்சாதி இந்துக்களுடைய சமத்துவமற்ற, மனிதத் தன்மையற்ற கலாசார மதிப்பீடா? அல்லது நம்முடைய கலாசார மதிப்பீடா?*(54)*

பார்ப்பன பனியாக்கள் உற்பத்தி சாராத, சடங்கு சார்ந்த வாழ்க்கையையே உயர்ந்த வாழ்க்கை என்றும், மிகப் பெரும்பாலான தலித் பகுஜன்களின் சடங்குகளற்ற உழைப்பு சார்ந்த வாழ்க்கையைக் கீழ்த் தரமானதென்றும் கருதுகிறார்கள்.*(54)*

பார்ப்பன பனியாக்கள் நம்முடைய கலாசாரத்தைக் கொன்று அதன் பிணங்களின் மீதுநடந்து சென்றார்கள். மற்றவர்களுடைய நன்மைக்காக எல்லாவற்றையும் உற்பத்திசெய்த நம்முடைய பெற்றோர்கள் பட்டினி கிடக்கும்போது பார்ப்பன பனியாக்கள் உண்டு கொழுத்தார்கள். நம்முடைய குழந்தைகள் தேசியப் பொருளாதாரத்திற்கு வலுவூட்டிக் கொண்டிருந்தபோது அவர்களுடைய பிள்ளைகள் வெறும் சாப்பாட்டு மன்னர்களாக இருந்தார்கள்.*(55)*

பகுதி: 2

திருமணம், சந்தை மற்றும் சமூக உறவுகள்

குருமா குடும்பங்களில் திருமணம் என்பது சாதியிலிருக்கிற எல்லோர் முன்னிலையுலும் மேற்கொள்கிற ஒரு ஒப்பந்தமாகிறது. இதில் ஆணுக்குத் தருகிற விலையோ பெண்ணுக்குத் தருகிற விலையோ (வரதட்சணை) முக்கிய இடத்தை வகிப்பதில்லை.*(56)*

திருமணம், சாவு போன்ற சந்தர்ப்பங்களில் தான் புரோகிதர் தலித் பகுஜன்களோடு தொடர்பு கொள்கிறார். மற்ற நேரங்களில் எந்தக் காரியத்திற்கும் வருவதில்லை.(57)

புரோகிதருக்கும் மக்களுக்கும் உள்ள தொடர்பு என்பது எள்ளளவும் ஆன்மீகம் சார்ந்தது அல்ல.(58)

புரோகிதருக்கும் மக்களுக்குமிடையே நிலவுகிற இந்த மனிதாபிமானமற்ற உறவு வெறும் பொருளாதாரச் சுரண்டலோடு நின்று விடுவதில்லை. இன்னும் ஆழமான சமுதாயப் பரிமாணங்களையும் அது கொண்டிருக்கிறது. தலித் பகுஜன மக்கள் ஆன்மா அற்றவர்களாகவும், தன்னுணர்வு அற்றவர்களாகவும், தான் நம்புகிற கடவுளுக்கு நெருக்கமற்றவர்களாகவும் வைத்திருப்பது புரோகிதர்களுடைய நலனுக்கு உகந்ததாக இருக்கிறது. (59)

தலித் பகுஜன் குடும்பங்களில் உள்ளவர்கள் செய்ய வேண்டிய வேலைகளை காலையிலேயே அவர்களின் எஜமானர்கள் தீர்மானிக்கிறார்கள். அவர்களது வேலை பிரார்த்தனையுடனோ அல்லது நீராடி முடித்தவுடனோ தொடங்குவதில்லை.(61)

பார்ப்பன, பனியா, சத்திரிய இந்து கடவுளிடத்தில் உணவுக்காகவும், அறிவுக்காகவும் நலத்திற்காகவும் வேண்டுகிறான். கடவுள் என்பவர் அவர்கள் கேட்கும் அனைத்தையும் கொடுக்கவல்ல பொலிகாளை போன்றவர். புரோகிதர் அனைத்து வேலைகளையும் கடவுளிடமே விட்டு விடுகிறார்.(62)

ஆண்கள் இல்லாத நேரத்தில் ஒரு குருமாப் பெண் ஆடு மேய்க்கிற வேலையையும் செய்கிறாள். ஆனால் ஒரு பார்ப்பனப் பெண் எப்படியிருந்தாலும் புரோகிதர் வேலையைச் செய்ய முடியாது. ஒரு தலித் பகுஜன் பெண் தனது சாதியிலும் அதன் இயங்கு தளத்திலும் தனது அரசியல் பொருளியல் மற்றும் சமூக இருப்பை உறுதிசெய்ய முடியும்.

பார்ப்பன, பனியாக்களின் தத்துவம் தெய்வீகமானது. தலித் பகுஜன் தத்துவத்திற்கு எதிரானது. தலித் பகுஜன் தத்துவம் இது தான்: 'கை வேலை செய்யாவிடில் வாய் உண்ண முடியாது' என்பதே அது.(64)

உழைக்கும் சாதியினராகிய இந்த மக்களுக்குப் பகவத் கீதை என்ற இந்துத்துவ நூல் ஒன்று தமக்கு எதிரான கோட்பாட்டுடன் இருக்கிறது என்பதே தெரியாது. மக்கள் உழைக்க வேண்டுமே தவிர

அதன் பயனைப் பெறக்கூடாது என்ற ஒரு கோட்பாட்டை அது நிலை நாட்டுகிறது.(கீதை சொல்லித் தருவது அதுதானே!) ... உடல் உழைப்பு கேவலமானது; அது கூடாது என்று கூறுகிற புரோகிதக் கூட்டம் ஒரு பக்கம் தலித்துகளின் உழைப்பைச் சுரண்டிக்கொண்டு போகிறது.(65)

ஒரு பனியா என்பவர் உட்கார்ந்த நிலையிலிருக்கும் ஒரு தெய்வீக ஞானி!

...ஒரு பனியா தீவிர இந்துத்துவவாதியாக இருக்கிறான். அவன் விற்கும் பொருள்கள் விலைகள் சாதிக்கேற்றவாறு கூடவோ குறையவோ செய்யும்,.(68)

தலித் பகுஜன் கடவுளர்களின் கதைகளில் ஒன்றில் கூட காமம் ஒரு முக்கியப்பொருளாக இருந்ததில்லை. ஆனால், மேல் சாதியினர் சமூகத் தளத்திலும் அன்றாட வாழ்க்கையிலும் காணக்கிடைக்காத பாலியல் கதையாடல்களைத் தெய்வீகத்தளத்தில் தேடத் தொடங்கி விடுகின்றனர்.

சுருக்கமாகச் சொல்வதென்றால், தலித் பகுஜன் ஆண் பெண் உறவு இயற்கைக்கு மாறானதல்ல. எழுத்தறிவில்லாததாலும் ஆன்மீகத் தொடர்பு இல்லாததாலும் ஆண் பெண் உறவு என்பது சூழ்ச்சியற்றதாகவும், சுரண்டலற்றதாகவும் உள்ளது. பாலியல் உறவு, உடல் தேவையாக மட்டும் இருக்கிறது. காவிய சுகமளிப்பதாக இல்லை.(71) ... தெய்வீகத் தன்மை வாய்ந்த உறவைவிட இயற்கையான உறவு உறுதியானதாக இருக்கிறது. அந்த உணர்வு தனித்துவமானது. புறச்சக்திகளுடைய உருவாக்கத்தால் வருகின்ற பயத்தோடு கூடிய உறவிலிருந்து இது வேறுபட்டது.

உலகிலேயே இந்தியாவிலுள்ள தலித் பகுஜன்கள் மட்டும் தான் மதத்தின் இறுக்கமான வரையறைக்கு அப்பாற்பட்ட சமூக வாழ்க்கை வாழ்ந்து வருகிறார்கள். உதாரணமாக அவர்களது திருமண ஒப்பந்தத்தை எடுத்துக் கொள்ளலாம். அது அடிப்படையில் மனிதர்களுக்கு இடையிலான ஒப்பந்தம். ... ஒரு மனைவி தன் கணவரைக் கடவுளாகக் கருத வேண்டியதில்லை. தன் கணவனுக்குக் காலை மாலை பாத பூஜை செய்யவேண்டியதில்லை. கணவனைச் சக மனிதனாக நடத்த அவளுக்கு உரிமை உண்டு.(72)

இந்துத்துவா தனது ஆன்மீக எல்லைக்குள் மனித சமூகத்தை ஈர்க்கக்கூடிய மனிதஉறவுகளை வளர்த்து இருந்தால் அது உலக

மதமாக புத்த மார்க்கத்துக்கும், இஸ்லாமிய கிறித்துவ மதங்களுக்கும் முன்பாகவே மாறியிருக்கும். இந்துத்துவா பார்ப்பன பனியா சத்திரியர்களுக்கான தனிநபர் சொத்தாக மாற்றியது. மற்ற சூத்திர சாதிகள் - கம்மா, ரெட்டிகள், வேலமா (ஆந்திரா); மராத்தா, பட்டேல், ஜாட், ராஜ்புத் பூமிகார் (வட இந்தியா); முதலியோர் மெல்ல மெல்ல புதிய சத்திரியர்களாக மாறி இந்துத்துவத்துக்குள் நுழைந்துகொண்டிருக்கிறார்கள். (73)

பகுதி: 3

புதிய சத்திரியர்களின் எழுச்சியும் அதிகார உறவுகளின் மறு சீரமைப்பும்

அரசியல் அதிகாரம் சத்திரியர்களுக்கும் அவர்களுக்கு அமைச்சர்களாயிருந்து ஆலோசன வழங்குகிற பார்ப்பனர்களுக்கும் மட்டுமே என்று கடந்த கால இந்துக்கோட்பாடு கூறுகிறது.

தலித் பகுஜன்கள் ஒரு குறிப்பிட்ட அதிகார வரம்புக்கு உட்பட்டே வாழவேண்டியுள்ளது. எல்லாவற்றிற்கும் முதலாவதாக சாதி அமைப்பே ஒரு வகையான அதிகார உறவுகளை நிலைநாட்டுகிறது. (74)

தென்னிந்தியக் கிராமங்களில் எல்லாம் (வட இந்தியாவுக்கும் இது பொருந்தும்) ஆட்சியதிகாரத்தைக் கையில் வைத்திருந்த சத்திரிய வகுப்பினர் செயலற்றுப்போனதும், சூத்திர மேல் சாதியினர் புதிய சத்திரியர்களாக உருவாகி வருகிறார்கள்.

இந்தப் புதிய சத்திரியர்கள் தங்களை இந்து ஆன்மீகத்தின் ஒரு அங்கம் என்றே நம்பிக்கொண்டே இருக்கிறார்கள். இந்துத்துவத்தின் ஆதரவாளர்களாக மாறிவருகிறார்கள்.

இந்துத்துவா எப்போதும் சிலரைச் சேர்த்துக் கொள்வதற்கும், சில பேரை விலக்கிக் கொள்வதற்கும் ஏற்ற கொள்கைகளையே நம்புகிறது. பார்ப்பன பனியாக்கள் புதிய சத்திரியர்களை மெதுவாகத் தம் பக்கம் சேர்த்துக் காண்டு அவர்களுக்கும் கீழ்ப்பட்ட சாதியினரைப் புறக்கணிக்கின்றனர். (75)

புதிய சத்திரியர்கள் பார்ப்பனியத்தை அழிவிலிருந்து காப்பாற்றி பார்ப்பனீயம் மேலும் வலுப்பெறுவதற்கு உதவியிருக்கிறார்கள். (76)

புதிய சத்திரியர்களுடைய நோக்கம் மனித உறவுகளைத் தலித் மயமாக்குவதோ, ஜனநாயகமாக்குவதோ அல்ல. மாறாக, பார்ப்பனீய மயமாக்கவே முயலுகிறார்கள்.

புதிய சத்திரியர்களுக்கு நிலத்திலும் அரசியல் அதிகாரத்திலும் ஆதிக்கம் செலுத்துவதற்குக் கற்பிக்கப்படுகிறது. பார்ப்பனீய 'கௌடில்யனிசம்' இதற்கு உதவுகிறது. *(77)*

தலித் பகுஜன் சட்டமென்பது அதிகாரத்திலிருந்து உருவானதல்ல. அது சமுதாயத்திலிருந்து தோன்றுகிறது.

தலித் பகுஜன் பஞ்சாயத்து தனித்த சிறப்புடையது. அதன் நீதிக் கோட்பாடு தனி மனித நலன் சார்ந்ததல்ல. சமூக நலன் சார்ந்தது. *(78)*

தனிநபர் சார்ந்த அந்தரங்க உறவு என்பதே தலித் பகுஜன் வாழ்வில் கிடையாது. எல்லா தனி நபர் உறவுகளும் சமூக அரசியல் பரிமாணங்களுக்கு உட்பட்டதேயாகும். *(79)*

குடியேற்றக் காலத்திற்குப் பிறகு ஆங்கிலேய ஆட்சியில் அரசு தாழ்த்தப்பட்டமக்களுக்குச் சில உதவிகள் செய்து அவர்கள் சொத்து சேர்க்க வழிகோலியது. எனினும் அது மிகச் சொற்பமானதே. ஆனால் அந்தச் சொத்துக்கள் கூட குறுகிய காலத்தில்பொதுச் சொத்தாக மாறி விட்டன. இத்தகைய பறிகொடுப்புக் கலாசாரத்தை ஊதாரித்தனம் என்று விமர்சிக்கிறார்கள். ஆயிரக்கணக்கான ஆண்டுகளாகத் தனிச்சொத்து என்பது பற்றி எந்த அக்கறையும் இல்லாமல் வாழ்ந்த ஒரு சமுதாயம் தனக்குக் கொடையாக வழங்கப்பட்ட சொத்தை விரைவாக இழந்து நிற்பது இயல்புதான்.*(80)*

1947க்குப் பிறகு எல்லா மட்டத்திலும், குறிப்பாக அரசியலிலும் தொழில்நுட்பத் துறையிலும் பார்ப்பன பனியாக்களே ஆதிக்கம் செலுத்தி வருகின்றனர். 1990இல் மேற்கொள்ளப்பட்ட மண்டல் பரிந்துரை அமலாக்கம் தலித் பகுஜன்களுக்குச் சாதகமானதாக இருந்ததால் புதிய சத்திரியர்கள் தங்களது அதிகாரத்தை நிலைநிறுத்திக் கொள்ள இந்துத்துவத்தோடு அய்க்கியமானார்கள். பார்ப்பன - பனியா - புதிய சத்திரியர்களின் உறவு இந்தியச் சமூகத்தின் நவீனத்துவமாக அடையாளப்படுத்தப்பட்டது. *(81)*

... இந்த மூன்று சாதிகளின் கூட்டமைப்பு மதச்சார்பற்ற தளத்தில் நின்று சனநாயக சக்திகளை எதிர்கொள்ளத் தயாராக இல்லை. எனவே இம்மேல்சாதிக் கூட்டு, அரசியல் அதிகாரத்தோடு ஆன்மீகத்தையும்

கலக்கிறது. அவ்வாறு கலப்பதென்பது தமது சாதிய மேலாதிக்கத்தையும் ஆணாதிக்கத்தையும் அதிகாரப்பூர்வமாக உறுதிப்படுத்திக்கொள்ள உதவுகிறது. (82)

பார்ப்பனன் அரசியலதிகாரத்தை மட்டுமின்றி ஆன்மீக அதிகாரங்களையும் கொண்டிருந்தான். பனியா பொருளாதார அதிகாரங்களையும் கொண்டிருந்தான். தலித் பகுஜன்களோ எந்த ஒரு அதிகாரத்தையும் பெறாதவர்களாக ஆக்கப்பட்டிருந்தார்கள்.(84)

சிவில் சமூக அரசியல் அமைப்புகளுக்கும் மேலாக, அரசு நிறுவனங்களிலும் கிராம நிர்வாகங்களிலும் இந்து அரசியலதிகாரம் தலைதூக்கத் தொடங்கியுள்ளது. பூமாலையில் இருக்கிற நூலைப்போல் இந்துத்துவா எல்லா அமைப்புகளிலும் ஊடாக நுழைந்து அவற்றை மேல்சாதியினரின் தனியுடைமையாக்கி விடுகிறது.(85)

விடுதலைக்குப் பிறகு பார்ப்பனர்கள் தங்கள் தந்திரத்தை அரசியல் நிறுவனங்களில் செலுத்தி, தங்களுடைய அதிகாரத்தை நிலை நிறுத்தி, தங்களின் ஆன்மிக எல்லையை அரசியல் தளம் வரை விரிவு படுத்திக் கொண்டார்கள். சாதியால் பிளவுபட்டுக் கிடக்கும் கிராம சமுதாயத்தில் இதன் மூலம் புதிய சத்திரியர்கள் சகல அதிகாரமும் படைத்தவர்களாக ஆகின்றனர். அவர்கள் தங்களுடைய அதிகாரத்தைப் பயன்படுத்தி எல்லா நிலங்களையும் கையகப்படுத்தித் தங்கள் கையில் வைத்துள்ளார்கள்.

ஆங்கிலேய ஆட்சிக்கு எதிராக உருவான தேசிய இயக்கங்கள் அரசியல் கட்சிகள், சமூக அமைப்புகள் ஆகிய அனைத்திலும் ஆதிக்கம் செலுத்தியவர்கள் பார்ப்பனர்களே. ஆங்கில ஏகாதிபத்தியம் மேல்சாதிக்காரர்களுக்குச் சாதகமாக இருந்தது.(88) ஒருபுறம் ஏகாதிபத்தியத்தை எதிர்ப்பது போலவும், தேசிய நலனில் அக்கறையுடன் நடந்துகொள்வது போலவும், மறுபுறம் ஆங்கிலேயர்களின் கைக்கூலிகளாகவும் ஆதிக்க சாதியினர் இரட்டை வேடம் போட்டனர். மேல்சாதி ஆதிக்கத்தில் இவர்கள் இருப்பது தான் தனது நலனுக்கு உகந்தது என ஆங்கில அரசும் தெரிந்துகொண்டது. எனவே அவர்கள் இந்நிலையை ஊக்குவித்தனர்.

அதேசமயம் பிரிட்டிஷ் அரசாங்கம் தலித் பகுஜன்கள் ஒருங்கிணைவதற்கான அடித்தளத்தையும் உருவாக்கிக் கொடுத்தது. மகாத்மா ஜோதிபா பூலே பார்ப்பன எதிர்ப்பியக்கத்தின் முன்னோடியாவார். தேசிய அளவில் சாதி எதிர்ப்புப் புரட்சியை ஏற்படுத்தியவர் டாக்டர் பி.ஆர். அம்பேத்கர் ஆவார். (89)

காலனிய ஆட்சி இந்துத்துவமும் பாப்பனியக் கருத்தியல்களைக் கொண்ட வைதீக மேல்சாதியினரின் வளர்ச்சிக்குப் பேரளவு ஆதரவு காட்டியது. இந்தச் சூழலில் மிகவும் புரட்சிக் கோட்பாடான மார்க்சீயம், மிகவும் பிற்போக்கு சக்திகளான பார்ப்பன - பனியா - புதிய சத்திரியர்களின் கையில் சிக்கியது. கம்யூனிஸ்டுகளுக்கும் கம்யூனிஸ்ட் அல்லாத பார்ப்பனர்களுக்குமான உறவு மட்டும் மிகவும் நெருக்கமானதாக இருந்தது. *(90)*

1990இல் உருவான மண்டல் குழு அறிக்கை அமுலாக்கத்திற்கு சாதிப் போராட்டங்களுக்கான வழியைத் திறந்து வைத்தன.

இந்த மண்டல் போராட்டம் பார்ப்பன இந்துத்துவத்தை மெல்ல அழிக்கக்கூடிய தலித் மயமாக்குதலுக்கு ஒரு முன்னோட்டமாகும். இப்படியிருக்க இந்தச் சூழ்நிலையை உணர்ந்துகொண்ட பார்ப்பனர்கள் உடனடியாகத் திரண்டு இந்த சாதியப் போராட்டத்தை மதக் கலவரமாக திசை திருப்பி விட்டார்கள். இந்தத் திசை திருப்பலின் விளைவே 1992 டிசம்பரில் நடைபெற்ற பாபர் மசூதி இடிப்பாகும்.*(91)*

புதிய சத்திரியர்கள் மெல்ல ஒரு ‘குலக்’ வர்க்கமாக உருவெடுத்தார்கள். இவர்கள் பார்ப்பனர்களுக்கும் உழைக்கும் சாதியினருக்கும்இடையில் ஒரு பாலமாக இருந்து பழமை நிலையைப் பாதுகாக்க உதவினார்கள். உழைக்கும் சாதியினரோ மேலும் மேலும் விளிம்புகளுக்குத் தள்ளப்பட்டனர்.

பண்டைக்காலங்களில் பார்ப்பன சக்திகள் சூத்திரர்களாக இருந்த சத்திரியர்களோடு கூட்டு சேர்ந்துகொண்டு புரட்சிகளைத் தடுத்தனர்; பவுத்த சமணப் புரட்சிகள் எவ்வாறு அழிக்கப்பட்டன என்பது எல்லோருக்கும் தெரியும். *(92)*

பார்ப்பன பனியாக்களிடத்திலேயே அரசியலதிகாரம் குவிந்து கிடப்பதால் அவர்கள் மற்றவர்களை அடிமைத்தளத்திலிருந்து விடுதலை செய்யப் போவதில்லை. புதிய சத்திரியர்கள் இந்த ஆதிக்கக் கருத்தியலை என்றுமே புரிந்து கொண்டது இல்லை. உதாரணமாக புதிய சத்திரியர்களை உள்வாங்கத் தயாராக இருக்கும் பார்ப்பனீய அமைப்பு அவர்களை இந்துக் கோயில்களில் புரோகிதராக அனுமதிக்குமா?

சமூகப் பொருளாதார அமைப்பிற்குப் புதிய சத்திரியர்கள் செய்த நாச வேலைகள் ஏராளம். அவர்கள் இந்துத்துவத்தின் தூண்களாகிக் கொண்டிருக்கிறார்கள். *(93)*

பகுதி: 4

சமகால இந்து மதம்

மேற்படிப்புக்கு நான் தள்ளிவிடப்பட்டபோது ஒவ்வொரு நிலையிலும் கல்வி எனக்கு அன்னியமாக இருந்தது. மேலும் மேலும் அது பார்ப்பனிய மயமாகவும் ஆங்கில மயமாகவும் இருந்தது.

வரலாற்றுப் புத்தகம் முழுக்க சத்திரியர்களின் கதைகளே ஆக்கிரமித்திருந்தன. தலித் பகுஜன்களின் வாழ்க்கை இன்று வரை பாடத்திட்டத்தில் இடம் பெறவில்லை. நாமெல்லாம் வரலாற்றிலிருந்து புறக்கணிக்கப்பட்டு விட்டோம்.*(94)*

பார்ப்பனிய பாடங்கள் திட்டமிட்டு மௌனம் சாதித்தபோது ஆங்கிலப் பாடங்கள் அதற்கு எதிர்மாறாக இருந்தன. அவைகள் ஐரோப்பாவில் இருக்கிற வர்க்கங்கள் பற்றிக் குறிப்பிட்டன. ஏழை பணக்கார வர்க்கங்களின் கலாசாரம் குறித்துப் பேசின. ஆங்கிலப் பாடப்புத்தகம் டிக்கன்ஸ் போன்ற எழுத்தாளர்களை எங்களுக்கு அறிமுகப்படுத்தியது. அரசியல், அறிவியல் பாடத்தில் பல்வேறு வர்க்கங்களின் பண்பாடும், விடுதலை குறித்த கருத்துகளும், சமத்துவம் மற்றும் சமத்துவமின்மை போன்ற கருத்துகளும் இடம் பெற்றிருந்தன.

வர்க்கச் சமுதாயங்களில் அங்கும் கூட முரண்பாடுகள் இருந்த போதிலும் நமது இருப்பை மவுனமாக்கும் சதி என்பது சாதியச் சமுதாயங்களைவிட அங்கு குறைவு என்பதுதான். தெலுங்குப் பாடப்புத்தகத்தில் அடக்கி வைக்கப்பட்ட மௌனம் இடியைப் போல பயங்கரமானது.

உயர்கல்வி அமைப்புகளில் நான் ஆதிக்க சாதி ஆசிரியர்களையே எதிர்கொள்ள வேண்டி இருந்தது. அவர்களே சாதி வெறியர்களாக இருந்தார்கள்.*(95)*

இந்து ஆசிரியர்களின் கருத்துப்படி நாங்கள் பல்கலைக்கழகத்தில் இடம் பெறவே தகுதியற்றவர்கள்.

கல்வியின் தரத்தைக் குறைப்பதற்குப் பதிலாக எங்களுக்கு எங்களுடைய சூழ்நிலையிலேயே புதிய வாழ்க்கை வழங்கப்பட வேண்டும் என்றும் கூறினார்கள். அவர்களுடைய கருத்துப்படி நாங்கள் தெலுங்கிலோ ஆங்கிலத்திலோ புலமை பெறமுடியாது.

நாங்கள் எங்களுக்கு எதிரான, ஆங்கில மயமாக்கப்பட்ட பார்ப்பனீய

வகுப்பறைகளில் உட்கார்ந்திருக்கிறோம். எங்களுடைய பெற்றோர்களின் உபரியை உறிஞ்சி உருவாக்கப்பட்ட வகுப்பறைகள் அவை.

நகர மையங்களுக்கு நாங்கள் வந்த போது 'பிராமண உணவு விடுதி' என அங்கே பெயர்ப்பலகைகள் வைக்கப்பட்டிருந்தன. உணவும் கூட பார்ப்பன சுவைக்கு ஏற்ப தயாரிக்கப்பட்டவையாகவே இருந்தன. நமது ருசிக்கேற்ப உணவு அளிக்கக்கூடிய குருமா, கவுடா ஓட்டல் ஒன்று கூட நான் பார்த்ததில்லை. பார்ப்பன பனியா ருசியே எல்லோருக்குமான ருசியாக மாற்றப்பட்டிருந்தன.(96)

இங்கும் அங்குமாய் ஒரு சில தலித் அதிகாரிகள் இருந்தார்கள். அதுவும் கூட டாக்டர் அம்பேத்கர் அவர்கள் வாங்கித்தந்த இட ஒதுக்கீட்டின் மூலம் தான் நிகழ்ந்தது. தலித் அலுவலர்கள் மீது அலுவலகத்தில் தீண்டாமை கடைப்பிடிக்கப்பட்டது.

நாங்கள் மாணவர்களாக இருந்தபோது மகாத்மா பூலே பற்றியோ, டாக்டர் அம்பேத்கர் பற்றியோ யாரும் சொல்லவேயில்லை. எங்களுக்கெல்லாம் காந்தி, சுபாஷ், நேரு போன்றவர்களைப் பற்றித்தான் கூறினார்கள்.(98)

சுதந்திரத்திற்குப் பின் காங்கிரஸ் தலித் பகுஜன் நலன்கள் குறித்துப்பேசி வந்தது. காங்கிரஸ் கட்சிக்குள் இருந்த மேல் சாதியினருக்கும் தலித் பகுஜன்களுக்குமான உறவு ராமனுக்கும் அனுமனுக்குமிடையில் உள்ள உறவாக இருந்தது. அனுமன் தென்னிந்திய தேசியத் தலைவனான ராவணனை எதிர்த்த ராமனுடைய படையில் சேர்ந்த தலித் ஆவான். ராமனுடைய பேரரசுக்காக அவன் இரவு பகலாக உழைத்தான். போராடினான். இருந்தும் கூட அனுமன் நிர்வாகத்தில் ஒதுக்கப்பட்டவனாகவும், ஏவல் புரிவோனாகவுமே நடத்தப்பட்டான். இன்றைய அரசியல் நடைமுறைகள் அன்றைய இராம ராஜ்ஜியப் பாணியில் வளர்க்கப்பட்டன.(99)

ஏழையாக இருந்தாலும் ஒரு 'மேற்'சாதிக்காரன் தன்னை மேலானவனாகவே கருதிக் கொள்கிறான். பணக்கார 'மேற்'சாதியானும் அப்படித்தான் நினைத்துக் கொள்கிறான். பணம் சேர்ப்பதன் மூலமாகவே ஒரு தலித் பகுஜனின் அந்தஸ்து என்பது உயர்ந்து விடுவதில்லை.(100)

தலித் பகுஜன் மக்கள் கம்யூனிசத் தலைமையிலிருந்து மூன்று வகைகளில்வேறுபட்டவர்களாகவே இருந்துவந்தார்கள். ஒன்று: கம்யூனிஸ்ட் கட்சியின் தலைமை மேல்சாதி வசமாக, குறிப்பாக பார்ப்பனர்கள் கையில் இருந்தது. இரண்டு: அவர்கள் அன்றாட

வாழ்வில் இந்துக்களாகவே வாழ்ந்து வந்தார்கள். மூன்றாவதாகக் கட்சியிலிருந்தவர்கள் பெரும்பாலானவர்கள் ஏழையாகவே இருப்பார்கள். ஆனால் தலைவர்களோ பணக்காரப் பின்னணியிலிருந்து உருவானவர்கள். கம்யூனிஸ்ட் கட்சியில் மக்கள் கூட்டம் என்பது தலித் பகுஜன் கூட்டமாகவே இருந்தது. இருந்தும் அவர்கள் தலைமைக்கு அழைக்கப்படவேயில்லை. கேரளாவில் பொதுமக்களிடம் கொடூரமாக நடந்து கொண்ட நம்பூதிரிகளே தலைவர்கள் ஆனார்கள். இவ்வாறு நாடு முழுவதும் பார்ப்பனர்கள் எல்லோரும் தலைவர்கள் ஆனார்கள். மேல்சாதித் தலைவர்கள் ஒரு குழுவாகவும், தலித் பகுஜன் மக்கள் தொண்டர்களாகவும், கட்சி உறுப்பினர்களாகவும் இரண்டு அடுக்காகச் செயல்பட்டார்கள். டாக்டர் அம்பேத்கர்தான் இந்த உண்மையை முதன் முதல்அறிந்து கொண்டு செயல்பட்டவர்.

எல்லா இந்துக் கடவுள்களும் பிரம்மா, விஷ்ணு தொடங்கி தசாவதாரம் வரை தலித் பகுஜன்களுக்கு எதிராக ஆயுதம் தாங்கிய கடவுள்களாக இருந்தார்கள். இந்திய கம்யூனிச இலக்கியங்கள் எதுவும் இந்தக் கடவுள்களை விமர்சனம் செய்ததே இல்லை.*(101)*

மாற்றுக் கலாசாரம் குறித்து கம்யூனிஸ்டுகள் பேசியபோதும் கூட, அந்த மாற்றுக் கலாசாரம் இந்து வாழ்க்கை முறையிலிருந்து விலகியதில்லை. இது இந்தியக் கம்யூனிஸ்ட்டுக்கே உரித்த குணமாகும். *(102)*

1990-இல் இருந்தே இந்து சாதியினருக்கும் தலித் பகுஜன் சாதியினருக்கும் இடையேயிருந்த முரண்பட்ட கலாசார வேறுபட்டைக் கூர்மையாக அறிய முடிந்தது.

நான் உஸ்மானியா பல்கலைக் கழகத்தில் ஆசிரியராகப் பணியாற்றத் தொடங்கியபோது விஞ்ஞானக் கல்வியும் மேலைநாட்டு அறிவும் எந்த வகையிலும் இந்துக்களைப் பகுத்தறிவாளர்களாக மாற்றவில்லை என்பதை உணர்ந்தேன்.

தலித் பகுஜன சாதியிலிருந்து வரும் இளைஞர்கள் தகுதி குறைந்தவர்கள் என்றும் அவர்கள் பல்கலைக்கழகங்களில் ஆசிரியராகப் பணியாற்ற தகுதியற்றவர்கள் என்றும் 1990களில் கூட (மண்டல் இயக்கம் நடைபெற்றபோது) அவர்களால் வாதிட முடிந்தது. *(103)*

மேல்சாதியினருடைய புத்தக அறிவு தலித் பகுஜன்களின் உழைப்பு சார்ந்த அறிவைவிட உயர்வானது என்று தலைகீழாக நினைக்கும் மேல் சாதிக்காரனை எப்போதும் திருத்த முடியாது. *(104)*

நகர்மயமாதல் அதிகரித்து வரும் இந்நாட்களில் பார்ப்பனர்கள் நகர்ப்புறங்களில் குவிந்து வருகின்றனர்.

மூவாயிரம் ஆண்டுகளாக தலித் பகுஜன் படிப்பதற்குக் கடுமையான எதிர்ப்பு இருந்து வந்தும் கூட அவர்களின் முதல் சந்ததியினர் கல்வி கற்ற போது ஆசிரியர்கள், மருத்துவர்கள், பொறியியல் அறிஞர்கள், நிர்வாகிகள், ஆகியோரின் திறமை, முன்னேற்றம் என்பன நம்ப முடியாத அளவிற்கு இருந்தன. தலித் பகுஜனங்களின் திறமை பார்ப்பனின் திறமையை விட எந்த விதத்திலும் குறைவானதாய் இல்லை. பல மடங்கு உயர்வாகத்தான் உள்ளது. (105)

பார்ப்பனியம் மனித சிந்தனையை வருணாசிரம அடிப்படையில் மேல் கீழாகப் பிரித்தது. (106)

முதலாளித்துவச் சந்தை சீரழிந்த சாதிச் சந்தையாக மாறிவிட்டது. பம்பாய், தில்லி, கல்கத்தா, ஐதராபாத் போன்ற பெரு நகரங்களில் கூட எந்த தலித் பகுஜனும் தொழில் தொடங்கத் துணிவதில்லை. சென்னை மட்டும் விதிவிலக்கு. தி.மு.க. ஆட்சியில் இருந்ததன் விளைவாக இருக்கலாம். (107)

முதலாளித்துவ உற்பத்தியில் கூட சாதி ஆதிக்கம் செலுத்துகிறது. இதையே சாதிமயமான மூலதனம் என்கிறோம். இவ்வகையான சாதி மயமாக்கப்பட்ட மூலதனம் மனிதத் தன்மையற்ற சுரண்டலிலேயே முடியும். (108)

குடியேற்ற ஆட்சி அகற்றப்பட்ட இந்தியாவில் அரசியல், பொருளாதார நிறுவனங்கள், கல்வி நிறுவனங்கள், மற்றும் நிர்வாக அமைப்புகள் அனைத்திலும் சாதி ஒழிந்து சம உரிமை ஏற்படும் என்று எதிர்பார்த்தோம். ஆனால் அப்படி ஏதும் நடக்கவில்லை.

தலித் பகுஜன்கள் பலர் தங்களை சமஸ்கிருத மயமாக்கிக் கொண்டார்கள். தங்களுடைய சொந்தப் பெயரை மாற்றிப் பாப்பனியப் பெயரைச் சூட்டிக் கொண்டார்கள். முத்தையா மூர்த்தியானார். கோபய்யா கோபால கிருஷ்ணன் ஆனார். ஒருவன் என்ன பெயர் வைத்துக் கொண்டாலும் ஒரு சில நாட்களுக்குள் அந்த நபரின் சாதியைத் தெரிந்துகொண்டு அதற்கு ஏற்றவாறு பார்ப்பனர்கள் நடந்து கொள்கிறார்கள். (110)

சமஸ்கிருதமயமாகும் செயல்கள் சாதி அடையாளத்தையோ சாதி அடிப்படையிலான அவமானத்தையோ எந்த அளவிலும் குறைத்து விடவில்லை.

தலித் பகுஜன்களின் சமஸ்கிருதமயமாகும் போக்கு இந்துக்களின் காட்டுமிராண்டித்தனத்திற்குத் தீர்வு அல்ல என்பதைப் பின்னாளில் உணர்ந்தார்கள்.(111)

இதே காரணத்திற்காகத்தான் டாக்டர் அம்பேத்கர் அவர்கள் இந்து கலாசாரத்திற்கு எதிரான கலாசாரத்தை உருவாக்க முயன்று ஐந்து லட்சம் தலித் மக்களோடு பவுத்தத்தைத் தழுவினார். ஈவெரா பெரியாரும் ஒரு மாற்றுக் கலாசாரமாக திராவிடக் கலாசாரத்தை உருவாக்கி பார்ப்பனியத்தையும் இந்துக் கலாசாரத்தையும் இந்துக் கடவுள்களையும் அம்பலப்படுத்தினார். (112)

பகுதி: 5

இந்துக் கடவுள்களும் நாமும்
நமது பெண் தெய்வங்களும் இந்துக்களும்

உண்மையில் வன்முறை என்பது இந்துத்துவத்தின் முக்கியச் சாதனம். இந்துக் கடவுள்கள் ஆயுத பாணிகளாக இருப்பதற்கு இதுவே காரணம்.

பார்ப்பனக் கோட்பாளர்கள் தெய்வீக ஊக்கம் அல்லது தெய்வீகக் கட்டளை எனும் பேரால் அடிமைத்தனத்தைத் திணித்து, அதை மீறுவது பாவம் என்றும் போதித்து வந்துள்ளனர். ஆனால், எந்த மதமும் அடிமைகளைத் தொடர்ந்து அடிமைகளாக வைத்திருப்பதில் வெற்றியடையவில்லை.(114)

இந்துத்வா, தலித் பகுஜன்களையும் இந்துக்கள் என்றே கூறி வந்துள்ளது. ஆனால், அதேநேரத்தில் அந்தக் கடவுள்கள் எல்லாம் வெளிப்படையாகவே தலித் பகுஜன்களுக்கு எதிரானதாகவே இருந்து வருகின்றன.

தலித் பகுஜன்கள் எதிர்க்கும் போதெல்லாம் இந்தியப் பார்ப்பன சக்திகள் தங்கள் கடவுள் உணர்வுகளைக் கிளப்பி அதனை ஒடுக்குகின்றன. 1990ல் மண்டல் அறிக்கை நடைமுறைப்படுத்தப் பட்ட போது அகில இந்திய அளவில் இந்துக்கள் நடத்திய கலகம் இதற்கு ஒரு தெளிவான எடுத்துக்காட்டாகும்.

இந்தியாவின் ஆதிக்குடிகளான ஆதி திராவிடர்களை அழித்த அன்னிய ஆரிய நாடோடிகளின் தலைவனான இந்திரன் வேதங்களில் சிறப்பிக்கப்படுகிறான்.(115)

பிரம்மா... என்ற இந்த அறிவுக் கடவுள், தலித் பகுஜன் மக்களைத் தாக்குவதற்குரிய ஆயுதம் உடையவனாக இருக்கிறான்.

இவனுடைய முகத்தில் பிறந்தவர்கள் பார்ப்பனர்கள் என்றும், மார்பில் சத்திரியர்கள் என்றும், தொடையில் பிறந்தவர்கள் வைசியர்கள் என்றும், பாதத்தில் பிறந்தவர்கள் சூத்திரர்கள் என்றும் சொல்லிக் கொண்டு பார்ப்பனர்கள் சாதிய ஏற்றத் தாழ்வை உருவாக்கினார்கள். (116)

வேதங்கள் பார்ப்பனியத்தின் பல்வேறு விதமான கொடூரமான உணர்வுகளின் வெளிப்பாடாக உள்ளன.

இலக்கியங்கள் அனைத்தும் தலித் பகுஜன்களுக்கு எதிரானது தான்.

பார்ப்பனர்கள் பெண்களைப் படிக்க எழுத அனுமதிக்காதபடியால் கல்விக்கரசி என்று அழைக்கப்படுகிற சரஸ்வதி எந்த நூலும் எழுதவில்லை.

பிரம்மா எல்லா விதத்திலும் பார்ப்பனன் என்பதோடு எல்லா விதமான உற்பத்தி நடவடிக்கைகளிலிருந்தும் விலகியிருந்தவன்.(117)

தலித் பகுஜன்கள் கல்வி கற்காதவாறு பார்த்துக் கொள்வது பார்ப்பனப் பெண்களின் வேலையாகவும், சொத்து சேர்ந்துவிடாதபடி பார்த்துக் கொள்வது சத்திரியப் பெண்களின் வேலையாகவும் நியமித்தது பார்ப்பனீயம். இத்தகைய செயல்கள் தலித் பகுஜன்களைப் பார்ப்பனீய அமைப்பிற்குள் உள்வாங்கி, அதே நேரத்தில் இழிவானவர்களாக வைத்துக்கொள்ள மேற்கொள்ளப்பட்ட நடவடிக்கையாகும்.(120)

மலை சாதி மக்கள் இந்து மதத்தை ஏற்றுக் கொள்ளச் செய்ய பிரம்மா, விஷ்ணு போன்ற கடவுள்கள் போதுமானதாக இல்லை. எனவே சிவனையும், பார்வதியையும் கடவுளாக உருவாக்கி விட்டார்கள்.(122)

சிவசேனாவுக்கும், பாரதீய ஜனதாவுக்குமிடையே உள்ள பிரிவு என்பது சைவ, வைணவப் பிரிவுகளின் வெளிப்பாடாக இருந்தாலும் இராமன் உருவத்தைக் காட்டி ஓட்டுப் பெறுவதில் இருவரும் ஒன்றுபட்டே நிற்கிறார்கள்.

விஷ்ணுவின் பத்து அவதாரங்களில் புத்தரும் ஒருவராகப் பிற்காலத்தில் சேர்த்துக்கொள்ளப்பட்டார். இந்து மதத்தின் உள்வாங்கல் தந்திரத்திற்கு இது ஓர் உதாரணம்.(123)

வாமன அவதாரம்: இந்து, பார்ப்பனீயத்தில் நம்பிக்கையற்று ஒரு சாதியற்ற சமுதாயத்தைப் படைக்க விரும்பிய தலித் பகுஜன் அரசனான பாலி சக்கரவர்த்தியைக் கொல்வதற்காகவே வாமன அவதாரம் எடுத்தததாகக் காட்டப்படுகிறது.

ஒரு தலித் பகுஜன் ராஜ்ஜியம் இந்துத் துரோகத்தால் வெல்லப்பட்டது. *(124)*

கிருஷ்ணன்: திடீரென்று கிருஷ்ணன் விஷயத்தில் மட்டும் ஏன் ஒரு சமரசம் செய்யப்பட்டது? சத்திரியனாகப் பிறந்திருந்தாலும் கூட கர்ணன் ஒரு தலித் பகுஜன் குடும்பத்தினரால் வளர்க்கப்பட்டது கண்டனத்திற்கு உள்ளானபோது, இதே பின்னணியில் வளர்ந்த கிருஷ்ணன் ஏன் கண்டிக்கப்படவில்லை.*(124)* ...இதற்கெல்லாம் விரிவான விளக்கங்களும், விவாதங்களும் தேவை. *(125)*

உதாரணமாக 1990-93இல் நடந்த மண்டல் அறிக்கை அமுலாக்கப் போராட்டத்தையும், ராம ராஜ்ஜிய எதிர்ப்புப் போராட்டத்தையும் சொல்லலாம். இவற்றை மையமாக வைத்து பார்ப்பனியம் ஆதிக்கம் செலுத்தும் மையப்பகுதியில் தலித் பகுஜன்கள் பெருங் கலகங்களை நடத்தினார்கள். யாதவர்கள் முன்னின்று நடத்திய இந்தப் போராட்டத்தின் வாயிலாகத் தாழ்த்தப்பட்ட சாதிகளுக்கும், பிற்படுத்தப்பட்ட சாதிகளுக்கும் இடையே ஒரு கூட்டணி உருவானது. இந்தப் போராட்டத்தில் மண்டல் அறிக்கையைத் தயாரித்த மண்டல் (ஒரு யாதவர்) முலாயம்சிங் யாதவ், ராம்ராஜ்ஜியத்தை எதிர்த்து மண்டல் ராஜ்ஜியத்தை ஆதரித்த லல்லு பிரசாத் யாதவ் ஆகியோர் இந்து பார்ப்பனியம் உருவாக்கிய மேலாண்மையை உடைக்க எடுத்துக் கொண்ட முயற்சிகள் யாவரும் அறிந்ததே. இதற்கு எதிராக லோத்தா சாதியைச் சேர்ந்த கல்யாண்சிங், உமாபாரதி என்று இரு தலைவர்களைப் பார்ப்பனிய பாரதீய சனதா கட்சி தன் பக்கம் சேர்த்துக் கொண்டது. தேர்தல் மூலம் அரசியல் அதிகாரத்தைக் கைப்பற்ற முயற்சிகள் மேற்கொள்ளப்பட்டன. கல்யாண்சிங் முதல்வரானாலும், உண்மையான அதிகாரம் பார்ப்பனப் பண்டிதர்களிடமே இருந்தது. *(126-7)*

எப்படியாவது தாழ்த்தப்பட்டோர், பிற்படுத்தப்பட்டோர் இடையே இருந்த உறவை உடைப்பதற்குப் பார்ப்பன இந்துத்துவ சக்திகள் சிந்தித்து ஒரு பயங்கரமான நிலை எடுத்தார்கள். அதன்படி பகுஜன் சமாஜ் கட்சியின் தலைவி மாயாவதிக்கு ஆதரவளித்து தாழ்த்தப்பட்ட, பிற்படுத்தப்பட்ட மக்களின் அரசியல் கூட்டை உடைத்தார்கள்.

யாதவர்களின் தலைமையிலான பிற்படுத்தப்பட்ட சாதியினருக்கும் அட்டவணைச் சாதியினருக்கும் இடையிலான கூட்டைச் சிதைப்பதற்கும் பாரதிய சனதா பெரு முயற்சிகளை மேற்கொண்டது.

மாயாவதி முதலமைச்சரானதும் மதுராவில் உள்ள ஆலயம் பற்றியும், பாபர் மசூதி பற்றியும் பார்ப்பனர்களின் திட்டத்திற்கு எதிரான நிலை எடுத்தார். பார்ப்பனர்களின் எதிர்ப்பைப் பொருட்படுத்தாமல் பெரியார் ஈவேராவின் சிலையை லக்னோவில் நிறுவுவதில் வெற்றி கண்டார். தலித் பகுஜன்களுக்கு எதிரான இந்துக் கடவுள்களின் தன்மைகளை யாரையும்விட பெரியார் அதிகமாகத் தோலுரித்துக் காட்டியவர். (127)

சத்திரியர்களைப் போல யாதவர்களையும் முழுமையாக ஏற்றுக் கொள்ள பார்ப்பனியம் தயாராக இருக்கவில்லை.

கிருஷ்ணனின் கதையாடல் தந்திரமாகக் கட்டமைக்கப்பட்டிருக்கிறது. இளைஞனான கிருஷ்ணன் யாதவ கலாசாரத்தில் வளர்ந்தவன். ஆனால் வளர்ந்து பெரியவனான 'அரசியல் கிருஷ்ணன்' தன்னை யாதவனாக அடையாளம் காட்டிக் கொள்வதில்லை. அவனது செயற்பாடுகள் சத்திரியனுக்கு உரியதாக இருந்தது. பார்ப்பனத் தர்மத்தைக் காப்பதாகவே இருந்தது. அவனுடைய மனைவிகள் அனைவரும் சத்திரியப் பெண்களாகவே இருந்தார்கள். கிருஷ்ணனுடைய எட்டு மனைவிகளும் சத்திரியர்களே.(128)

கிருஷ்ண அவதாரம் என்பது பார்ப்பனிய அரசியலுக்கு ஒரு மிகச் சிறந்த எடுத்துக்காட்டு.

கிருஷ்ணனின் திட்டம் என்பது பலமான வருணாசிரம உடன்பாட்டு முறையை உருவாக்கவும், தலித் பகுஜன்கள் பார்ப்பனியத்தை ஏற்றுக் கொண்டு அதைப் பாதுகாக்கவுமான திட்டமுமாகும்.

மகாபாரதக் கதை கௌடில்யக் கற்பனையை அடிப்படையாக வைத்து எழுதப்பட்டது. பொதுச்சொத்து தனிச்சொத்தான காலம் அது.

சிறுபான்மையரான பாண்டவர்கள் (பார்ப்பனர், சத்திரியர், வைசியர் கூட்டு என்பது மொத்தத்தில் பதினைந்து சதவிகிதம் தான்) பெரும்பான்மையினரான கௌரவர்களை எதிர்த்து நடத்திய யுத்தம். ஐந்து பாண்டவர்கள் நூறு கௌரவர்களை எதிர்த்து நடத்திய யுத்தம். நூறு கௌரவர்களும் பார்ப்பனியத் தர்மத்துக்கு எதிராக பெரும்பான்மை தலித் பகுஜன்களுக்கு ஆதரவாகவும், அதே சமயத்தில் ஐந்து பாண்டவர்களும் சிறுபான்மையினரான பார்ப்பனர்களின் தர்மத்திற்கு ஆதரவாகவும் நின்று நடந்த போராட்டம். நிலத்திற்காகவும் அரசாட்சிக்காகவும் நடத்திய

போராட்டத்தில் கிருஷ்ணன் சிறுபான்மையினருக்கே ஆதரவாகப் போராடுகிறான். அது மட்டுமல்ல, பெரும்பான்மையினருக்கு எதிராகச் சூழ்ச்சியையும், நயவஞ்சகத்தையும் நெறியற்ற பார்ப்பன தர்மங்களையும் பயன்படுத்துகிறான். சிறுபான்மையினரை வெற்றியடையச் செய்கிறான். பெரும்பான்மையான கௌரவர்கள் தோற்கடிக்கப்படுகிறார்கள். *(129)*

ஒரு நல்ல முடிவிற்காக எந்த விதமான வழிமுறைகளையும் கையாளலாம் என்பது கிருஷ்ணனின் கொள்கை. சிறுபான்மையினரின் தர்மத்தை ஆதரிப்பது மூலம் வன்முறை, காட்டுமிராண்டித்தனம், துரோகம் ஆகியவற்றை கிருஷ்ணன் நியாயப்படுத்துகிறான். துரோகத்தினால் தான் கர்ணன் கொல்லப்படுகிறான்.

...கிருஷ்ணன் எதிர்த்தரப்பினர் யாராக இருந்தாலும் அவர்களைக் கொல்ல வேண்டும் என்று வற்புறுத்துகிறான். ஏனெனில் அவர்கள் பார்ப்பனீயத் தர்மத்திற்கு எதிராகக் கலகம் செய்தவர்கள். பார்ப்பனக் கோட்பாட்டை ஆதரிக்கும் முகமாக வன்முறையையும், வர்ண தர்மத்தையும், கர்மவினைக் கோட்பாட்டையும் கீதையில் போதித்தான்.

நிலத்திற்காகவும் அரசதிகாரத்திற்காகவும் நடந்த இந்தப் போராட்டத்தில் பெரும்பான்மையினரைத் தோற்கடித்த பிறகு கீதையின் மூலம் ஒரு பலமான பார்ப்பனிய அமைப்பை உருவாக்கி, தலித் பகுஜன் எழுச்சியும் எதிர்ப்பும் வராமல் பார்த்துக் கொள்ளப்பட்டது. *(130)*

எப்படியோ விடுதலை பெற்ற இந்தியாவில், எழுச்சி கொண்ட தலித் பகுஜன் கருத்தியலுக்குப் பார்ப்பனிய காந்தியமும், நம்பூதிரிபாட்டின் கம்யூனிசமும் பிரச்சினையானது. செத்துக் கொண்டிருந்த இந்துத்துவத்தை நவீனப்படுத்தி உயிர்ப்பித்தவர் காந்தி. பார்ப்பன கம்யூனிஸ்டுகள் தம் பங்கிற்கு தலித்துகள் கிளர்ந்தெழுந்து விடாமல் அடக்கி வைத்தார்கள். வேறு வார்த்தைகளில் சொல்வதென்றால் ஏகாதிபத்திய எதிர்ப்பு தேசியத்தை காந்தி இந்து மயமாக்கினார். இந்து மயமாக்கப்பட்ட தேசியத்தைப் பார்ப்பன கம்யூனிஸ்டுகள் பார்க்கத் தவறினர். *(131)*

கிருஷ்ணனையும் கீதையையும் உருவாக்கிய பிறகு சத்திரியர்களுடைய ஆதிக்கமும் கூடத் தொடர இயலவில்லை. பார்ப்பனர்களுக்கு எதிராக ஒருவர் கூட சுட்டு விரலை நீட்ட முடியாதபடிக்கு வருணாசிரமம் கோலோச்சியது. வட இந்தியாவில் எல்லாப் பிரிவினரும் நம்பிக்கை இழந்த நிலையில் அடிமைகள் ஆக்கப்பட்டார்கள். பார்ப்பனர்கள் தலித் பகுஜன்கள் ஆட்சி செய்து கொண்டிருந்த தென்னிந்தியாவிலும் தங்களுடைய ஆதிக்கத்தைப் பரப்ப நினைத்தார்கள்.

ராமாயணக் கதையில் ... தலித் பகுஜன் ஆட்சியை வீழ்த்துவதற்கான சூழ்ச்சியை ரிஷிகள் வகுக்கவும் ராமன் அந்தப் பொறுப்பை நிறைவேற்றவும் முடிவெடுக்கப்பட்டது. விஸ்வாமித்திரனும், வசிஷ்டனுமே இராமாயணக் கதையை இயக்கிய முக்கிய சக்திகளாவர். இவர்கள் இராமனின் குல குருக்கள். அவர்களது வார்த்தைகளை யாரும் மீறக்கூடாது. (132)

தென்னிந்தியாவில் வாழ்ந்த தலித் பகுஜன் சமூகத்தைப் பார்ப்பன மயமாக்க மேற்கொண்ட நடவடிக்கைகளின் கதையே இராமாயணம். அதோடு பார்ப்பன ஆணாதிக்கத்தையும் உருவாக்க முனைந்த கதை. இந்த நோக்கத்தோடு தான் பார்ப்பன ரிஷிகள், ராமன், சீதை, லெட்சுமணனோடு வந்து இங்குள்ள பல மலைவாழ் பழங்குடி மக்களின் ஆட்சியையும், சுதந்திர பகுஜன்களின் அரசுகளையும் அழித்துச் சிதைத்தார்கள். புகழ்பெற்ற தலித் பகுஜன் தலைவியாகிய தாடகையைக் கொன்று அவளது அரசைப் பார்ப்பனமயமாக ஆக்கினார்கள். புகழ் பெற்ற சம்புகனைக் கொன்று அவனது ஆட்சியைப் பறித்துக் கொண்டார்கள். கிஷ்கிந்தாவை ஆண்டு வந்த மலைவாழ் பழங்குடி இன அரசன் வாலி இராமனுடைய ஆதிக்க நடவடிக்கைகளுக்குக் கடுமையாக எதிர்ப்பு தெரிவித்தார்.

இராமன் அதே மலைஜாதி தலித் பகுஜன்களை ஒன்று சேர்த்து எப்படியோ இலங்கையை அடைந்து இராவணனைத் தாக்கிக் கொன்றான். தலித் பகுஜன்களின் அரசு இராவணனோடு வீழ்ச்சியுற்று தென்னிந்தியா, பார்ப்பன ஆரியர்களால் வெற்றி கொள்ளப்பட்டது.

இராவணன் இறந்த பிறகு பல பார்ப்பன ரிஷிகள் வட இந்தியாவிலிருந்து தென்னிந்தியாவிற்குக் குடிபெயர்ந்தார்கள். சாதியற்ற சமூகமாக இருந்த தென்னிந்தியாவில் பார்ப்பனர்கள் நுழைந்து அதைச் சாதி அடிப்படையிலான சமூகமாக மாற்றி பார்ப்பனிய ஆணாதிக்கக் கருத்தியலைப் புகுத்தி தங்களுடைய அதிகாரத்தை நிலை நிறுத்தினார்கள்.

இவ்விதமாக தென்னிந்தியாவில் பார்ப்பனீயம் மேலிருந்து புகுத்தப்பட்டது. தென்னிந்தியச் சிவில் சமூகத்தில் பார்ப்பனீயத்திற்குக் கடுமையான எதிர்ப்பு இருந்தது. பார்ப்பன எதிர்ப்பு இயக்கத்தை 13-ம் நூற்றாண்டில் பசவா நடத்தினார். பதினேழாம் நூற்றாண்டில் வேமனாவின் இயக்கமும், வீரப்பிரும்மாவின் இயக்கமும், பின்னர் பூலேயின் இயக்கமும், நாராயண குருவின் இயக்கமும் உருவாகின. இருபதாம் நூற்றாண்டில் அம்பேத்கர், பெரியார் இயக்கங்களும் உருவாயின. பார்ப்பன எதிர்ப்புணர்வு தென்னிந்தியாவிலிருந்து

பரவியது. வட இந்தியாவில் உருவான பகுஜன சமாஜ் கட்சி என்பது தென்னிந்தியாவில் இருந்து பரவிய பார்ப்பன எதிர்ப்பு அரசியல் கலாசாரத்தின் நீட்சியாகும். (134)

(பகுஜன) பொச்சம்மா ஆலயத்தின் காரணமாக ஒரு சிறு இனக்கலவரம் கூட தோன்றியதாகச் சொல்ல முடியாது. இந்த மாதிரி கலகங்கள் இராமன், கிருஷ்ணன், நரசிம்மன், ஆலயங்களில் இருந்து தான் ஆரம்பமாகின்றன. அதேபோல் முஸ்லிம்களின் மசூதியிலிருந்தும் தோன்றியிருக்கின்றன. (138)

கட்டமைசம்மா அம்மனின் கிருபையால் பயிர்கள் செழித்து வளர்கின்றன. இப்போது இந்த நம்பிக்கை சிறிது சிறிதாகக் குறைந்துவருகின்றது. இப்போது பயிர்களின் தரம் ரசாயன உரங்களையும் பூச்சி மருந்துகளையும் பொறுத்ததே என்று மக்கள் (நம்ப)புரிந்து கொள்ளத் தொடங்கிவிட்டார்கள். (139)

இந்து மதமே எல்லோருக்குமான மதம் என்று சொல்லும் போது தாழ்த்தப்பட்ட மற்றும் மலைவாழ் பழங்குடியினர், பிற்படுத்தப்பட்டோர் ஆகியவர்களுக்குப் பொதுவான அம்சம் இந்து மதத்தில் என்ன இருக்கிறது என்று கேட்க வேண்டும். (147)

பகுதி: 6

இந்துக்களின் மரணமும் நம்முடைய மரணமும்

ஒரு சாதியில் பிறந்துவிட்ட பிறகு நம்மில் மிகச்சிலரே சாதிக் கலாசாரத்தைவிட்டு சுயஉணர்வோடு வெளியேறுகிறோம்.

ஒரு பார்ப்பனன் என்பவன் உயிர்வாழ்வது என்பது சாவதற்கே என்று எண்ணுகிறான். சாவே முக்தியைக் கொடுக்கும் என்று நம்புகிறான். (148)

தலித் பகுஜன்களுக்கு வாழ்க்கை என்பது ஒரு முறை தான். அது இவ்வுலக வாழ்க்கை மட்டுமே. நாம் ஒரு முறை மட்டுமே பிறக்கிறோம்; ஒரு முறை மட்டுமே இறக்கிறோம். (154)

தலித் பகுஜன்கள் ஒரு வெள்ளாட்டையோ அல்லது செம்மறியாட்டையோ அல்லது ஒரு கோழியையோ பலி கொடுத்து அதில் ஒரு பகுதியைக் கடவுளுக்குப் படைக்கிறார்கள். அதுவும் வளமான ஒரு வாழ்க்கை

வேண்டியோ, சொர்க்கத்திற்குப் போக வேண்டும் என்ற தேவையின் அடைப்படையிலோ நடப்பதல்ல. பயம் என்பது முற்றிலும் கிடையாது என்பதல்ல. ஆனால் பயம் குறித்து தத்துவ நியாயம் ஏதும் தலித் பகுஜன்களிடம் இல்லை. பயத்திலிருந்து விடுதலை அடைய கடவுளின் ஆசி தேவையில்லை..*(156)*

இறந்தவர் உடல் முன் தண்ணீர் எடுத்துச் செல்வது ஒரு வழக்கம். அது முக்கியமான நிகழ்வாகும். அதைக்கூட (தலித் பகுஜன்) பெண்ணே செய்கிறாள். இங்கே மகன் என்பவன் வயதான பெற்றோர்களைப் பாதுகாக்க வேண்டியவனாகக் கருதப்படுகிறான். சொர்க்கத்தில் இடம் தேடித் தருபவனாக இல்லை. சொர்க்கம் என்கிற கருத்துக்கே இங்கே இடம் இல்லை. *(158)*

பகுதி: 7

நமது குறிக்கோள்: தலித் மயமாதல் இந்து மயமாதல் அல்ல

சுதந்திரப் போராட்டத்தின் போது பார்ப்பனத் தலைவர்களும் அவர்கள் கருத்தியல்களும் சாதிக்கு எதிரான சமத்துவக் கருத்தினை உருவாக்க முயற்சிக்கவில்லை.

மொகலாயர் காலத்திலும் ஆங்கிலேயர் காலத்திலும் ஆட்டங்கண்ட பார்ப்பன சாதிவெறி சக்திகளை மறுபடியும் நிர்மாணிக்கத் தேவையான அக்கருத்தியலையும் உதவிகளையும் செய்தார்கள். பார்ப்பனிய தேசியத்தைக் கட்டியெழுப்புவதின் ஊடாக ராசாராம் மோகன்ராய், காந்தி ஆகியோரும் வெவ்வேறு காலகட்டங்களில் மேல்சாதி ஆதிக்கத்தை நிறுவுவதற்குத் தம்மால் இயன்ற பங்காற்றினார்கள். *(162)*

விடுதலைக்குப் பிறகு இந்த ஆதிக்கச் சக்திகளே அனைத்து வகையான அதிகாரங்களையும் சுற்றி வளைத்துக்கொண்டார்கள்.

கல்வியில் இடஒதுக்கீட்டின் விளைவாக தலித் பகுஜன அறிவுஜீவிகள் எழுச்சியுற்று நவீனப் பார்ப்பனியத்தைப் பல்வேறு நிலைகளில் சிதறடிக்க முயன்றார்கள். பார்ப்பனிய மேட்டிமைச் சக்திகள் இதனை உணர்ந்துகொண்டு தம்மை வெறிகொண்ட இந்துத்துவ அமைப்பாக வடிவமைத்துக்கொண்டு, மண்டல் எதிர்ப்புக் கருத்தியலைப் பரப்பின.

இந்துமயமாக்கக் கொள்கையை நாம் இரண்டு வழிகளில்

முழுமையாக எதிர்க்கிறோம். ஒன்று: இந்துத்துவா ஒருநாளும் மனிதத் தன்மையான தத்துவமாக இருந்ததில்லை. மதங்களின் வரலாற்றிலேயே மிகக் கொடூரமான நிறுவனமாக இந்து மதம் இருந்து வந்துள்ளது. இந்தியாவில் உள்ள தலித் பகுஜன்களின் வேதனை மிக்க வாழ்வே இந்தக் கொடூரத்தன்மைக்கும் சான்றாக அமைகிறது.

இரண்டு: எதிர் காலத்திலாவது இந்து மதம் மனிதத் தன்மை உடையதாக மாறப்போவதாக அறிவித்தாலும் அதற்கான சாத்தியமே இல்லை. ஏனென்றால் மதங்களின் வரலாறே இன்று முடிவுக்கு வந்து கொண்டுள்ளது. *(163)*

தலித் மயமாக்குதல் - தலித் பகுஜன்கள் தான் கிராம சமுதாயத்தில் கடினமாக உழைக்கக் கூடியவர்கள். அவர்களுக்கு உழைக்கும் சக்தியே சொத்தாகும். இதற்கு மாறுபட்ட நிலையில் மேல்சாதியினர் உற்பத்தி சாராத சோம்பேறிகளாக உள்ளனர். என்றென்றைக்கும் சொகுசான வாழ்க்கை பற்றிய அவர்களுடைய கண்ணோட்டத்தின் விளைவாக அவர்களின் வாழ்க்கை மதிப்பீடுகள் சிதைந்து போனவையாக உள்ளன. *(167)*

உற்பத்தி சார்ந்த வேலையிலிருந்து விலகியிருப்பதால் தான் பார்ப்பனிய இந்து சமூகம் தனிவுடைமைக் கோட்பாடுகளில் ஆழ்ந்த நம்பிக்கை வைத்திருக்கிறது. *(168)*

தலித் பகுஜன்களுக்கு உழைப்பே வாழ்க்கை. வயிற்றுக்கு உணவு எப்படியோ அவ்வாறே உடலுக்கு உழைப்பு என்பது பழக்கமாகி விட்டது. *(169)*

தலித் பகுஜன்களுக்கு உழைப்பே வாழ்க்கையாக இருக்கிறது. இந்துக்கள் இதைத் தலைகீழாக்கி ஓய்வுக்குப் பிறகுதான் உழைப்பு என்றார்கள். ஓய்வே வாழ்க்கை என்கிற பழைய கோட்பாடு வாத்ஸ்யாயனின் காமசூத்திரம் என்ற நூலில் முன்மொழியப்பட்டுள்ளது. *(172)*

மண்டல் இயக்கமோ உழைப்பே வாழ்க்கை என்பதைப் பொதுவாக்கியது. *(173)*

பார்ப்பனக் குடும்பங்களில் காணப்படும் சமூக அரசியல் ஆணாதிக்க அமைப்பே இந்திய சமுதாயம் முழுமைக்கான அமைப்பாக எடுத்துக்காட்டப்படுகிறது. இதற்கு நேரெதிரான தலித் பகுஜன் குடும்ப அமைப்பு இருப்பதாகவே காட்டிக்கொள்வதில்லை. இதன் காரணமாக வெளிநாட்டு வரலாற்று ஆசிரியர்களும் சமூக

விஞ்ஞானிகளும் பார்ப்பனியக் கோட்பாட்டை அடிப்படையாகக் கொண்டே இந்தியப் பண்பாட்டையும், வரலாற்றையும் மதிப்பீடு செய்கிறார்கள்.

இந்தியாவில் தலித் பகுஜன் சனநாயகமும் பார்ப்பன சர்வாதிகாரமும் இரண்டு முரண்பட்ட அம்சங்களாகச் சிவில் சமூகத்தில் வெளிப்படுகின்றன. பார்ப்பன அமைப்புகள் சமுதாயத்தையும் அரசியல் அதிகார அமைப்பையும் தன் ஆதிக்கத்திற்குள் கொண்டு வராதிருந்தால் தலித் பகுஜன் சனநாயக அமைப்புகள் மேலோங்கி உற்பத்தியை ஆதாரமாகக் கொண்ட ஒரு வலுவான சமூகத்தை உருவாக்கியிருக்கலாம்.(176)

தலித் பகுஜன்களின் கலாசாரத்தையும் நாகரீகத்தையும் அழிக்க இந்துத்துவா எவ்வளவோ முறை முயன்றும் அதனால் வெற்றிகாண இயலவில்லை. (177)

எதிர்காலம்-வருங்கால இந்தியா தலித் பகுஜன்களின் இந்தியாவாக இருக்கும்.

வரலாறு நெடுக தலித் பகுஜன்கள் துயரங்களையையே அனுபவித்து வந்துள்ளார்கள்.

தலித்துகள் விடிவடைவதன்மூலம்தான் மற்றவர்கள் அதாவது மேல்சாதியினரும் விடுதலையை அடைய முடியும். ஆனால் இந்தப் போராட்டம் துன்பமும் துயரமும் நிரம்பியதாகவே இருக்கும். இரண்டு வரலாற்றுப் போராட்டங்களிலிருந்து இது தெளிவாகத் தெரிகிறது.

முதல் நிகழ்வு: 1990இல் நடந்த மண்டல் போராட்டம்.

இரண்டாம் நிகழ்வு: 1993இல் உத்திரப் பிரதேசத் தேர்தல்

1990 நிர்வாகம் தலித் மயமாவதை ஆதிக்கசக்திகள் வன்முறையால் எதிர்த்தார்கள். மண்டல் முழுவின் ஒரு சில பரிந்துரைகளை நடைமுறைப்படுத்திய காரணத்திற்காக ஜனதாதள அரசைப் பார்ப்பன சக்திகள் கவிழ்த்தன. 1993இல் மாநில அளவில் தலித் பகுஜன் அரசுபதவியேற்றதும் உத்திரப் பிரதேச சட்டசபையைப் பார்ப்பன சக்திகள் ரத்தக்களறி ஆக்கின. 1993 டிசம்பர் 16இல் சட்டசபை கூடியதும் பார்ப்பன ஆதிக்கவெறியர்கள் தலித் பகுஜன் உறுப்பினர்கள் மீது செருப்புகளை வீச ஆரம்பித்தார்கள். இதுவரை ராட்சதர்கள், மிலேச்சர்கள், திராவிடர்கள், சண்டாளர்கள் என்றெல்லாம் ஒதுக்கி வைக்கப்பட்டிருந்தவர்கள் ஆட்சிக்கு வந்துவிட்டார்களே என்ற ஆத்திரம் அவர்களை வெறிபிடித்தவர்களாக ஆக்கியது. ஆனால் தலித் பகுஜன்

சக்திகள் இந்திய வரலாற்றில் முதன்முறையாக தமது நிலையில் உறுதியாக நின்று அதை எதிர்கொண்டார்கள். பார்ப்பனர்கள் தலித் பகுஜன் சக்தி என்றால் என்னவென்று சுவைத்தார்கள். செய்தித்தாள்களில் இவற்றை நாம் வாசித்தோம். இதுவே வருங்கால வரலாற்றுக்கு முன் மாதிரியாக அமைந்தாலும் ஆச்சரியப்படுவதற்கில்லை. *(179)*

உற்பத்தியில் ஈடுபட்டுள்ள சாதிகள் கீழானவர்கள் என்கிற கருத்து அவர்கள் சிந்தனையை நஞ்சாக்கி விட்டது. உலகில் உள்ள எந்த ஆளும் வர்க்கமும் இந்திய பார்ப்பனியச் சாதிகளைப் போல மனிதத் தன்மையற்றதாக இல்லை. அவர்களை உற்பத்தி சார்ந்த தொழில்களில் தள்ளி அவர்களுடைய கவனத்தை ஆலயம், அதிகாரம், அலுவலகம் போன்றவற்றிலிருந்து திசை திருப்புவதன் மூலம் அவர்களிடம் மனிதத் தன்மையை மீளுருவாக்கம் செய்யவேண்டும். *(180)*

அதிகாரத்தைக் கைப்பற்றுவது கூட எளிது. ஆனால், தலித் மயமாக்குவதைத் தீவிரப்படுத்தாவிட்டால் கைப்பற்றப்பட்ட அரசியலதிகாரத்தைத் தக்கவைத்துக்கொள்வது முடியாததாகி விடும். சம்புக ராஜ்ஜியத்தின் தோல்வியும், இராவண ராஜ்ஜியத்தின் தோல்வியும் புராதன கால நிகழ்ச்சி என்றால், தமிழகத்தில் திராவிடக் கட்சியின் அரசியலதிகாரம் ஒரு பார்ப்பனப் பெண்ணின் கைக்கு மாறியது சமீப காலச் சான்றாகும். தமிழகத்தின் ஆட்சியைப் பார்ப்பன ஆண்கள் கைப்பற்றும் காலம் வெகுதூரத்தில் இல்லை.

இந்து மதம் எங்கே போகிறது?
- அக்னிஹோத்ரம் ராமானுஜ தாத்தாச்சாரியார்

ஆசிரியர் பற்றி

காஞ்சி சங்கராச்சாரியார் சந்திர சேகரேந்திர சரஸ்வதியின் நம்பிக்கைக்குரிய அக்னி ஹோத்ரம் ராமானுஜ தாத்தாச்சாரியார், என்னும் வைணவப் பெரியார் ஒரு இந்து மதப் பார்ப்பனர் என்பது குறிப்பிடத்தக்கதாகும்.

இவரைத் தவிர யாராலும் வேதங்களில் உள்ள தவறுகளை இந்த அளவு சுட்டிக்காட்ட முடியாது என்ற அளவுக்கு ஹிந்து மத வேதங்களில் அறிவு முதிர்ச்சி பெற்றவர். இவர் பிராமண சமூகத்தை சேர்ந்தவர் என்றாலும் ஹிந்து மத வர்ணாசிரமக் கொள்கையையும், அதில் கொட்டிக்கிடக்கும் மூடநம்பிக்கைகள், ஜாதிவெறி, ஏற்றத்தாழ்வுகள்

குறித்தும் ஹிந்து மத மக்களுக்கு தெரிவித்த இந்த நூற்றாண்டின் சிறந்த அறிவுஜீவிகளில் இவரும் ஒருவர்.

"ராஷ்ட்ரிய சமஸ்கிருதஸம்ஸ் தான்" எனும் இந்திய அரசின் நிறுவனத்தில் உறுப்பினராக பணியாற்றியவர்.

இந்தியாவின் முதல் குடியரசுத் திருநாள் விழா டெல்லியில் நடைபெற்றபோது அங்கே அதர்வண வேதம் ஓதிய பெருமை பெற்றவர்.

"கேந்த்ரீய வித்யாபீடம்"என்ற அரசின் கல்வி நிறுவனம் வேதத்தை அறிவியல் பூர்வமாக ஆராய்ந்ததற்காக தாத்தாச்சாரியாருக்கு 'டாக்டர்' பட்டம் வழங்கியிருக்கிறது.

மதபீடங்களை உறவாக்கிக்கொண்டு மக்களை ஏமாற்றுபவர்கள், மதத்தை அரசியலாக்கி அதன்மூலம் லாபமடைபவர்கள், வர்ணா சிரமம் நீடித்தால்தான் தங்களால் வசதியாக வாழமுடியும் என நினைப்பவர்கள் இவர்களின் பிடியிலிருந்து இந்து மதத்தை மீட்டு, இந்திய அரசியல் சாசனம் வலியுறுத்தும் அனைவரும் சமம் என்ற கோட்பாட்டின் அடிப்படையில் இந்த மதத்தைச் சேர்ந்த அனைவரும் ஒற்றுமையாக வாழவேண்டும் என்பதை வலியுறுத்துகிறார் வேதமாமேதை அக்னி ஹோத்ரம் ராமானுஜ தாத்தாச்சாரியார். இந்த நூலை எழுதுவதற்கு வந்த எதிர்ப்புகளுக்கும், அச்சுறுத்தல்களுக்கும் அஞ்சாது, தன் கருத்துகளிலிருந்து எப்போதும் அவர் பின் வாங்கியதில்லை.

எந்தக் காலத்திற்கோ ஏற்படுத்தப்பட்ட சமஸ்கிருதச் சடங்குகளை தமிழர்கள் இன்னும் சுமந்துகொண்டு திரியவேண்டுமா? அவைகளைத் தூக்கி எறியவேண்டாமா? என்ற கேள்வியே இந்நூலைப் படித்தபோது எழுகிறது.

அந்தக் கால ஆப்ஹானிஸ்தான் மக்கள் பல பயங்களினூடே சுற்றும் பார்த்தார்கள். அவர்களின் சிந்தனைக்குள்ளும் சூரியன் உதித்தது. இதன் விளைவு - தெய்வம் கண்டுபிடிக்கப்பட்டது. வெளிச்சம் தான் தெய்வம் என்றான் உற்றுப் பார்த்தவன்.

ஆரியர்களில் ஒரு பகுதிதான் ஐரோப்பாவுக்கு நகர்ந்தது.

இயற்கை தான் கடவுள்.

உற்றுப் பார்த்தவன் பார்த்துக் கொண்டே இருந்தான். அவனுக்கு 'ரிஷி' என பெயர். ரிஷி என்றால் பார்ப்பான்... பார்ப்பான்.. பார்த்துக் கொண்டே இருப்பான் என்று பொருள்.

நமக்கும் மேலே ஒரு சக்தி இருக்கிறது என கண்டுபிடித்தவர்கள் அடுத்ததாய்... அதற்கு நாம் கட்டுப்பட்டு வாழ்வதெப்படி என்பதையும் வகுத்தார்கள். உண்டாயிற்று வேதம்.(16)

வேதம் ஒரு கட்டுப்பாடு மிக்க கலாசாரத்தைக் கொண்டு வந்தது. ஆரிய இனத்தவர்கள் என்று வரலாற்று ஆசிரியர்களால் வர்ணிக்கப்படும் இம்மனிதர்களிடையே இப்படித்தான் வேதம் பிறந்தது.

இந்த நல்லெண்ண சிந்தனை வளர்ந்து மெருகேறியது தான் சமூக அமைப்பு; கலாசாரத்தைக் கட்டிக் காப்பாற்ற ஒரு கட்டுமானம் வேண்டும். அது ஆளப்பட வேண்டும். வேதம் சொன்ன நெறிமுறைகளை வைத்து வாழக் கற்றுக் கொடுக்கப்பட வேண்டும்.(17)

ஆள்பவனையும் ஆளப்படுபவனையும் வேதம் சொல்லும் நெறிமுறைகளைச் சொல்லிக் கொடுத்து அவர்கள் தடம் பிறழாமல் காப்பதற்காக இரு பிரிவு.

ஆள்பவன் ஷத்திரியன் ஆனான். உழைப்பவன் வைசியன் ஆனான். வேதத்தைக் கற்று நீதி நெறிப்படுத்தியவன் பிராமணன் ஆனான்.

ஷத்திரியனும் வைசியனும் வியர்வை சிந்தி உழைக்கப் போய் விட்டார்கள். வேதம் பிராமணர்கள் கைக்குப் போனது. ... வேதம் அவர்கள் கைக்குப் போனதும் வேத மதம் பிராமண மதமாயிற்று.

இதெல்லாம் முழுக்க முழுக்க ஆப்ஹானிஸ்தானில் நடந்ததாகத்தான் வேதகாலத்தைப் பற்றிய ஆராய்ச்சிகள் அறிவிக்கின்றன.

ஆரிய மதம் வேத மதமாகி, வேத மதம் பிராமண மதமாகி கால வெள்ளத்தில் அவர்கள் இந்தியாவிற்குள் அடியெடுத்து வைக்க .. அப்போது இங்கு 450 மதங்கள் இருந்தனவாம். இவைகளில் எது இந்து மதம்?(18)

இந்தியாவில் இருந்த 450 மதங்களில் எது இந்து மதம்?

...படிப்படியாக பார்ப்போம்

பகுதி: 1

அன்று ஆரியர்கள் சிந்து நதி, இமயமலை என பள்ளத்தாக்குகளைத் தாண்டி இந்தியாவுக்குள் நுழைந்து கொண்டிருக்கிறார்கள். ஆப்ஹானிஸ்தானை விட்டு ஆரியக் கூட்டம் கிளம்பி இந்தியாவுக்குள் நுழைந்த போது கூட வந்த பெண்கள் கம்மி. ஆனால் மநு ஸ்மிருதியைக் கையோடு கொண்டுவந்தனர். (19)

பிராமணன், ஷத்திரியன், வைசியன் என வேதம் வகுத்த சமூக நிலைகளை மநு பிளவாக்கியது.

'சூத்திரனுக்கு அறிவு கொடுக்காதே; தர்மோபதேசம் பண்ணாதே; சண்டை வந்தால் சூத்திரன் எந்தப் பக்கம் இருக்கிறானோ அந்தப் பக்கத்துக்கே தண்டனை கொடு.(20)

வைதீகக் கட்டுப்பாடுகள் சர்வாதிகரமாக விதிக்கப்பட்டன. 'கடவுள் இப்படித்தான் செய்யச் சொல்லியிருக்கிறார். இதுபடி கேள்; இல்லையேல் நீ பாபியாவாய்...' என மந்திரங்களால் மிரட்டப்பட்டனர் மக்கள். (21)

இப்படிப்பட்ட ஒரு 'சாஸ்திர ஏகாதிபத்திய' சூழ்நிலையில்தான் இன்றைய நேபாளத்திலிருந்து ஒரு குரல் புறப்பட்டது.

'வேதத்தை சாதத்திற்குப் பயன்படுத்தாதீர்கள்; பேதம் வளர்க்காதீர்கள். கொடுமை தான் உங்கள் கொள்கையென்றால் வேதம் வேண்டாம்; மநு வேண்டாம்; கடவுள் வேண்டாம்; கர்மாக்கள் வேண்டாம்; மனித தர்மம் மட்டும்தான் வேண்டும்' - என இந்தச் சூழ்நிலையில் மிக மிக மிக வித்தியாசமான குரல் தொனித்தது. அது புத்தரின் குரல்.(22)

பிராமணர்கள் நெருப்பு வளர்த்து பல யாகங்கள் செய்தார்கள். மக்கள் பேசியது ப்ராகிருத மொழி. ஆனால் இவர்கள் அவர்களுக்குப் புரியாத சமஸ்கிருத மொழியில் மந்திரம் செய்தார்கள்; புத்தர் இதைப் பார்த்தார். அசுவத யாகம் ஒன்றினை பிராமணர்கள் செய்து வந்தார்கள். மிகவும் கேவலமான யாகம் அது. ராணியை கேவலப்படுத்தும் யாகம் அது. இது போதாதென்று, அடுத்த கட்டமாக, யாகத்தில் பங்கு கொண்ட உன் ராணியையும் நியதிப்படி நீ எங்களுக்கு தட்சணையாக்கி பிறகு அழைத்துச் செல் என்றார்கள். (24)

புத்தர் வேள்விச்சாலைக்கே சென்று ஒரு கேள்விப் பொறியைப் போட... யாகத்தை விட பெரு நெருப்பாய் கிளம்பியது இந்த ஒரு நெருப்பு. (25)

'இந்த வைதீக கர்மாக்களை நம்பாதே; ஒருவனுக்கு இழப்பும் ஒருவனுக்குப் பிழைப்பும் கொடுக்கும் மோசடி வித்தை இது.' பிராகிருத மொழியில் பிளந்து கட்டியது புத்தர் குழாம். (26)

பிராமணர்களின் மிகபெரிய பலமே யாரிடம் எது நல்லதாக இருக்கிறதோ அதை தங்களுக்கு ஸ்வீகாரம் செய்து கொள்வது தான். புத்த இயக்கத்திடமிருந்து ஜீவகாருண்யத்தை மட்டுமா ஸ்வீகரித்தார்கள். மடங்களுக்கான மூலத்தையும் புத்த விஹார்களிடமிருந்து தான் பெற்றார்கள். (26)

புத்த மதத்தினர் மெல்ல வட இந்தியாவிலிருந்து தென்னிந்தியாவுக்கு வந்தனர். பிராமணர்களும் பின் தொடர்ந்தனர். (27)

தீபவெளிச்சத்தில் பூக்களால் நடத்தப்பட்டது தான் தமிழனின் முதல் வழிபாடு. பூ + செய் = பூவால் செய். இது இணைந்து தான் பூசெய் .. பூசை என இப்போதைய வார்த்தையின் வடிவம் தோன்றியது. (28)

இதனை திராவிட மொழியியல் ஆராய்ச்சியாளர் எஸ்.கே. சட்டர்ஜி தனது ஆராய்ச்சி நூலில் எடுத்துக் காட்டுகிறார். வழிபாடு மட்டுமல்ல பக்தியிலும் தமிழினம் தான் முன்னோடியாக இருந்திருக்கிறது. 'நாயகன் - நாயகி பாவம்' என்ற பக்தி வடிவத்தை உலகுக்குக் கொடுத்ததே தமிழ் இனம் தான். இப்படிப்பட்ட சூழ்நிலையில் தான் புத்தம் மற்றும் சமணக் கொள்கைகள் தமிழ்நாட்டில் பரவின. சமணக் கொள்கைகள் தெற்கே திருநெல்வேலி வரை பரவி விட்டது. நாகப்பட்டினம் வரை புத்தம் புகுந்துவிட்டது. வட இந்தியாவில் புத்திசத்தால் எதிர்க்கப்பட்ட வேத பிராமணர்கள் நகர்ந்து நகர்ந்து தென்னிந்தியாவைத் தொடுகின்றனர். அவர்களில் ஒருவர் தான் மகேந்திர பல்லவ ராஜா என்றும் கருத இடமுள்ளது. பல்லவ ராஜாக்கள் வேதத்தை வேத நெறிமுறைகளை இங்கே விதைத்து வைத்தனர். புத்த போதனைகளால் எதிர்க்கப்பட்ட வேத போதனைகள் இங்கே பிராமணர்களால் மறுபடியும் தலைதூக்கின. (30)

கடவுளுக்காக கைகூப்ப வைத்த பிராமணர்கள் படிப்படியாக தமிழர்களின் உரத்த வழிபாட்டிற்குள்ளும் ஊடுருவினார்கள்.

நாம் பேசுவதையே தெய்வத்திடம் பேசினால் அதற்குக் கேட்குமா? நாங்கள் சில மந்திரங்கள் சொல்கிறோம்; அதை உச்சரித்தால் தான் உன் சிலைக்கு தெய்வ சக்தி வரும். (33)

சமஸ்கிருத மந்திரங்களை அச்சிலை முன்னர் கூறத் தொடங்கினார்கள். புதிதாக இருக்கிறதே என்று கேட்க ஆரம்பித்த தமிழர்கள் இன்றுவரை கேட்டுக் கொண்டே இருக்கிறார்கள்.

பகுதி: 2

உபநிஷத்துகள் 'கடவுளுக்கு உருவம் இல்லை' என்கிறது. ஆனால் உபநிஷத்தையும் தாண்டிக் குதித்து தமிழகத்தில் சிலைகளுக்கு முன்னால் மந்திரம் சொல்ல ஆரம்பித்தனர்.

இலக்கியங்கள் சித்தரிப்பது போல் 'களவியல்' என்பதுதான் பழந்தமிழர்களின் திருமண முறை. (34)

களவியல், கற்பியல் இரண்டு விஷயங்களிலுமே முன்னணியில் இருந்த தமிழர்களின் கல்யாணங்களில் தாலிவந்த கதை சுவாரஸ்யமானது. திருநெல்வேலி போன்ற பனைமரங்கள் அதிகம் இருந்த பகுதிகளில்ஒரு ஆண் பெண்ணைத் திருமணம் செய்துகொண்டால் பனையோலை ஒன்றை சிறியஅளவில் நறுக்கி அதில் 'இந்தப்பெண் இந்த ஆணுக்கு உரியவள்' என எழுதி ஒரு நூலில் கோர்த்துக் கழுத்தில் கட்டிவிடுவார்கள்.

பனைமரத்திற்கு 'தால்' என்றும் பெயர் உண்டு. பனையோலையில் எழுதிக்கட்டுவதால் அந்த சிறு ஓலைக்குத் தாலி என்று பெயர்வந்தது.

கல்யாணக் கலாசாரத்தில் மாற்றங்கள் கொண்டுவந்தார்கள் பிராமணர்கள். (36)

தமிழனின் களவியல், கற்பியலில் மந்திர இயல் புகுந்தது.

"மேலோர்க்கு யாத்தகரணம்
கீழோர்க்கு ஆனகாலமும் உண்டு" என்கிறது தொல்காப்பியம். (அப்போதே மேலோர், கீழோர் என்று பிரிந்துவிட்டது?)(39)

கல்யாணமுறை மட்டுமல்லாது அனைத்து வழிகளிலும் சூத்திரர்களை கீழ்ப்படுத்தினார்கள். இதற்கு மநுஸ்மிருதிதான் ரொம்ப உதவியாக இருந்தது.

சண்டாளர்களுக்கு அதிகமான கொடுமைகளைச் செய்தார்கள். யாரிந்த சண்டாளர்கள்? *(40)*

பிராமண ஸ்திரிகளுக்கும் சூத்திர ஆண்களுக்கும் பிறந்த சந்ததியை சண்டாளர்கள் என்று பெயரிட்டு ஒதுக்கிவைத்தனர். இதேபோல் பிராமண ஆண்கள் சூத்திர பெண்களுடன் கள்ளத்தனமாக உறவுகொண்டனர். இந்த சந்ததியரும் சண்டாளர்கள் என அழைக்கப்பட்டனர். இவர்களை ஊரைவிட்டே ஒதுக்கிவைத்தார்கள். *(43)*

A stable society அதாவது ஒரு நிலையான சமூகக் கட்டுமான அமைப்பு அமைய வேண்டுமென்றால் அது சாதியாகப் பிரிக்கப்பட்டால் தான் உறுதியுடன் இருக்கும் என்பது பிராமணர்களின் கணிப்பு. *(44)*

முறைகேடான சாஸ்திரங்களை சாகடிக்கக்கூடிய வகையில் கலப்பு மணம் செய்து கொண்டவர்களுக்கு இரண்டு அளவு கோல் வைத்துப் பார்த்தார் மநு.

அவை - அனுலோம சங்கரம்; ப்ரதிலோம சங்கரம்

சங்கரம் - சபிக்கப்பட்ட உறவுகள் என்று பொருள்.

ஆண் மேல்ஜாதிக்காரனாக இருந்து பெண் கீழ் ஜாதிக்காரியாக இருந்தால் அது அனுலோம சங்கரம்

மேல்ஜாதி ஆண் என்பதால் இவர்கள் சண்டாளர்கள் இல்லை.*(45)*

மேல்ஜாதிப் பெண்ணை கீழ்ஜாதி ஆண்கள் கவர்ந்து பறித்து சுகர்ந்து விட்டால் மநுவின் பார்வையில் இது ப்ரதிலோம சங்கரம். இந்த சந்ததியினர் சண்டாளர்கள். இவர்கள் ஊரைவிட்டு விரட்டப்பட்டார்கள். *(46)*

சங்கரர் - கேரள மாநிலம் திருச்சூரிலிருந்து சில தொலைவில் அங்கமாலி என்ற ஊர். அதிலிருந்து சிறிது தொலைவில் காலடி. இதுவே சங்கரர் பிறந்த இடம்.

வேதம், பகவத் கீதை, ப்ரம்ம சூத்திரம் எல்லாம் கற்று அதன் பின் புத்தரின் கொள்கைகளையும் வாசிக்க ஆரம்பித்தார். புத்தர் சங்கருக்குள் வெளிச்ச விழுதுகளை இறக்க ஆரம்பித்தார். இறுதியில் ஒரு தெளிவிற்கு வந்தார்.

புத்தன் சொன்ன ஞானத்தை நான் ஏற்றுக் கொள்கிறேன். இவ்வுலகில் உள்ள அனைத்தும் பொய். அதுதான் எனக்குக் கிடைத்த ஞானம். *(55)*

இவ்வுலகில் ஞானம், அஞ்ஞானம் ஆகிய இரண்டு தான் உண்டு.

வேதம் சொன்ன கர்மாக்கள் எல்லாம் பொய் - கடவுள் என்பதைத் தவிர என சங்கரர் உபதேசம் செய்ய வைதீகர்கள் சங்கரரை எதிர்க்க ஆரம்பித்தனர்.

தனது அத்வைதத்தை ஊர் முழுக்க பரப்பினார். (56)

தனது கருத்துகளை பஜகோவிந்தம் (கோவிந்தனை பஜனை செய்கிறேன் என்று பொருள்) என்ற நூலில் எடுத்துக்காட்டியிருக்கிறார்.(59)

தீவிர கட்டுப்பாடுகளுடன் சந்யாசத்தைத் தழுவிக்கொண்ட சங்கரர் வேத கர்மாக்களை எதிர்ப்பதிலும் ஆர்வம் காட்டினார். தான் சந்யாசியான ஷணத்திலேயே தலையை மொட்டையடித்துக் கொண்டார். ய்க்ஞோபிதம் அதாவது பூணூலை அவிழ்த்து எறிந்தார் சங்கரர்.

இந்த இரண்டும் சங்கரர் மீது வேதக்காரர்களுக்கு கடும் கோபத்தை ஏற்படுத்தியது. (61)

உபநிஷது - 'ஜானாதீ இச்சதீ யததே' என்கிறது. ஆசைப்பட்டவைகளை அடைவது ஆனந்தம். ஆசைப்பட்டு அடைய முயற்சிகள் செய்து முயற்சியில் வெற்றி பெற்று ஆனந்தப்படுவது தான் அறிவு என்கிறது உபநிஷது. (62)

இக்கருத்துகள் சங்கரரின் அத்வைதத்திற்கு எதிராக இருந்தன.

வேதக்காரர்களின் எதிர்ப்பை சமாளிக்க சங்கரரே ஒரு முரண்பாட்டை சூடிக்கொண்டார். சித்தசுத்தியுடன் வேதம் சொன்ன கர்மாக்களை செய்தால் மோட்சம் எளிதில் பெறலாம் என்று சொல்லி அத்வைத குட்டையை சங்கரர் குழப்பிவிட்டார்.

ஆதிசங்கரருக்கும் ஆகமக்காரர்களுக்கும் இடையே கருத்துமோதல்கள் வெடிக்கத் தொடங்கியது. ஆகமம் என்றால் வழிமுறை; இவைகளை உபதேசிப்பவர்கள் ஆகமக்காரர்கள். வைஷ்ணவ சம்பிரதாயத்துக்கு இரண்டு ஆகமங்களும், சைவசம் பிரதாயத்துக்கு 63 ஆகமங்களும்இருக்கின்றன. (63)

ஆகமக்காரர்களின் அறிவுரைகளை நம்பிக்கொண்டிருந்தால் மோட்சம்கிட்டாது; கடவுளின் கடாட்சமும் கிட்டாது. (64)

உலகியல் பற்றுகுறையும்போது உன்மனம் மோகத்தை முழுமையாக

விட்டுவிடுகிறது. மோகத்தை நீ விட்டுவிட்டபோது உனக்கு சலனம் இல்லாத சித்தம் வாய்க்கிறது.

சித்தத்தில் சலனம் இல்லாமல் இருந்தாலே உனக்கு மோட்சம் கிடைக்கும்.

இதற்காக கர்மா, வழிபாடு எல்லாம் தேவையில்லை என்கிறார் சங்கரர்.

ஆதிசங்கரர் தன் 32 வயதிலேயே மோட்சம் அடைந்ததாகச் சொல்கிறார்கள். அவரது காலம் கி.பி. எட்டாம் நூற்றாண்டு என்கிறார் நேரு தனது Discovery of India என்ற நூலில். (65)

புத்தரிடமிருந்து தனக்கான அத்வைதத்தின் சாரத்தைப் பெற்ற சங்கரர் வைஷ்ணவர்களால் 'ப்ரசன்ன புத்தர்' என்றே அழைக்கப்பட்டார்.

ஆதி சங்கரரின் சிஷ்யர்கள் புத்த விஹார்களை முன்னோடியாக வைத்து மடங்களை நிர்மாணிக்க ஆரம்பித்தனர்.(67)

இம்மடங்களில் எந்த வித பூஜை புனஸ்காரங்களுக்கும் இடம் கிடையாது. அத்வைதம் காட்டும் ஞான மார்க்கத்தின் படி, விக்ரக வழிபாடுகள் கிடையாது; ஆகமங்கள் கிடையாது. வேதங்கள் சொன்ன கர்மாக்கள் கூடாது. (68)

தெற்கே சிருங்கேரியிலிருந்து, வடக்கே பத்ரிநாத், கிழக்கே பூரி, மேற்கே துவாரகா என்ற இடங்களில் மடங்கள் உள்ளன.

இளவயதில் மரணமடைந்த சங்கரர் கால் நடையாகவே நடந்து அத்வைதத்தைப் பரப்பி வந்திருக்கிறார். ஆகவே அவர் இந்த மடங்களை ஏற்படுத்தினார் என்பது உண்மைக்குப் புறம்பானதாகவே இருக்க வேண்டும். (70)

நான்கு மடங்களிலும் உள்ள வழிபாடுகளும் வேறு வேறு.

ஸ்தீரிகளை மடத்தில் சேர்க்கக் கூடாது. வேறு பிரதேசத்துப் பிராமணர்களும் மடங்களுக்குள் செல்ல முடியாது. சிருங்கேரி மடத்தின் உள்ளே தமிழ்நாட்டு பிராமணர்கள் தடுக்கப்பட்டார்கள். (75)

இதனால் புதியதாக ஆரம்பிக்கப்பட்ட கும்பகோணத்தில் ஒரு மடம் ஆரம்பிக்கப்பட்டது. இது நாயக்க மன்னர்களால் வளர்க்கப்பட்டது. அம்மடத்தின் மடாதிபதியாக ஸ்ரீசந்திரசேகரேந்திர சரஸ்வதி சாமிகள் ஆனார். (79)

பின்னால் இந்த மடம் மதராஸிற்கு அருகில் இருக்க வேண்டும் என்பதற்காக காஞ்சிபுரத்தில் ஆரம்பிக்கப்பட்டது. *(81)*

பகுதி: 3

எனது (தாத்தாச்சாரியரின்) 15 வது வயதில் ஆரியசமாஜம் உருவானது. தயானந்த சரஸ்வதி என்பவரால் வடநாட்டில் ஏற்படுத்தப்பட்ட இவ்வமைப்பு பிராமணர்களிடையே பரபரப்பாகப் பேசப்பட்டது. *(82)*

'வேதத்தை பிராமணர்கள் தங்களது தொழிற்கருவியாக பயன்படுத்திவிட்டனர். வேதத்தை பிராமணர்கள் மட்டுமல்ல எல்லோரும் படிக்கவேண்டும். வேதப்பொருள்களை அனைவரும் உணரவேண்டும்." இதை எதிர்த்து ஒரு பிராமண சபை உருவானது.

பெரியாரும் இந்தக் காலத்தில் பிராமணர்களை, பிராமணீயத்தை கடுமையாக விமரிசித்து வந்தார். *(83)*

பல ஆச்சார அனுஷ்டானங்களின் அடிப்படையில் பகவானை விக்ரகங்களில் இருத்தி வைத்திருக்கிறோம். இந்தப் புனிதமான கோயில்களுக்குள் சூத்திரனோ, பஞ்சமனோ ஒரு அடி எடுத்து வைத்தால்கூட அனுஷ்டானங்கள் கறைப்பட்டு விடும். - இது ஆகம கொள்கை.

இக் காலகட்டத்தில் பல ஆலய நுழைவுப் போராட்டங்கள் நடக்க ஆரம்பித்தன. *(100)*

இந்த நிலைமையில் தான் பண்டித ஜவஹர்லால் நேருஜியின் மந்திரி சபையில் 'ஹிந்து கோடு பில்' கொண்டு வருவது பற்றிய ஆலோசனையில் இறங்கினார்கள்.*(103)*

பல எதிர்ப்புகளுக்கு நடுவே பெண்களுக்கும் சொத்துரிமை உண்டு என்று நேருஜி சட்டம் கொண்டு வந்தார். *(107)*

இந்தியா முழுவதும் உள்ள மடங்களை ஒன்று சேர்க்க சங்கராச்சாரியார் முயன்றார்; ஆனால் வட இந்தியா முழுவதும் உள்ள மடங்கள் 'சாது சம்மேளன்' என்ற பெயரில் ஒன்றாகின. அடுத்து தமிழ்நாட்டு மடங்களை ஒன்று சேர்க்க முனைந்தார். Association of Mutts ஒன்று உருவானது. *(110)*

ஒவ்வொரு மடமும் தங்கள் வருமானத்தில் ஒரு பகுதியை

இவ்வமைப்புக்குக் கொடுக்க வேண்டும் என்ற கருத்தினால் ஒற்றுமை குலைந்தது.

ஒரு கூட்டத்தில் மதுரை ஆதினம் ஒரு பிரச்சனையைக் கிளப்பினார். கோவில்களைக் கட்டியது மன்னர்கள். அதற்கு உதவி செய்தது, உழைப்பு கொடுத்தது, வியர்வை சிந்தியது, வீர்யம் கொடுத்தது, கல் சுமந்தது, மண் சுமந்தது எல்லாம் பிராமணர் இல்லாதோர். ஆனால் பூசை செய்வது மட்டும் பிராமணர்களா? கல் சுமந்து, மண் சுமந்து கோவில் கட்டியவனுக்கு சாமியைச் சுமக்க, பூசை செய்ய தடையா? வடநாட்டு காசியில் போல், இங்கும் அவரவர் பூசை செய்து கொள்ள விட வேண்டும். தமிழில் அர்ச்சனைகள் நடைபெற வேண்டும். அதற்கு இந்த அமைப்பு உதவ வேண்டும் என்றார். *(113)*

ராஜ ராஜ சோழனின் மகன் ராஜேந்திர சோழன் கங்கை கொண்ட சோழனாக வடக்கேயிருந்து வெற்றி சூடி திரும்பி வரும்போது, வடக்கிலிருந்த நாதமுனி என்ற வித்வானைத் தன்னுடன் அழைத்து வந்து, அவரைத் தன் குருவாக ஆக்கிக் கொண்டான். நாதமுனியின் பரம்பரை சோழ அரசோடு இணைந்து வந்தது. நாதமுனியின் பேரன் ஆளவந்தார். இந்த ஆள்வாரின் பேத்தியின் பிள்ளை விசிஷ்டாத்வைதம் கண்ட ஸ்ரீராமானுஜர்.*(115)*

மண்டையோட்டு வழிபாட்டுக் கலாசாரம். சார்வாகன் என்பவரின் நாஸ்திக கூட்டம், பௌத்த இருட்டு, ஜைனம், ஆதிசங்கரர் போதித்த மாயாவாதம் என்ற அத்வைதம் - எல்லாவற்றையும் அடக்கி ஒடுக்க வந்தவர் ஸ்ரீராமானுஜர். *(117)*

உலகில் எதுவுமே மாயை என்பது தவறு. பகவானுக்கு ரூபம் உண்டு. அவன் வைகுந்தத்தில் வசிக்கிறான். அவன் தான் ஜீவாத்மாவாகிய நம்மையும் உலகத்தையும் படைத்தான். பகவானின் உருவம் மனசு கற்பித்ததில்லை. அவன் நிஜமான உருவம் கொண்டவன் . பக்கத்தில் பிராட்டியோடு வைகுண்டத்தில் இருக்கும் பகவானை நாமெல்லாம் தியானிக்க வேண்டும் என்பது தான் ராமானுஜ உபதேசம்.

உபநிஷத்தின் வியாக்யானமான ப்ரம்மசூத்திரம் முக்கியமான வேதாந்த நூல். இதைப் படித்து உரை எழுதுவது அதாவது பாஷ்யம் பண்ணுவது மிகக் கடினமான காரியம். அப்படிப்பட்ட ப்ரம்ம சூத்திரத்திற்கு சங்கரர் உரை எழுதினார். அது மத்வ பாஷ்யம் எனப்பட்டது. அதே ப்ரம்ம சூத்திரத்திற்கு ராமானுஜரும் உரை எழுதினார். அது ஸ்ரீ பாஷ்யம் என்று மேன்மையாக அழைக்கப்படுகிறது. *(119)*

‘பகவானின் உருவத்தை நித்யமும் தியானித்து உபாஸனம் செய்பவர்களுக்குத் தான் மோட்சம். இது பிராமணர்களுக்கு மட்டும் தான். பிராமணர் அல்லாத சூத்திரர்கள் மோட்சம் வேண்டும் என்றால் ... இந்தப் பிறவியை இப்படியே கழித்து, அடுத்த ஜென்மாவில் பிராமணனாக பிறக்க பகவானை பிரார்த்திக்க வேண்டும். ஒரு வேளை அடுத்த பிறவியில் பிராமணர்களாகப் பிறக்க அவர்களுக்கு பிராப்தம் கிடைக்குமானால் வேத உபநிஷத்துகளைக் கற்று பகவானைத் தொடர்ந்து தியானித்து மோட்சம் பெறலாம்.

அது போலவே ப்ராமண ஸ்த்ரீகளும் சூத்திரர்கள். எனவே அவர்கள் அடுத்த ஜென்மாவில் ப்ராமண புருஷனாக அவதரித்தால் தான் மோட்சத்துக்கு பாடுபடுவதற்குரிய தகுதியே கிடைக்கும்’, என்கிறார் ராமானுஜர்.*(121)*

திருமணச் சடங்குகளில் ரிஷிகளும், கோமாமிசமும் (பசு மாட்டுக் கறி) அவசியமானவை என்கிறது வேத விதி. *(146)* இப்போதும் திருமணங்களில் கோமாமிசம் சாப்பிடவேண்டிய சடங்குக்கான மந்திரத்தைச் சொல்கிறார்கள். அப்போது பெண்ணும் மாப்பிள்ளையும் தேங்காய் உருட்டி விளையாடிக் கொண்டிருக்கிறார்கள்!

காலத்தின் மாற்றத்தால் சடங்குகளை மாற்றிக் கொண்ட பிராமணர்கள் மந்திரங்களை மட்டும் இன்னும் விடாப்பிடியாய் பிடித்திருக்கிறார்கள்.*(147)*

பெண்களுக்கு கல்விக்கான வாய்ப்பே கிடையாது. அவர்கள் வெளியில் போகவும் முடியாது. பெண்களுக்கு உபநயனம் உள்ளிட்ட எவ்வித மந்திர சம்ஸ்காரங்களும் கிடையாது.*(171)*

8 வயசிலேயே கல்யாணம் பண்ணிக் கொண்டு நான்கு சுவர்களுக்குள் குடித்தனம் நடத்து. வேதமே இப்படி சொல்கிறதென்றால் மநு சும்மா விடுமா? வேதத்தை விட இன்னும் தெளிவாகச் சொல்கிறது. விதவைகளை சிதையிலேயே வைத்து தீர்த்துக் கட்டு என உத்தரவிடுகிறது. *(173)*

விதவைகளுக்குக் மொட்டை அடிக்கக்கூடாது என்று வடகலை வைணவர்கள் வலியுறுத்தினார்கள். அதெல்லாம் இல்லை மொட்டையடித்தே ஆகவேண்டும் என்பது தென்கலைக்காரர்களின் தரப்பு வாதம்.

வடகலை, தென்கலை என்றால் யார் யார்?

பிரம்மத்துவம் எனப்படும் கடவுள் தன்மை பெருமாளின் துணைவியான

பிராட்டி, அதாவது தாயாருக்கு உண்டா என்ற பிரச்சனை எழுந்தது. பிராட்டிக்கு மோட்சம் வழங்குவதில் பங்கு கிடையாது; உதவும் சக்தி கிடையாது. வெறும் சிபாரிசு மட்டும் செய்ய முடியும் என்பது தென்கலைக்காரர்களின் வாதம். இதற்கு 'புருஷகாரத்வம்' என்பது சம்பிரதாயப் பெயர். இதனாலேயே விதவை மொட்டையடிக்க வேண்டும் என்றார்கள் இவர்கள்.

வட கலைக்காரர்களோ பிராட்டிக்கு மோட்சம் வழங்குவதில் குறிப்பிட்ட பங்கு இருக்கிறது என்று நம்பினார்கள்.இதனாலேயே இவர்கள் விதவைகள் மொட்டையடிக்க வேண்டியதில்லை என்றார்கள்.

இன்னும் 24 விஷயங்களின் அடிப்படையில் இந்த இருவரும் கருத்து வேறுபாடு கொண்டவர்கள். பின்பு 40 விஷயங்கள் என்று வளர்ந்து விட்டது.*(174)*

பகுதி: 4

ஆண் தெய்வம், பெண் தெய்வத்தை வைத்து பல வழிபாட்டு முறைகளை வகுத்தனர் ஆகமக்காரர்கள். *(176)*

உற்சவங்களில் ஆண் மகன் எங்கே வேண்டுமானாலும் போவான். ஆனால் பெண்ணானவள் அதையெல்லாம் சகித்துக் கொள்ள வேண்டும். தெய்வங்களிடையிலேயே கூடஇப்படித்தான் நடக்கிறது.

பாரி வேட்டை படித்திருப்பீர்கள். அதாவது ஆண் பெண் தெய்வம் கோவிலை விட்டு எங்கு வேண்டுமானாலும் செல்லலாம். ஆனால் இதை சகித்துக் கொண்டு பெண் தெய்வங்கள் கோவிலுக்குள்ளேயேதான் இருக்க வேண்டும். *(179)*

பிராட்டிக்குப் புறப்பாடு என்றால் கோவில் பிரகாரத்தைச் சுற்றி வருவது தான். அதற்கு மேல் எங்கேயும் வெளியே போகக்கூடாது என்பதுதான் பொது விதி.

தெய்வங்களிலேயே பெண் தெய்வங்களுக்கு எவ்வளவு கட்டுப்பாடுகள். இதெல்லாம் எதற்கு? தெய்வ விஷயத்திலேயே இப்படித்தான் இருக்கிறது. பெண் தெய்வம் படி தாண்டக்கூடாது என சாஸ்திரம் கோடுபோட்டு வைத்திருக்கிறது.

பெண்ணை ஆண் எப்படி வேண்டுமானாலும், எப்போது

வேண்டுமானாலும் தன் போகத்துக்காக இஷ்டப்படி பயன்படுத்திக் கொள்ளலாம் என்ற போதனையும் தெய்வங்களிடமிருந்தே ஆரம்பித்து விட்டனர். *(180)*

ஸ்ரீரங்கம் கோவிலில் ரங்கநாதனின் சன்னதியிலிருந்து இரவு நேரத்தில் அவரது ஆனந்த நாடி, அதாவது தேக சம்பந்தம் வைத்துக் கொள்வதற்கு உபயோகப்படுத்துகிற அங்கத்தை ரங்கநாயகி சன்னதிக்குள் அனுப்பி தன் இச்சையைத் தீர்த்துக் கொண்டுவிடுகிறார் என்பதை குணரத்தின கோசத்திலேயே கூத்தாழ்வாரின் மகன் பராசரபட்டர் விளக்கியுள்ளார்.

இப்படியெல்லாம் பெண்களை போகப்பொருளாகக் காட்டுவது வைணவமும் மட்டுமல்ல... சைவமும் இதற்கு சளைத்ததில்லை. *(182)*.

இன்றும் 'அத்வைதம்' என்று பேச்சுக்குப் பேச்சு பேசும் காஞ்சி சங்கராச்சாரியர்கள் எங்கெங்கே போய் வருகிறார்கள்? சென்னை, பம்பாய், காசி, டெல்லி என டூர் அடித்து கோர்ட் வரைக்கும் போய் விட்டார்கள். ஆனால் ... அவர்கள் பூஜிக்கும் காஞ்சி மீனாட்சியம்மன் கோவில் பிரகாரத்தைத் தாண்டி வெளியே வந்திருக்கிறாளா என்று விசாரித்துப் பாருங்களேன்.

ஆண் பெண் ஏறத்தாழ்வுகளை ஏற்படுத்தி வைத்திருந்த ஆகம சம்பிரதாயங்கள், தெய்வங்களிலும் வர்க்க பேதங்களையும் வகைப் படுத்தி வைத்திருக்கின்றன. *(183)*

சைவத்தில் எப்படி?

பரமசிவனும் தில்லை காளி இருவருக்குள்ளும் நடனப் போட்டி. காளியின் நடன அசைவுகளும் நர்த்தன நுட்பங்களும் பார்ப்பவர்களை வசீகரித்தன. சிவனின் தாண்டவம் காளியின் தாண்டவம் முன்பு தோற்றுவிடும் நிலைமை.*(191)*

ஒரு பெண்ணிடம் தோற்பதா? இனியும் இவளை ஆட விடக்கூடாது என முடிவு கட்டிய சிவன் தன் இடது காலை சற்றே தூக்கினார்.

வலது காலை ஊன்றி இடது காலை உயர விலக்கிக் கொண்டே போக, சபையே ஒரு கணம் அதிர்ந்தது. ஏன்..? வேண்டுமென்றே சிவனின் சிஷ்டம் (அதாவது ஆணுறுப்பு) வெளியே தெரியும்படியானது. இதற்காகத்தான் இடது காலை விலக்கி தூக்கியிருக்கிறார் சிவன். வெற்றியின் விளிம்பில் நடனமாடிக்கொண்டிருந்த தில்லை காளி இக்காட்சியைப் பார்க்க வேண்டிய கட்டாயம் நேர்ந்து விட்டது. பொட்டென அவளது நர்த்தனம் நின்றது. தலை குனிந்தாள். ஆனால்,

சிவபெருமான் தொடர்ந்து தாண்டவமாடிக் கொண்டிருந்தார். ஆக, சிவன் ஜெயித்தார் என்றாகி விட்டது. ... இதுதான் சிதம்பர ரகசியமோ என்னவோ?

ஆணிடம் பெண் போட்டி போடக்கூடாது. அப்படியே திமிராக போட்டி போட்டாலும் ஜெயித்து விடக்கூடாது. அவளைத் தோற்கடிக்க ஆண் என்ன வேண்டுமானாலும் செய்யலாம். *(192)*

முருகன் என்றால் யார்?

சமஸ்கிருதத்தில் கந்தன், சரவண பவ என்றெல்லாம் அழைக்கிறார்கள்.

அங்குள்ள கதை: சிவன் பார்வதி மேல் ஒரு நாள் காமுற்று அவளை அழைக்கிறான். இப்போது வேண்டாமென்று பார்வதி மறுத்தும், சிவன் தொடர்கிறார். சிவனோ பார்வதி மேல் பாய்ந்து படர்ந்தார். *(194)*

அந்த ஷணத்தில் பார்வதி விலகிக்கொள்ள பரமசிவனின் உயிர்த்துளிகள் அப்படியே ஆகாயத்திலிருந்து கங்கைக்குள் விழுந்தன. ஆற்றோடு போன துளிகள் நாணல் காட்டுக்குள் தேங்கி... குழந்தையாக அவதரித்தது. நாணலுக்கு சமஸ்கிருதத்தில் சரம் என்று பெயர். காட்டுக்கு வனம்என்றுபெயர். இது சரவனம் என்றாகி, இப்போது சரவணனாகி விட்டது. *(195)*

ஏன் கந்தன் என்ற பெயர். அது கந்தன் அல்ல; ஸ்கந்தன். ஆணுடைய சுக்லம் - உயிர்த்துளிகள் என்பது அதன் பொருள்.*(196)*

பிள்ளையார் என்பது தமிழ் வழியில் ஒன்று. ஆனால் சமஸ்கிருதத்தில் கதை வேறாகிறது. பார்வதி குளிக்கும் போது மறைவாக பரமசிவன் அவளை நோட்டமிடுகிறார். தன்னை யாரோ பார்த்துக் கொண்டிருப்பதைத் தன் சக்தியால் புரிந்த பார்வதி உடுத்திக்கொண்டு, தன்னைப் பார்த்தவனைக் கண்டுபிடிக்கப் புறப்படுகிறார். *(197)*

பரமசிவனைக் கண்டுபிடித்த பார்வதி, இது உமது திருவிளையாடல் என்றால் என் திருவிளையாடலைப் பாரும் என்று சொல்லி, 'நான் குளித்ததைப் பார்த்த நீர் யானைத் தலையனாகவும், மனித உடம்பனாகவும் மாறக்கடவது' என்று சாபமிட்டார். *(198)*

இன்றும் ஆற்றங்கரையில் பிள்ளையார் இருப்பது எதற்கு என்றால், 'டேய்! குளிப்பது உன் பத்தினியாகவிருந்தாலும் எட்டிப் பார்த்தால் என் கதிதான் உனக்கும்' என்று சொல்வதற்குத்தான்.

பிள்ளையார் வேதத்திலேயே வந்தார்; இவர்தான் உலகத்தின் தொடக்கம்; என்றெல்லாம் பின்னால் பிள்ளையார் சுழி போட்டார்கள். ஆனால் அதெல்லாம் கிடையாது. கூட்டமான மக்கள் இருந்தபோது அவர்களுள் உள்ள சிறு கூட்டங்களுக்குத் தலைவர்களாக பலர் இருந்திருப்பார்கள். அவர்களே கணபதிகள். (199)

இதையெல்லாம் எதற்கு சொல்கிறேன் என்றால் நமக்கெல்லாம் ஒழுக்கத்தையும் சத் நெறிகளையும் வழங்க வேண்டிய தெய்வங்கள் எப்படி சித்தரிக்கப்பட்டிருக்கின்றன என்பதை உணர்த்தத்தான்.

நவராத்திரி, கொலு என்பதெல்லாம் பெண் தெய்வங்களான பார்வதி, லட்சுமி, சரஸ்வதி ஆகியோர்களின் ஆராதனைக்காக நடத்துவது என்பது இப்போது பொதுவான நம்பிக்கை. ஆனால் விசேஷம் வேறு.

மகிஷாசுரன் என்றொரு அரக்கன். எருமைத் தலையை உடையவன். (200)

இவனை அழிக்க பெண்களால் தான் முடியும். பெண் தெய்வங்கள் ஒன்று கூடி இவனை அழிக்க திட்டமிடுகிறார்கள். ஆனால், வேதம் பெண்களுக்குக் கொடுத்த பலத்தை புராணம் பலவீனமாக்கியது. (202)

பெண்களின் வேண்டுகோளின் படி தேவர்கள் தங்கள் பலத்தையெல்லாம் பராசக்தியிடம் கொடுக்கிறார்கள். அவளும் அரக்கனை அழிக்கிறாள். இப்போது அவளை எல்லோரும் புகழ வேண்டும். ஆனால் யாரும் புகழவில்லை. ஏனெனில் தேவர்கள் அனைவரும் பலத்தைக் கொடுத்து விட்டதால் அப்படியே அசைவற்று பொம்மைகளாய் நின்றார்கள். (203)

புராணக்காரர்கள் பல ஜோடனைகள் பண்ணி கொலுவின் உண்மையான தத்துவத்தையே கொன்றுவிட்டார்கள். பழங்காலத்தில் மன்னர்கள் மழைக்காலத்தில் தங்கள் படை ஆயுதங்களை பாதுகாத்து, நிறுத்தி வைத்து, அவைகளுக்கு வணக்கம் செலுத்துவார்கள். மழை முடிந்ததும் போரெடுத்து வெல்வார்கள். இதுதான் கொலுவின் உண்மையான மூலம். (206)

கொலு கோவில்களில் வைப்படுவதில்லை. அவரவர் வீட்டுக்குள்ளேயே வைத்துக்கொள்ள வேண்டும் என்பது ஐதீகம். ஒருவேளை, 'பெண்களைப் போற்றினாலும் வீட்டுக்குள்ளே வைத்துப் போற்றிக் கொள் .. வெளியே வேண்டாம்' என்று சொல்லாமல் சொல்கிறதோ! (207)

ஆயுதம் என்பது மனிதர்களுக்குத் தானே வேண்டும்; தெய்வங்களிடமும் எதற்கு ஆயுதம் இருக்க வேண்டும்? இதற்கான பதிலையும் வேதத்திலேயே

தேடுவோம். ரிஷிகள் வேதத்தில் இருவகை தெய்வங்களைப் பற்றிக் கூறுகிறார்கள். அதில் ஒன்று ருத்ரன். *(208)* இவன் கையில் எப்போதும் வில்லும் அம்பும். இவனுக்கு எதிர்மறையாக ருத்ரனின் இன்னொரு வடிவமாக சாந்த சொரூபன் - விஷ்ணு. *(210)* இவர் கையில் பஞ் சாயுதம் - ஐந்து ஆயுதங்கள் - சங்கு, சக்கரம், கதை, சாரங்கம், கட்கம். இதில் சங்கு சுதர்சனார் என்று மரியாதையாக அழைக்கப்படுகிறது. சக்கரத்தாழ்வார் என்றும் மரியாதையாக அழைக்கப்படுகிறார். இவரது கையில் 16 வகை ஆயுதங்கள்! *(213)*

யாகங்களுக்கு பிராமணர்களுக்குக் கொடுக்க வேண்டிய சம்பளம் தான் தட்சணை. ருத்ரன் அழுகும் போது அவனது கண்ணீர் வெள்ளியாக மாறி விடும். இதனால் வெள்ளி தட்சணையாகக் கொடுக்க முடியாது. ஆகவே வீடு, ஆஸ்ரமம் இவைகளோடு தங்கம் கொடுக்கலாம். *(219)*

யாகங்களின் முக்கியத்துவம் என்ன? அவைகள் நம் பாவங்களைத் தொலைக்கப் பயன்படுகிறது. *(222)* பாவங்கள் எல்லாம் வேத மந்திரங்களை உச்சரிக்கும் போது அழிந்து விடும். *(225)*

பாவ மன்னிப்புக்கான மந்திரம் சந்தியாவந்தனம். காலையில் எழுந்ததும் சூரிய தேவனிடம் வேண்டுவது. *(226)* நித்தமும் மூன்று முறை இதைச் செய்ய வேண்டும். கிறிஸ்துவர்களின் பாவமன்னிப்பு பழக்கத்தை ஜெயேந்திரர் போன்றவர்கள் தூற்றுகிறார்கள் என்றால் ... அவர்கள் வேதம் அறியாதவர்கள். *(229)*

பகுதி: 5

அதர்வண வேதம் சொல்லும் அறிவுரை

"மக்களே ஒன்று கூடுங்கள். கடவுள் ஒருவன் தான். அவனை யார் கூப்பிடுகிறார்களோ அவர்களின் வீட்டுக்கே அவன் போவான். அவன் பழமைக்கும் பழமையானவன். புதுமைக்கும் புதுமையானவன். கடவுள் ஒருவன் என்றாலும் அவனை வழிபடும் வழிகள் லோகத்தில் பல்வேறு பட்டதாக உள்ளன. அவனை வழிபடும் முறைகள் பலவிதம் என்றாலும் எல்லாம் சரியே. அதனால் அவன் பெயரால் யாரும் யாரையும் தூஷிப்பதோ, நிந்திப்பதோ கூடாது. *(231)*

சுமார் 30-40 வருடங்களுக்கு முன்பு கும்பகோணத்துக்கு அருகிலேயே உள்ள நாச்சியார் கோயில் இந்து சமய அறநிலையத் துறை அதிகாரிகள் ஒரு கூட்டத்துக்கு ஏற்பாடு செய்திருந்தார்கள். அதில் அதிகாரிகள்

தமிழில் அர்ச்சனை பண்ணணும்னு முடிவெடுத்திருக்கிறோம். அதனால் தமிழில் எப்படி எப்படி அர்ச்சனைகள் செய்யலாம்னு எழுதிக் கொடுங்கள் என்று கேட்டார்கள். தமிழில் எப்படி எப்படி என்று மொழிப்போர் நடத்த ஆரம்பித்தார்கள் சில பட்டாச்சாரியார்கள். (233)

மற்றவர்கள் மறுத்தபோது நான் எழுதி வைத்திருந்ததைக் கொடுத்தேன்.

உயர்வு அற உயர் நலம் உடையவன் போற்றி ...
மயர்வு அற மதி நிலம் அருளின் போற்றி ...
அயர்வு அற அமரர்கள் அதிபதி போற்றி ...

இப்படியாக நாராயணனைப் போற்றும் நாமங்கள் 108 எழுதிக் கொடுத்தேன். நம்மாழ்வார் அருளிய திருவாய்மொழியில் தொடங்கி சில பாசுரங்களை 'ஸஹஸ்ரநாமம் பாணியில்' எடுத்துக் கொடுத்ததுதான். (234)

பகவானின் ஆயிரம் பெயர்களைக் கூறி அவரைப் போற்றிச் சொல்வது தான் ஸஹஸ்ரநாமம்.

இதைப் படித்த பார்த்த அதிகாரிகளுக்கு பரம இன்பம். தமிழில் இவ்வளவு இனிமையான கருத்து அடர்த்தியுள்ள பக்தி கானங்கள் இருக்கும்போது ஏன் சமஸ்கிருத பாஷையைக் கட்டிக்கொண்டு நாம் அழ வேண்டும்?

இதுபோல் நாலாயிர திவ்ய பிரபந்தம் தரும் 'நல்ல தமிழ் சொற்கோவைகளுடன்' தமிழிலேயே இறை பூஜைகள் செய்யலாமே என்றனர்.

அதன்படி ஆழ்வார்களின் அருளிச் செயல்களின் அடிப்படையில் நான் எழுதிக் கொடுத்த 108 தமிழ் நாம வழிபாட்டு மொழிகள் அப்போதே அர்ச்சகர்களின் எதிர்ப்போடு, 30-40 வருடங்களுக்கு முன்பு கும்பகோணம் சாரங்க பாணி பெருமாள் கோவிலில் அரங்கேற்றப்பட்டது. (235)

ஆன்ற தமிழ் மறை, ஐந்தாவது வேதம், திராவிட வேதம் என்றெல்லாம் போற்றிப் புகழப்படும் தமிழ் ஆழ்வார்களின் அருளிச் செயலான நாலாயிரம் இறைப்பாட்டுகளை திவ்யம் (தூய்மை)+ பிரபந்தம் (திரட்டு) என்ற இரு சமஸ்கிருத சொற்களால் தான் நாம் இன்றளவும் அழைத்து வருகிறோம்.

இனிமேலாவது 'ஆழ்வார்களின் நாலாயிர அருளிச் செயல்' என்பது தான் இந்தப் புனித நூலுக்கு தமிழ்ப்பெயர். சமஸ்கிருதம் எப்படி தமிழைக் கட்டிப் போட்டது? *(236)*

ஆகமக்காரர்களின் ஆதிக்கம் அவர்கள் முழு முதல் சமஸ்கிருதக்காரர்கள். ஆனதால் தமிழன் வெளியே நிறுத்தப்பட்டான். சமஸ்கிருதர்கள் உள்ளே சென்றார்கள். தமிழ்ப் பூக்களைத் தூவி சமஸ்கிருத அர்ச்சனை நடத்தினார்கள்.

இப்படி 'சமஸ்கிருத சர்க்கார்' நடந்து கொண்டிருந்த காலகட்டத்தில் தான், நமது தமிழ் பக்தி இலக்கியத்தை முன்னிறுத்துவதற்காக, ஆங்காங்கே ஆழ்வார்கள் தோன்றினார்கள். 5-ஆம் நூற்றாண்டு முதல் பத்தாம் நூற்றாண்டு வரையிலான காலங்களில் 12 ஆழ்வார்கள் தோன்றினார்கள். *(239)*

தினம் தினம் கேட்கும் சமஸ்கிருத சுப்ரபாத வடிவத்தை நாம் இப்போது கேட்கிற சுப்ரபாதம் இயற்றப்பட்டதற்கு அறுநூறு வருஷங்கள் முன்னதாகவே அற்புதமாக இயற்றியிருக்கிறார் தொண்டரடிப் பொடியாழ்வார்.

இனிய தமிழில் 'திருப்பள்ளியெழுச்சி' என்று பெயர் கொண்ட அந்த பத்து முத்தான பாடல்களை 'ஆழ்வார்கள் அருளிச் செயல்' புத்தகத்தில் 917 முதல் 920 வரையிலான பாடல்கள் சிலவற்றை உங்களுக்குச் சொல்கிறேன். *(241)*

'கதிரவன் குணதிசைச் சிகரம் வந்து
அணைந்தான்; கனை இருள் அகன்றது
காலை அம் பொழுதாய்
மது விரிந்து ஒழுகின மாமலர் எல்லாம்
வானவர் அரசர்கள் வந்து வந்து ஈண்டி
எதிர்திசை நிறைந்தனர். இவரொடும் புகுந்த
இருங் களிற்று ஈட்டமும் பிடியொரு முரசும்
அதிர்தலில் அலை கடல் போன்றுவிது எங்கும்
அரங்கத்தம்மா பள்ளி எழுந்தருளாயே ..'   *(242)*

இந்தத் தமிழ்ப்பாடலுக்கு என்ன குறைச்சல்? ஆனால் நாமோ logic இல்லாத சமஸ்கிருத வெங்கடேச சுப்ரபாதத்தை தினந்தோறும் காலையில் போட்டுக் கேட்கிறோம். *(243)*

சுப்ரபாதத்தைப் போல திருப்பள்ளியெழுச்சி என தமிழ்ப்பெயரில் மாற்றி இனியாவது எவரேனும் அதற்கு நல்ல இசையமைத்து விடியற்காலையில் தமிழ்மணக்கச் செய்வார்களா? *(244)*

திருப்பாணாழ்வாரின் தமிழைக் கேட்பதற்காக ஆளனுப்பி அரங்கத்துப் பெருமாள் அவரை மரியாதையோடு தூக்கிவரச் செய்ததாக கதை உண்டு. ஆனால் ஸ்ரீரங்கத்தில் இது எப்படி நடக்கும் என்றால் மூலவரான ரங்கநாதன் படுத்தபடியே தமிழ் கேட்கக்காத்திருக்க உற்சவரை அதாவது உற்சவமூர்த்தியை வெளியே ஒருமண்டபத்திற்கு தூக்கிவருவார்கள். அங்கே வைத்து நாலாயிரம் அருளிச் செயலையும் இசையோடு பாடிமுடிப்பார்கள். இதற்கு அரயர்சேவை என்ற பெயர். இது முடிந்தபிறகு அதாவது தமிழ்ப்பாடல்கள் முடிந்தபிறகு உற்சவரை மறுபடியும் உள்ளே கொண்டுபோய் வைத்துவிடுவார்கள். ஆக தமிழ் உள்ளேபோகக்கூடாது என்பதற்காக தெய்வத்தை வெளியே தூக்கிவருகிறார்கள்! *(246)*

வைணவத்தில்இப்படி. சைவத்தில்எப்படி?

'தென்னாடுடையசிவனேபோற்றி

என்னாட்டவருக்கும்இறைவாபோற்றி'

'திருவாசகத்திற்கு உருகார் ஒருவாசகத்துக்கும் உருகார்.'

திருமறைக்காட்டு சிவன்கோயில் மணிவாசல் வேதங்களால் பூஜிக்கப்பட்டு அடைக்கப்பட்ட கதவை சிவனடியார்கள் திறக்க முடியாமல் கஷ்டப்பட்டபோது திருஞானசம்பந்தரும், திருநாவுக்கரசரும் பாடிக்கதவைத் திறந்தார்கள்.

பல்லாண்டு காலம் வேதக்காரர்களால் பூட்டப்பட்ட கதவை தமிழ் பாடித் திறக்கவேண்டும் என்ற கருத்துருவே நமக்குப்போதும்.*(248)*

இப்படியெல்லாம் தமிழோடு பின்னிப்பிணைந்திருக்கும் சிவபெருமானுக்கு கோயிலில் நடக்கும் பூஜை புனஸ்காரங்களில் என்ன நிலைமை? சிவாச்சாரியார் திருநீற்றுப்பட்டை அணிந்து கொண்டு லிங்கத்தை நெருங்கிச் செல்வார். பூஜைகள் செய்வார். அவர் வாயில் தமிழே இருக்காது. சமஸ்கிருதம்தான்.*(249)*

தமிழ் இப்படி தள்ளிவைக்கப்பட்டதற்கான காரணம் என்ன? தேவர்களுக்கும் அசுரர்களுக்கும் போர்நடந்தது. சமஸ்கிருத பாஷை பேசிய தேவர்கள் ஜெயித்தார்கள். மிலேச்ச பாஷை பேசியவர்கள் தோற்றார்கள். மிலேச்ச என்றால் non Aryan என்று பொருள்.

பகுதி: 6

பிராமணர்களின் வாழும் பகுதியாக வேதத்தில் கூறப்பட்ட இடங்கள் எல்லாம் இமயமலைச்சாரல் பகுதிகள். இதுவெல்லாம் இப்போது ஆப்கானிஸ்தானமாக இருக்கிறது. *(250)*

காவிரிக் கரையில் நின்று கொண்டு கங்கையைக் கும்பிட்டால் ... அந்த மந்திரத்தை மாற்ற வேண்டும்.

சென்னையில் இருக்கும் பிராமணர்கள் ..

'நமோ அடையாறு கூவம் யோஹே

மத்யேயே வசந்தீ ...

என்றல்லவா வணங்க வேண்டும். *(252)*

சம்ஸ்கிருத பாஷையைத்தான் போற்றுவோம்; சமஸ்கிருதம் சொன்னால் தான் கேட்போம் என்று ஒற்றைக் காலில் நிற்பவர்களுக்கு நானும் 'ஒற்றை ஸ்லோகம்' ஒன்று சொல்கிறேன்.

'வேத ப்ராமாண்யம் கஸ்ய மிது

கர்த்ரு வாதஹா ஸ்நானே

தர்மேச்சா ஜாதிவாத அவலேயஹ

சந்த பாரம்பஹா பாபஹான யசைநீ

ஸ்தவஸ்த ப்ரக்ஞாநாம் சஞ்சலிங்கானீ ஜாம்யே ....'

'மனிதன் உயிருள்ளவன். ஜீவன் உள்வன். சிந்திக்க வேண்டிய கடமை கொண்டவன். இப்படி சிந்தனையாளனாக இருக்க வேண்டிய மனிதன் இன்றுவெறும் ஜடமாகி விட்டான். அதாவது குட்டிச் சுவர் போலவும் சாலையில் கிடக்கும் கல்லைப் போலவும் பயனற்ற ஜடமாகி விட்டான்.'

இதற்குப் பல காரணங்கள். அவைகளின் பட்டியல்:

1. எதற்கெடுத்தாலும் வேதம் சொன்னதையே நம்பிக்கொண்டு அதில் நல்லவை கெட்டவை எது என்பதை அறியாமல் அப்படியே பின்பற்றுவது - வேத ப்ராமாண்யம்.

2. நம் எல்லோரையும் ஒருத்தன் படைத்தான்; அவன்தான் நமக்கு கர்த்தன்; அதாவது காப்பாளன் என்று சும்மா நம்பிக்கொண்டிருப்பதால் மனிதன் ஜடமாகிறான்.

3. ஸ்நானே ... குளியல். இதனோடு மதத்தைச் சம்பந்தப்படுத்தி ஜடமாகிப் போனான்.

4. ஜாதிவாதம்

5. சந்தாபாரம் - உடல் ரீதியாக தன்னையே வருத்திக் கொண்டு ஜடமாகிறான்.

இவைகள் தான் சமஸ்கிருத ஸ்லோகத்தில் சொல்லப்பட்டுள்ள விஷயங்கள். *(255)*

மலை மக்கள் வணங்கிய காளி மாதாவை பிராமணர்கள் காலப்போக்கில் ஆகம விதிக்குள் அடக்கி அவளை ஒரு ஆண் தெய்வமாக்கி விட்டார்கள். பிராமணர்கள் தங்கள் அடிமடியை அவிழ்த்துக் கொண்டிருப்பதை மலை மக்கள் உணர்ந்தார்கள். போராடத் துவங்கினார்கள். அவர்களின் ஆயுதங்களை பிராமணர்களின் அறிவு தோற்கடித்தது. இதன் மூலம் ஒரு உடன்படிக்கை. பிராமணர்கள் உள்ளே போய் கடவுளை சேவிக்க, மலை மக்கள் அம்பட்டர்களாய் வெளியே அமர்ந்து பக்தர்களுக்கு மொட்டை அடிக்க வேண்டும் என்பதே அது! இருவருக்கும் தட்சணை கிடைக்கும்!*(269)*

திருப்பதி மலைக்காளியை பரம சிவனாகவும், சுப்ரமணியனாகவும் மாற்றிவிட்ட நிலையில் தான் இந்தத் தகவல் வைணவர்களுக்குக் கிடைத்தது.

கொதித்தெழுந்தனர் வைணவர்கள். மலை மீது அடுத்ததாக வைணவப்படை ஏறியது.

ஸ்ரீராமானுஜர் 11-ம் நூற்றாண்டு தன்னுடைய மாமா திருமலை நம்பியிடம் ராமாயாணம் கேட்பதற்காக திருப்பதிக்குப் போனார் ஸ்ரீராமானுஜர்.*(270)*

இந்த வைணவ - சைவ போரில் ராமானுஜர் ஈடுபட்டதைப் பற்றி குருபரம்பரை என்ற புனிதநூல் விளக்குகிறது. *(271)*

இரண்டு தரப்பிலும் வாதப் பிரதிவாதங்கள் பண்ணிக்கொண்டே இருந்தார்கள். அம்மலைக்கே உரிய மலைமக்கள் இந்த பஞ்சாங்கத்தைப் பார்த்து சிரிப்பதா அழுவதா என தெரியாமல் முழித்தனர்.

குரு பரம்பரையில் ராமானுஜர் ஒரு வழி சொல்கிறார். பகவானே நேரில் வந்து சொல்லட்டும் என்று ஒரு பதில் தருகிறார். *(272)*

பெருமாளின் சங்குசக்கரம், சிவனின் மான், மழு என்ற ஆயுதங்களையும் சன்னதியில் விக்கிரகத்துக்கு அருகே வைத்துவிட்டு ராத்திரி சன்னதியை இழுத்துப் பூட்டிவிடுவோம். காலையில் வந்து பார்ப்போம். விக்கிரம் எந்த ஆயுதத்தைச் சூடிநிற்கிறது என்று பார்த்து முடிவுகட்டுவோம் என்றார்.*(273)*

எல்லோரும் ஒத்துக்கொண்டனர். இரவு ஸ்ரீராமானுஜர் ஆதிசேஷன் அம்சம். ஆகவே அவர் பாம்பு உருவம் எடுத்து, கோமுகம் / நீர்மம் / தூம்பு வழியாக உள்நுழைந்து சங்கையும் சக்கரத்தையும் எடுத்து விக்கிரகத்திற்கு சூட்டிவிட்டு, மான், மழு இரண்டையும் சிதைத்துவிட்டு வந்துவிடுகிறார். *(276)*

இதைப்பற்றிப் பேச நீர் யார் என்று என்னிடம் கேள்வி கேட்கின்றார்கள்? இதற்குப் பதிலாக இன்னொரு நிகழ்வு பற்றிக் கூறுகிறேன்.

திருப்பதி மலையில் செய்யக்கூடிய பெரிய கைங்கர்யம் பெருமாளுக்கு நித்யப்படி தீர்த்தம் கொண்டுவருவதுதான். *(277)*

ஒருமுறை திருமலைநம்பி தீர்த்தம் கிடைக்காமல் மிகவும் கஷ்டப்பட்டு நீர் எடுத்து வரும்போது வழியில் ஒருவர் இவரை, 'தாத்தா' என்று கூப்பிட்டு நீர் கேட்கிறார். நம்பி மறுக்கும்போது அவர் 'எனக்குத் தண்ணீர் தந்தால் ஓர் உயிரைக் காப்பாற்றின புண்ணியம் கிடைக்கும். அந்தக் கல்லுக்கு ஊற்றி என்ன பண்ணப்போறே?" என்று கேட்கிறார். நம்பி மறுத்து நடக்கும்போது மீண்டும் அதேகுரல். நம்பி திரும்பிப் பார்க்கும்போது பெருமாளே தண்ணீர் கேட்டு சோதித்திருக்கிறார் என்பது நம்பிக்குத் தெரிகிறது. *(278)*

'தாத' என்றால் அப்பா என்று ஒரு அர்த்தம் உண்டு. பெருமாளை பிரம்மனுக்கு அப்பா என்பார்கள். அப்படிப்பட்ட அப்பாவான பெருமாளே நம்பியை 'தாத' என்றழைத்ததால் திருமலைநம்பி அடியார்களுக்கு தாத்தா ஆனார். அவரது வம்சத்தினர் தாத்தாச்சாரியார்கள் ஆனார்கள். அடியேனும் அப்படி வந்தவன்தான்.*(279)*

திருப்பதி மலையோடு ஒன்றியவர் இன்னொருவர். அவர் ஹத்தியராம் பாபுஜி.

வடஇந்தியரான இவர் கோயிலில் சேவகம் செய்ய ஆரம்பித்து, பின் கோயிலின் நிர்வாகியாக ஆகிவிடுகிறார்.(280)

திருப்பதி கோயிலில் உள்ள தெய்வம் மலை மக்களது காளி என்பதற்கான இன்னொரு தடயத்தை ஆசிரியர் தருகிறார்.

திருப்பதி கோயிலைப் பிரபல்யமாக்க மொட்டை போடுவதை பாபாஜி தீவிரமாகக் கடைப்பிடித்தார். அப்போது சில பிராமணர்கள் அவரிடம், 'விக்ரஹத்தின் கைகளில் பாம்பு இருக்கிறது. அதை எடுத்துவிட்டால் இன்னும் நன்றாக இருக்கும். அதேபோல் .. பின்னாலுள்ள பின்னலையும் நீக்கி விட்டால் ...' என்றனர். பாபாஜி மறுத்து விட்டார்.

பின்னால் என்ன பின்னல்? (281)

ஜெருசலேமில் உள்ள ஒரு பெண்மணி இசையரசு எம். எஸ். அம்மா அவர்களுக்குத் தெரியும். இந்து மதத்தைப் பற்றித் தெரிந்து கொள்ள விரும்பியவருக்கு ஆசிரியரின் தொடர்பு கிடைக்கிறது. அவரை அழைத்துக் கொண்டு கஷ்டப்பட்டு வெங்கடாஜலபதியை முழுமையாகப் பார்க்கும் போது தான் நான் திருப்பதி பெருமாளுக்கு அழகான தலையைச் சீவி சிங்காரித்து பின்னல் செய்து போட்டிருந்தார்கள் என்பதைப் பார்த்தேன்.(283)

வர்த்தகக் கடவுளாக மாறிவிட்ட வேங்கடாஜலபதியின் முந்தைய நிலைமையைச் சொன்னேன். மலையின் மைந்தர்கள், முதலில் காளியை வழிபட்டார்கள். இன்று வெளியே உட்கார்ந்து மொட்டையடிக்கிறார்கள். இதை பெரிய பிஸினஸ்ஸாகவும் ஆக்கி விட்டார்களே... அந்த ஆதங்கத்தில் தான்... திருப்பதி பற்றிய இத்தனை திருப்பங்களையும் சொன்னேன்.

இதற்கு மேலும் இன்னும் சில ஆதாரங்களைக் கூட நாம் சேகரிக்க முடியும். திருமாலுக்கு நான்கு கைகள். இரண்டு கைகளில் சங்கு சக்கரமும் இன்னும் இரண்டு கைகள் எக்ஸ்ட்ராவாக இருக்கும். ஆனால் திருப்பதி பெருமாளுக்கு இரண்டே இரண்டு கைகள் தான். சங்கு சக்கரம் தோள்பட்டையில் தான் தொற்றிக் கொண்டிருக்கிறது.

அடுத்து, பெருமாளின் பக்கத்தில் பிராட்டியைப் பார்த்ததுண்டோ? (284) பிராட்டியார் கீழே திருச்சானூரில் தான் இருக்கிறார்.

மலை மக்களின் காளியை மலையேறியவர்கள் மாற்றி விட்டார்களே ... அந்த உரிமைப் பிரச்சனைக்குத் தான் இப்படிச் சொன்னேன். (285)

அடுத்து...

மேற்குத் தொடர்ச்சி மலைப்பகுதியில் இன்றைய மலையாள தேசத்தில் இருக்கும் ஒரு மலைக்கிராமம். அது பாண்டிய ராஜாவிடமிருந்த மலை தேசம். வளங்கொழித்துக் கிடந்தது. திடீரென்று குதிரைகளில் வந்த ஒரு சிப்பாய்க் கொள்ளைக்காரர்கள் சுழன்றடித்தார்கள். கொள்ளையடித்ததும் சுற்றும் பார்த்தார்கள். சுற்றிலும் 5 குன்றுகள். கஷ்டப்பட்டு மேலே ஏறினார்கள். காந்த மலை என்ற அந்தக் குன்றை அடைந்ததும் அங்கே மலைவாழ் மக்கள் வைத்திருந்த தங்கச் சிலை அவர்கள் கண்ணைப் பறித்தது. (286)

அங்கே நடந்தது பற்றி இரு கருத்துகள் உள்ளன. கொள்ளையடித்தார்கள் என்பது ஒரு கருத்து. இன்னொன்று அச்சிலையை உடைத்து நொறுக்கினார்கள் என்றும் செய்தி உண்டு. தங்கள் சிலை கொள்ளையடிக்கப்பட்டதும் காந்த மலையிலிருந்து இறங்கி 5 குன்றுகளுக்கும் இடைப்பட்ட இடத்தில் இன்னொரு அய்யனார் காவல் சிலையை உருவாக்கினர். பின்னால் இதுவும் கொள்ளையடிக்கப்பட்டது.

முதலில் பொன் விக்கிரகம் இருந்த இடம் பொன்னம்பலம் என அழைக்கப்படுகிறது. இப்படி எதிரிகளால் உடைத்து நொறுக்கப்பட்ட அல்லது கொள்ளையடிக்கப்பட்ட அந்த மலை மக்களின் சிலை தான் இன்று ஜோராக ஜொலித்துக் கொண்டிருக்கிறது. (287)

அய்யனாருக்கு வழிபாடு தொடர்ந்து கொண்டிருந்த வேளையில் இப்போதைய ஆந்திரப் பிரதேசத்திலிருந்து (கேரளா?) நம்பூதிரிகள் பூணூலை முறுக்கிக்கொண்டு வந்தனர். அவர்கள் புது ஐதீகத்தைக் கிளப்பினார்கள். (288)

இது உங்க அய்யனார் இல்லை; எங்க அய்யப்பன் இவன் என்றார்கள். (289)

பத்மாசுரன் என்ற ஓர் அசுரன் பயங்கர தவம் இருந்தான். சிவனும் காட்சி கொடுத்தார்; என்ன வரம் வேண்டுமெனக் கேட்டார். 'நான் யார் தலையில் கைவைத்தாலும் அவர்கள் பஸ்பமாக வேண்டும்' என்றான். அதை சேங்ஷன் பண்ணி விட்டார் சிவன். எல்லார் தலையிலும் கைவைத்த பத்மாசுரன் கடைசியில் சிவனிடமே வந்தான். தன் வரமே தன்னை அழிக்க வந்ததை அறிந்த சிவன் திருமாலிடம் ஓடினார். பெருமாள் மோகினியானார். (290)

கடவுள் என்னும் மாயை 291

மோகினியைப் பார்த்த பத்மாசுரனுக்கு எல்லாம் மறந்து போனது. மோகினியும் ஆட ஆரம்பித்தாள். என்னைப் போல் ஆடினால் நான் கிடைப்பேன். தயாரா என்றாள். பத்மாசுரனும் போட்டிக்குள் இறங்கினார். ஆட்டத்தில் மோகினி தலையில் கை வைக்க பத்மாசுரனும் தன் தலையில் கை வைத்து எரிந்து போனான்.(291)

ஆஹா... பத்மாசுரன் இறந்துவிட்டான் என்று நினைத்துத் திரும்பிய சிவனின் கண்ணில் மோகினியின் அழகிய உருவம் தெரிய, அவளை அவர் பிரேமிக்க... இந்தச் சம்பவத்தால் மோகினி ஒரு குழந்தையைப் பெற்றெடுக்கிறாள். அந்த தெய்வக் குழந்தைதான் அய்யப்பன்.

இந்த அய்யப்பன் கதையை நம்பூதிரிகள் மலைவாசிகளிடம் சொல்ல, (293) அவர்களும் நம்பினார்கள்.

இரண்டு மூர்த்திகளால் அவதரித்த அய்யப்பனை வழிபடும் வேலையை எங்களிடம் விட்டுவிடுங்கள் என்றார்கள்.

மலைமக்கள் பூக்கள் போட சில படிகளைக் கட்டி வைத்திருந்தார்கள். அவைகள் சாதாரண படிகள் அல்ல; 6 திருப்படிகள் சிவாம்சம் வாய்ந்தவை; 6 திருப்படிகள் முருகன் அம்சம் கொண்டவை; 6 திருப்படிகள் மணிகண்டனான அய்யப்பனின் அம்சங்கள். மண்டலம் இருந்து. மாம்ஸம் விலக்கி, சுத்தமாக இருந்தால்தான் இங்கே ஏறமுடியும் என்றார்கள்.

அவர்களின் தொனி உயரத்தில் இருந்தது. பிராமணர்கள் மேலே சென்றனர். அவர்களின் கண்களில் ஒரு ஜோதிப்பிரகாசம் ஜொலித்தது. (294)

நாங்கள் தீப்பந்தம் கொளுத்தி திருவிழா கொண்டாடுகிறோம். அதுதான் அந்தக் காந்தமலையில் ஜொலிக்கிறது என்றார்கள் மலைமக்கள்.

அய்யப்பனுக்கு சபரி என்னும் காட்டுவாசி பக்தை இருந்தாள். அவளை புஷ்பம் இறைத்து, தேவர்கள் வாழ்த்த ஒரு பெரிய ஜோதி தோன்றியது. அதில் சபரி கலந்து மோட்சம் அடைந்தாள் என்றார்கள் நம்பூதிரிகள். அந்த மோட்சஜோதி அது என்றார்கள்.

இப்போது நம்பூதிரிகள் ரகசிய ஏற்பாடு செய்து அங்கே தீ மூட்டி வருகிறார்கள். இதைப் பிரபல்யமான கேரளத் தலைவர்கள் பலருமே சொல்லியிருக்கிறார்கள். (295)

பகுதி: 7

தெய்வம் யார்?

வேதம் கர்மாக்களை வகுத்தது. அடுத்து வந்த உபநிஷத்துக்காரர்கள் கர்மாக்களைத் தியாகம் செய்துவிடுங்கள்; அதுதான் மோட்சம் என்றன. வேத, உபநிஷத்துக்காரர்களின் கடவுளைப் பற்றிய சிந்தனைகள் வேறுவேறாய் இருக்க, இதன் அடிப்படையில் ஆறு தத்துவக்காரர்கள் தங்கள் கருத்துகளை முன்வைத்தார்கள். (296)

அந்த ஆறுபேர்: கனாதர், அக்ஷபாதர், வ்யாஸர், கபிலர், பதஞ்சலி, ஜெய்மினி

கனாதர் உபதேசித்தது - வைஷேஷிகம்

அக்ஷபாதர் - நியாயம். நியாம் என்றால் தர்க்கம் பண்ணுவது; தர்க்கிகம் என்று பெயர் இதற்கு.

கபிலர் - சாங்க்யம் செய்தார். கடவுளைப் பற்றிக் கேள்வி கேட்பதுதான் சாங்க்யம். (297)

பதஞ்சலி - யோகம் என்ற தத்துவம் சொன்னார்.

வ்யாஸரைப் பற்றியும், ஜெய்மினி பற்றியும் சிறிது விளக்கம்.

முனிவர்கள் தவம் செய்யும்போது காம ஆசையை மறுத்து ஆசையை அடக்கவேண்டும். ஆனால் தவத்திற்கு இடையூறு வந்தால் முனிவர்கள் அப்பெண்களை நெருங்கி தங்களது காம ஆசையைத் தீர்த்துக் கொள்வார்கள். ஸ்தீரிகளும் மறுக்க முடியாத நிலையில் இருந்தனர்.

கங்கைக்கரையில் புராசரர் என்ற முனிவர் தவம் இயற்றிக்கொண்டிருக்கும் போது ஒரு பெண்ணைப் பார்த்துக் காமுறுகிறார். யாரென்று கேட்கிறார். அவள் மச்சகந்தி என்ற சத்தியவதி; ஒரு செம்படவப் பெண்.(298)

ஆற்றைக்கடக்க முனிவர் அவளிடம் உதவி கேட்கிறார். ஆற்றைக் கடக்கும்போது ஆசையைக் கடக்க முடியவில்லை; நெருக்கமாக அணைக்கிறார். 'இது பஹவது முகூர்த்தம். என்னோடு சம்மதித்து இணைந்துவிடு. ஒரு மாமுனிவனை எனக்குப் பெற்றுக்கொடு. யாருக்கும் இது தெரியப்போவதில்லை. நீ கன்னியாகவே இருப்பாய்' என்கிறார்.

அவளது மேனியில் மீன்வாசம்போய் ஆண்வாசம் வந்தது.

'ரிஷி கர்ப்பம் ராத்தங்காது; என்பார்கள். அதாவது ரிஷிகள் தங்கள் காமத்தை ஒரு அவஸ்யத்துக்காக, தங்கள் ஞானத்தின் இன்னொரு பலனுக்காக அனுபவிக்கிறார்கள். (299)

ரகசியம் எல்லோருக்கும் தெரிந்த ரகசியமாகிவிடுகிறது. அவன் மீனவப் பையன். அவனுக்கு சாஸ்திஒரம் சொல்லித்தரக்கூடாது என்கிறார்கள். ஆனால் அவனோ சாஸ்திரம் கற்றான்; சம்பரதாயம் கற்றான். எல்லாம் கற்றான் அப்பையன். வளர்ந்தான்; தாடி வளர்ந்தது; ரிஷியானான். வேதம் தொகுத்தான். 18 புராணங்களைத் தொகுத்தான். பிராமணர்களின் முதுபெரும்நூலான 'ப்ரம்மசூத்திரம்' எழுதினார். அவர்தான் வ்யாஸர் வேதவ்யாஸர்.

வ்யாஸர் வியாக்கியானம் என்ன? 'நீங்களெல்லாம் ப்ரம்மத்தை, அதாவது கடவுளை காரணத்தின் அடிப்படையில் அணுகுகிறீர்கள் (based on reason). ஆனால் அவர் அறிவுக்கு அப்பாற்பட்டவர். தர்க்கங்களைத் தாண்டியவர். உலகத்தைக் கடவுள் தான் படைத்தார். அவரை அறிவு, காரணம், தர்க்கம் போன்றவற்றின் அடைப்படையில் அணுகாதீர்கள். கடவுள் காரணங்களைக் கடந்தவன் (God is above logic.)(301)

இந்த வ்யாஸருக்கு ஒரு சீடர். அவர் ஓர் இயற்கைவாதி - naturalist. அவர்தான் ஜெய்மினி. இவர் வ்யாஸரோடு நிகழ்த்திய விவாதங்கள் சுவாரஸ்யமானவை.

'ஸ்வாமி, அவனை இங்கே கூட்டி வாருங்களேன்.'

'யாரையப்பா?'

'அவன்தான் உலகத்தையெல்லாம் ஒருத்தனே பொசுக்கென படைத்து முடித்துவிட்டான் என்கிறீர்களே! அந்தக் கடவுளைத்தான்' என்றார் ஜெய்மினி.

'அவன் பரலோகத்தில் இருக்கிறான். அவனை இங்கே இருந்து பார்க்கமுடியாது'.

ஜெய்மினி சிரிக்கிறார். 'அது எப்படி இருக்கும்?'

'இங்கே யாகத்தில் புகை அதிகமாக வந்தால் புகைமூட்டமாக இருக்குமே, அதுபோல இருக்கும்.'

'நீங்கள் பார்த்திருக்கிறீர்களா? பரலோகம் உங்களுக்குத் தெரியுமா?

அப்படித் தெரிந்தால் காட்டுங்கள். இல்லையென்றால் தெரிந்தவர்களைக் கூப்பிடுங்கள். அடியேன் பார்த்துப் பரவசப்பட்டுக் கொள்கிறேன்'.

வ்யாஸர் பதிலின்றி மௌனித்தபோது *(302)* ஜெய்மினி சொன்னார்:

'கோஹிதஸ் வேதயத்ய முஷ்பின் லோகே

அஸ்தீ வாரவேதீ '

யஜுர் வேதத்தில் வருகிற மந்திரம் இது. 'பரலோகம் யாருக்குத் தெரியும்? அதைப் பார்த்தவர்கள் யார்? இருந்தால் வரச்சொல். அது எப்படியிருக்கும்?'

வ்யாஸரோ, 'அவன் பரலோகத்தில் இருக்கிறான். உனக்கும் எனக்கும் இந்த செடிக்கும் கொடிக்கும் உயிர்கொடுத்தவன்... உடல்கொடுத்தவன்.'

ஜெய்மினி இதைக்கேட்டதும் டக்கென ஒரு கொடியைப் பிடித்தார். இந்தக் கொடிக்கும் பிராணன் உள்ளது; வளர்கிறது; அசைகிறது; பூக்கிறது; காய்கொடுக்கிறது; கனிகொடுக்கிறது. இதற்கு இத்தனையும் கொடுப்பது தண்ணீர். அந்தத் தண்ணீர்தான் கொடிக்குச் சோறு.

'இப்போது இந்தக் கொடியை வாழவைப்பது கடவுள் என்றால் தண்ணீர்தான் கடவுளா? அல்லது கடவுள் தண்ணீர்தானா?"

'அந்தக்கொடிக்கு உள்சக்தி ஒன்று உண்டு. அதற்கொரு வளரும் சக்தி உண்டு. அது தண்ணீரால் கிடைக்கிறது. அதை ஏன் கடவுள் என்கிறாய்?'

இதுதான் ஜெய்மினியின் மீமாம்ஸ, அதாவது கடவுளைப் பற்றிய விசாரணை. *(303)*

ஜெய்மினி இப்படியாக இயற்கையை முதன்மைப்படுத்தினார். தம் கர்மாக்களை நாம் செய்துகொண்டிருந்தால் கடவுளுக்கு என்ன அவஸ்யம்? என்பதுதான் ஜெய்மினியின் கேள்வி.

வ்யாஸர் பிரம்மசூத்திரம் என்ற நூலை இயற்றினார். அதற்கு 'உத்தர மீமாம்ஸா' என்று பெயர். ராமானுஜர், சங்கரர் போன்றோர் இதற்கு உரையெழுதியுள்ளனர். ஆனால் ஜெய்மினி 'பூர்வ மீமாம்ஸ' என்ற சித்தாந்தத்தைக் கொடுத்தார். வ்யாஸரின் மீமாம்ஸத்தைத் தொட்டவர்கள் ஜெய்மினியின் மீமாம்ஸவைத் தொடவில்லை. ஏனென்றால் ஜெய்மினியை நாஸ்திகர் என்று அழைத்தவர்கள் பலர் அன்று உண்டு. *(304)*

வ்யாஸர் பிறந்த கதை பார்த்தோம். இந்த வ்யாஸருக்குப் பிறந்தவர் எப்படி இருந்தார்? *(305)*

ரிஷிகள் காம்ய சுகத்தை அவஸ்யத்துக்காக அனுபவிக்கிறார்கள். அப்படியோர் பொழுதில் வ்யாஸரின் ரேதஸ் - உயிர்த் திரவியம் - கீழே சிந்திவிட்டது. அதை ஒரு கிளி கொத்தித் தின்றுவிட்டது அல்லது அப்படி கிளியாக வந்த அழகியுடன் அவர்கூடினார்.

கர்ப்பமான கிளி ஒரு 'குட்டி' போட்டுவிட்டது! தலையெல்லாம் கிளிபோல இருந்ததாம். உடல் மட்டும் மனுஷ்யபாவனையாக அமைந்ததாம். சுகஹா என்றால் வடமொழியில் கிளி என்று பெயர். அதனால் அந்தக் கிளிப்பிள்ளைக்கு 'சுகர்' என்று பெயர். சுகப்பிரம்மம் என்றும் சொல்வார்கள். *(306)*

வ்யாஸர் வேதங்களை பிரித்து வகைப்படுத்தி, உபநிஷத்துக்கு பிரம்மசூத்திரம் பண்ணியபோதும், 18 புராணங்களை தொகுத்தபோதும் திருப்தி இல்லை. 'பாகவதம்' என்ற மகா காவியத்தைப் படைத்தார். இதைக்கேட்டாலோ, உபதேசம் பெற்றாலோ மோட்சம் பெற்று பகவான் நாராயணனின் வைகுண்டத்தை அடைந்துவிடலாம் என்பது நம்பிக்கை. *(307)*

சுகர், பரீட்சித்து என்னும் ராஜாவிற்கு பாகவதத்தை உபதேசிக்கிறார். பரீட்சித்து ராஜா ஒரு வாரத்திற்குள் உபதேசம் பெற்றால்தான் அவன் மோட்சம் பெறமுடியும். உபதேசம் பெற்று அவன் மோட்சம் பெற்றான்.

மோட்சம் பெற்று வைகுண்டம் செல்கிறான் என்று சொல்கிறார்களே ... மோட்சம் என்றால் என்ன? வைகுண்டம் என்றால் என்ன?

இங்குபோல் அங்கும் சகல போகங்களும் உண்டு என்கிறது உபநிஷது. வைகுண்டலோகத்தில் வீடுகள் உண்டா? அங்கு வசிப்பவர்கள் மனைவியுடன் இருக்கிறார்களா? இங்குபோல் அங்கும் காம சுகத்தை அனுபவிக்கிறார்களா? மகப்பேறுகளைப் பெறுகிறார்களா? அங்கேயும் திருடர்கள் இருக்கிறார்களா? சந்யாஸிகள் இருப்பார்களா? ஒரு புருஷன் மற்றொருவர் மனைவியை அங்கும் விரும்புவானா? இந்தக் கேள்விகளையெல்லாம் முமதஸாரம் என்னும் புத்தகத்தில் சக்கரவர்த்தி ஆச்சாரியார் எழுப்பிய கேள்விகள்.

விரஜா என்றொரு நதி. இந்த நதியைத் தாண்டி அபராஜிதை என்னும் ஒரு பட்டணம். எங்கு பார்த்தாலும் ஆண்கள் பெண்கள் ரொம்ப சந்தோஷமாக கூடிக் கலவி களித்துக் கொண்டிருக்கிறார்கள்.

அங்கே ஒரு மண்டபம் உள்ளதாம். அந்த மண்டபத்திலும் ஒரே ஆனந்தமயம்தான். *(309)* அங்கே ஒரு கட்டில் இருக்கிறது. அதிலே பாம்புப் படுக்கையில் பெருமாள் இருக்கிறார்.

அங்குள்ளவன் தனது விருப்பத்துக்குத் தக்கபடி பித்ருலோகம், ஸத்ரிலோகம், முதலியவற்றை படைத்துக்கொள்கிறான். அனுபவித்துக்கொள்கிறான்.

மோட்ச ஸ்வரூபம் என்ற தலைப்பில் சக்கரவர்த்தி ஆச்சார்யார் இதனை விளக்குகிறார். 'இவர்கள் இணைந்துள்ள மோட்சம் எல்லோராலும் போற்றத்தகுந்தது. ஜாதி, வர்ணம், மதம், பாகுபாடு இதில் கிடையாது. *(பரவாயில்லையே!)* எல்லாரும் ஏகஜாதியைச் சேர்ந்தவர்கள். அங்கு போகத்திலும் வேற்றுமை இல்லை. அனைவருக்கும் சமமான போகம். இதைத்தான் ஸாயுஜ்யம் என்பர். எல்லா வகைகளும் எல்லாருக்கும் சமமாகப் பரிமாறப்படும். அவர்களுக்குள் ஏதும் வேற்றுமை ஏற்பட்டுவிடாதா என்கிற ஐயம் சிலருக்கு வரலாம்.

இதற்குப் பதில்: இவர்கள் அனைவரும் அங்குள்ள நித்ய ஸூரிகள் (நித்ய ஸூரிகள் என்றால், என்றென்றும் ஜீவித்து வைகுண்டத்தில் பகவானுக்கு கைங்கர்யம் செய்வார்கள்; ஆண் பெண் என்கிற வேறுபாடு அங்கிருந்தாலும் எவ்வகையிலும் அவர்களுக்குக் குறைவில்லை. *(அட! இஸ்லாமிய மறுமை மாதிரி இங்கேயும்!! சொல்லப்போனால் அங்கே இருப்பதைவிட இங்கே ஜாதி, பால் வேறுபாடு எதுவும் இல்லையாமே! இஸ்லாமிய மறுமை மாதிரி ஆண்களுக்கு மட்டும் special treatment இங்கே இல்லையே! Good! Much better than சுவனம்!) (310)*

ஒரு முத்தாத்மா பல உடல்களை எடுக்கும்போது ஆண், பெண், குழந்தை முதலிய உடல்களை எடுத்துக் கொண்டு குடும்பமாக அடிமை செய்யலாம். அல்லது மற்றொரு முத்தாத்மாவை உதவியாக வைத்துக் கொண்டு அதற்குத் தக்கபடி இரு முக்தர்களும் பல உடல்களை எடுத்து குடும்ப தாஸ்யம் செய்யலாம். இவ்வாறு குடும்ப தாஸ்யம் செய்யும் போது ஆண் உருவமும், பெண் உருவமும் உடையவர்களாக இருந்து கொண்டு விளையாடினால் காமம் என்கிற இன்பம் இவர்களுக்கு வரும். ஆகையால் அது மோட்ச சொரூபத்துக்கு விரோதமா என்று சந்தேகப்பட வேண்டாம். இவர்களது எல்லா ரமணமும் அதாவது விளையாட்டும் பகவானுடையதே.*(311)*

கிருஷ்ணன் கோப ஸ்த்ரிகளுடன் ஏன் காம போகத்தை அனுபவிக்க வேண்டும்? ஸ்ரீரங்கநாதன் தனது ஆனந்த நாடிகளைக்கொண்டு

ஸ்ரீரங்கநாயகியுடன் ஆனந்தமாகக் கலவியை அனுபவிக்கிறான் என பராசுரபட்டர் ஸ்ரீகுணரத்ர கோசத்தில் எப்படி சாதித்தார்?

உனக்கு என்ன வேண்டும்? உன் அம்மாவைப் பார்க்க வேண்டுமா? படைத்துக் கொள். உன் அப்பாவைப் பார்க்க வேண்டுமா? படைத்துக் கொள்.

சரி... குடும்ப உறவுகள் வெறுத்துப் போய்விட்டது. உனக்கு இப்போது ஒரு பரஸ்த்ரீ வேண்டுமா? நீ நினைத்தால் உன் முன்னே வந்து நிற்பாள். உன்னைப் பார்த்து சிரிப்பாள். நெருங்குவாள். அணைப்பாள். ஆனந்தம் தருவாள். இங்கு பெண்களின் இன்பம் சிற்றின்பம். அங்கே அது பேரின்பமாக மாறும். இந்த லோகத்தின் ஆனந்தங்கள் அல்பம். அங்கே பகவத் ஆனந்தம்.

இங்கு நீ மோட்டாரில் சுற்றுவதுபோல் அங்கேயும் ஜாலியாக சுற்றலாம். அதுவும் எவள் கூட வேண்டுமானாலும் சுற்றலாம். அவளை நீயே படைத்துக்கொண்டு என்கிறது. *(312)*

இந்த உலகத்திற்கு போக வேண்டும் என்றால் எப்படி போவது? இதற்குப் பல வித்யையைகள் ஓதப்பட்டிருக்கின்றன.

அதில் இருக்கும் one line - ஆத்மாவை அறிகிறவன் மோட்சம் பெறுகிறான்.

தேவர்களும், அசுரர்களும் மோட்சம் பெறுவது எப்படி என்று ப்ரஜாபதியிடம் கேட்கிறார்கள். அசுரர்கள் தேகத்தைதான் ஆத்மா என்று தப்பாக நினைத்தவர்களாகி விட்டார்கள். *(313)* இந்திரன் காத்திருந்து கடைசியில் மோட்சம் போனான்.

இந்த உலகத்தில் நல்லவனாக வாழவேண்டும். வாழ்ந்தால் இதைவிட இன்பம் மிகுந்த உலகம் உனக்கென காத்திருக்கிறது என ஆசைகாட்டும் வேலைதான் மோட்சம். *(the same 'carrot or stick' story!)*(316)

பகுதி: 8

இவ்வளவு விஷயங்களை பார்த்த நாம் எங்கேயாவது ஒரு இடத்திலாவது 'ஹிந்து' என்ற வார்த்தையை பயன்படுத்தியிருக்கிறோமா? இந்தக் கேள்வி வரும்போதுதான் இந்தப் பதம் எப்படி வந்தது என்று சொல்ல வேண்டியதுள்ளது.

மனித இனங்களை ஐந்தாகப் பிரிக்கிறார்கள்:

Semetic	...	யூதர்கள், அரேபியர்கள்
Hemetic	....	இவர்கள் இன்று இல்லை என்கிறார்கள்
Negroes	...	ஆப்ரிக்கா மக்கள்
Mangolis	...	சீனா தேசத்தவர்
Aryans	...	ஐரோப்பியர்கள், இந்திய பிராமணர்கள்*(317)*

உலகின் மிக இருட்டான பழைய காலத்தைப் புரட்டிப் பார்த்தால் அங்கே இரண்டு கலாசார வெளிச்சம் கண்ணைப் பறிக்கிறது. ஒன்று பபிலோனியா; மற்றொன்று எகிப்து. *(318)*

பபிலோனியர்களிடம் Totemism worship - விலங்கு உருக்களை வழிபடும் வழக்கம் இருந்தது. *(319)*

கடவுளிடம் அறிவைக் கேட்டார்கள் பபிலோனியர்கள்.*(321)*

மதகுருவிற்கு 'சேங்கு' என்று பெயர். தலைவர் என்று அர்த்தம். இவரை விட உயர்ந்தவர் 'சேங்கு ரேபு'. இவருக்கு மேல் 'சேக்கு டேனு'. - Mighty priest. கடைசியாக supreme priest- 'சேங்கு மேஹூ'.

மன்னர்கள், பாமரர்கள், அடிமைகள் அனைவரும் ஒன்றாக கூட்டு வழிபாடு நடத்துவர். ஒரே ஒரு தகுதி - வரி கட்ட வேண்டும், இல்லாவிடில் கோயில் காரியங்களை சிலவற்றைச் செய்யவேண்டும். உடல் உழைப்பை அர்ப்பணிக்க வேண்டும். பெண்களும் கலந்து கொள்வார்கள்.

மதகுருமார்கள் பக்தி, ஆன்மீகம், வழிபாடு இவற்றில் மட்டுமல்ல; பல்வேறு நிர்வாகப் பணிகளையும் செய்து வந்திருக்கிறார்கள்.

இந்த நாடு மீது பக்கத்து நாட்டு மன்னனுக்கு ஒரு கண். 2600 ஆண்டுகளுக்கு முன் ...பபிலோனிய நாட்டுக்குப் பக்கத்து நாடான பாரசீக நாட்டின் மன்னன் முதலாம் கேம்பைசிஸ் (Cambysis I) என்பவனின் மகன். இந்த அரசு மிடீய நாட்டு அரசனான அஸ்டையேஜஸ் (Astyages) என்பவரின் கீழ் அடிமைகளாக -vassals ஆக- இருந்தனர். *(323)*

அப்போது பாரசீக நாட்டிற்கு அன்சன் என்று பெயர். கேம்பைசிஸின் மகன் சைரஸ் தன் தந்தையை விட பழங்குடி மக்களிடம் அதிகமாகத் தன் கட்டுக்குள் கொண்டு வந்தான். அவர்கள் எதிர்க்க ஆரம்பித்தார்கள். மிடீயன் அரசனும் இவனைக் கட்டுப்படுத்த தன் படையை ஏவினான்.

ஆனால் மிடீயனின் படையை சைரஸ் வென்று விரட்டினான். தான் அடிமை என்ற நிலையை மாற்றி சுதந்திர மன்னனாகினான். இதில் ஒரு ரகசியம் என்கிறார் வரலாற்றாசிரியர் ஹெரடாடஸ். மன்னன் கேம்பைசிஸ் மிடீய நாட்டு மன்னன் மகளைத் திருமணம் செய்து தன் அந்தப்புரத்தில் வைத்திருந்தான். ஆனால் மிடீய நாட்டு மன்னனின் இன்னொரு மகளை சைரஸ் திருமணம் செய்து கொண்டான். இதனால் சைரஸ் தன் நாட்டோடு சேர்த்து மிடீய நாட்டையும் இணைத்து ஆண்டு கொண்டான், பபிலோனிய நாட்டின் மீது கண் வைத்த சைரஸ் அதை வெற்றி கொள்ள அதிக ராணுவம் வேண்டியதிருந்தது. *(325)*

கொஞ்ச தூரம் தள்ளிச் செல். அங்கே சிந்து தேசம் உள்ளது. அவனிடம் உதவி கேள் என்று சைரஸிற்கு அறிவுரை வந்தது.

வரலாற்றாசிரியர் அரியன் (Arrian) தன் குறிப்பில் சைரஸ் சிந்து பகுதிக்கு வந்திருக்கிறான். ஆனால், அதை அவன் படையெடுத்து வென்றதாகக் கல்வெட்டுகளோ, ஆதாரங்களோ இல்லை என்று சொல்லியிருக்கிறார்.

சிந்து தேசம் என்றால் இன்றைய சிந்து நதியில் கரைப்பகுதியை உள்ளடக்கிய பிரமாண்ட தேசம். இன்றைய திபெத்தில் உள்ள மானசரோவரில் பிறந்து, ஓடி ஓடி பாகிஸ்தானின் கராச்சியில் கடலில் போய் கலக்கிறது. சிந்து நதி அரசன் கொடுத்த யானைப் படை குதிரைப்படை மூலம் சைரஸ் பபிலோனியாவை வென்றான். *(326)*

இந்த சைரஸ், சிந்து தேச ராஜா நட்பின் மூலம் சிற்சில வார்த்தைகளாவது பரிமாறப்பட்டிருக்காதா?

உலக பிலாலஜி அதாவது மொழியியல் வல்லுனர்களின் முடிவுப்படி சமஸ்கிருதப் பாஷைக்கும், பாரசீக பாஷைக்கும் இடையிலான சில ஒற்றுமை வேற்றுமைகள் உள்ளன. அதாவது இங்கே 'ஸ' என்பதை அவர்கள் 'ஹ' என உச்சரித்தார்கள். அதாவது சரஸ்வதியை ஹரக்வதி என்றார்கள். நாம் 'அசுர்ஹா' என்று சொல்வதைப் போல் அவர்கள் 'அஹூரமஸ்தா' என்ற கடவுளை வணங்கினார்கள். இந்த வகையில் தான் அவர்கள் சிந்து தேசம் என்பதை ஹிந்து தேசம் என தப்பாக உச்சரித்தார்கள். *(327)*

வேதங்களில் ஆயிரம் இடங்களில் சிந்து என்ற வார்த்தை தான் உள்ளதே தவிர ஹிந்து என்றோ இந்து என்றோ ஒரு இடத்தில் கூட இல்லவே இல்லை; கிடையவே கிடையாது.

ஆபஸ்தம்ப சூத்திரம்:

நதேவாஹா நகந்தர்வாஹா

நபிதீ ஆஜக்ஷதே

அயந்தர்மோ ஆயந்தமேதீ

யந்தா ஆர்ய க்ருமாணம் சம்சந்தி நதமஹா

மக்கள் செய்ய வேண்டிய இந்த மந்திர கர்மாக்களுக்கு தேஸாச்சாரம் என்று பெயர். இந்த ஆச்சாரத்தை ஆர்ய மதம் என்று அழைக்க வேண்டும் என்கிறார் ஆபஸ்தம்பர். *(328)*

அதாவது சிந்து நதிக்கரை மக்களின் பழக்கத்துக்கு சிந்து மதம் என்று கூட அவர் பெயர் வைக்கவில்லை. ஆர்ய மதம் என்றுதான் பெயர் வைத்தார்.

ஆனால், ஆயிரக்கணக்கான மைல்கள் கடந்து வாழும் நம்மூர் பையனின் பள்ளி சர்டிபிகேட்களில் 'ஹிந்து' என்று எழுதுகிறார்களே ... ஏன்?

சிந்து தேசம் என்று பாரசீகக்காரன் சொன்னானே தவிர, அந்த தேசத்தை வேதக்காரன் 'பாரதம்' என்று தான் அழைத்தான். *("பாரதம்"என்பது பாரசீகம் என்ற பெயரிலிருந்தும் வந்திருக்குமோ?)*

ரிக் வேதத்தில் விஸ்வாமித்ரர் என்ற பிரபலமான முனிவர் பெயர் அடங்கிய மந்தரம் எழுந்து வருகிறது.

'விஸ்வாமித்ரஸ்ய ரக்ஷதீ
ப்ரம்மே இதம்
பாரதஞ்ஜனம்'

விஸ்வாமித்ரர் சொல்கிறார்: என்னுடைய ஞான தேஜஸினால் நான் கற்ற சாஸ்திரங்களின் பலனால், நான் உபதேஸிக்கும் மந்திரங்கள் இந்த பாரத தேசத்தின் ஜனங்களையெல்லாம் வாழவைக்கும்பாதுகாக்கும். *(329)*

இன்னொரு உதாரணம். பிராமணர்களிடம் ஒரு பழக்கம் இருக்கிறது. சங்கல்பம் - அதாவது ஒவ்வொரு கர்மாக்கள் செய்யும்போதும் இதை இந்த கர்மாவைச் சிறப்பாக சிரத்தையுடன் பூர்த்தி செய்வேன் என்ற சபதம் எடுத்துக் கொள்ளும் மந்திரம் தானிது.

'விஷ்ணோ ... ஆக்ஞாய

...

...

பாரத வர்ஷே பரத கண்டே... சகாப்ஹே ..'

பாரத வர்ஷே என்றால் 'பாரத தேசத்தில் வாழும்' என்று அர்த்தம்.

பாரத கண்டே என்றால் 'பரதன் ஆண்ட தேசம்' என்று அர்த்தம்.

விஷ்ணு புராணம், பாகவதம் போன்ற பழம்பெரும் பக்தி இலக்கியங்களில் 'பாரத தேசம்' என்று தான் சொல்லியிருக்கிறார்கள். (331)

பகுதி: 9

பிரிட்டிஷ் டாக்குமெண்ட்களில் நம்மை அவன் முதன் முதல் 'Zindoo' என்று குறிப்பிட்டான். நான் அந்த பிரிட்டிஷ் டாக்குமெண்டை பார்த்திருக்கிறேன்; படித்திருக்கிறேன். (332)

காலப்போக்கில் 'Zindoo' என்பதை Hindu என்று உச்சரித்தான்.

நமது மதத்தின் பெயரான 'ஹிந்து' என்ற பெயர் நாம் சூட்டிக் கொண்டதல்ல. நமக்கு அந்நியன் சூட்டிய பெயர். (333)

வேத மதம், ஆரிய மதம். பிராமண மதம் இங்கே வந்தது. அதை எதிர்த்து புத்த மதம் உண்டானது. மத்வைதம் பிறந்தது. த்வைதம் கிளைத்தது. விசிஷ்டாத்வைதம் வளர்ந்தது. சைவம், வைஷ்ணவம் பெரிதாகப் பேசப்பட்டது. சமணம் தோன்றியது. வைணவத்தில் கூட தென்கலை, வடகலை என கோர்ட் வரை கூட பிளவு படியேறியது. (334)

நம் தேசத்தின் அகண்ட நிலப்பரப்பில் ஆங்காங்கே சிறு தெய்வ வழிபாடுகள் எக்கச்சக்கம். காளியம்மன், மாரியம்மன், துர்க்கையம்மன், அய்யனார், முனியப்பன், கருப்பசாமி, தூண்டிக்காரன் சாமி .... என்று சொல்லிக்கொண்டே போகலாம்.

இவ்வளவு வழிபாடுகளையும் பார்த்து திக்குமுக்காடிய வெள்ளைக்காரன் எல்லாவற்றிற்கும் மொத்தமாக சேர்த்து, இந்த தேசத்தில் வாழ்பவர்களையெல்லாம் மொத்தமாக 'ஹிந்து' என்று அழைத்தான்.

நம் நாட்டுக்கு சுயராஜ்யம் கொடுக்கலாம் என்று யோசித்த போது தஞ்சாவூர் ஜில்லா ஆடுதுறைப் பக்கமுள்ள ஒரு சின்ன கிராமத்தில் ... ஒரு ரகசியக் கூட்டம். அதற்குத் தலைமை தாங்கியவர் மகாப் பெரியவர்.(335)

ஹிந்து தர்ம்த்தை, சனாதன தர்மத்தை, வர்ணாஸ்ரம மநு தர்மத்தை காப்பாற்றியாக வேண்டும் என்பதற்காகத்தான் அந்த கூட்டம்.

பெண்களுக்கு 8 வயதிற்குள் கல்யாணம் பண்ண வேண்டும். இல்லையென்றால் அவளுடைய 'பஹிஷ்டையில்' வெளிப்படுவதை அவளுடைய அப்பனே சாப்பிட வேண்டும் என்ற அருவருக்கத்தக்க கட்டளையை மநு போட்டிருப்பதை ஏற்கெனவே பார்த்தோம். (336) 1929-இல் பிரிட்டிஷ்காரர்கள் குழந்தைகளுக்கு கல்யாணம் கட்டி வைக்கக் கூடாது. அப்படி செய்துவைத்தால் தண்டனை தான். ஜெயில் தண்டனை தான்.

ஏற்கெனவே பிரிட்டிஷ் ஆட்சியில் மநு வர்ணாஸ்ரம தர்மங்களை சற்று தலை தட்டி வைப்பது போன்ற சட்டங்கள் போடப்பட்டிருந்தன. அப்போது parliamentary delegation ஒன்று பிரிட்டிஷ் நாட்டிலிருந்து இங்கு வந்திருந்தது.

'ஏற்கெனவே பால்ய விவாஹத்துக்கு தடை பண்ணிட்டா... இன்னும் என்னவெல்லாம் நம்ம சம்ப்ரதாயத்து மேல் அட்டாக் பண்ணப்போறாளோ. அதனால் இப்ப வந்திருக்கிற அந்த டெலிகேஷன்கிட்டே சனாதன வர்ணாஸ்ரம தர்மத்துக்கு எந்தபாதிப்பும் வரக்கூடாதுன்னு நாம சொல்லியாகணும். என்ன சொல்றேள்' என மகாபெரியவர் கேட்க,

சிஷ்யாளோ, 'ஸ்வாமி, இப்படியெல்லாம் அவாளை கேட்கறது எங்களுக்கு என்னமோ உசிதமா படல. அவர் செய்றத செய்யட்டும். சில விஷயங்களை மாத்தறது நல்லதுதானே' என்றனர்.

வெளியே உட்கார்ந்திருந்த என்னிடம் வந்த சங்கராச்சாரியார் 'தாத்தாச்சார் .. நீரும் நானும்தான் மிச்சம்' என்றார். அந்த பிரிட்டிஷ் டெலிகேஷனுக்கு மெமோரண்டம் கொடுக்கப்போறோம். அதுக்காக உம்மைத்தான் செலக்ட் பண்ணியிருக்கேன் என்றார். (338) அந்த ராத்திரி 11 மணிப்பொழுதில் நூறு தந்திகளை தேசத்தின் பல இடங்களிலிருந்து கொடுக்க ஏற்பாடுசெய்தோம்.(339)

'பாரத தேசத்தின் மதாச்சார கர்மானுஷங்களுக்கு பாதுகாப்பு வேண்டும். புது அரசியல் மூலம் எங்கள் மதஸ்வதந்த்ரம் பாதிக்கப்படக்கூடாது' என்பதுதான் தந்தி வாசகம்.

தந்தியடித்த பிறகு மகாபெரியவர், 'நாம அவாளை நேர்ல பார்த்து நம்ம மத சம்ப்ரதாயத்தைப் பத்தி பிரஸ்தாபிக்க சனாதன மதத்துக்கு ஸ்வதந்த்ரம் கேக்கணும். அதை நீர்தான் பண்ணணும்' என்றார்.

டெலிகேஷன் சென்னை இந்து ஆபிசுக்கு வந்தது. நான் பார்க்கச் சென்றேன். 'இவர் மதாச்சாரியர்களின் பிரதிநிதி' என்று அறிமுகப்படுத்தப்பட்டேன். டெலிகேஷனில் இருந்த சோரன்சன் என்ற பாதிரியாரும் நானும் பரஸ்பர வணக்கத்தை பரிமாறிக்கொண்டோம். 100 தந்திகளை ஞாபகப்படுத்தினேன். அன்று இரவு சோரன்சன்னை சந்தித்தேன். *(340)*

Give me a memorandum and meet me in Delhi என்றார் சோரன்சன். மகாப் பெரியவாளிடம் விஷயத்தைச் சொன்னேன். சில அட்வகேட்கள், சம்ப்ரதாயஸ்தர்கள் ஆகியோரை வைத்துக்கொண்டு 'வர்ணாஸ்ரம தர்மத்துக்கு முழுசுதந்திரம் வேண்டும்' என்று ஒரு மெமோரண்டம் தயாரித்தோம். டெலிகேஷன் அஸ்ஸாம் சென்றிருப்பதாக அறிந்து, மெமோரண்டத்தின் ஒரு காப்பியை அஸ்ஸாமிற்கு அனுப்பிவைத்தோம்.

பிறகு டெல்லி போனேன். அங்கே வக்கீல் சிவராவின் வீட்டில், காங்கிரஸ் தலைவர்களான அச்சுதபட்டவர்தன், ஜெயப்பிரகாஷ் நாராயண் ஆகியோர் டெலிகேஷனைச் சந்திக்கக் காத்திருந்தார்கள். அவர்களுக்குப் பின் டெலிகேஷனைச் சந்தித்தேன்.

'வர்ணாஸ்ரம கலாசாரத்தைப் பின்பற்ற ஜீவாதார உரிமை வேண்டும்' என்ற மெமோரண்டத்தை கொடுத்தோம். வாங்கிக் கொண்டு போனார்கள்.

இதன்பின் பிரிட்டிஷ் நாட்டிலிருந்து Cabinet delegation வந்தது. அவர்களோ, 'உங்கள் அரசியல் சாதனத்தை உங்கள் தலைவர்கள் தான் உருவாக்கப் போகிறார்கள். அதனால் உங்கள் தேசத் தலைவர்களையே பாருங்கள்' என்று சொல்லி விட்டார்கள்.

தேஸத் தலைவரான சர்தார் வல்லபாய் பட்டேலைப் பார்க்கச் சென்றோம். *(341)*

'மடாதிபதிகள் தங்களுடைய ஸ்தாபனத்தின் கீழ் ராஜபோகத்தை அனுபவிக்கிறார்கள். வெளியுலகத்தில் மக்களோடு உறவே இல்லை. முக்கியமாக ஹரிஜனங்களுடைய முன்னேற்றத் திட்டத்தில் மதமும் மடாதிபதிகளும் முக்கியத்துவம் காட்டவே இல்லை. முதலில் மக்களின் தேவையை உணர்ந்து அவர்களுக்குப் பணி செய்ய மதாச்சாரியார்களை

வரச் சொல்லுங்கள்' என்று கண்டிப்பாக என்னிடம் கூறினார் பட்டேல்.

இதை மகா பெரியவரிடம் கூறினேன். இது முழுவதும் உண்மைதான் என்றார்.

அடுத்து பண்டிட் நேருஜியைப் பார்த்தேன். அதற்கு முன் பல ஆச்சாரியார்களிடம் ஆலோசனை பண்ணி அவரைப் பார்க்கப் போனேன். *(342)*

மெமோரண்டத்தின் சாரத்தை எடுத்துச் சொல்ல ஆரம்பித்ததுமே கேட்டுவிட்டு, உடனே நிமிர்ந்தவர் என்னைப் பார்த்து, 'If you want to talk about religion you go outside from this nation. We don't allow specialty to any religion. Here all are equal …. Don't talk about religion … understand?' என்றார் ரோஜாவின் ராஜா. நான் அதிர்ந்துவிட்டேன்.

இவ்வளவு நடந்தும் சங்கராச்சாரியார்கள் அலட்டிக் கொள்ளவில்லை. மதத்துக்குத்தான் தனியுரிமை கிடைக்கவில்லை. மடங்களுக்காவது தனியுரிமை கிடைக்குமா என்று பார்ப்போம் என்று சொல்லி களத்தில் இறங்கினார். அதன்படி அகில பாரதிய மடங்கள் மாநாட்டை டெல்லியில் கூட்டச்சொன்னார். சங்கராச்சாரியாவிடம் அபார பக்தி கொண்ட குளித்தலை அண்ணாதுரை அய்யங்கார் முன்வந்தார். *(343)*

சைவ, வைணவ மடங்கள் பலவற்றை நாடு முழுவதும் போய்பார்த்தோம். யாரும் எங்களுக்கு ஆட்சேபனை தெரிவிக்கவில்லை. ஆனால் கூட்டத்திற்கு கராச்சி சிந்து நகர மடாதிபதியைத் தவிர. அம்மாநாட்டில் Freedom of relation and maintaining religious institutions … வேண்டும் என்று ஒரு தீர்மானம் போட்டோம். இதன்பிறகும் மடங்களுக்கான தனியுரிமை குறித்து, Parliament Bill ஒன்று கொண்டு வர முயற்சித்தோம். அந்த பில்லை யாரும் கண்டு கொள்ளவில்லை.

இந்தியா பிளவுபட்டுப் பிரிந்தது.

நமது மதாச்சாரப்படி தர்மம் எல்லோருக்கும் ஒன்றுதான். அரசனும் தர்மத்துக்குக் கட்டுப்பட வேண்டும். ஏன் பகவானே கூட தர்மத்துக்கு, தர்ம நெறிகளுக்கு எதிராக நடந்தால் பகவானையே தண்டிக்கவும் நமது மதக் கலாசாரம் கற்றுத் தருகிறது. இதனைத் தான் 'தர்மவிதிக்கரமம்' என்கிறோம். *(346)*

இதனை இரு பகவான் கதைகளைச் சொல்லி விளக்குகிறேன்.

முதல் கதை பாகவதத்தை பரிட்சித்து ராஜாவுக்காகச் சொல்லும் போது நடந்தது. கிருஷ்ணன் கோபியரோடு ஆடிக்கொண்டிருக்கிறான். அப்போது ஒரு கோபியை கிருஷ்ணன் தூக்கிக் கொண்டு போய் லீலை கொண்டாடுகிறான் என சுகப்பிரம்மன் சொல்கிறார். இதைக்கேட்ட பரிட்சித்து 'புருஷன் இருக்கும்போது ஒரு பத்தினியுடன் ஆடிப்பாடி அவனை கவர்ந்து கடத்திச் செல்வது... அந்தப் புருஷனுக்கு பாவம் இழைப்பாகாதா? நியாயமா இது? என்று கேட்கிறார். *(347)*

இதற்கு சுகப்பிரம்மம் 'பகவானாகிய கிருஷ்ணரே செய்தாலும் அது தப்புதான். அவனுக்கு இதற்கான தண்டனை உண்டு' என்கிறார்.

இன்னொரு புராணக் கதை:

பஞ்சாப் மாநிலத்தில் ஓரிடம். ஜலந்தர்-பிருந்தா என்ற தம்பதி வாழ்ந்து வந்தனர். இருவருக்குள்ளும் கடவுளைப் பற்றிய விஷயத்தில் வித்தியாசம். பிருந்தா விஷ்ணு பக்தை. ஜலந்தரோ சிவ பக்தன். நடுவில் நாரதர் விளையாடுகிறார்.

நாரதர் ஜலந்தரிடம், 'உன் சிவ பக்தியால் நீ சிவனின் மனைவி பார்வதி தேவியையே அடையலாமே... ஏன் இந்த பிருந்தாவுடன் போராடிக் கொண்டிருக்கிறாய்' என்று கொளுத்திப் போடுகிறார். *(349)*

நாரதர் யோசனையும் கொடுக்கிறார். சிவனுக்கு சாமவேதம் என்றால் உயிர். அதைக் கேட்டு சிவன் மயங்கி இருக்கும் வேளையில் கைலாயத்துக்குச் சென்று காரியத்தை முடித்து விடு' என்கிறான். இந்த யோசனையின் படி ஜலந்தர் கைலாயம் சென்று பார்வதியைக் கட்டிப் பிடிக்கிறார். 'ஸ்வாமி...' என்று கொந்தளித்து பார்வதி கத்துகிறாள்.

ஆனால் இதே நேரத்தில் பிருந்தா தனித்துத் தவித்திருக்கிறாள். நமது பக்தைக்கு நாம் ஏன் இன்பம் தரக்கூடாது என்று ஜலந்தர் உருவில் அவளிடம் செல்கிறார். பிருந்தாவும் தன் கணவன் என நினைத்து இஷ்டமாக இழைந்து கொண்டிருக்கும் தருணத்தில் இருவருக்கும் நடுவே ஒரு தலை ரத்தம் வடிய வந்து விழுந்தது. அது ஜலந்தரின் தலை. *(350)*

சிவன் வெட்டியெறிந்த தலை அது. பிருந்தா தடுமாறுகிறாள். அப்போது விஷ்ணு தன் ரூபத்தைக் காண்பிக்கிறார். பொங்கியெழுகிறாள் பிருந்தா. 'என் கணவன் ரூபத்தில் வர நீ யார்? தவறு செய்துவிட்டாய்; பகவானாக இருந்தாலும் தவறு தான். உனக்குச் சாபமிடுகிறேன். கடவுளாக இருந்தாலும் நீ கல்லாய்ப் போவாயாக' என சபிக்கிறாள்.

இந்த சாபத்தால் தான் பகவான் சாலக்ராமம் என்ற சிலையாகி விட்டார் என்கிறது புராணம்.

கடவுளே தவறு செய்தாலும் தண்டனை உண்டு என்பது தான் இக்கதை சொல்லும் நீதி.

இப்போது நம் தேசத்தில் சட்டப்பூர்வமாக தீண்டாமை ஒழிக்கப்பட்டு விட்டது. ஆனால் ஆகம ரீதியாக இன்னும் அது உயிர் வாழ்ந்து வருகிறது. பிராமணியத்தின்படி பிராமணன் தான் தெய்வம். இது இப்போதைய நமது தேச தர்மத்துக்கு முரணானது. அதனால் All are equal என்ற தர்மம் தான் இப்போது நம் மதத்தைக் காப்பாற்ற ஒரே வழி.(351)

விவேகானந்தர் சிகாகோ மாநாட்டில் பேசிய பின் சென்னை வந்த போது அவர் ஆற்றிய உரையில் சிலவற்றை உங்களுக்குத் தருகிறேன்.

"இளைஞர்களே! இதை நினைவில் கொள்ளுமாறு தனிப்பட்ட முறையில் உங்களைக் கேட்டுக்கொள்கிறேன். இந்திய ஆன்மீக சிந்தனைகளால் உலகத்தை நாம்வெல்ல வேண்டும்.

ஆன்மீகச் சிந்தனைகள் என்று நான் கூறியது - உயிருணர்வு அளிக்கக்கூடிய கோட்பாடுகளையே தவிர, நாம் நெஞ்சோடு நெஞ்சாக இறுகப் பிடித்துக்கொண்டிருக்கிற மூடநம்பிக்கைகளை அல்ல. கண்டகண்ட மூடநம்பிக்கைகளை எல்லாம் மதம் என்ற பெயரில் அனுமதித்து தன்னைத்தானே பாழ்படுத்திக் கொண்டிருக்கிற மூளையிடம் நாம் எச்சரிக்கையாக இருக்கவேண்டும்.

இந்த மூடநம்பிக்கைகளின் பின்னால் ஓடாதீர்கள். அதைவிட நீங்கள் உறுதியான நாஸ்திகர்கள் ஆகிவிடுங்கள். இது உங்களுக்கு நல்லது. உங்கள் இனத்துக்கும் நல்லது."

ஜீசஸ் என்ற நல்லவரும், கிறிஸ்து என்ற போக்கிரியும்
- பிலிப் புல்மேன்

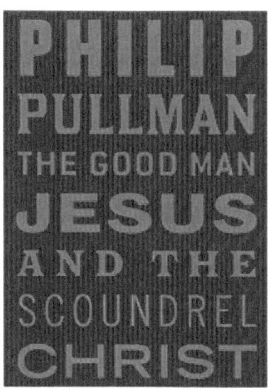

பிலிப் புல்மேன் (Philip Pullman) 1946இல் இங்கிலாந்தின் நார்விச் பகுதியில் பிறந்த ஆங்கிலேய எழுத்தாளர். ஆக்ஸ்போர்ட்டில் உள்ள எக்செட்டர் (Exeter) பல்கலையில் ஆங்கில இலக்கிய மாணவராக இருந்தார். தான் நன்றாகப் படிப்பதாக நினைத்துக் கொண்டிருந்திருக்கிறார். ஆனால் மூன்றாம் வகுப்பில் தான் தேர்வு பெற்றார். நல்லவேளை... அந்த வருடம் தான் நான்காம் வகுப்பு வேண்டாமென்று அதை நிறுத்தியிருந்திருக்கிறார்கள்! ஆனால் அவர் புகழ் பெற்ற எழுத்தாளர் ஆனார். அவர் எழுதிய பல நூல்கள் விற்பனையில் முதலிடம் பெற்றன. The Times 1945ஆம் ஆண்டிற்குப் பிறகுள்ள ஐம்பது பெரும் ஆங்கில எழுத்தாளர்களில் இவரும் ஒருவர் என்று பெருமைப்படுத்தியது.

புல்மேன் இங்கிலாந்தில் உள்ள British Humanist Associationக்குப் பெரும் ஆதரவாளர். தன்னையும் ஒரு இறை மறுப்பாளர் என்றே சொல்லிக்கொள்வார்.

கிறித்துவக் கடவுள்களை அவர்கள் பீடங்களிலிருந்து உடனே இறக்கி, அவர்களுக்கு எதிராகப் போராட்டம் நடத்த வேண்டும் என்பார். கிறித்துவக் கடவுள்களுக்கு மட்டுமல்ல... எல்லா மதத்தின் கடவுள்களுக்கும் இதே 'மரியாதையைத்' தான் அளிக்க வேண்டும் என்பார்.

பெயரைக் கேள்விப்பட்டவுடன் வாங்கிய நூல். வாங்கிய பிறகே இது ஒரு கதை என்பது தெரிந்தது. கிறிஸ்துவைப் பற்றி, கிறித்துவத்தைப் பற்றிய நூலாக இருக்குமென நினைத்தேன். வாங்கிய பின் பின்னட்டையிலேயே 'இது ஒரு கதை' என்று தெளிவாகப் போட்டிருந்தது. (அந்தப் பக்கத்தை இணையத்தில் காண்பிக்காததும் ஒரு வியாபாரத் தந்திரம் போலும்!)

கதைதான். மேம்போக்காக வாசித்தால் மிக எளிய ஒரு கதை தான்.

பைபிளில் வரும் நிகழ்வுகளை 'உல்ட்டா' செய்துள்ளார். JESUS CHRIST என்றிருக்கும் ஒருவரை JESUS & CHRIST என்று இருவராக, இரட்டைப் பிள்ளைகளாக ஆக்கியுள்ளார். மரியாளுக்கு தேவதூதன் இளைஞனாக வந்து கடவுளின் விருப்பத்தைச் சொல்கிறார். அவள் குழந்தைகளைப் பெறுகிறாள். பெத்லேகம், தேவதூதர்கள் ஆட்டிடையர்களிடம் நல்ல சேதி சொல்வது, ஹெராது அரசனின் ஆணை ...எல்லாம் நடைபெறுகிறது.

ஜீசஸ் நல்ல சூட்டிகையான பையன்; கிறிஸ்து சிறிது அடங்கிய, சோர்வான பையனாக வளர்கிறான். இளம் வயதிலேயே ஜீசஸ் பல அதிசயங்கள் செய்கிறார். சாய வேலையில் இருக்கும் ஒருவரின் ஆலையில் எல்லா துணிகளையும் கருப்பு சாயத்தில் முக்கிவிட்டு, அதன் பின் அவர் விரும்பும் வண்ணங்களில் அந்த துணிகளைமாற்றித் தருகிறார்(23). ஓய்வு நாளில் குருவி பொம்மைகள் செய்து விளையாடிக்கொண்டிருக்கிறார். அது தவறு என்று கடிந்து கொள்ள குருமார்கள் விரைந்து வரும்போது அந்தக் குருவி பொம்மைகளைப் பார்த்து ஜீசஸ் கை தட்ட, அத்தனை குருவிகளும் வானத்தில் பறந்து செல்கின்றன. தண்டிக்க வந்தவர்களிடம் கிறிஸ்து தன்மையாகப் பேசி ஜீசஸைக் காப்பாற்றுகிறார் (24).

குழந்தைகளின் பனிரெண்டாவது வயதில் ஜெருசலேமிற்கு அவர்கள் குடும்பம் செல்கிறது. ஜீசஸ் காணாமல் போக, எல்லோரும் தேடிச்செல்கிறார்கள். கோவில்பக்கம் நிறைய கூட்டம். அங்குதான் ஜீசஸ் இருக்க வேண்டுமெனக் கூறி அங்கேசெல்கிறார்கள். ஜீசஸ் தன் பெயரைக் களிமண்ணால் அந்தக் கோவிலின் சுவர்களின்மேல்

எழுதி வைத்ததைக் கண்டு குருமார்கள் கோவித்து ஜீசஸை என்ன செய்யலாம் என்று யோசித்துக் கொண்டிருக்கும்போது, கிறிஸ்து பழைய ஏற்பாட்டில் உள்ள வாசகங்களை மேற்கோள் காட்டி ஜீசஸைக் காப்பாற்றுகிறான். *(29)*

யோவான் மூலம் இருவருக்கும் திருக்குளிப்பு (baptism) யோர்தான் நதியில் நடக்கிறது. ஜீசஸுக்குத் திருக்குளிப்பு நடக்கும்போது அவர் தலைமேல் புறா ஒன்று பறந்து செல்வதைப் பார்த்த கிறிஸ்துவிற்கு அப் புறா மோட்சத்திலிருந்து பேசினால் எப்படியிருக்கும் என்று தோன்றியது. ஆனால் அவன் தன் அன்னையிடம் புறாவைப் பற்றி சொல்லி, அப்போது கடவுளின் ஏவுதலால் அந்தப் புறா என்னிடம் பேசியது என்றார். *(36-37)*

ஜீசஸ் நாற்பது நாட்கள் தனியே ஒரு காட்டுக்குள் கடவுளை நோக்கி ஜெபம் செய்கிறார். கிறிஸ்து அவரைப் பார்க்க காட்டுக்குள் சென்று பைபிளில் சைத்தான் எப்படி ஜீசஸை ஆசை காட்டியது போல், சோதிக்க நினைத்தது போல், 'பசித்தால் கல்லை எடுத்து உணவாக்கி சாப்பிடு' என்று கேட்டுக் கொள்கிறார். இதுபோன்ற நிறைய அதிசயங்களை செய்து காட்டினால்தான் நீ பேசுவதும் மக்களின் மனத்தில் ஆழமாகப் பதியும் என்று கிறிஸ்து ஜீசஸிடம் போதிக்கிறார். மக்களைக் கவர கடவுள் கையாளும் வழிதான் அது. அப்படி நம்பிக்கை வந்து விட்டால் அவர்கள் எல்லோரும் ஒரே சபையாகி ஆழ்ந்த நம்பிக்கைகளோடு இருக்க முடியும். ஊழியம் செய்பவர்கள் இருண்ட உலகின் பாகங்களுக்கு உன் வார்த்தைகளைச் சொல்லி அங்குள்ள மக்களை கடவுளின் குடும்பத்திற்குக் கொண்டு வர முடியும். *(41)*

ஜீசஸ் மக்களிடம் தன் போதனையை ஆரம்பிக்கிறார். பேய்களை விரட்டுகிறார்; உடல்நலமுற்றவர்களை குணமாக்குகிறார் என்றெல்லாம் எங்கும் அவரது பெயர் பரவுகிறது. அவருடைய பேச்சுகள் மக்கள் மனதில் புரட்சிகரமான எண்ணங்களை உருவாக்குகிறது என்பதைக் கண்ட கிறிஸ்துவிற்கு மிக்க மகிழ்ச்சி. *(51-55)*

இந்த நேரத்தில் ஒரு புது மனிதர் கிறிஸ்துவிடம் வருகிறார். ஜீசஸைப் போல் உனது பெயரும் எல்லோராலும் நினைக்கப்பட வேண்டும் என்கிறார். ஆனால் அவர் யாரென்பது கிறிஸ்துவிற்குத் தெரியாது. தெரிந்துகொள்ள அவரிடம் கேட்டாலும் அதற்கு ஏதும் பதில் கிடைக்கவில்லை. *(57)*

கானாவூரில் தண்ணீரை ரசமாக மாற்றிய கதையும் இக்கதையில்

வருகிறது. ஜீசஸ் தலைமை சமையல்காரரிடம் பேசுகிறார்; பின் ரசம் வருகிறது. ஒரு சாரார் 'ஆஹா! எப்படி தண்ணீரை ரசமாக மாற்றினார்' என்கிறார்கள். இன்னொரு சாரார் 'ஆஹா! சமையல்காரர் பதுக்கிய ரசத்தை வெற்றிகரமாக வெளியே கொண்டுவந்து விட்டார்' என்கின்றனர். அடுத்து ஒரு தொழுநோயாளியைச் சுகமாக ஆக்குகிறார். *(61, 63)* மலைப் பிரசங்கமும் நடக்கிறது. *(69)* எல்லாவற்றையும் கிறிஸ்து முழுமையாக எழுதி வைக்கிறார்.இருந்தாலும், தான் இல்லாதபோது ஜீசஸ் சொல்வதையும் முழுமையாகத் தெரிந்துகொள்ள, கிறிஸ்து, ஜீசஸின் சீடர்களில் ஒருவரை ஒற்றனாக்கிக் கொள்கிறார். *(91)*

கிறிஸ்துவிற்கும் அவரைத் தூண்டிக்கொண்டிருக்கும் மர்ம மனிதருக்கும் நடுவில் ஒரு நீண்ட உரையாடல் நடக்கிறது. ஜீசஸின் அரசு இந்த உலகிற்கு வந்துவிடும் என்கிறார் அந்த மர்ம மனிதர். ஆனாலும் அப்படி வருவதற்கு கிறிஸ்துவின் உதவி மிகவும் தேவை என்கிறார். மேலும், அப்படி ஒரு அரசு வருமாயின் அது நிறைய மக்களைக் கொண்டதாகவும், யூதர்கள் மட்டுமின்றி வேற்று மக்களும் இருக்குமாறு அமைய வேண்டும். அவர்கள் எல்லோரும் புத்திசாலித்தனமாக ஆளும் திறம் வாய்ந்த சில தலைவர்களின் கீழ் நம்பிக்கையோடு இருக்க வேண்டும். அத்தகைய ஒரு திருச்சபை (church) கட்டாயம் அமையவேண்டும். *(145)* மேலும் அந்த மனிதர் 'பல பேர் வாழ ஒருவர் ஏன் தன் உயிரைக் கொடுக்ககூடாது' என்று கேட்கிறார். *(146)*

ஜீசஸ் பரிசேயர்களுக்குச் சினம் வரும் வகையில் நடந்து கொள்கிறார். கோவிலில் வியாபாரம் செய்பவர்களை விரட்டி அடிக்கிறார். கிறிஸ்துவும் ஒற்றனும் சந்திக்கிறார்கள். ஜீசஸூம் மற்ற சீடர்களும் ஏதேனும் ஆபத்து வரலாமென்று எதிர்பார்த்திருப்பதை அவர் கிறிஸ்துவிடம் கூறுகிறார். அடுத்து அந்த மர்ம மனிதனும் கிறிஸ்துவும் சந்திக்கிறார்கள். கிறிஸ்து அந்த மர்ம மனிதன் யாரென்று தெரிந்து கொள்ள முயல்கிறார். நம்பிக்கையோடு இரு என்பது தான் பதிலாக இருக்கிறதேயொழிய வேறு சரியான பதில் கிறிஸ்துவுக்குக் கிடைக்கவில்லை. அவரென்ன ஒரு வான தூதரா? இருவரும் பேசிக்கொண்டிருக்கும்போது கிறிஸ்து அந்த மனிதனிடம் தான் தன் உயிரைக்கூட ஜீசஸூக்காகக் கொடுப்பேன் என்னும்போது, பதிலாக, "நீ சாக வேண்டியதில்லை. ஆனால், நீ ஜீசஸை அவர் எதிரிகளிடம் காட்டிக் கொடுக்க வேண்டும். அவர்தான் சாக வேண்டும்" என்கிறார். ஜீசஸ் வேண்டாம்; நானே சாகிறேன் என்ற கிறிஸ்துவின் பதிலை அந்த மனிதர் ஏற்றுக் கொள்ளவில்லை. தொடர்ந்து விவாதிக்கும் போது, அந்த மனிதர், "புதுமைகள் (miracles) இல்லாமல் போனாலோ, திருச்சபை (church) என்று ஒன்றில்லாமல்

போனாலோ, அவரது வார்த்தைகள் இல்லாமல் போனாலோ அவர் இந்த உலகிற்கு வந்ததற்கே பொருளில்லாமல் மண்ணில் ஊற்றிய நீர்போல் பயனின்று போய்விடும்." இதையெல்லாம் கூறி கிறிஸ்துவை முழுவதுமாக தன் விருப்பத்திற்கு மாற்றிவிடுகிறார். அதுவே ஒரு திருச்சபையை நிறுவுவதற்குத் தேவையானது என்று கூறி, இதற்கு எப்போது உடன்படுகிறாயோ அப்போது என்னை காலிபாஸின் வீட்டில் வந்துபார் என்று கூறிவிட்டு அந்த வானதூதர் சென்றுவிடுகிறார்.

மனம் நொந்த கிறிஸ்து பெத்திஸ்டாவில் உள்ள ஒரு குளத்திற்குச் செல்கிறார். அங்குள்ள மூன்று பிச்சைக்காரர்களிடம் மாட்டிக் கொள்கிறார். அவர்களது பேச்சும் நடவடிக்கைகளும் இன்று நாம் பேசும் முதலாளித்துவம், சமூகம், முதலாளித்துவ சுரண்டல் போன்ற அனைத்தும் அவர்கள் பேச்சில் வெளிப்படுகிறது. மிகவும் ஆழமான, அர்த்தமுள்ள விவாதங்கள் அவை. (177)

கிறிஸ்து அந்த மர்ம மனிதனின் பேச்சுக்குக் கட்டுப்பட்டு காலிபாஸின் வீட்டிற்குச் செல்கிறார். காலிபாஸ் ஜீசஸைக் காட்டிக் கொடுப்பதற்காகக் கொடுக்கும் பணத்தையும் பெற்றுக்கொள்கிறார்.(189)

ஜெத்சமேனி தோட்டத்தில் ஜீசஸ் தன் சீடர்களோடு சென்று அங்கே தனியாக "கடவுளிடம்" பேசுகிறார் - அவருக்கு கடவுளிடமிருந்து எவ்வித பதிலும் இதுவரை கிடைக்கவேயில்லை. அவர், "நான்பேசுவது எதையும் நீர் கேட்கவில்லை. என் வாழ்நாள் முழுவதும் நான் உம்மோடு பேசிக் கொண்டிருக்கிறேன். ஆனாலும் எனக்கு மௌனமே பதிலாகக் கிடைத்துள்ளது. கடவுளே, நீ எங்கே இருக்கிறாய்? அதோ வானத்தில் தெரியும் அந்த நட்சத்திரங்களுக்கு நடுவே நீ இருக்கிறாயா? அங்கே உட்கார்ந்துகொண்டு மற்றொரு புதிய உலகைப் படைத்துக் கொண்டிருக்கிறாயா? நீ படைத்த இந்த உலகம் உனக்கு சலித்து விட்டதா? என்னைத் தத்தளிக்க விட்டுவிட்டு நீ எங்கோ போய்விட்டாய்." (இந்த நிகழ்ச்சி... இந்த சொற்கள்... அன்னை தெரஸா தன் ஆன்மீகக் குருக்களுக்கு எழுதிய கடிதங்களில் உள்ளவை போல "அப்படியே" உள்ளன. முன்பு அன்னை பற்றி எழுதிய பகுதியில் ஏறத்தாழ இதே வார்த்தைகளை அப்பகுதியிலும் பார்க்கலாம்.)

தொடர்ந்து ஜீசஸ் பேசிக்கொண்டே இருக்கிறார். ஆனாலும் அவருக்கு எப்பதிலும் கிடைக்கவில்லை. "திருச்சங்கீதத்தில் (Psalms) முட்டாள் தன் இதயத்துக்குள் சொல்லிக்கொள்கிறான் - கடவுள் இல்லையென்று." இந்த முட்டாளை எனக்குப் பிடிக்கிறது.

எங்களையெல்லாம் ஏனிப்படி நடத்துகிறாய்? நல்ல தண்ணீரைப் படைத்து விட்டு அதனோடு களிமண்ணையும் சேர்த்து அதனை தன் குழந்தைகளுக்கு கடவுள் கொடுப்பானா?

எந்த பதிலும் இல்லை. எங்கும் மௌனம்.

ஒரு முட்டாள் கடவுளை நோக்கி செபம் செய்து ஏதும் பதிலில்லை என்றால் அவன் இந்த மௌனத்திற்குக் காரணம் கடவுள் இல்லையென்றுதான் நினைப்பான். ("கடவுளின் இந்த மௌனத்தைப்" பற்றியும் அன்னை பேசுகிறார்.)

நான் பேசுவதை நீ கேட்டுக் கொண்டிருந்தால், ஒன்றை கேட்டுக் கொள். உன் பெயரால் ஆரம்பிக்கப்படும் எந்த மதமும் ஏழ்மையானதாக, எந்த ஆளுமையும் இல்லாமல் சாதாரணமானதாக இருக்க வேண்டும். அன்பைத் தவிர வேறு எந்த வித ஆளுமையும் இல்லாமல் இருக்க வேண்டும். அதற்கென்று சொத்து, சட்ட திட்டங்கள் என்று ஏதுமிருக்கக் கூடாது. யாரையும் தண்டிக்கக் கூடாது; மன்னிக்க மட்டுமே செய்யவேண்டும். ஆல மரமாய் தழைத்து பலருக்கும் தங்குமிடமாக இருக்க வேண்டும்.(201)

...ஜீசஸ் தன் செபத்தை முடித்துக் கொள்கிறார். இனி சொல்ல என்ன இருக்கிறது?

ஜீசஸ் கிறிஸ்துவால் அடையாளப்படுத்தப்பட்டு ரோமர்களால் கைது செய்யப்பட்டு, பிலாத்துவின் முன்னால் தண்டனைக்கு உட்படுத்தப்பட்டு, சிலுவையில் அறையப்பட்டு, இறந்தபிறகு ஒரு குகையில் துணி சுற்றப்பட்டு அடக்கம் செய்யப்படுகிறார். குகை ஒருபெரிய கல்லால் மூடப்படுகிறது. சீடர்கள் யாரும் கல்லறை முன் இல்லை. (222)

கிறிஸ்து தன் அறையில் அமர்ந்து கொண்டு செபமும் அழுகையோடும் இருக்கிறார். இருளும் மாலையில் அவர் ஜீசஸின் கல்லறை அருகே சென்று ஒரு இருண்ட இடத்தில் அமர்கிறார். அப்போது அவர் அருகில் அந்த மர்ம மனிதனும் வந்து அமர்கிறார். அவர் கிறிஸ்துவிடம், 'உனக்குக் கஷ்டமாகத்தானிருக்கும். ஆயினும் நாம் நமது கடமையின் முதல் பாகத்தை முடித்து விட்டோம்' என்கிறார்.

கிறிஸ்து அவரிடம், 'ஆபிரஹாம் தன் மகனைப் பலிகொடுக்க நினைத்தபோது கடவுள் அப்பலியைத் தடுத்து நிறுத்தியது போலவே இப்போதும் நடந்துவிடும் என்றல்லவா நினைத்தேன். ஏனிப்படி

நடக்காது ஜீசஸ் இறந்து போனார்?' என்று கேட்கிறார். ஜீசஸ் உயிரோடு எழுந்திருப்பார் என்கிறார் அந்த மனிதர். எப்போது என்று கிறிஸ்து கேட்கிறார். உண்மையும் வரலாறும் வேறு வேறு என்கிறார் அவர். இதில்தான் உனது பங்களிப்பு இருக்கிறது. நீயே ஜீசஸின் மறுபக்கம். நீயில்லாவிட்டால் ஜீசஸின் இறப்பு எத்தனையோ இறப்புகளில் இதுவும் ஒன்று என்று சாதாரணமாகிவிடும். ஆனால், உன் பங்களிப்பால் உண்மை என்னும் ஒளி, வரலாற்றின் இருண்ட பக்கங்களின் மேல்விழும். ஜீசஸும் கிறிஸ்துவும் ஒன்றாக இணைந்து ஒரு புதிய அதிசயம் தோன்றும். பல மேன்மையான காரியங்கள் இதிலிருந்து உற்பத்தியாகும்.

அவர்கள் பேசிக்கொண்டிருக்கும் போது கல்லறையின் அருகே சில நடமாட்டம். குகையைத் திறந்து சிலர் ஜீசஸின் உடலை வெளியே எடுத்து வந்து தூக்கிக் கொண்டுபோகிறார்கள்.

கிறிஸ்து, "அவர்கள் என்ன செய்கிறார்கள்?"

"கடவுளின் வேலையைச் செய்கிறார்கள்."

"அது ஜீசஸின் உடல் அல்லவா?"

"ம்ம்..ம்.."

"அவர் உயிர்த்தெழுந்ததாக நம்ப வைக்க இந்த ஏற்பாடா?"

"அவர் உயிர்த்தெழுந்து விட்டார்."

"இது தவறு. ஏமாற்றுகிறீர்கள்." கிறிஸ்து கீழே விழுந்து அழுகிறார்.

"அழு ... உனக்கு அது ஆறுதலைத் தரும்."

மீண்டும் அந்த மனிதர், "உனக்கு நான் இப்போது பரிசுத்த ஆவியைப் பற்றிக் கூற வேண்டும். உயிர்த்த ஜீசஸ் எல்லோரிடமும் இருக்க முடியாது. ஆனால் பரிசுத்த ஆவியால் அது முடியும்."

"அப்படிப்பட்ட ஆற்றல் உள்ள பரிசுத்த ஆவி இருக்கும்போது எனக்கென்ன வேலை?"

தேவ தூதர் கிறிஸ்துவிடம் மேலும் விளக்கங்கள் கொடுக்கிறார். அதனால் கிறிஸ்து, "எனக்குப் பிடிக்கவில்லை. இருந்தும் ஜீசஸுக்காக இதைச் செய்கிறேன்" என்கிறார்.

அதன்பின் பீட்டர், ஜான், ஜேம்ஸ் என்ற சீடர்களுக்கு மரிய மக்தலேனா மூலம் ஜீசஸின் குகை திறந்திருப்பதும், ஜீசஸின் உடல் காணாமல் போயிருப்பதுவும், கிறிஸ்துவைப் பார்த்து அவரே

ஜீசஸ் என்று முதலில் மக்தலேனாவும், பின் அவரது சீடர்களும் முடிவு செய்துகொள்கிறார்கள். சிலுவையில் அவருக்கு ஏற்பட்ட காயங்களின் வடுக்களைப் பார்க்க நினைத்த சீடரை மற்றவர்கள் தடுத்துவிடுகிறார்கள்.

கிறிஸ்து அந்த இடத்தைவிட்டே அகன்றுபோய், வேறொரு ஊரில் மார்த்தா என்ற பெண்ணை மணந்துகொண்டு வாழ்ந்து வருகிறார். அவரைப் பார்க்க திடீரென்று தேவதூதர் வந்துவிடுகிறார். கிறிஸ்துவோடு இருந்து உணவருந்தி விடைபெறுகிறார். மார்த்தா ஏன் அவர் பெயரைக்கூட கேட்கவில்லை என்று கிறிஸ்துவிடம் கேட்கிறார்.

திருச்சபைக்கு ஏற்றதாக இருப்பதற்காகவே நான் அவருக்கு உடந்தையாக இருந்தேன். திருச்சபையும் இந்த நம்பிக்கைகளை ஏற்று நடந்தால் நல்லதே. ஆனால் திருச்சபை தனது அதிகாரத்தால் ஜீசஸின் கதையை தன் போக்கிற்கு மாற்றிவிடலாம். ... ஆனாலும் இந்தக் கதை இல்லாவிட்டால் திருச்சபை தான் ஏது? திருச்சபை இல்லாவிட்டால் ஏது ஜீசஸ்?

பிலிப்புல்மேன் அதிகமாக குழந்தைகளுக்கான நூல்கள் எழுதியவர். நடுவிலே இப்படியும் ஒரு நூல். அவர் கடவுள் மறுப்பாளர். இக்கதை ஒரு தொடர் "உருவகக்கதை" - ஆங்கிலத்தில் ALLEGORY என்று சொல்வார்களே அந்த பாணியில் அமைந்துள்ளது. சொல்லும் கதை ஒன்றாக இருப்பினும், சொல்லவந்தவைகள் மறைபொருளாக, சொல்லப்படும் கதையின் ஊடே ஒளிந்துள்ளன. சொல்லப்படும் கதை, உள்ளடக்கி அவர் சொல்லும் செய்திகளுக்கான வெளியாடைதான்.

"இன்று நாம் அறியும் கிறிஸ்து ஒருவரல்ல. குறைந்தபட்சம் மூன்று கிறிஸ்துகள் உள்ளனர். வரலாற்றுக் கிறிஸ்து யூதர்களின் வரலாற்று நூல்களிலிருந்து நமக்குத் தெரியவருபவர். ஆன்மீகக் கிறிஸ்து அவரின் சொற்கள் வழியாக கடந்த இருபது நூற்றாண்டுகளில் மாபெரும் மதங்கள் கொஞ்சம் கொஞ்சமாகத் திரட்டிக்கொண்ட ஓர் ஆளுமை. மதக்கிறிஸ்து கிறிஸ்தவ திருச்சபையாலும் மதவாதிகளாலும் முன்வைக்கப்படுபவர்."- ஜெயமோகன்.

வரலாற்று வழியே ஒரு மனிதனை நாம் எப்படியெல்லாம் 'படைக்கிறோம்' என்று ஜெயமோகனின் எழுத்தில் தெரிகிறது. இக்கதையும் இதே கருத்தைத்தான் கூறுகிறது.

கிறிஸ்து தன் உடன்பிறப்பை மிகவும் நேசிப்பதாகக் கதை செல்கிறது. பல இடையூறுகளிலிருந்து ஜீசஸை கிறிஸ்து காப்பாற்றுகிறார். அதற்கு

கடவுள் என்னும் மாயை **315**

பழைய ஏற்பாட்டின் கதைகள் அவருக்கு உதவுகின்றன. அதில் அவர் சிலவற்றைக் கூட்டியும் குறைத்தும் மாற்றுகிறார். சான்றாக, திருக்குளிப்பின் போது மேலே பறந்துபோன புறா தன்னிடம் பேசியதாக தன் தாயிடம் பொய்யாகக் கூறுகிறார். விவிலியத்தில் ஜீசஸிடம் சாத்தான் தன் 'வேலை'யைக் காட்டியது போல் இங்கே கிறிஸ்து ஜீசஸை சோதிக்கிறார். அதோடு அந்த சோதனைகளின் வெற்றியே அவரை பலருக்கும் தெரியப்படுத்தும். அதுவே புதிய சபை ஒன்று உருவாக உதவும் என்கிறார். விவிலியத்தில் உள்ள சாத்தானின் வேலையாகக் கருதப்படும் ஒன்றை இப்படி மாற்றிக் காண்பிக்கிறார்.

கதையின் நடுவில் ஒரு "மர்ம மனிதன்" வருகிறார். கிறிஸ்துவுக்கு அது தேவதூதனாகத் தெரிகிறது. வாசிக்கும் நமக்கு அப்படி தோன்றுவதில்லை. முதலில் ஒரு வில்லனாகத்தான் தெரிகிறது.

ஜீசஸ் ஜெத்ஸமேனியில் "கடவுளிடம் பேசுவது" நூலில் ஒரு முக்கிய கட்டம். கதாசிரியரின் கடவுளைப் பற்றிய கருத்து என்ன என்பதைத் தெளிவாகக் காண்பிக்கும் கட்டம் அது. அதே போலவே "திருச்சபைக்கு ஏற்றதாக இருப்பதற்காகவே நான் அவருக்கு உடந்தையாக இருந்தேன். …ஆனால் திருச்சபை தனது அதிகாரத்தால் ஜீசஸின் கதையை தன் போக்கிற்கு மாற்றிவிடலாம்" என்ற கிறிஸ்துவின் கடைசி வாக்கியம் கிறிஸ்துவ மதத்தில் நடந்த வரலாற்று நிகழ்வுகளைத் தெளிவாகக் காட்டுகிறது.

ஜீசஸ் நல்லவைகளைச் சொல்லும் ஒருவர். அவர் சொன்னவைகளை மட்டும் வைத்துக்கொண்டால் அது யார் சொல்லியதாக இருந்தாலும் அவை நல்லவை; பயனுள்ளவை என்பது தெளிவு. அதை ஜீசஸ் சொல்லியதாக வைத்து, அதனை மேலும் மெருகூட்டி ஜீசஸை ஒரு கடவுளாகவோ, கடவுளின் மகனாகவோ தூக்கி வைத்து ஒரு புதிய மதத்தையே தோற்றுவித்து விடுகிறார்கள்.

ஜீசஸ் தன் முதல் புதுமையாக கானாவூரில் நீரை ரசமாக மாற்றிய கதையில் கதாசிரியர் ஒரு சின்ன மாற்றம் செய்கிறார். என்றோ நடந்த ஒன்று; அதனை எந்தக் கோணத்தில் பார்க்கிறோம் என்பதே அதற்குரிய சிறப்புத் தன்மை அல்லது சாதாரணத்தன்மை தெரிகிறது. கடவுள் தன்மையை உருவாக்க இப்படி சில 'நகாசு வேலை' செய்தாலே போதுமே… யாரை வேண்டுமானாலும் ஒரு சித்தராகவோ, கடவுளின் மகனாகவோ, நபியாகவோ, புத்தராகவோ மாற்றி விடலாம் என்பதையே இந்த கானாவூர் கதை, தலைக்குமேல் பறந்த, பேசிய புறா நினைவுறுத்துகின்றன. எனக்குத் தெரிந்த வரையில் இந்த தேவ

தூதர்களில் பலர் மிக மிகச் சாதாரண மனிதர்களே. ஆனால் வலிய அவர்கள் மேல் ஏதேதோ தூக்கி வைத்து கொண்டாடப்படுகிறார்கள்.

அந்த மர்ம மனிதன் / தேவ தூதன் ஜீசஸின் அரசு இந்த உலகிற்கு வந்துவிடும். அப்படி ஒரு அரசு வருமாயின் அது நிறைய மக்களைக் கொண்டதாகவும், யூதர்கள் மட்டுமின்றி வேற்று மக்களும் இருக்குமாறு அமையவேண்டும் என்ற நம்பிக்கையில் ஜீசஸைத் தொடர்ந்து செல்லுமாறு கிறிஸ்துவைப் பணிக்கிறார். ஒரு திருச்சபை (church) கட்டாயம் அமைய வேண்டும் என்ற முனைப்போடுதான் திட்டமிடுகிறார்.

இந்த திட்டங்கள் எல்லாமே இன்று நாம் முக்கிய மதங்களாக நினைக்கும் எல்லா மதங்களுக்கும் ஒரு பொதுவான நிலைப்பாடாகவே இருந்து வருகிறது. ஏசு, முகமது, ராமகிருஷ்ணர், அரவிந்தர், பால் ரிச்சர்ட் என்ற அன்னை-அரவிந்தர் போன்ற மனிதர்கள் சொன்னவைகளை மேலும் 'நகாசு' வேலை செய்து, அவர்களுக்கும் கடவுளுக்கும் 'நேரடி தொடர்பு' இருந்ததாகச் சொல்லப்பட்டு அல்லது அவர்களே கடவுளின் அவதாரங்களாக மாற்றப்படுகிறார்கள். இந்த மனிதர்களுக்கு ஒரு சிறப்பிடம் கொடுக்கப்படுகிறது. இவர்களைப் போன்ற பலரைப் பற்றி நான் தேடித் தேடி இதுவரை வாசித்தது எதுவும் என் அறிவைத் தொடுவதாக இதுவரை ஏதும் காணேன்.

இப்பட்டியலில் உள்ள ஒவ்வொருவரின் கதையும் கொஞ்சம் ...

ஏசுவின் கதை இதில் கொஞ்சம் சிறப்பாக அமைந்தது என்று நினக்கிறேன். அவரது மரணம் மட்டுமல்லாமல், மூன்றாம் நாள் 'உயிர்த்தெழுந்தது' குறித்தவைகள் அவரை ஒருகடவுள் மனிதனாக அல்லது கடவுளாகவே சித்தரித்துள்ளன. ஏனையோர் மனிதக்கடவுளாக இருக்க, இவர் அதையும் மீறி ஒரு கடவுளாகவே ஆக்கப்பட்டுள்ளார். ஏசு உயிர்த்தெழுந்ததை இந்த நூல் ஒரு முக்கிய கேள்வியாக்கி விடுகிறது. டாவின்சி கோட் ஒரு புனைவு. ஆனாலும் இப்புனைவும், Jesus Papers, Holy Blood and Holy Grain போன்ற சில ஆய்வு நூல்களிலும் ஒரு முக்கியக் கேள்வியாக நிற்கும் செயலைத்தான் ஒரு கேள்வியாக வைத்திருக்கிறது.

முகமது: நம்பிக்கை என்பதைவிட அவரை எப்படி ஒரு தேவதூதராக அதுவும் கடைசித் தூதுவராக நம்புகிறீர்கள்? அவரே ஹீரா மலையில் ஜிப்ரேல் வந்து சொன்னதாகச் சொன்னதைத்தவிர வேறு என்ன சான்று? அவருக்கே முதன் முதலில் தன்னிடம் வந்து சொன்னது யாரென்று தெரியவில்லை. கடவுளிடமிருந்து வந்த ஜிப்ரேல் என்று அவரது

மனைவிதான் கண்டுபிடித்துச் சொல்கிறார்கள்.அவருக்கே தெரியாததை அவரது மனைவி மட்டும் எப்படி அவ்வாறு திடமாகநம்பினார்கள்? எத்தனையோ பேர் நான் கடவுளைப்பார்த்து பேசிக்கொண்டு இருக்கிறேன் என்பார்கள். கிறித்துவ மத போதகர்களில் பலர் ஏசுவோடுஉட்கார்ந்து இப்போதுதான் காலை உணவு முடிச்சிட்டு வர்ரேன் என்பார்கள் ... அதையெல்லாம் எப்படி எடுத்துக் கொள்வது? இதுக்கெல்லாம் ஏதாவது ஒரு நிரூபணம் வேண்டாமா? ஒருவர், அவர் யாராக இருந்தாலும், சொன்னால் அப்படியே நம்பிவிடுவதா?

ராமகிருஷ்ணர்: இவரைப் பற்றி வாசித்தபோதும் mental seizure போன்ற விஷயங்கள் பேசப்பட்டன. ஒவ்வொரு மதமாக மாறி மாறி தேர்வுசெய்தார் என்கிறார்கள். இவரது வாழ்க்கையில் நடந்ததாகச் சொல்லும் அடங்கா பசி போன்றபல விஷயங்கள் எவ்வித உயர் விஷயங்களையும் எனக்குச் சொல்லவில்லை. temporal epilepsy பற்றி வாசித்தது தான் நினைவுக்கு வந்து தொலைத்தது.

அரவிந்தர் & அன்னை: விடுதலைப் போராட்டத்தில் ஈடுபட்ட அவருக்கு மனதுக்குள் ‘புதுச்சேரிக்குப் போய்விடு’ என்ற குரல் எழுந்ததாகச் சொல்வது ஏனென்று தெரியவில்லை. அது ஆங்கிலேயரின் ஆட்சிக்குள் வராத ஒரு பாதுகாப்பான இடம். அதனால் இருக்குமோ?

இப்படியே செல்கின்றன பலரைப் பற்றிய விஷயங்கள். இவர்களெல்லோரும் பல நல்ல விஷயங்களைச் சொல்லியுள்ளார்கள்.

இல்லையென்று கூறவில்லை. ஆனால் நல்ல பல விஷயங்களைக் கூறினார்கள் என்ற ஒரே காரணத்திற்காக இவர்களை அத்துணை பெரிய பீடங்களில் ஏற்றி வைக்க வேண்டுமா? இவர்கள் எல்லோருமே ‘கடவுளோடு’ தொடர்பு கொண்டதாகச் சொல்வதானால்நான் அதில் எந்தக் கடவுளை நம்புவது? எந்த கடவுள் சொல்வது சரியென்று போவது? முகமதுவைத் தவிர மற்றையோரை கடவுளாக வழிபடுவதும் எந்த அளவு சரி?

அவர்கள் சொல்லும் ‘வசனங்கள்’ தேவ வார்த்தைகளாக மறுபிறவி எடுக்கின்றன. அந்த வார்த்தைகளை அச்சாணியாகக் கொண்டு புதிய ‘மதங்கள்’ தோன்றுகின்றன.

அடுத்து இன்னொரு குரூப். இவர்கள் தங்களை ஒரு ‘தேவ தூதர்களாக’க் காண்பிக்கிறார்கள். ஆனால் படிப்படியாக மெல்ல தங்களையே ஒரு ‘தேவனாக’ உயர்த்திக்கொள்கிறார்கள். சாய்பாபா, மேல்மருவத்தூர், அம்ரிதா, கல்கி, ப்ரேமானந்தா போன்றோர்

தங்கள் வாழ்நாளிலேயே கடவுள் என்ற நிலைக்கு தங்களையே உயர்த்திக்கொள்கிறார்கள். முதலில் சொன்னவர்களை பின் வந்தவர்கள் கடவுளாக்கிவிட்டார்கள். ஆனால் பின்னால் வந்த இந்த 'குரூப்' கொஞ்சம் அவசரக்காரர்கள். அவர்கள் தங்களையே கடவுளாக்கிக் கொண்டு விட்டார்கள்; புத்திசாலிகள்!

கடவுளுக்கு எதற்கு மதம்? நாம் அவரை துதி செய்ய வேண்டும்; தொழ வேண்டும் என்ற ஆவல் 'எல்லாம் கடந்த' எந்தக் கடவுளுக்கு தேவை? கிறித்துவத்தில் மனிதனை ஏன் கடவுள் படைத்தார் என்று சின்னப்பிள்ளைப் பருவத்தில் சொல்லிக்கொடுப்பார்கள். மனிதன் கடவுளை அறிந்து அவரை சேவித்து வணங்கி, அவர் படைத்த சுவர்க்கத்திற்குச் செல்ல வேண்டுமாம். இதே கருத்துதான் மூன்று ஆபிரஹாமிய மதங்களின் கருத்து.

யோசித்துப் பார்த்தால் இந்தக் கோட்பாடு வேடிக்கையாகத் தெரியவில்லை? கடவுளே மனிதர்களைப் படைக்கிறாராம். அவர்கள் மீது மிக இரக்கம் கொண்டவராம். ஆனாலும் ஏனோ சுவர்க்கத்தோடு நரகத்தையும் படைக்கிறாராம். 'இரக்கம் மிகுந்த அவர்' இறுதியில் நமக்கான சம்பாவனையைக் கொடுக்கிறாராம். அன்பானவர் ஏன் நரகத்தைப் படைத்தார். (என் போன்ற) பலரை நரகத்திற்கு அனுப்பும்படியான நிலைக்கு யார்காரணம்? 'எல்லாம் வல்ல கடவுள்' தானே காரணம். "ஆட்டுவித்தான்; ஆடுகிறேன்!" (குரான் 9:51)

கொஞ்ச வருஷம் இங்கே இருந்து செஞ்ச தப்புக்கு மறுமையில் நித்திய தண்டனையாக நரகமோ நித்திய பரிசாக சுவர்க்கமோ கிடைக்குமாம். இதில் இஸ்லாமிய மதத்தின் சுவனப்பரிசுகள் கொஞ்சம் கோரமான அல்லது விகாரமானவைதான். ஆனால், எந்த ஆண்மகனுக்கும் மிகவும் பிடிப்பதுதான்!

மனுஷங்களே எவ்வளவு பெரிய குற்றம் செய்தாலும் தூக்குத் தண்டனை கூடாது. அது தப்பு அப்டின்னு சொல்கிறார்கள். ஆனால், 'இரக்கம் மிகுந்த ஆண்டவன்' தூக்குத்தண்டனையை விட மோசமான நித்திய தண்டனையைக் கொடுக்கிறார். இது என்ன logic என்று தெரியவில்லை! இப்படி perpetual jannah - heaven / jahannam - hell கொடுக்கிற கடவுள் நியாயமானவரா? எனக்கு அப்படித் தெரியவில்லை.

'கண்விழித்துப் பார்க்கும்' எவருக்கும் அப்படிதான் தோன்றும் என்று நினைக்கிறேன்.

இந்நூலில் எனக்கு இரு விஷயங்கள் பிடித்தன. ஒன்று விவிலியத்தில் சொன்ன சில விஷயங்களை நாம் மறு பரிசீலனை செய்ய உதவுகிறது. அடுத்து எப்படி வரலாற்றில் மதங்கள் உருவாகின்றன என்பதை அழகாக எடுத்துச் சொல்லியுள்ளார். சிலர் நல்லது சிலவைகளைச் சொல்லிப் போக பின்னால் வந்தவர்கள் அந்த நல்ல விஷயங்களைத் தொகுத்து, அதனைச் செய்தவர் 'அப்படியாக்கும்... இப்படியாக்கும்...' போன்று சில கதைகளை ஜோடித்து அந்த மனிதரை தெய்வமாக்கி, புதிய மதத்தினைத் தோற்றுவித்து, அந்த மதத்தினையும் இப்புத்தகத்தில் கடைசி இரு வரிகளில் ஏசுசொல்வது போல் புதிய திருச்சபையை உருவாக்கி விடுகிறார்கள். "திருச்சபை தனது அதிகாரத்தால் ஜீசஸின் கதையை தன் போக்கிற்கு மாற்றிவிடலாம்... ஆனாலும் இந்தக் கதை இல்லாவிட்டால் திருச்சபை தான் ஏது?"

இந்நூலில் மூன்று முக்கிய இடங்கள் மிகவும் பிடித்தன.

1. பெத்திஸ்டாவில் உள்ள ஒரு குளத்தில் மூன்று பிச்சைக்காரர்களிடம் நடக்கும் உரையாடல். ஏற்கெனவே சொன்னதுபோல் இந்த உரையாடல் மனித சமூகம், தனி மனித மனம் இவற்றையெல்லாம் அலசும் அழகான ஒரு பகுதி.

2. ஏசு ஜெத்சமேனியில் 'கடவுளோடு' நடத்தும் பதில் இல்லா உரையாடல். இதனை வாசிக்கும்போது அன்னை தெரஸாவின் கடிதங்கள் அடங்கிய COME BE MY LIGHT என்ற நூலில் பதிலில்லா அந்த ஜெபங்களால் அவருக்கு வரும் நம்பிக்கையின்மை -இவை எல்லாமே ஏசு கடவுளை நோக்கி நடத்திய ஜெபத்தினை ஒத்திருக்கும். (இரு நூல்களையும் அடுத்தடுத்து வாசிப்பதால் எனக்கு ஏற்பட்ட ஒரு நல்ல பலன் இது!)

3. இந்நூல் விவிலியத்தைப் புரட்டி எழுதியதாகத் தோன்றினாலும் உள்ளடக்கம் அன்பை மட்டும் முக்கியப்படுத்துகிறது. ஒரு நல்ல மதம் எப்படியிருக்க வேண்டும் என்பதையும் சிறப்பாக வெளிப்படுத்துகிறது.

(எந்தமதமும் ஏழ்மையானதாக, எந்த ஆளுமையும் இல்லாமல் சாதாரணமானதாக இருக்கவேண்டும். அன்பைத் தவிர வேறு எந்த வித ஆளுமையும் இல்லாமல் இருக்க வேண்டும். அதற்கென்று சொத்து, சட்ட திட்டங்கள் என்று ஏதுமிருக்கக் கூடாது. யாரையும்தண்டிக்கக் கூடாது; மன்னிக்க மட்டுமே செய்ய வேண்டும். ஆல மரமாய் தழைத்து பலருக்கும் தங்குமிடமாக இருக்க வேண்டும்)

இப்படி ஒரு மதம் இல்லையே என்பதே என் கவலை!

எனக்கு இப்படியும் சில எண்ணங்கள் .....

★ SATANIC VERSES நாவலை உலகத்தில் முதன்முதலாக தடை செய்தது நமது அரசு என்று வாசித்தேன். அதுவும் இஸ்லாமியரின் எதிர்ப்புக்கு முன்பே அவ்வாறு நம் அரசு செய்ததாக அறிந்து உள்ளமெல்லாம் 'புளகாங்கிதமடைந்தேன்'!!.

★ ஏற்கெனவே நான் இறைநம்பிக்கையோடு இருந்த அந்த காலத்திலேயே Irving Wallace என்பவர் எழுதிய Seven Minutes என்றொரு புதினத்தை வாசித்தேன். அந்தப் புதினத்தில் பழைய ஏற்பாட்டை மிகவும் தாக்கி எழுதிய பகுதிகள் நிறைய உண்டு. Old Testament is a sort of porno என்ற விவாதம் இருக்கும். கதையாக அதை வாசித்தேன்; வாசித்து முடித்ததும் எந்தவிதமானப் பாதிப்பும் இன்றி அடுத்தநூலைக் கையில் எடுத்தேன். என் இறைநம்பிக்கைக்கு அந்தநூல் எந்தவித மாற்றத்தையோ, இழுக்கையோ தரவில்லை. என் கடவுள் இதையெல்லாம்விட பெரியவர் என்ற எண்ணமே என் மனதில் இருந்திருக்குமென நினைக்கிறேன். என் கடவுள்மேல் எனக்கு நம்பிக்கை உண்டு. உனக்கில்லையென்றால் அது உன் தலைவிதி. எனக்கு அதில் எந்தவித அவமானமோ, அங்கலாய்ப்போ இல்லை என்ற எண்ணம்தான் இருந்திருக்கும். தீவிரவாதங்கள் பல சமயங்களில் தங்கள் மதங்களுக்கு இழுக்கைத்தான் தேடித்தருகின்றன என்றுதான் எண்ணியிருப்பேன்...

இந்த நூல் வெளியிட்டதும் சில எதிர்ப்புகளும் ஆசிரியருக்கு எதிராக வந்ததாம். ஆனால் ஒன்றும் பெரிய அளவில் இல்லை. உலகெங்கும் எந்த போராட்டமும் வரவில்லை. பத்வா எதுவும் கொடுக்கப்படவில்லை. ஒருவேளை கிறித்துவர்களுக்கு தங்கள் நம்பிக்கைகளுக்கு இந்த நூலின் தலைப்பும் அடக்கமும் எந்தவிதபாதிப்பும் ஏற்படுத்தாது என்ற நம்பிக்கையோ என்னவோ. அதோடு தங்கள் கடவுள் இதுபோன்ற நூல்களால் தரம் இறங்கிப் போகமாட்டார்கள் என்ற நினைப்பால் இதை பெரிதுபடுத்தாமல் புறந்தள்ளியிருக்கலாம். வேறு மதநூல்களுக்கு எதிராகப் போர்க்கொடிகள் தூக்குதல் போலல்லாது, இந்த நூலுக்கு எதிர்வினைகள் இல்லாதது பழைய ஒரு கிறித்துவனாக எனக்குப் பெருமையே. என் நம்பிக்கை என்னைச் சார்ந்தது; நீ சொல்வதெல்லாம் என்னைப் புண்படுத்தாது; என் கடவுளின் பெருமையை உன்னால் சிதைக்க முடியாது என்ற அந்தக் கொள்கை எனக்குச் சிறப்பாகத் தோன்றுகிறது.

டா வின்சி கோட்
- டான் பிரவுன்

ஆசிரியர் பற்றி

44 மொழிகளில் மொழிமாற்றம் செய்யப்பட்டு, எட்டுகோடி நூல்கள் உலகம் முழுக்க விற்கப்பட்டு, அக்கதையை திரைப்படமாகவும் வெற்றிகரமாக எடுக்கப்பட்டு மிகவும் புகழ்சேர்த்த புனைவுநூல் டான் பிரவுன் (Dan Brown) எழுதிய டாவின்சி கோட் (Da Vinci Code). இந்த நூலில் வரும் கதை சில கிறித்துவர்களின் நம்பிக்கையைச் சிறிதே அசைத்துப் பார்த்திருக்கலாம். ஏனெனில் கிறித்துவ வரலாற்றில் புதிய ஒரு மாற்றமாக ஏசு திருமணமானவர் என்றும், விவிலியத்தில் விபச்சாரியாகக் காட்டப்படும் மேரி மகதலேன் அவரது மனைவி என்றும், அவர்களுக்கு சேரா என்ற ஒரு பெண் மகவு இருந்ததாகவும், கிறித்துவின் சிலுவை மரணத்திற்குப் பின் மகதலேனாவும் சேராவும் எகிப்து நாட்டிற்குத் தப்பிச்சென்று, பின் அங்கிருந்து கடல்வழியே

பிரான்ஸ் நாட்டிற்குச் சென்றார்கள். சேராவின் பரம்பரை பின்னாளில் மெரோவிங்கியன் (Merovingian) என்ற பிரஞ்சு அரச குடும்பத்தில் மணந்து பிரான்ஸ் நாட்டின் அரச குடும்பத்தின் உறுப்பினர்கள் ஆனார்கள். Priory of Sion என்ற ரகசியச் சங்கம் இந்தப் பரம்பரை ரகசியத்தை - "bloodline" - மிகவும் ரகசியமாகக் காப்பாற்றி வந்துள்ளது. இன்னும் பல புனைவுகள் சேர்த்து இந்தநூல் இச்சங்கத்தின் கதைகளை அடிப்படையாக வைத்தே எழுதப்பட்டது.

1982 இல் வெளிவந்த, பெய்ஜென்ட், லெய் (Baigent and Leigh) என்ற இரு ஆசிரியர்கள் எழுதிய The Holy Blood and the Holy Grail என்ற ஆய்வுநூலைச் சார்ந்தும் தன் நூலை பிரவுன் எழுதியுள்ளார். இதனால் பெய்ஜென்ட், லெய் இருவரும் பிரவுன் மீது தங்கள் உழைப்பைச் சுரண்டி, ஐந்தாண்டுகள் உழைத்து எழுதப்பட்ட தங்கள் ஆய்வுநூலின் கருத்துகளைத் திருடி எழுதிவிட்டாரென ஒரு வழக்கு தொடர்ந்தார்கள். அவர்கள் வழக்கு தோல்வியில் முடிந்தது. ஆயினும் பிரவுனின் நூல் பெய்ஜென்ட், லெய் என்பவர்களின் நூலை அடிப்படையாக வைத்தே எழுதப்பட்டது என்றும் தீர்ப்பில் கூறப்பட்டது. ஆயினும் அது நேரிடையான நகலாக எழுதப்படவில்லை என்பதே தீர்ப்பாக இருந்தது. வேடிக்கை என்னவெனில் இருநூல்களையும் பதிவிட்டது ராண்டம் ஹவுஸ் (Randam House) என்ற ஒரே பதிப்பகம்தான். இதை எழுத்துத் திருட்டு என்பதா... உந்துதல் என்று மட்டும் கொள்வதா என்பது வாசகர்கள் முன்நிற்கும் ஒரு பெரும் கேள்விதான்.

உங்கள் நூலில் எழுதியவை எத்தனை அளவு உண்மை என்று நேர்காணலில் கேட்டபோது பிரவுன் தாம் எழுதியது அனைத்தும் உண்மை என்றார். ஆயினும் நூலில் உண்மையும் கற்பனையும் கலந்தே இருக்கின்றன. வாசிப்போர் ஒவ்வொருவரின் நம்பிக்கையைப் பொறுத்தே அவை வெவ்வேறு நிறம் காட்டுகின்றன.

புதினத்தில் பிலிப் விவிலியத்தில் இருந்து ஒரு வரி மேற்கோளாகக் காட்டப்பட்டிருக்கும். மேரி மகதலேன் ஏசுவின் நெருங்கிய தோழமையாகக் காட்டப்பட்டிருக்கும் வரி அது. பழம் மறைவியியலில் மேரி - ஏசுவின் நடுவில் உள்ள உடல்உறவுகளைத் தொடாது, அவர்களின் நடுவே இருந்த ஆழ்ந்த ஆன்மீக உறவை வெளிப்படுத்துகிறது.

கதாசிரியர் வரலாற்று உண்மைகளையே எழுதியிருப்பதாகக் கூறியுள்ளார். இந்தப் புத்தகத்தை வாசிப்பதற்கு எடுத்துக்கொண்ட நாட்களுக்கு நிகராக நான் google -லும், wikipedia-விலும் இந்நூலில் சொல்லப்பட்ட செய்திகளைப் பற்றிய 'ஆராய்ச்சி'யும் செய்தாகிவிட்டது.

நூலில் உள்ள சில செய்திகள் google, wikipedia-வில் கிடைக்கின்றன; சிலவற்றைக் கண்டுபிடிக்கவில்லை; எது எப்படியோ - இந்தப் புத்தகம் கிறித்துவர் வட்டத்தில் மிகுந்த பரபரப்பை ஏற்படுத்திவிட்டது. இந்தக் கதைப்புத்தகத்தில் சொல்லப்பட்டுள்ள பல செய்திகளை மறுக்கும் முகமாக இன்டர்நெட்டில் பலப்பல கட்டுரைகள்; விவாதங்கள். God TV-ல் ஒன்றரை மணிநேர தன்னிலை விளக்கங்கள்; தர்க்கங்கள்; மறுப்புகள் திரைப்படத்தைத் தொடர்ந்து வந்துகொண்டிருந்தன. ஆனால், நல்லவேளை ... எல்லாம் அறிவுபூர்வமான விவாதங்களே தவிர தனிமனிதச் சண்டைகளோ, வெட்டுக் குத்துகளோ, பத்வாக்களோ ... ஏதும்இல்லை.

★ பைபிள்களில் gnostic gospels - ஞானமரபு- என்று ஒரு பிரிவு இருந்தது அவைகளில் சொல்லப்பட்ட பலசேதிகள் இதுவரை மறைக்கப்பட்ட விஷயங்களாகவே இருந்து வந்துள்ளன. இந்தநூல் அவைகளைப் பற்றிய விவரங்களைத் தருகிறது. மிகவும் வேறுபாடான கருத்துகள் இந்த விவிலியங்களில் கூறப்பட்டுள்ளன. ஏசு கடவுள் என்றோ, கடவுளின் மகன் என்ற கருத்துகளுக்கோ அங்கு இடமில்லை.

★ Holy Trinity- கிறித்துவ மதத்தின் ஆணிவேராகக் கருதப்படும் விஷயம். ஆனால், அது கிறிஸ்து இறந்து 325 ஆண்டுகளுக்குப் பிறகு கான்ஸ்டன்ட்டைன் (Constantine, the great) என்ற மன்னன் மூலமாகக் கூட்டப்பட்ட முதல் கிறித்துவர் "மாநாட்டில்" தான் (First Council of Nicaea in 325 A.D.) இதுபோன்ற பல புதிய விஷயங்கள் முடிவு செய்யப்பட்டன. அங்குதான் ஏசு கடவுளா அல்லது வெறும் மனிதனா என்ற கேள்வி எழுந்துள்ளது. ஓட்டெடுப்பு மூலம் இந்த விவாதம் முடிவுக்கு வந்ததென்று கூறப்பட்டுள்ள விஷயம் என் போன்ற மேம்போக்கான கிறித்துவர்களுக்கு மட்டுமில்லாமல் ஆழமான நம்பிக்கையோடு இருப்பவர்களுக்கும் ஒரு புதிய செய்திதான். நான்கு விவிலியங்கள் இந்த மாநாட்டில் தான் தேர்ந்தெடுக்கப்பட்டு முடிவு செய்யப்பட்டுள்ளன.

★ Priory of Sion, Knights of Templars, Opus Dei - என்று கதையில் கூறப்படும் இந்த அமைப்புகள் பற்றிய எல்லாமே முழு உண்மை என்று தெரிகிறது. அதுவும், மேற்கூறியவற்றில் முதலிரண்டும் இப்போது வழக்கற்றுப் போனவை; ஆனால், மூன்றாவது இன்னும் இயங்கிவரும் ஒரு அமைப்பு. அதனால்தானோ என்னவோ, கதாசிரியரின் வெப்சைட்டில் அதைப்பற்றி இருந்த பக்கங்கள் 'தற்காலிகமாக' நீக்கப்பட்டுள்ளன... என்ன அரசியலோ!

★ மிக முக்கியமானதாகவும், கிறித்துவர்களுக்கு அதிர்ச்சி தரும் சேதியாகவும் கதையில் வருவது: ஜீசஸ் திருமணமானவர் என்பது. திருமணம் என்பது தன்னிலே தவறானதாக இல்லாவிட்டாலும், ஒவ்வொரு கிறித்தவருக்கும் இது அதிர்ச்சி தரும் சேதி என்பதே உண்மையாக இருக்கும். 'நம்பிக்கை / விசுவாசம் / faith / fidelity - என்ற உணர்வுகளோடு இருப்பவர்களுக்கு இது ஒரு பிரச்சனையல்ல. புறங்கையால் இச்செய்தியை ஒதுக்கிவிட்டுப் போய்விடுவார்கள் - எனது சில கிறித்துவ நண்பர்கள் போல. ஆனால், என்னை மாதிரி 'அரைவேக்காடுகள்' தான் இதன் உண்மை நிலையைக்காண ஆசைப்படுவார்கள். நானும் முயன்றேன். மிகச்சரியான விடை கிடைக்கவில்லை.

தேடல் தொடரும்...